TÌNH YÊU LÀ GÌ - *tiểu thuyết*
Hương Dạ Thảo

Bìa: Uyên Nguyên Trần Triết
Dàn trang: Đỗ Huỳnh Đăng Ngọc
Nhân Ảnh xuất bản 2025
ISBN: 979-8-3485-8707-9

HƯƠNG DẠ THẢO

TÌNH YÊU LÀ GÌ

tiểu thuyết

Nhân Ảnh 2025

TÌNH YÊU VĨNH CỬU

Ta về thăm lại H. A
Người xưa còn đó, bóng nàng tìm đâu?
Ngẩn ngơ chân bước qua cầu
Thức trong kỷ niệm, hoa ngâu vỡ oà
Người đi ngắt một cành hoa.
Ta về ngắt một chuyện là... tương tư...
(Trích bài ta về cùng tác giả.)

CHƯƠNG 1

Thanh Phượng vừa ngủ dậy. Cô hé nhìn bên khung cửa một bình minh thật đẹp, cô bé xếp mền cho có xếp, và cô đi nhanh súc miệng... Cô làm vệ sinh cá nhân, rồi Thanh Phượng loay hoay đi vào phòng mình, cô lại tìm bộ đồ mặc cho sáng sủa hơn, cô thay cho bộ đồ, một cách chầm chậm đang mặc ngủ trong người, cô thích thế... Và Thanh Phượng tự lo pha một ly sữa uống. Xong, cô bé kiểm tra một ít dụng cụ mang theo ra đường... Như một dự định đã có hôm qua...

Thanh Phượng đến nhà người bạn Minh Ngọc, qua một cái đồi nhỏ không xa nhà cô lắm, chừng một phần hai cây số. Nơi đó Yến Nhi cũng đã đến. Cả ba đứa chuẩn bị làm lồng đèn. Phải nói thêm nhà của Minh Ngọc ba mẹ cô làm nông nghiệp, vườn tược đẹp, vườn mãng cầu riêng không xa căn nhà lắm, và vườn cây ăn trái đủ thứ, là đang sát chung quanh nhà. Nhà của Thanh Phượng cũng làm nông nhưng vườn điều ở xa xăm căn nhà, vườn tràm cây, vườn coffee cũng khá xa nhà luôn. Còn nhà Yến Nhi thì ba má là giáo viên nên họ theo cất trên các rẻo đất cao, nơi đó có nhiều nhà san sát, chỉ trồng một vài cây cảnh, không trồng được nhiều cây ăn trái, vì đất thiếu, thiếu nước, thiếu nhiều chất, nhiều thứ...

Nên lúc nào rảnh, hay làm gì cho công việc học sinh của nhóm, học tập chung giải toán, đọc văn, xem truyện, thì ba đứa (Thanh Phượng, Minh Ngọc, Yến Nhi.) Cũng hay tụ về nhà Minh Ngọc làm, rồi sau đó họ vui chơi. Cả ba ưa nắn đất sét công nghệ tạo thành, thành nồi niêu xoong chảo, muổng đĩa, ly tách, bình rổ. Hay hình thù các con vật chó, mèo, gà lợn, ngỗng ngang, chim chích, cá tôm v.v... Dù họ làm không giống lắm nhưng cả ba vẫn vui. Nhất là làm thủ công, cắt dán chữ, cắt dán bông hoa, cắt dán hình nhà lạ đẹp (kiểu nhà models mới.) Cả ba "nàng" học hỏi lẫn nhau. Hoặc họ học thêm để làm khéo đôi tay mình, cho một cái gì đó ra hồn hơn. Xong cả ba chuyện trò, ca hát vãn... Cũng có khi ra vườn tìm kiếm, cút bắt v.v...

Ba cô bé này thân nhau như bóng với hình, và yêu thích với công việc. Đợt trước thì làm lồng đèn cá chép treo thích lắm. Hôm nay đến, ba đứa làm lồng đèn ngôi sao, có khung sẵn do người ba của Minh Ngọc đã vót nan giùm rồi.

Thanh Phượng làm lồng đèn bằng màu vàng mơ. Minh Ngọc thì chọn màu xanh dương, Yến Nhi chọn màu đỏ chói.

(Cả ba còn làm chung một cái lớn, cỡ khổ kích lớn, gồm là nhiều màu phối hợp nữa...)

Chiếc lồng đèn cá nhân của Thanh Phượng hoàn tất rất là đẹp. Hai bạn Minh Ngọc, Yến Nhi đều mê thích cái lồng đèn của Thanh Phượng làm nhất, vì độ căng giấy bóng nơi lồng đèn mặt phẳng, và các góc Thanh Phượng làm rất tuyệt, mặt phẳng ở phía nào vẫn không dung dư; ở góc thì bốn bên không bị thừa thãi đụn nhàu, gấp gãy... Thanh Phượng có đôi tay thiên thần mà? Nàng bé người tập trung nhất công việc, vừa là cô bạn làm chăm chỉ trong ba người, lại là người có năng khiếu thẩm mỹ thiên bẩm nữa, nên thành tích làm riêng của Phượng bao giờ cũng ăn đứt hai bạn là điều đương nhiên. Hai nàng Minh Ngọc, Yến Nhi có cố gắng mấy, cẩn thận mấy cũng không thể về trước được, giải nhì, hoặc ba là ngon rồi, hi hi. Không thể vượt trội như Thanh Phượng được, giải thưởng số một này, luôn dành riêng cho: "Cô nàng với cái tên Thanh Phượng thôi." Minh Ngọc Yến Nhi làm thì ít, mà ngắm Thanh Phượng làm hơi bị nhiều.

Hai nàng Minh Ngọc, Yến Nhi đều biết bẩm sinh của mình kém, thiếu hai kỷ năng trên, nên đành đứng sau vị trí cô bạn "P- Phượng" này cũng OK. Mình đâu thể nào oán trách trời hay ai được... Ha ha.

Còn lồng đèn chung thì có sự gánh vác làm chung, khâu cắt giấy, kiếng bóng cánh sao, bôi keo hồ thì Minh Ngọc, Yến Nhi làm, Thanh Phượng là đảm trách dán giấy bóng vào khung, cô căng ra cho thật đều, canh phẳng các góc hơn. Đôi lúc Minh Ngọc muốn tiếp sức phụ đặt giấy bóng lên, nhưng căng góc sít sao rồi ịn xuống đúng vào nền khuôn mẫu, cũng là Thanh Phượng luôn làm nốt, nàng "P" vẫn luôn luôn hỗ trợ đôi tay mình nhiều! Thanh Phượng kiểm tra đi vào cái bước cuối cùng, nhìn ngắm thêm phải trải rộng ra, căng làm đều đẹp các mặt phẳng coi như 100% ý hợp, nhất là các góc không bị nhúm đụn nhàu dồn, hoặc khó coi trườn bướng thì nàng vẫn chịu khó tháo ra... Hầu hết những yêu cầu lớn là Thanh Phượng làm thay phụ cho hai bạn thôi. Hai nàng công chúa kia lo chuyên những chuyện khác: đi kiếm kéo thích hợp nhỏ, đưa dây buộc, tìm kẽm đúng cách, đưa tơ nối, hay thiếu vật liệu chi, đem hồ keo tới, kiếm màu sắc thay ... Hoặc Thanh Phượng muốn sửa đổi thêm bớt, điều chi cần, tủn mủn phụ v.v... thì Yến Nhi, Minh Ngọc tiếp sức, hai nàng cứ tranh đưa lẹ làng...

Cả ba hoàn thành với ba tác phẩm thủ công cá nhân hôm nay, rồi chiếc lồng đèn ngôi sao lớn to sù làm chung cũng xong sau đó. Thế là ba đứa vui lắm, họ nhìn ngắm, họ tươi thích mê cười giỡn hớt ra trò... Rồi ba nàng phải đi dọn dẹp, để treo lồng đèn lên, thắp đèn bên trong mà ngắm kỹ thêm nữa... Trong lòng họ vui như tết, vui hơn ăn tiệc. Tiếp theo ba "công chúa" hân hoan, để hát hò giải trí...

Minh Ngọc, Yến Nhi vui vẻ đề nghị. Minh Ngọc nói trước choang choang, nhìn hai nàng:

- Trời ơi hơn tiếng đồng hồ mới xong, giờ xong luôn cái bự to nữa rồi đó nha. Ăn mừng hoan hỉ đi. Chúng ta hát đi Phượng ơi...

- Ô hay thục nữ có tài nha "P- Thanh Phượng" Hát đi Phượng yêu. Yến Nhi bảo thêm.

- Hát thôi có gì sợ ta. Chuyện nhỏ mà. Thanh Phượng như nắm bắt ý hai bạn, cô thẳng hơi đưa ra ý kiến, nhưng vẻ có chút ít e lệ.

- Ừa thì làm liền đi Phượng. Yến Nhi nhìn Phượng đốc thúc thêm.

- Sure thôi. Mình cũng thích hát mà?

- Ê để tao lấy nước, cả ba uống đã mới có hơi chứ... Minh Ngọc đưa tay trỏ gác lên miệng nơi nhơn trung, như làm dấu mình có quyền một sáng kiến mới.

- Phải rồi đó. "Khách tới nhà không gà thì vịt." Mày đãi nước không, như thế là keo Minh Ngọc ơi.

- Mấy món đó vậy là phải nói trước chứ lị? Thưa hai nàng đừng quá khắc khe nha. Hi hi. Minh Ngọc nhìn bạn trả lời, nhưng chỉ là câu hỏi thắc mắc mới của nàng cho vui.

- Nhi giỡn chơi thôi mà. Lát nữa ra vườn kiếm trái cây ăn là nhất rồi. Hôm nay ba má Minh Ngọc đi chăm vườn mãng cầu thì mình tha hồ ở đây vui chơi, quậy chút xíu cũng được thôi. Hi hi. Yến Nhi bảo thế ngắm hai cô bạn Minh Ngọc và Thanh Phượng đứng đó.

- OK không sao. Minh Ngọc trả lời.

Thanh Phượng nghe triết lý vui đùa trẻ con của hai nàng. Nàng thì làm thinh. Mà sự thật Thanh Phượng bao giờ cũng ít nói hơn hai nàng kia. Chắc Phượng nhường phần nói cho hai bạn nhiều hơn mình!

Họ không có uống nước trà, cả ba đứa thường vẫn ưa nước lọc trong một bình lớn rót ra. Minh Ngọc liền đem ba ly nước rót ra mời bạn. Cả ba bưng lên uống đều một lượt và bỏ ly xuống một lượt, như tập dợt đẹp.

Minh Ngọc cười nói tiếp:

- Đề nghị Thanh Phượng xuất phát đi. Uống nước lấy hơi rồi đó.

- Đúng vậy. Thanh Phượng cất tiếng ca đi. Thanh Phượng có nhiều cái nhất, thì hát cũng trước nhất đi. Nào... Yến Nhi thúc giục.

- Lúc nào Thanh Phượng cũng bị ép nha. Thanh Phượng cười nụ phản ứng.

- Ưu tiên chứ ép gì? Minh Ngọc nhìn bạn Phượng, cô nói và nhướng đôi chong mày xanh đậm của mình thêm rõ rệt.

- Được thôi... Nhưng hát bài nào ta?

- Tự do chọn lựa theo ý mình đi. Yến Nhi bảo.

Thanh Phượng hát bài Nhạt Nắng nghen.

- Nhạt Nắng? Ok thôi. Minh Ngọc như hỏi vặn lại.

Phượng gật đầu. Hai bạn cũng gật đầu theo. (Xin chép bài hát vào đây cho các bạn đọc thưởng thức lời ca từ hay, của Thanh Phượng hát.)

Lời bài hát Nhạt Nắng

Tôi thương miền quê... nhớ hoàng hôn trên đất xưa
Nghe... tiếng tiêu mơ màng chiều hè
Tôi... yêu người xưa... áo nâu hương duyên thật thà
Đời... mặn nồng hồng lên đôi má
Nhưng thôi giờ đây... nắng tàn phai trên khóm tre
Bao... áng mây bên trời mịt mờ
Thương... ai nhạt môi. Mắt sâu lắng như đêm dài
Đời... cần lao khoác lên mình trai

Điệp khúc:

Hoàng... hôn phai nắng Chân... trời xa vắng
Còn... đâu tiếng tiêu buông Chiều... tà mênh mang
Thoáng... bên đồi nương. Có... tiếng ai thở than
Tôi thương làng xưa... mái nghèo không manh liếp che. Tia... nắng phai mau ngoài đầu hè. Tôi... thương miền quê Khóm tre... xác xơ tiêu điều.
Người... buồn u uất ôm tình sâu.

Hát xong Minh Ngọc và Yến Nhi lần lượt khen:

- Hát hay nhưng bài buồn quá P. Phượng. Minh Ngọc nói.

- Đúng rồi hay quá, nhưng buồn quá Phượng ơi! Yến Nhi bảo.

- Bài ca buồn thì hát buồn thôi, hi hi chứ sao? Thanh Phượng chuyển chân đi lại, vẻ tự nhiên cười cười trả lời.

- Phượng hát hay nhất, đề nghị mi hát lại một bản nữa rồi tới hai tao. Yến Nhi cầu cạnh bảo. Nàng để lộ chiếc răng khểnh và đôi môi đỏ chót nổi bật. Làm hai bạn cũng muốn nhìn Yến Nhi nói quá đấy chứ.

- Thôi phải công bằng mỗi đứa hát đi, rồi tớ hát bài khác. Phượng thì có chiếc mũi cao thẳng và đôi mắt tuyệt vời, khi buồn vui, giận hờn, hay trách cứ ai gì đó. Nàng bé cũng khó gây sự phiền phức cho ai nhìn mình. Nói cách khác hơn; Phượng thể hiện cái chi nhìn cũng hút mắt, dễ thương và yêu kiều quá, từ nơi nàng bé toát ra.

- Không Phượng hát hay nhất nên hát hai bài liền đi Phượng, tụi này sẽ có hứng, hát sau. Minh Ngọc hưởng ứng theo lời nói "phe ta" của Yến Nhi.

- Ép nha, không được nha. Ép hoài vậy sao? "Ép dầu ép mở ai nỡ ép ca" Hi hi.

- Hát đi mà năn nỉ đó. Nên nghĩ ưu tiên đó chứ ép gì Phượng, "lẹ lẹ dùm, lẹ lẹ dùm" Ca sĩ nổi danh hơn, người đẹp hơn, phải hát nhiều hơn thôi. "Mắc cỡ chi không lẹ, lẹ lẹ dùm, lẹ lẹ dùm." hè hè.... Cả hai bạn cố vui cười nói, ép Thanh Phượng.

- Thôi được tớ hát xong có thưởng nghen, nhưng hát bài gì nữa nào?

- Mày cứ tự thích đi, cho mày tự do cảm xúc chứ? Yến Nhi bảo ngọt.

- Được tao thích bài Lòng Mẹ.

- Trời ơi buồn nữa chết luôn! Cũng Yến Nhi nói.

- Vậy sao bảo tao tự chọn và tự thích? Xí trời ơi...

- Ừa được rồi ca đi, nói mãi phí thời gian hè. Minh Ngọc như muốn gút chuyện.

- Khổ nè. "Giục tất bất đạt" hai bạn ơi?

Phượng nói thế, nhưng rồi tằng hắng, lấy giọng ca liền. Bài Lòng Mẹ.

Lòng Mẹ bao la như biển Thái Bình rạt rào,
Tình Mẹ tha thiết như giòng suối hiền ngọt ngào,
Lời Mẹ êm ái như đồng lúa chiều rì rào.
Tiếng ru bên thềm trăng tà soi bóng Mẹ yêu.

Lòng Mẹ thương con như vầng trăng tròn mùa thu.

Tình Mẹ yêu mến như làn gió đùa mặt hồ.

Lời ru man mác êm như sáo diều dật dờ.

Nắng mưa sớm chiều vui cùng tiếng hát trẻ thơ....

Phượng ca đến hết bài. Thanh Phượng, đúng cũng là người có giọng ca hay nhất trong ba nàng "tổ ba ba này."

Sau đó hai nàng Minh Ngọc và Yến Nhi ca hai bản riêng. Cuối cùng họ hợp ca một bản " *Sơn Tinh Thủy Tinh*

Nhớ thuở xưa non nước Âu lạc thái bình/ thái thái bình có cô Mỹ Nương tuổi xuân vừa lên đôi tám/ xinh tươi như hoa đẹp như tiên nga/ Non bồng dáng xinh/ Non bồng giáng xinh/... Cho đến hôm kia bỗng thấy ra mặt hai chàng, hai *hai chàng. Tâu xin vua cha cầu hôn cùng cô công chúa.*

Hai ngươi tên chi, hai ngươi tên chi, tên gì nói mau tên gì nói mau.

Ta tên Thủy Tinh thường hay làm mưa làm gió

Ta tên Sơn Tinh danh ta xưa nay vang lừng đó đây, vang lừng đó đây.

..." Họ hát thật vui nhộn, chân tình, tha thiết. Rồi cả ba tuôn ra vườn chơi... Cả ba ưa me, và ổi nhiều nhất, nên họ đi hái, rứt hai thứ này vô nhà làm muối ớt, họ chấm ăn chua, cay cay, ngọt ngọt hít hà... Cuộc chơi cả ba tự nhiên, nhưng vốn như hình thành lên lâu rồi!

Một nề nếp thật dễ thương...!

CHƯƠNG 2

Một sáng chủ nhật khác cũng vậy. Ngủ dậy Thanh Phượng hé cửa nhìn liền, bình minh mới lên cũng đẹp vậy. Cô lại thích viết lá thư để cho ba coi trên bàn mấy lời. Cô cho đó là "bài văn nhỏ của cách viết thư, tập sự văn chương mình." Xong cô xếp mền, gối, lại cho gọn gàng. Thanh Phượng vẫn thay đồ ngủ như khi nào, rồi tự làm sữa uống, rồi lại mang theo sách vở, băng đồi đến nhà Minh Ngọc nữa. Những ngày nghỉ ba đứa hay tập trung ở đó. Tùy theo mỗi bữa, học và chơi đôi lúc khác nhau một tý.

Có khi bắt dế, tìm hoa, học hát, đọc sách, làm thủ công

v.v... Ở một nơi nào đó, cũng từ nhà Minh Ngọc hội ngộ rồi ra đi. Cần nói thêm Minh Ngọc và Yến Nhi cha mẹ còn rất trẻ chỉ có mỗi một mình chúng. Minh Ngọc, Yến Nhi chẳng có chị em chi cả. Còn Thanh Phượng có chị. Cha mẹ Phượng thì lớn tuổi hơn cha mẹ của hai bạn kia chút đỉnh. Nhưng Thanh Phượng mất mẹ ruột sớm, nàng phải ở với mẹ sau. Bởi ba Vỹ lấy vợ thêm. Phượng có một người chị ruột tên là Thanh Vy, hơn Phượng 7 tuổi. Chị Thanh Vy có chồng khi tuổi 17. Giờ chị đã 19... Chị ở xa tận thành phố...

Mỗi lần như mọi lần. Ba của Thanh Phượng ngủ chung với Túy Huê mẹ sau, lúc nào ba cũng dậy sớm hơn... Trước hết ông đi pha coffee cho mình, và pha cho vợ Túy Huê để sẵn. Sau đó ông đi coi lại mùng, mền, gối, chăn, của Thanh Phượng, và ông xếp lại. Nếu chưa ngay thẳng chỉnh chu, ông phá ra, tự đem xếp lại lần nữa. Ông Trần Vỹ cưng Thanh Phượng, chưa bao giờ la nàng "tiên con" này một lần. Ông luôn đi rửa chén bát qua đêm. Nếu ai ăn khuya chưa rửa... Và ông rửa ly tách Thanh Phượng mới uống còn để đó. Ông lo đi quét dọn nhà, bằng chổi đót nhẹ nhàng, trong nhà gạch sang, loáng in bóng người. Đôi khi Trần Vỹ lau bàn ghế bằng chổi lông gà, hoặc lông tơ sợi công nghệ, hoặc nhiều kiểu khác v.v...

Sau đó nửa tiếng, vợ Túy Huê ông mới dậy. Túy Huê có thói quen dậy là đi nhìn ông chồng Vỹ trước, nhìn sơ qua rồi Túy Huê mới đi súc miệng làm vệ sinh cá nhân.

Trang điểm xong buổi sáng, Túy Huê ưng ý ngắm mình trong gương. (Sáng nào cũng thế.) Rồi nàng mới ra mắng móc chồng, Túy Huê trách chồng Vỹ hôm ấy:

- Anh ơi, lúc nào cũng làm thay cho con Thanh Phượng. Để nó làm chứ. Bộ anh sợ nó làm hư bàn tay đẹp? Anh sợ bể gãy hư móng tay, của con nhà giàu hay sao anh nhỉ? Mà anh cứ lo đi rửa chén, nhà cửa cũng vậy. Anh cứ lo... Anh mãi đi quét bụi... Thiệt tình là anh?

Trần Vỹ đưa mắt nhìn vợ chưa nói gì.

Túy Huê lòng như nóng nảy bảo tiếp:

- Mùng, mền, chăn gối, 12 tuổi rồi không biết xếp ngay ngắn... Là làm sao vậy anh? Cưng quá chỉ là tổ hư mất thôi.

Ba Thanh Phượng chưa biết nói gì, chưa kịp nói gì. Túy Huê như cứ sang sảng được nước nổi. Nàng tống lời thêm:

- Anh Vỹ làm riết em coi không được. Bộ anh muốn nó sướng hư thân, cỡ đó chắc... Chỉ lấy chồng làm công chúa, hay sẽ quyền tước chi thôi, nên ngại sờ mó tới công việc...?

- Nó còn nhỏ mà em. Nó tự pha sữa uống được rồi.

- Trời ơi 12 tuổi pha sữa uống mà khen. Hết biết kiểu anh khen luôn.

- Anh cưới em là để lo cho nó, vì còn nhỏ đó thôi. Em phải biết... Đừng sanh nạnh con anh... Trần Vỹ vẫn còn nói dịu dàng.

- Như vậy anh lấy em về hầu hạ cha con anh đấy? Đúng không?

- Không phải vậy, nhưng em nên thương nó. Như con ruột đi...

- Hứ nói cách nào rồi anh cũng binh cả. Nếu anh muốn ý anh, thì thôi em đi, bỏ em đi cũng được vậy...

Ba Thanh Phượng Trần Vỹ làm thinh. Trong tâm trạng buồn. Ông tiếp tục rửa chén thay vợ. Túy Huê vội bước tới uống coffee mới sáng... Và nàng chuẩn bị đi lễ như mỗi chủ nhật...

Ba Vỹ tiếp tục dọn dẹp rửa hết chén bát, nồi niêu, xoong chảo cho sạch đẹp. Ông lại tự nhiên nhớ đến vợ ông Thanh Hằng ngày trước... Mỗi lần cãi cọ chút đỉnh với Túy Huê là Trần Vỹ lại nhớ vợ trước vô cùng. Kỳ lạ lắm. Trước khi mất, vợ ông còn bảo:

- Anh nên cưới vợ để lo cho hai con. Nhất là Thanh Phượng còn nhỏ lắm.

- Anh thật sự không muốn.

- Khi ăn ở với nhau. Em còn sống thì mong anh yêu em và thủy chung. Nhưng nếu như số trời định, em chết đi sớm, thì anh nên lấy vợ... Cho anh nương nhờ cuộc đời sớm hôm... Và người vợ sau sẽ nghe lời anh, đỡ đần cho con em, con chúng ta anh nhé...

Vợ Thanh Hằng ông chết bất đắt kỳ tử, do ăn nấm ngộ độc mà chết vô tình. Song trước sự lìa đời nàng đã soãi nói lên được những điều đó... Người vợ mà ông yêu thương nhất, lại không thể cùng sống trọn đời. Một sự đẹp đẽ của tình yêu trở nên mong manh và ưa gãy đổ...

Vợ ông, Thanh Hằng đã ra đi bỏ lại cho ông hai đứa con, khi Thanh Vy mới 13, Thanh Phượng mới lên 6.

Nguyên nhân là khi hai vợ chồng đi làm rẫy, đúng ra ông làm chứ Thanh Hằng chỉ đi cùng ông ra thăm chơi thôi. (Thanh Hằng lo nội trợ, chăm chuốt con, nàng lo dọn dẹp nhà cửa gia đình, sạch sẽ gọn gàng, nấu cơm nước chồng con ăn ngon, chăm dạy hai con học hành siêng năng, vâng lời lễ phép thôi. Trần Vỹ chỉ yêu cầu nàng bấy nhiêu.) Hôm đó nàng theo chồng đến vườn tược rẫy, nghe chim chóc hót lạ vui vui, Thanh Hằng nhìn cảnh vật lại thấy có một vài bụi cây nấm mối dễ thương, đang mọc trong vườn đẹp quá, lại ăn được chưa tàn... Thanh Hằng ngắm nghía thì ham thích quá, nàng xin chồng nhổ lấy trên tay, nàng lại nhổ nhầm một vài cây nấm khác bên cạnh, nàng không biết. Thế rồi nàng đem về rửa sạch để nấu, để dùng. Đến khi nấu xào nếm mùi vị thử, Hằng đưa lên miệng một thìa nhỏ nếm, sau đó nàng bị ngộ độc liền, chết không kịp cứu. Lúc này có con chó Rog ở gần nó biết, nó cứ sua sủa sang sảng ngăn cản, vì cún Rog đánh hơi, nghe mùi chẳng lành nơi nấm, nhưng hỡi ơi thế cuộc đã muộn... Thanh Hằng dùng nhanh quá, một chút nước vào đường ruột, vào cơ thể của nàng là sự thể tan thương, chất độc đâu cần nhiều, một chút ấy lẫn lộn thôi, mà ngấm hủy hoại cơ thể Hằng mau lệ không trở tay kịp? Số nàng đã thế rồi. Độc tố nấm không dùng ăn được, là gây án mạng dễ dàng và quá kinh khủng như thế...

Phần còn lại, con chó dùng mõm cùng hai chân trước nó na đi, na đi, nó cố ôm tha cái nồi thật tội nghiệp bỏ tận phía sau. Bởi chú Rog cảnh báo cho biết nguyên nhân, và nó muốn cấm đoán không ai được ăn nữa... Loài chó thật khôn ngoan, bản tính khiêm nhường và hay quý gia chủ.

Sau thì chú cún Rog cứ buồn tênh, buồn tênh vì nó cảm giác như không cứu được Thanh Hằng. Rog thất vọng, nhịn ăn chết theo cùng cô chủ, vợ ông Vỹ, cách nhau có một tuần...

Ông đang làm việc, Trần Vỹ nghĩ sự ra đi của vợ bất đắc kỳ tử bị ngộ độc, cùng chú chó trung thành mà lòng ông vẫn còn đau nhói, tiếc thương. Thời gian mới đó mà đã trên

...

Ông đang nghĩ ngợi một hồi. Túy Huê lại bảo Trần Vỹ đi lễ. Tay nàng còn cầm cây kẽ mắt màu xám tro vì nàng đang tô, kẽ mắt thêm:

- Anh đi lễ với em hôm nay nhé.

Trần Vỹ đáp:

- Anh bận chút việc, anh lo cho rẫy bơm thuốc sung sức cho cây ra hoa em à.

- Hãy để mọi sự lo lắng cho ngài. Nàng nói và đã bỏ cây kẽ mắt vào hộp của nó, nàng tô kẽ xong rồi.

- Anh sống theo thuyết nhân quả. Ngài lo lắng cho ta, không có nghĩa ngài làm cho ta, mà chính ta phải làm lấy. Ta hưởng được phước. Là do chính ta đã tạo ra nhân trước đó.

- Anh nói thế thì vợ anh Thanh Hằng đã làm gì ác độc chăng? Nên cuộc đời bị tước đoạt sớm.

- Em đừng ăn nói vi phạm vậy Túy Huê nhé?

- Thì ý anh mới vừa bảo.

- Em nhầm lẫn to tát, anh cảnh báo em đấy. Trên trái đất này biết bao kẻ chết oan, hay hàm oan bởi số phận họ mong manh, và có nhiều căn nguyên nhiều kiếp, nhiều đời, nhiều khê mình không thể lý giải hết được. Em không nên nói càn. Và hỗn với người đã khuất. Đương nhiên là Thanh Hằng hiền thục rồi.

- Thôi em không tranh cãi với anh, bởi mỗi người, mỗi cách nhìn. Mỗi tôn giáo giải thích, nguồn gốc sự sống cái chết không bao giờ giống nhau. Bây giờ em chỉ muốn anh đi thánh lễ thôi. Được không nào?

- Anh không đi được. Em cứ đi đi. Anh đã nói anh bận

thì em cứ nghe đi đã. Anh ở nhà có việc riêng thế mà.

- Thôi được. Em vẫn tôn trọng quyền tự do chọn của anh. Em đi một mình cũng được không sao đâu.

Nói xong Túy Huê trang điểm thêm cho trọn, nàng chọn mặc áo dài chỉnh tề, và lấy xe motocycle ra lái để đi lễ theo ý mình.

Trần Vỹ thì ở nhà chuẩn bị vào rẫy... Lòng anh bâng quơ rỗng không. Nhưng thiệt ra anh đang nghĩ nhiều thứ...

Lái xe đi một mình. Đi một đoạn giữa đường chưa tới nhà thờ G.X. Túy Huê nghĩ lại chán cho chính mình, có chồng mà cứ đi lễ cô lẻ phần nhiều, nên cô đổi ý quay về tìm cách mới với chồng Vỹ xem sao? Túy Huê muốn về năn nỉ Trần Vỹ cùng đi...

Nàng cho xe chạy ngược lại, nàng vào sân, xuống xe đi nhanh tìm chồng để nói. Khi Trần Vỹ tay chàng, lưng chàng đang chọn đồ, chàng đang chuẩn bị, sẵn sàng mang dụng cụ nghề vào rẫy...

Bị Túy Huê kêu giật ngược:

- Anh Vỹ... Anh ơi em chẳng muốn đi một mình đâu. Có chồng như thế là chẳng đáng chi cả, buồn quá nè anh? Anh phải đi với em chứ? Rồi về em cùng anh vô rẫy vui hơn.

- Anh đã chuẩn bị vô rẫy rồi mà. Thiếu gì người họ đi thiếu vợ hoặc thiếu chồng, một vài khi vì công việc bận khẩn, hay lý do nào đó đâu có sao em?

- Không, em không chịu. Anh cưới em không một ân huệ cho em chi cả. Vậy em lấy để làm gì? Một yêu cầu nhỏ nhất, mà anh không công bằng cho em, không cho em niềm vui...

Im một chút như để lấy hơi... Túy Huê bảo tiếp:

- Trái tim anh sao lại hóa đá với em như vậy. Anh ác ôn với em quá thì thôi... Anh nghĩ lại đi... Em đâu xấu xa gì? Em đâu dở mả gì? Anh lại coi thường ra quá mất...

Trần Vỹ làm thinh. Túy Huê giục:

- Anh đi với em đi. Sao anh nỡ nguội, đối xử như tảng băng với em, thì cưới em để làm gì?

Im lặng nghĩ một tý Vỹ nói:

- Thôi anh đi với em, rồi về anh vô rẫy. Được không?

- Thì được chứ. Em sẽ đi vô rẫy cùng anh. Anh ít cho em vô rẫy. Mặt hàng em làm rèm cửa, rèm buông, màn che, của em lúc này, tháng nay cũng lơi, thưa thớt rồi mà...

- Ừa được nếu em muốn... Vỹ nói một cách lưỡng lự trong lòng, chàng như không hưởng ứng sôi nổi mấy.

Hai người lại đi lễ chung. Nhà thờ G.X cách nhà Trần Vỹ chừng độ hai cây số. Anh thay đồ lại, ăn mặc tề chỉnh đẹp trai và lái xe chở vợ Túy Huê đi...

Một buổi sáng trời trong mát rượi, được chồng lái xe motocycle chở đi lễ Túy Huê rất vui trong dạ. Nàng cứ cười mãi mặc dầu Trần Vỹ không để ý vì đang bận tay và mắt lái xe. Đến nơi họ vào làm lễ chung với nhiều người, khoảng 50 peoples hơn ở đó. Họ ăn bánh thánh và xức dầu hoan hỉ, họ còn có thể nói chuyện gẫu vài câu. Hoặc ba, bốn người bạn thích tụm đầu nói về rừng, rẫy và thời vụ, giá cả hàng lên xuống, lạm phát. Đúng ra họ cũng nói nhiều chuyện đủ thứ trên trời dưới đất v.v... Riêng anh, sau xong lễ Trần Vỹ lại lái xe đưa vợ về. Anh liền thay đồ khẩn trương để đi lao động, nai nịt dụng cụ vào rẫy. Lưng anh phải mang ba lô nhiều thứ...

Túy Huê lại đổi ý. Nàng hô lên:

- Thôi hôm nào mình đi anh ơi, hôm nay ta nghỉ ở nhà cho trọn ngày của thánh lễ chủ nhật anh nha. Nghen anh?

- Anh cần vào rẫy vườn hôm nay.

- Anh ở nhà, em nói chuyện với anh hôm nay một điều...

- Em muốn nói điều gì? Trần Vỹ vẫn còn mang ba lô trên vai mà hỏi.

- Chúng ta có thể bán nhà vào thành phố sống, nghề em ở thành phố phát triển hơn. Ở quê, rèm, màn họ ít yêu cầu, ít chuộng quý... Anh thấy đó. Đa phần họ tiện tặn, ít chưng diện cho nhà cửa...

- Anh vốn thích sống quê từ lâu. Anh không thể nghe theo em được nhé. Túy Huê em? Với lại nghề gì mình cũng cần nâng đỡ, ý thức họ lên dần dần. Họ làm quen dần dần. Và anh không đặt nặng nơi em, phải làm ra tiền bạc nhiều...

Tự nhiên Vỹ lại tháo ba lô trên vai để xuống nơi ghế gần đó. Anh như muốn lắng nghe những gì Túy Huê bảo với anh hơn. Và anh đã trả lời với nàng.

- Nhưng hôm nay anh ở nhà với em được chứ? Túy Huê lại mạnh dạn hơn.

Trần Vỹ dịu dàng mà rằng:

- Cũng được thôi. Song anh vốn không ở không? Nếu mình đang muốn đầu tư cho một cái gì đó ngẫu hứng. Lại càng phải tranh thủ thời gian Túy Huê em nè...

- Ý anh là...

- Anh vẫn ở nhà với em. Nhưng em cứ nghe nhạc, đọc tiểu thuyết. Hay xem luận đề nào đó em thích. Anh muốn vẽ tranh. Vì bức tranh còn đang dở dang tuần trước. Anh cần vẽ nó. Anh thật sự muốn tranh thủ...

- Cha con anh hết đàn hát lại làm thơ văn, hết thơ văn lại vẽ tranh. Thật đáng ngưỡng mộ, song anh làm riết thì không hạp lắm với em.

- Phải khác một chút, và bổ sung nhau cũng là hay mà em. Giống nhau hết là một niềm hạnh phúc tràn trề. Nhưng ở đời khó kiếm được như vậy.

- Anh cứ lý luận quá, em chẳng muốn hiểu. Đủ rồi anh vẽ viết làm gì đi. Em coi lại mấy phần rèm cửa, rồi kiếm đọc tiểu thuyết còn thích hơn nói chuyện với anh. Anh nói chuyện với em khô khốc như là cơm thiếu nước. Khó nuốt thí mồ...

- Em nhiều yêu sách. Anh đã nhường cho em sáng nay...

- Thôi được rồi. Yêu sách mà anh có làm theo được ý em đâu?

Trần Vỹ không biết có nghe hay không, anh lại đi lấy bút, cọ, màu pha, độ sáng tối, giá vẽ, anh đem ra vẽ tranh, như không để ý đến nhiều câu nói lải nhải của Túy Huê nữa.

CHƯƠNG 3

Hôm đó, vẫn một hôm có dịp Trần Vỹ tập cho Thanh Phượng hát, anh đánh đàn. Nhà anh khấm khá, anh sắm đủ thứ tiện nghi cha con anh thích, nhiều loại đàn. Vì Thanh Phượng có năng khiếu văn sĩ và cả ca sĩ. Anh nghĩ vậy…

Đúng là Vỹ lúc nào cũng thương con, chiều con. Anh hay đọc những bài văn miêu tả của Thanh Phượng viết. Anh rất biết, rất hiểu. Vỹ lấy làm cảm động cho con bé. Mà chính anh vẫn có hai năng khiếu đó. Thanh Phượng thì mặt mày giống mẹ hơn, đức hạnh giống sát mẹ. Hiền thục và thánh thiện, nhưng mỗi năng khiếu lại học hệt từ cha Trần Vỹ.

Thấy thế, đợi cho Thanh Phượng đi rồi. Túy Huê cứ lùng bùng:

- Anh cứ thương con Thanh Phượng, chiều theo ý nó. Có ngày nó sẽ hư mất. Thấy cha con anh, tôi phát chán…

- Xin em đừng đem lòng đố kỵ. Hãy để cho cha con tôi có niềm vui thú với năng khiếu. Đó là những môn nghệ thuật giá trị. Nếu em không bằng lòng, chúng ta phải xa nhau còn hơn… Anh như chịu hết nổi em phàn nàn vô lý đó nha Túy...

- Anh đi cưới em, chứ em chưa năn nỉ nha? Anh Vỹ, anh đừng xài xễ em.

- Nhưng nếu như anh lầm, em lộn thì chúng ta giờ phải xa cách còn hơn. Im một tý Trần Vỹ nói tiếp hơi rất buồn:

- Thà anh cô đơn còn hơn. Khi em xinh đẹp mà cứ như món hàng không có hương…

- Thế nào là có hương anh Vỹ?

- Tự em nghĩ lấy ra thôi.

- Em chưa bao giờ ác độc với Thanh Phượng nha. Và em chưa bao giờ lấy của tiền nơi anh, để đi làm hồi môn cho riêng mình mà?

- Túy Huê chúng ta tránh tranh cãi vô lý. Trong thâm tâm anh không phải không quý em, nhưng tánh tình em có chút gì đó thiếu sót. Em nên kiểm lại mình. “Lời thật hay nghịch nhĩ. Sự thật hay mất lòng.” Em nên chín chắn lại hơn…

Đứng đó một tý. Trần Vỹ nhìn mặt Túy Huê anh nói thêm:

- Em phải tử tế khi nói chuyện với anh và phải thương lấy con anh, nhất là Thanh Phượng. Anh không muốn nói nhiều, nhưng anh mong em suy nghĩ lại cho thật chu đáo.

Tự nhiên Túy Huê thấy mình như sai, có phần phải hối hận, cô lẹ miệng hơn để bào chữa:

- Vâng thì em cố gắng hiểu ý anh, em sẽ cố gắng thôi...

- Được anh mong chỉ có vậy.

Túy Huê không biết làm lành gì mau hơn, khi thấy mặt chàng hơi nghiêm. Nàng liền đến bá vai chồng và nói:

- Ai biểu anh không dạy cho em hát chi. Tối ngày em cứ giao rèm màn cửa, cửa màn. Lụi hụi hoài với máy. Cắt may, may cắt với máy hoài, nên buồn chán quá. Tha thứ cho em anh Vỹ...

- Anh đâu có bắt em làm nhiều. Mà em cũng đâu có làm nhiều mà gọi là lụi hụi em?

- Làm thì sao, mà không lụi hụi kim chỉ anh nhỉ? Một chút vẫn phải kêu lụi hụi chứ anh. Em thấy em lụi hụi, lúi húi quá mà anh.

- Tại em cứ phóng đại sự kiện, sự việc. Em cứ nhẹ nhàng ung dung, em vui vẻ với công việc, không đòi hỏi phải chạy đua. Cứ nghĩ đơn giản vậy mà em làm thôi.

- Em vẫn biết. Anh vẫn tốt nhiều thứ, nhưng em suy nghĩ lộn xộn... Em có nói gì u mê, sai quấy. Anh tha cho em đi anh nha, anh Vỹ của em nha?

- Anh thì dễ tha thứ nhưng khó bỏ qua... À còn hát phải có năng khiếu. Tiếng nói em không khô cứng, nhưng em hát không có hơi... Khó mà hay...

- Em biết...

- Thì đấy mà em Túy.

- Thôi đừng nói xa em nha anh. Tối ngày cứ hăm xa em, xa em. Bộ không có chút tình cảm nào ưu ái cho em sao?

Trần Vỹ như mỉm cười miễn cưỡng:

- Chắc có chứ. Song em làm anh buồn, vì em nông nổi...

- Vậy em xin lỗi. Mà anh đừng hăm em, có ngày em bỏ đi biền biệt đó. Đừng ngồi khóc nha...

- Hi hi? Ha ha. Trần Vỹ cười to hơn. Anh không biết nụ

cười anh buồn hay tươi nữa đó. Song Túy Huê đã tới tháp tùng hôn lên đôi môi, cô cắn lên nụ cười đó một cách rất nóng bỏng. Chàng rồi khó cưỡng được ân tình nàng vẫy gọi. Bởi chàng Vỹ cứng rắn, nhưng đâu phải không có con tim, hoặc không dễ lay động với một người đã quá yêu mình...

CHƯƠNG 4

Thấm thoát ba năm trôi qua, ba đứa bạn bè thêm tuổi, thêm khôn lớn hơn.

Thanh Phượng học nghề đàn, và giỏi đàn violon.

Minh Ngọc giỏi đàn tranh.

Yến Nhi giỏi thổi sáo.

Cả ba dẫn nhau đi chơi trên rừng, vào một mùa thu để coi cây lá chuyển mình, để coi dấu vết con nai vàng có ngơ ngác, để coi trăng mờ đêm qua có còn rạo rực hay thổn thức v.v... Cả ba đều xúc động, nhưng vui vẻ hiểu nhau, thương nhau nhớ đến bài thơ Tiếng Thu của Lưu Trọng Lư, và mỗi đứa đã tự nguyện đọc vài ba câu thơ cho vui, với bối cảnh mùa thu này gợi lại trong lòng họ... Thanh Phượng đọc ba câu đầu *(Ba nàng con gái choai choai này đã đổi câu đầu: Em không nghe mùa thu, bằng ra: Em có nghe mùa thu cho hợp với tâm trạng họ. Vì họ thích vậy.)*

Em có nghe mùa thu
Dưới trăng mờ thổn thức?
Em có nghe rạo rực

Minh Ngọc đọc ba câu tiếp theo.

Hình ảnh kẻ chinh phu
Trong lòng người cô phụ?
Em có nghe rừng thu.

và Yến Nhi đọc ba câu cuối...

Lá thu kêu xào xạc,
Con nai vàng ngơ ngác
Đạp trên lá vàng khô?

Họ như thầm khen nhau và khen lên tiếng. Nhất là Minh Ngọc và Yến Nhi hay nói nhiều, khen Thanh Phượng nhiều. Thanh Phượng thì đành rằng ít nói từ lâu rồi... Minh

Ngọc khen giòn liếc cô bạn đứng đó.

- Thanh Phượng là nhất thôi. Biết khởi xướng bài thơ mùa thu hay nổi tiếng nha.

- Đúng rồi ai cũng thuộc, nhưng người tiên phong là cố nhiên xuất sắc hơn chứ. Hai đứa mình chỉ đọc theo thôi, không có công gì cả nếu phát giải thưởng... Yến Nhi nói hùa theo Minh Ngọc.

- Thôi mà cho Phượng xin đi. Hai bạn có từng nghe thành ngữ có câu: Một cây làm chẳng nên non. Ba cây chụm lại nên hòn núi cao" đó chưa nè?

- Wow, wow. Hay, hay ta... Hai đứa mình không lý luận lại Phượng đâu Yến Nhi ơi, đầu hàng đi nha... Minh Ngọc nhìn Phượng và Yến nhi.

- Cái chắc rồi. Người đẹp giỏi mọi thứ mà. Ha ha. Yến Nhi tiếp ứng.

Thanh Phượng giờ chỉ chịu làm thinh, cười mỉm mỉm thôi.

Và họ vui đi đến gần một nơi có con sông nước chảy êm đềm, không biết nó bắt nguồn từ đâu, mà khúc này không phải vùng thượng lưu, cũng không phải vùng hạ lưu nhưng đẹp như một bức tranh giáng thế. Ba đứa vào rừng và phải tìm lội ghé đây, nơi con sông này để thưởng thức nhìn ngắm. Nhưng chưa đủ, ba nàng còn đi tìm một cái hồ cách đó nửa dặm đường nữa, để chiêm nghiệm vì tên tuổi hồ "Lắng Mơ" cũng đẹp cực kỳ nổi tiếng. Hồ không rộng lớn, có thể định nghĩa là đường quanh co chu vi hơi nhỏ, nhưng đã thôi thúc ba nàng không thể là không đến viếng thăm. Đến nơi đây là "ba người mẫu" ngồi nơi tảng đá kia nhìn mặt hồ rộng thoáng để làm thơ, chơi nhạc, xem tranh, đọc sách... Ba đứa đều mang những ba-lô nhỏ, và xách cây đàn riêng khác nhau của họ...

- Bây giờ tụi mình chơi một trò chơi. Cả ba cầu nguyện rồi tự ghi lên ước mơ, để gom chung lại một chỗ nha. Sau đó thì chúng ta xem xét...

Tự nhiên khi họ dứt hòa âm bản nhạc. Yến Nhi lại bảo thế. Minh Ngọc và Thanh Phượng đang ngơ ngác nhìn bạn mình. Yến Nhi phát biểu tiếp.

Cô nàng Yến Nhi đưa mắt nhìn hai bạn thêm, để tiếp tục đưa ý cho cụ thể hơn:

- Nè lấy cái quyển sách này làm chứng tích bỏ vào trong đó nha. Ba đứa được có quyền ký ước, đoán ý của hai bạn kia. Còn của mình "là chủ nhân" coi như không được đoán nói gì. Không cần nói về mình. Sau sẽ khui mở, sẽ biết ý của mình đã ghi rồi. Đứa nào nói trúng ý của bạn nhất, thì sẽ được giải thưởng. Tùy mình muốn tiền bạc một trăm, sách vở ba bộ. Giày dép ba đôi, mũ nón ba cái v.v...

- Vậy chơi đi cho vui, đàn hoài cũng ngán, đọc sách miết cũng nhàm, xem tranh hoài cũng mỏi mắt. Vậy nha Thanh Phượng? Minh Ngọc hỏi nhìn Thanh Phượng.

- Được thôi. Phượng đáp.

- Vậy thì tiến hành hĩ? Hòa âm xong để nhạc lắng xuống đi. Yến Nhi bảo thêm.

- OK. Good thôi. Cả Thanh Phượng và Minh Ngọc đáp.

Rồi cả ba đứa nhanh nhảu tự mình lui vào một góc riêng để cầu nguyện riêng cho mình, nghĩ cho ra ý đẹp ghi vào ước muốn cá nhân, rồi ký tên. Sau đó vui vẻ vò lại bỏ vào giữa trang sách để chung đó.

Bước thứ hai là cả ba phát biểu ước đoán nơi mình về ước mơ của bạn. Không bắt buộc trúng lắm, hoặc sai cũng không đặt thành vấn đề. Chỉ là trò chơi cho vui... Vì ít ra chúng ta cũng có quan tâm tới giấc mơ của bạn bè, thế thôi... Trò chơi đại khái là như vậy.

- Ôi Minh Ngọc lên tiếng đoán Phượng nè nghe đây. Lớn lên Thanh Phượng sẽ mong làm nhà văn và ca sĩ...

- Yến Nhi đoán Phượng sẽ mong xuất sắc trên một lĩnh vực và có tiếng tăm...

- Phượng đoán ước muốn của Minh Ngọc, sẽ được một người chồng yêu thương, với lại kỷ năng chơi đàn tranh tuyệt vời.

- Yến Nhi đoán Minh Ngọc sẽ thích đẹp gái, mong lúc nào cũng có nhiều người ngưỡng mộ yêu thích...

- Minh Ngọc đoán nghĩ Yến Nhi sẽ là người mong hoạt

bát và làm ra tiền.

Phượng đoán Yến Nhi sẽ bất bại nếu có cuộc thi nào đó tổ chức. Hi hi.

Thoáng một chốc. Ba đứa bắt đầu giờ giấc khui "ước mơ bí mật" từ ba tờ giấy vò bỏ trong trang sách kia. (Họ không biết là nơi đó mỗi tờ ghi gì? nhưng dĩ nhiên là biết tờ nào, mảng giấy nào là của ai. Vì vỏn vẹn ba người bỏ vào trang sách, họ không cần trộn.)

Minh Ngọc đọc của Thanh Phượng ghi:

- Thanh Phượng mong là một người trở nên phục vụ cho xã hội tốt... Ký tên Thanh Phượng.

Yến Nhi đọc của Minh Ngọc.

- Minh Ngọc ước mơ là người con hiếu thảo và làm vừa lòng nhiều người. Nhất là vị hôn phu. Ký tên Minh Ngọc.

Phượng đọc của Yến Nhi.

- Yến Nhi ước mong trời ban phép tiên... ha ha. Ký tên Yến Nhi.

Cả ba đứa lắc đầu cười ngặt nghẽo ước muốn của Minh Ngọc ở phần cuối câu.

- Mỗi người mỗi cảnh, mỗi hoa mỗi nhánh nhưng vui hĩ. Minh Ngọc bảo thế.

- Thì vui mới chơi trò chơi " Tìm ước mơ bí mật chứ." P. Phượng trả lời như một khẳng định.

- Thì đúng rồi, vui mới đi" Tìm ước mơ bí mật của nhau chứ." Yến Nhi cười đáp.

- Phải rồi hi hi "Tìm ước mơ bí mật. "Thì mới sẵn sàng, khám phá ra bí mật của nhau nghen. Minh Ngọc cố phân tích thêm.

Đoạn sau đó họ lại chơi một hòa tấu, đã được tập dợt tự nhiên, để rồi giải trí một cách âm nhạc nữa... Đó là một bài hát mang tên *"Sơn tinh Thủy tinh"* Mà họ luôn ưa chuộng khi hát chung.

Nhớ thuở xưa non nước Âu lạc thái thái bình, thái bình. Có cô Mỹ Nương tuổi vừa lên đôi tám. Xinh như tiên nga. Non bồng dáng xinh. Non bồng giáng xinh... Cho đến hôm kia bỗng thấy ra mặt hai chàng, hai hai chàng. Tâu xin vua cha cầu hôn cùng cô công chúa.

Hai ngươi tên chi, hai ngươi tên chi, tên gì nói mau tên gì nói mau.

Ta tên Thủy Tinh thường hay làm mưa làm gió

Ta tên Sơn Tinh danh ta xưa nay vang lừng đó đây, vang lừng đó đây.

Khó nghĩ cho ta, không biết phân xử thế nào, thế thế nào. Mai ai nhanh chân thì được cầu hôn công chúa

Mai ta nhanh chân, mai ta nhanh chân thỏa lòng ước mơ thỏa lòng ước mơ.

Sáng sớm hôm sau, đây đó hoa nở tưng bừng, tưng tưng bừng. Sơn Tinh nhanh chân cầm tay nàng tiên mơ ước.

Đem lên non cao, đem lên non cao, thỏa lòng ước mơ thỏa lòng ước mơ.

Thủy Tinh đến sau đâu đó mọi việc an bài, an an bài.

Sơn Tinh mi ơi ngàn năm thù đây ta nhớ.

Mỵ Nương em ơi thôi đành mất nương, thôi đành mất nương.

Cả ba hát và đàn hòa xướng chung kết hợp đến hết bài ở nơi đây, cho cảnh vật và đất trời nghe. Họ đưa ra giải thưởng kia cũng chỉ là để vui thôi. Coi ước mơ của bạn thôi... Cả ba đều đoán tới mé mé lắm rồi, chả ai đoán được đến chuẩn xác đâu. Vì mục đích cũng chỉ là trò chơi vui giỡn, thử trí của nhau thôi mà...

Và sau đoạn ngây ngất vui chơi ca hát âm nhạc. Minh Ngọc hô lên một điều:

- Ồ có chuyện này nè. Hai bạn có nghe chưa ta?

- Chuyện gì? Yến Nhi hỏi.

- Chuyện lớn đó. Minh Ngọc đáp nhanh.

- Vậy sao? Yến Nhi như dành Thanh Phượng hỏi luôn.

- Chuyện thi hoa hậu, hoa khôi gì đó mà.... Chuyện còn hơi lâu, nhưng họ phát động sớm. Hình như hè tới, sau khi chúng ta nghỉ hè lận.

Im một chút như lấy hơi, Minh Ngọc tiếp tục sôi nổi.

- Nghe này nhé, ba đứa mình Thanh Phượng đẹp nhất, làm gì cũng đẹp nhất, hát cũng hay nhất, đoán gì cũng gần trúng nhất. Vậy đợt này, thi hoa khôi huyện, chúng ta xin cử Thanh Phượng đi nha. Thanh Phượng sẽ hên nhất thôi. Nghe đài phát thanh đã thông báo tin lễ hội thi.

Phượng như ngạc nhiên một câu hỏi:

- Vậy à? Phượng chưa nghe thông báo gì cả?

- Mình có nghe. Yến Nhi gật đầu đáp. Nay mai sẽ thông báo lại nữa mà, để cho có chuẩn bị tốt hơn chắc, không hiểu sao họ thông báo quá sớm đó chứ...

Phượng nói:

- Vậy thì cả ba chúng ta đi... Nên đi thi hết đi nhá.

- Chèn ơi. Cả ba tụi mình đi thi hã? Trời ơi hóa ra dại sao? Chúng ta như chiến đấu với bạn bè thân, không hay đâu? Đề nghị chỉ Thanh Phượng đi thôi. Tụi tao sẽ ủng hộ lớn. Minh Ngọc phân minh phải trái nhìn Thanh Phượng.

- Đúng đó. Tụi này sẽ cổ vũ thôi. Bạn bè thì không nên tranh hơn thua nhau, sẽ ý nghĩa hơn. Hơn nữa mình và Minh Ngọc khó mà thắng giải lắm. Tốt nhất chỉ để Thanh Phượng thi sẽ ý nghĩa nhiều mặt... Yến Nhi làm như thông thạo gút chuyện thi hoa khôi...

Thanh Phượng cười trừ nhìn hai bạn của mình một cách dấu yêu, mà không phản ứng gì nữa.

Sau đó họ tạm thời, cho qua chuyện bàn thi hoa hậu, họ chuyển qua chơi một màn ảo thuật khác. Màn lanh tay lẹ mắt.

Yến Nhi bỏ tiền trên tay sang qua, sớt lại 10- đến 12 vòng.

- Đó ai nói đúng. Tiền đang ở đâu, đầu tiên? Tiền ơi không ở chốn sâu ha ha. Đầu tiên, tiền đâu? Nói đi một câu. Ha ha.

Minh Ngọc nói: tiền nó ở bên tay phải bạn kìa.

Thanh Phượng nói: tiền nó ở bên tay trái Nhi đó.

- Minh Ngọc đoán sai nè. Thanh Phượng đoán đúng nè. Yến Nhi đã xòe bàn tay ra lấy chứng. Cả ba lại cười ha hả vui vẻ nữa...

Đoán này là may cho Thanh Phượng. Nàng cố nói khác đi với Minh Ngọc. Chứ thật tình nàng khó thấy cái tay lanh lệ của Yến Nhi đưa ra kéo lại bên nào. Rõ ra thì nó ở bên tay trái của Yến Nhi thôi.

- ...

CHƯƠNG 5

Rồi thời gian thấm thoát qua mau. Hết thu năm đó, đến đông qua, xuân lại về, rồi hè chợt đến. Mấy tháng sau, bảy tháng sau kể từ khi ba đứa đi chơi nói chuyện trong rừng ngày ấy. Cuộc thi hoa hậu thanh thiếu niên diễn ra từ tuổi 14 đến 15, 16. Hoa hậu đã dành về cho Thanh Phượng. Nàng đoạt được giải quán quân... Cuộc thi hoa hậu này được huyện lỵ tổ chức, nhưng sự đầu tư và đòi hỏi từ tỉnh lớn đưa về. Các em từ các xã, thôn ấp, thị trấn v v... thích thú đã đến đây tham dự như một ngày lễ hội tưng bừng... Bên ngoài thì bầu trời trong xanh vời vợi của đầu mùa hè không lấy gì làm oai bức, bao ngọn gió đâu đó cũng ngọt ngào đưa hương dìu dịu của những hoa đầu mùa, khi học sinh vừa nghỉ học, độ hơn hai tuần. Và bao trẻ em miền quê thả diều kéo đến, muốn có dịp đưa bay cao như con diều mình, để so đọ cao thấp với con diều bạn, đứa lười hơn thì đi theo nhìn con diều chúng bạn mà thôi. Có đứa cũng quá quen thuộc rồi, thì vội vàng theo anh chị hay ba mẹ, người thân vô bên trong hội trường để coi lễ hội bên trong diễn ra như thế nào? Có gì đẹp xấu, hơn thua... Bên ngoài sân bãi tận ngoài hơn, một khoảng một góc có chứa lố nhố những cây xe đạp và những chiếc xe gắn máy được dựng ngăn nắp nơi đó, vẫn có xe hơi của những người đi coi nhưng không nhiều, xe hơi đâu kiếm ra nhiều giữa huyện lỵ còn nhỏ nhoi này. Và nói chung dân ở đây gần đa phần họ đi bộ kéo đến để xem thôi... Đi bộ là thông dụng của làng quê mà. Như vậy xem ra người miền quê đã có cách tự nhiên chăm sóc sức khỏe tốt bằng đi bộ nhỉ? Họ đi rất khỏe khoắn, khoan thai, nhanh lẹ. Và cũng cần nói thêm bên ngoài sân bãi rộng lớn đó, có bán thức ăn nước uống, họ còn có bán khoai lang, khoai mì, khoai môn mới nấu bốc hơi thơm lừng nữa, đậu phộng rang, bắp rang giòn, chuối chiên, bánh cam cũng thơm phức gợi thèm, và vài chỗ nơi bàn khác, họ có bán những ly nước đậu xanh, đậu đen, đậu nành, xi rô mận, nước dừa tươi, có thêm xe bán nước mía... Một quày hàng cao sang hơn, thì họ bán cup cocacola, pepsi, organ. Nhưng dân ở đây họ thích những món dân giã hơn, vì rẻ tiền và không có nhiều khoáng chất, song cũng có vài em thiếu nhi nhỏ nhít, tánh tình lại khác đi, lại thích cầm một lon nước coca côla, hay pepsi để làm điệu trên đôi tay mình...

Nói về Thanh Phượng, trong cuộc thi đó, kết quả đã về với thí thi Thanh Phượng. Thanh Phượng chẳng những có gương mặt sáng tươi trong lành đẹp, mà ăn mặc sang, dịu dàng đẹp, vóc dáng đi đứng khoan thai cũng đẹp. Trả lời lại hay nhất, dễ thương nhất. Khiến ban giám khảo, cả quan khách tham dự ai cũng thích. Họ quan tâm soi xét cho nàng dành lấy vương miện lớn nhất. (Và câu trả lời chỉ giới hạn ngắn gọn trong vòng 2 phút. Dĩ nhiên nói dài có hay cũng phải mất điểm...)

Câu hỏi cho Thanh Phượng bốc trúng là:

- Em nghĩ về tình yêu là gì của cặp đôi nam nữ: Em quan niệm tình yêu như thế nào?

Thanh Phượng im lặng lắng nghe người đọc câu hỏi thuộc bàn tay mình đã cầm lấy. Rồi mỉm cười từ tốn cô trả lời:

- Em tên là Trần Thanh Phượng số ký danh 16 xin trả lời câu hỏi. Tình yêu của cặp đôi nam nữ là thiêng liêng, chỉ có hai người trong họ mới cảm nhận được tình yêu của họ mà thôi...

Nàng cười lương lữ thêm, thiên hạ vỗ tay.

Thanh Phượng tỏ ra cười mỉm chi nói tiếp:

Tình yêu đến ai cũng muốn được trọn vẹn. Nhưng nếu mà tình yêu mất đi sẽ buồn lắm... Nhưng mất rồi thì thôi, biết làm sao hơn... Em quan niệm như vậy. Em xin trả lời em nghĩ tình yêu nó là như thế.

Cả giám khảo bảy người, cùng khán giả tham dự vỗ tay không ngớt. Chẳng những họ ngồi vỗ tay mà đứng lên để biểu lộ sự quan tâm khuyến khích câu trả lời lý tưởng mà chân thành. Họ thầm khen câu nói ngắn nhưng hết sức ấn tượng. Như thế nàng chiến thắng, với ý tưởng tình yêu của thế giới quan, của chủ quan, và riêng với tính cách nơi lòng mình nữa... Rồi đúng như thế cuộc thi đó 21 thí sinh. Thanh Phượng dẫn đầu số điểm sắc đẹp, phong cách, thần thái, tâm tưởng, ứng phó hay nhất, duyên dáng nhất...

**

Lê Lĩnh là nhà kiến trúc sư đi học rồi đi ra làm ở Nhật. Ba mẹ anh chết trong một tai nạn máy bay ở chuyến đi Moskva về những năm quan hệ buôn bán, làm ăn mậu dịch với nước Nga... Khi anh lên 10. Anh từ đó ở với chú ruột cùng ông bà nội ăn học thành tài... Anh là một người ăn chơi phóng khoáng, lịch duyệt nhưng chưa hề yêu ai. Anh lại về Việt Nam thăm gia đình ông bà nội... thăm chú, và thăm một người bạn lớn hơn tuổi anh, là Thái Vũ - Chồng của Thanh Vy, chị ruột của Thanh Phượng.

Cả ba người ngồi uống trà nói chuyện, đủ thứ về nước Nhật. Tại sao họ tiến bộ? Và vì sao nguyên tắc sống của người Nhật? Lê Lĩnh cung cấp thông tin, Thái Vũ cũng biết qua sách báo nhiều rồi. Nhân hôm nay anh đến nhà Thái Vũ thăm chơi, vô tình Lê Lĩnh thấy tấm lịch người con gái đẹp, mặc áo dài đội khăn đóng đẹp. Nụ cười thơ ngây. Lê Lĩnh ưa nhìn. Anh quyến luyến mãi tấm hình treo. Rồi anh nhìn thấy hao hao giống Thanh Vy. Anh cố nhìn lại hồi lâu nữa, anh hỏi Thanh Vy:

- Chị Vũ chị Vy, hình của ai làm lịch đẹp quá mà hao hao có vẻ giống chị ghê đi.

- Hình em gái tôi. Nó đoạt hoa khôi đợt thi nơi huyện của nhóm VHTT tổ chức đó, tìm kiếm sắc đẹp và tài năng đó...

- Vậy à cô ta đẹp quá, còn tài năng cô ta có gì thưa chị?

- Nó hát hay, biết viết văn khá, biết chơi đàn nữa đó. Ứng đáp câu hỏi dễ thương, bộc phát, hồn nhiên nên nó trúng nữa. Ban giám khảo chọn và khán giả yêu thích.

- Đối với em chỉ cần một sắc đẹp như thế đủ rồi.

- Nhưng có tài năng cũng vinh dự chứ?

- Tất nhiên... Nhưng với em nghĩ không cần lắm. Nếu nói về hoa khôi hay hoa hậu...

- Sắc đẹp ít làm nên lịch sử, mà tài năng mới làm nên lịch sử Lê Lĩnh à.

Lê Lĩnh cười tế nhị gật đầu:

- Đúng vậy. Em chỉ tỉ dụ thôi.

- Tôi hiểu ý chú, rộng lòng cho giai nhân... Thanh Vy nói và cười tươi nhìn vầng trán của Lê Lĩnh.

- Em kỳ này thăm gia đình, thăm bạn bè ân nhân. Song cũng muốn cưới vợ người Việt luôn đó. Anh Vũ chị Vy à.

- Vậy sao? Cả hai vợ chồng cùng hỏi một lượt.

- Hay là anh Thái Vũ và chị Vy giới thiệu cô này cho tôi đi. Nhìn hình duyên dáng, dễ thương hết mức.

- Cái đó là OK thôi. Mà quan trọng là chú và nó có rung cảm nhau, yêu nhau hay không chứ?

- Chị cứ giới thiệu cho em gặp. Ô... cô có người yêu chưa em mới dám...

- Chắc chưa? Nó còn hồn nhiên trinh trắng và chưa yêu ai. Vừa mới qua tuổi 15.

- Ồ wow. Thế thì yêu muộn đó chứ. Nhưng em thích...

- Được tôi sẽ kêu nó lên đây để chú gặp ngắm thử nha.

- Còn gì bằng. Lê Lĩnh vén mái tóc trước trán đáp. Tóc anh để theo lối của trẻ trung gợi cảm như Jack Leonardo DiCaprio, trong phim một tài tử trên con tàu Titanic vì anh thích nhân vật này...

- Hình nó giờ khắp nơi đăng tải đó. Chú cứ vào google mà kiếm coi. Thanh Vy bảo vậy.

- Được em sẽ tìm.

Lê Lĩnh lấy ipac ra tìm liền, thấy lốc lốc hình người đẹp. Song chàng như đã bị hình, với cái tên Thanh Phượng nhốt đôi mắt chàng không lối thoát rồi...

Một đoạn Lê Lĩnh và vợ chồng Thái Vũ uống trà ăn bánh tiếp... Cuối cùng họ có vẻ vui mừng lắm. Nên họ chuyển sang uống rượu champagne cognac để thay đổi không khí...

**

Thanh Phượng đã đi chơi với Lê Lĩnh khi nhận tin nhắn của anh chị và lên gấp. Đúng với giao kèo nơi anh chị:

- Em cứ đi chơi mở mang giao lưu, chứ không có nghĩa là đi với nhau là buộc mình phải cột chặt với người đó, hoặc phải buộc đem lòng yêu mến họ...

- Em hiểu... Nhưng vì chị và anh giữ hứa thôi. Với em không cần kỷ sư đâu.

- Vâng chị hiểu... Thanh Vy trả lời.

Thế là sau cuộc nói chuyện đó Thanh Phượng lên nơi anh chị Thái Vũ, Thanh Vy đang sống tại thành phố NT. Cô được đi chơi với chàng Lê Lĩnh mời, ở các khu giải trí cho khách du lịch... Và được ăn kem chung ngắm mây trời lãng bãng mộng mị, nơi thành phố NT này...

Ba câu hỏi mà Lê Lĩnh hỏi Thanh Phượng là:

- Em có ước mơ gì lớn trong đời? Thanh Phượng có thể cho anh biết. Con người ai cũng bắt đầu từ ước mơ mà em.

- Ước mơ thì nhiều lắm, Mà ai biết đâu một điều cũng chẳng được. Cuộc sống đầy thác ghềnh, biến loạn lắm anh...

Lê Lĩnh cười anh nói tiếp:

- Đúng là em của tư tưởng nhà văn lớn như trong các sách anh đọc. Nhưng... Em có biết ước mơ đẩy hành động ta đi nhanh và chiến thắng phần nhiều em ạ.

- Quan điểm bao giờ cũng nghịch chiều và vô lý song vẫn tồn tại anh à. Thanh Phượng nói và cười cười.

- Em lý luận tài hoa quá, sau này sẽ xuất sắc lắm. Chị Vy nói không sai. Giờ diện kiến em, anh mới hiểu em trọn vẹn.

- Tự nhiên lòng em nghĩ thôi. Em tưởng chắc không trúng đâu anh... Nàng vẫn còn cười tươi nhìn vào Lê Lĩnh.

- Thôi được rồi. Anh hỏi em có người yêu chưa? Xin em tỏ thật nha. Đi chơi thì chúng ta phải nói chuyện để giao cảm. Để hiểu nhau hơn Thanh Phượng à.

- Được nói chuyện với nhau là quý rồi. Còn người yêu? Dạ em chưa có.

- Anh hỏi có vẻ đường đột, vô lý. Nhưng em biết thời đại mới, đừng quá khắc khe với chính mình, hãy thẳng thắn, tự nhiên hỏi những câu mình thích, mình có quan tưởng quan tâm. Đúng không em?

- Dạ không sao. Anh cởi mở tâm hồn, cũng OK mà.

- Như vậy nếu anh đem lòng yêu em, em có cho phép không, và em có đáp lại tình anh không em Phượng?

- Em làm sao cấm trái tim người khác được. Riêng em, thì em mến anh thôi. Tình yêu em dành cho sách vở, bạn bè, ba em, chị em... Em chưa nghĩ đến tình yêu của kẻ khác phái. Anh Lĩnh ơi...

- Trên 15 tuổi chưa biết yêu hẳn là muộn, ngược lại trinh trắng anh thích. Anh chờ đợi khi trái tim em mở cửa nha?

- Thanks anh. Mà em không dám hứa...

- Chỉ mong em đừng đóng cửa trái tim kín bịt bùng?

- Trời ơi anh Lĩnh nói gì những câu kỳ cục vậy.

- Anh muốn đùa thôi không sao em. Nhưng em biết chúng ta sống và chấp nhận điều chi, là do trái tim ta cảm xúc, thỏa thuận đồng ý, mở cửa mà thôi.

Hi hi anh nói vẫn hay nghen.

Thanks em đã đồng ý quan điểm của anh.

Sau khi ăn một quán kem nổi tiếng ở khu du lịch này. Họ liền tiếp tục đi vào chợ hoa. Lê Lĩnh mua một bó hoa hồng tặng cho Thanh Phượng nàng từ chối không nhận, song cuối cùng anh năn nỉ quá nàng đã nhận. Thanh Phượng ôm bó hoa cứ muốn hít ngửi nó miết... Thanh Phượng lại thấy lòng buâng khuâng len lỏi, như một chút gì của hư ảo là lạ...

CHƯƠNG 6

Túy Huệ đang nói chuyện với chồng nơi ngôi nhà Trần Vỹ.

- Trời ơi không mơ mà có. Không ước mà thành. Còn gì bằng mà để chần chờ anh Vỹ. Đâu phải dễ kiếm một kỷ sư giỏi giang làm việc ở Nhật.

- Nhưng con anh trong trắng chưa có người yêu. Kinh nghiệm tình yêu chưa có. Và biết đâu nó sẽ buồn khi thấy lòng chưa thật sự rung động...

- Chưa có tình yêu mới là ngon cho nó đó chứ anh Vỹ? Có tình yêu rồi Phượng sẽ bịn rịn người yêu nó, sẽ rắc rối hơn. Anh nghĩ sao mà anh phát biểu vớ vẩn vậy?

- Thôi được để anh nói chuyện với nó.

- Ừa đừng để mất mối. Em không phải là mẹ ruột nó nên em không dám xen vào. Lỡ Phượng không hiểu tưởng em muốn nó ra khỏi nhà. Song thật sự em thương nó và muốn con có một tương lai tuyệt vời…

- Đường đời biết đâu là tuyệt vời và không tuyệt vời em. Nhưng anh sẽ nói để Phượng chọn lựa. Vì anh cũng thấy cơ hội, chỗ quen biết với chồng chị Thanh Vy của nó.

- Em OK thôi, anh tiến hành đi. Dịp may thường không có nhiều lần, nhiều tầng nha… Đừng nên để sẩy.

- Anh hiểu. Để anh sẽ liệu tính mà…

Túy Huê lại đi xếp rèm, màn cho vào thùng để chuẩn bị giao cho khách thầu, và một ít khách lẻ. Trần Vỹ thì lo đi chăm các cây cảnh trong sân nhà của anh. Lâu lắm anh mới rảnh chơi cây kiểng cảnh, và chăm sóc tỉ mỉ nó một bữa cho thật thong thả.

Hôm đó một bữa đi học về. Trần Vỹ, anh hiểu con và kêu:

- Ba có chuyện nói với con Thanh Phượng nè.

- Chuyện gì thưa ba?

- Cất sách vở rồi ra nghe ba.

- Dạ. Thanh Phượng nói rồi lui vào phòng mình. Cô cất tạm sách vở. Rồi cô toan bước ra theo ý ba dặn.

Ngắm khuôn mặt con bước đến có vẻ ngạc nhiên. Nhưng Trần Vỹ vẫn bình tâm đề cập:

- Thì chuyện Lê Lĩnh đem lòng nghĩ đến con. Nó muốn cưới con khi chuyến về Việt Nam lần này đó.

- Dạ con chưa nghĩ tới ba à.

- Duyên nợ đã đến, thôi chần chờ chi con.

- Thưa ba, tuổi con chỉ mười lăm mà ba.

- Con đã qua tuổi mười lăm rồi, vài tháng nữa mười sáu thôi. Nhưng mà đàn ông con trai lấy vợ, họ coi như mua con gà tơ để ra mái, chứ có bao giờ họ mua gà mái để thành gà tơ đâu.

- Thưa ba con khó hiểu ý ba nói.

- Thì ý ba nói họ cưới vợ là ưa thích con vợ còn trẻ măng thôi, về nhà họ thì dần dà lớn thêm là hợp lý... Ai nỡ ước mơ điều ngược lại, mua gà mái để rồi tréo oảnh kia bao giờ...

Im một chút ba Trần Vỹ tiếp tục:

- Và con cũng nên biết con gái 15- 16 là lấy chồng được rồi. Ngày xưa người ta ông bà mình lấy còn sớm hơn nhiều. Ba không phải là kẻ mang trí óc lạc hậu để buộc con đâu. Nhưng ba thấy điều kiện khá tốt cho con thôi. Đôi khi mình muốn thì sự việc lại trễ tràng muộn, hoặc khó như ý. Nên ba khuyên con...

- Nhưng con còn đi học.

- Đi học không phải là bước cản lớn. Bước cản lớn nơi lòng con, là con có cảm tình, và có cho Lê Lĩnh đi hỏi cưới con không? Con chịu làm vợ của Lê Lĩnh hay không? Chỉ là thế thôi.

- Dạ để con suy nghĩ...

- Thôi được rồi. Ba thấy Lê Lĩnh cũng lịch lãm, nghề nghiệp khá vững ổn định cho đời con. Riêng lòng ba thì khuyến khích chứ không có ý cố ép. Con nên biết.

- Dạ con sẽ trả lời ba sau. Chắc gần nhất đây thôi ba... Thưa ba.

- Được ba chờ. Ông nói và bỏ đi trước. Thanh Phượng trong lòng thấy khổ sở một chút. Nhưng rồi cô đổi ra tươi hơn một chút để vào học bài, và làm bài tập của mình, chuyện ba nói cô cứ muốn cho qua...

**

Hơn một tháng sau thì Lê Lĩnh đã tổ chức đám cưới cùng Thanh Phượng. Có nghĩa là Thanh Phượng đã chịu ưng lấy khi thấy chị Thanh Vy cố khuyến khích, và ba ruột Trần Vỹ cũng mang nhã ý, nói vô cho nàng nhiều. Và nàng cũng thấy chàng Lê Lĩnh không tệ lắm trong mắt mình. Thế rồi họ được đám cưới tại quê nhà như truyền thống ở đây. Có bạn bè người thân bà con đến dự... (Cố nhiên là có Thái Vũ, Thanh Vy cùng về.) Có cả Minh Ngọc và Yến Nhi đến dự... Họ rất thương và quấn quít bên người bạn... Thanh Phượng cái mới nhất là giải cô dâu mới, chứ không phải là giải hoa hậu, hay hoa khôi gì nữa...

Trong đám cưới vui nhưng Thanh Phượng lại bỗng khóc.

- Không nên khóc trong đám cưới con gái. Ba Vỹ nhìn Phượng ông bảo. Mẹ kế Túy Huê cũng lăng xăng nơi đó.

Nhưng Thanh Phượng trả lời với ba Trần Vỹ:

- Con đã từ giã tuổi học sinh, tuổi thơ ấu. Từ giã căn nhà có ba và con, từ giã mọi bạn bè con nhớ...

- Đời rồi ai cũng vậy mà con. Được rồi ba hiểu. Vui lên đi để họ quay video và chụp hình Phượng. Trần Vỹ an ủi con.

Chị Vy thì bảo:

- Em đã chọn thì vui lên. Chứ khóc chi em. Làm vậy coi không được đâu. Cảm động sai chỗ Phượng? Coi ra em còn khờ con nít lắm nghen Phượng.

- Có gì mà khóc Phượng. Ai rồi cũng đi lấy chồng mà. Phải vậy thôi Phượng đừng khóc nữa chi. Minh Ngọc dặn dò.

- Lấy chồng sớm cũng là một cái duyên thôi. Đừng khóc mất đẹp Phượng ơi. Yến Nhi giải thích.

Minh Ngọc Yến Nhi đến gần lần lượt nói an ủi bạn mình như vậy.

Thanh Phượng nghe lời ba, chị Vy, và hai bạn. Nàng cố mím môi và để chồng ôm mình chụp hình trong lễ. Lê Lĩnh dư hiểu nàng đang xúc động khi con người chuyển bến ra đi... Nàng là cô gái ở quê, hiền lành và chân chất, tuy gia đình khá giả. Nhưng là nàng mới lớn đi lấy chồng, Thanh Phượng chuyển sang một giai đoạn khác. Thì nàng lại làm sao mà gỗ đá cứng rắn, mà khô lệ cho được...

CHƯƠNG 7

Chỉ độ hai tuần hơn, thì Thanh Phượng theo chồng qua Nhật sống. Lê Lĩnh là nhà kiến trúc vẽ sơ đồ cho nhà cửa. Hạch toán ở nhiều dự án cầu đường lớn nơi đô thị mới mở thêm. Công trình cho business các nơi chủ nhân thầu lớn...

Nghĩ cũng lạ Thanh Phượng còn nhỏ quá mới mười sáu tuổi nàng đã có chồng, tính ra nàng lấy chồng tuổi còn nhỏ hơn cả chị Thanh Vy nữa. Nhưng mà tạo hóa rất là hay, khi người con gái sau ngày mặc áo cưới, sẽ tự động khác đi nhiều, về tính cách, tâm lý, cách ăn nói, ý thích, cũng trở nên trưởng thành bội phần... Thanh Phượng cảm nhận mình không còn là cô bé như hồi nào, không còn tính cách con nít nữa. Phượng cũng thấy mình đổi khác đi nhiều lắm. Nàng đã thấy mình biết yêu, và sống vui vẻ bên chồng.

Với chàng Lê Lĩnh thì hạnh phúc nào bằng. Lúc đầu, ba tháng đầu chàng đưa nàng qua Nhật, chàng rất yêu vợ và không rời nửa bước với nàng. Chàng đưa nàng đi thăm những nơi nổi tiếng của Nhật - Ở xứ sở Phù Tang này. Ngày trước chàng là người quan hệ với nhiều cô gái đẹp. Nhưng không phải chàng đã yêu họ, trái tim chàng không thuộc về ai, chàng không dành riêng cho ai. Nên thường chàng chẳng thiết tha họ có mặt cùng chàng, để đi đến những nơi thiêng liêng ấy. Bây giờ có vợ đẹp, Lê Lĩnh lại có tình yêu nhiều với vợ, thành ra bao dự định trong lòng khi "có người yêu trăm năm" chàng đã làm, hầu như hoàn tất. Dù chàng không dẫn vợ đi cùng trời cuối đất đi nữa, nhưng với xứ Phù Tang nổi tiếng chùa chiền và thắng cảnh, cổ kính nơi nào đẹp nhất, chàng đều đưa vợ đến. Họ như cố dẫm lên mòn quai dép hay đế giày dạo chơi nơi ấy... Nếu ai vô tình hoặc một người nào đó gặp thấy họ, cũng phải khen thầm họ đẹp đôi, và phải ghen tỵ tình yêu của hai người quá dành cho nhau đi mất...

Tuy Thanh Phượng muốn giới hạn ra đường nhiều, nàng không phải là mẫu người thích có chồng rồi còn đi rong chơi mãi, lang thang hoài, như con bướm và vườn hoa kia mãi khoe sắc dưới mặt trời, để biểu dương năng lượng mình. Nàng chẳng bao giờ ưa thế, nàng cũng chẳng bao giờ muốn khoe khoang, lạm dụng thế. Đó là những ý thích, không biết nàng học từ đâu, nghĩ ra từ đâu sau khi có chồng. Thanh Phượng chỉ những thích đi có một khoảng thì thôi, nói đúng ra nàng muốn đi chơi ít ỏi thôi. Nhưng thương chồng nàng vẫn chiều Lê Lĩnh nhiều lần, nhiều thứ, nhiều sở thích.

Còn chàng, lúc ở nhà không đi làm, Lê Lĩnh cũng quấn quít bên vợ, hoặc làm món ăn cho vợ thích. Nghe nhạc theo nàng ưa. Thỉnh thoảng P. Phượng vẫn hát nhạc buồn. Nhạc buồn nàng ưa ca lắm, Lê Lĩnh vẫn ưa nghe đến cả cười, vui bên vợ. Bản mà chàng đặc biệt thích nhất nàng ca là "Bến Thượng Hải" lời của Nhật Ngân. Và "Thân Phận" của Thái Thịnh lời Việt. Không biết chàng yêu thương nàng còn mới quá, hay chàng chỉ muốn giữ tình cảm cho nàng, qua một giai đoạn "mật ngọt ân tình thật đặc sắc này…"

Hai bài nhạc này ba Trần Vỹ thích lắm. Ông từng dạy cho Thanh Phượng hát, càng về sau nàng tự động thích hai bài ca đó như là ruột rà nơi mình. Tuy rằng nó chẳng phù hợp với gia cảnh nàng đâu. Nhưng có bài ca nào phù hợp với gia cảnh ta, chỉ có ta mới tìm ra bài ca phù hợp với gia cảnh mà thôi... Nàng đã yêu hai bài nhạc đến vô cùng, thì Lê lĩnh vẫn yêu theo và ủng hộ nàng đến đó, chàng từng ngồi nghe bên vợ như không bao giờ biết chán...

Đó là khoảng thời gian khung trời đẹp nhất của đôi vợ chồng họ. Những ngày tháng mà Thanh Phượng mang vào tim mình, về loạt chuỗi kỷ niệm đẹp nhất của đời người con gái, khi đã mặc áo cô dâu...

**

Nhưng một khoảng sau, không bao lâu khi nàng và chàng vẫn còn ở trên đất Nhật. Chàng lại bắt đầu đi khuya về muộn. Và trở lại với "sân khấu" vũ nữ, gái bar lúc nào chẳng hay, Lê Lĩnh yêu đương những cô gái bên ngoài luồng mời gọi xác thân, chàng tìm cách rong chơi gần gũi họ nhiều lần. Lúc chàng làm việc xong nơi công sở, hoặc từ office ra về. Ấy vậy cứ diễn ra...

Đến thời điểm nghi ngờ và biết được đích thực. Thanh Phượng cố gắng bình tĩnh, nàng lên tiếng nói với chồng khi thấy Lê Lĩnh chơi qua các tạp chí, sách playboy quá nhiều, rồi khoanh thành vùng nơi tên các cô gái chàng chọn hình thể, chàng để dành một khúm trong cái hộp lớn cất riêng, chàng bảo vệ riêng, có lẽ Lê Lĩnh kỹ lưỡng ngăn nắp để tránh lộn xộn khi cần. Thanh Phượng hỏi chồng một hôm chàng đi làm về trễ, ăn cơm qua quít với nàng, rồi chàng chuẩn bị tắm rửa, trang phục ăn mặc đẹp đẽ ra đi, bước vội rời nhà...

Chính nàng phải hỏi:

- Anh Lĩnh ơi. Anh có còn thương yêu em không hã anh?

- Làm sao mà em lại đặt ra câu đó? Khi anh không còn yêu thương em chứ? Tại sao em hỏi vậy Phượng?

Thương em tại sao anh làm những điều có thể gây cho em buồn, gây ra điều cho em tổn thương?

- Anh có gì gây cho em đáng buồn đâu? Hã em vợ cưng của anh?

Nàng tự dưng buồn hơn, và cố nhiên muốn rơi nước mắt:
- Em đã biết về anh. Anh không nên giấu em chi, anh không thể chối cãi làm gì. Em đã nhìn và biết tất cả về anh bên ngoài, đối với bên trong tâm hồn.

- Biết anh tất cả bên ngoài, đối với bên trong tâm hồn. Ý em là sao Phượng?

- Cớ sao anh lại đi chơi hoang như thế. Em có làm gì anh buồn chán? Nên anh phải lánh xa em để đi... Đúng không anh?

Lê Lĩnh cười gượng và lắc đầu trả lời:

- Trời em ơi... Đó là một môn nghệ thuật như giải trí. Còn em là vợ tình yêu sẽ khác. Em đừng đem ra để so sánh là sai lầm... Sai lầm hết sức em yêu. Thanh Phượng em.

- Anh không nên đi chơi như vậy, em không thích đâu. Hèn chi nhiều khi em chờ anh đến mỏi mắt đêm về.

- Trời ơi. Lâu lâu thì anh đi xả hơi một tý mà. Chẳng có liên can gì tình yêu lâu dài cả. Em để ý làm gì Phượng?

- Em không muốn anh một người như vậy. Đó là ước mơ em. Em không muốn anh là người tồi tệ. Bỏ bê vợ con.

- Hi hi. Con đâu mà bỏ. Nó chưa ra đời mà. Và làm sao anh tệ với em được chứ vợ cưng? Em ơi nè... Em phải học cách tiến bộ hơn, văn minh hơn nè. Không có gì tồi tệ cả. Để coi như thoải mái đi... Anh giải trí thôi.

- Em thật khó nghe lời anh phân minh.

- Thanh Phượng à, em nên biết. Anh là một người làm ra tiền. Anh từng là một tay ăn chơi vui vẻ. Vua điệu nghệ, lịch duyệt, lành nghề khi ấy... Từ khi chưa có em, anh vẫn thường như thế... Nhưng khi có em, anh tốc lực giảm stop một thời gian quá nhiều. Bây giờ anh trở lại em cũng nên rộng lòng tha thứ... Em không nên đòi hỏi quá đáng, với những việc anh nghĩ không là gì với đàn ông, của anh?

- Làm sao em có thể vui và rộng lòng khi hình bóng anh lưu giữ, cất để nhan nhản nhiều quyển playboy playbiec. Anh giữ để hấp thụ cảm tình, để tìm kiếm, để suy tra, để khám phá họ... Làm người vợ dù hiền cách mấy đi nữa, không thể ai mà ngồi, như ngồi tù mà chịu nổi cả...

- Thanh Phượng, nghe anh nói đây. Em là người vợ trẻ tuyệt sạch, hồn nhiên, trinh trắng. Tình yêu anh dành cho em khác. Tình yêu anh dành cho họ khác. Anh có quyền vui chơi bên ngoài. Nhưng anh yêu quý em hơn ai hết... Anh biết lòng anh...

Im một tý nhìn Thanh Phượng. Lê Lĩnh nói tiếp:

- Tại sao em dại dột mang vào những tư tưởng vị kỷ đó. Em là hạt ngọc, họ là hạt cát. Làm sao mà em đem lòng so sánh làm chi? Mà anh chẳng có tình yêu gì với họ đâu? Hạt ngọc và hạt cát. Thì anh yêu em biết nhường nào? Anh nói lại em hiểu chưa?

- Đừng ca ngợi lý thuyết nữa. Làm sao anh yêu em, mà anh có thể đi săn đón, san sẻ ái tình cho người khác.

- Anh đã nói... Trời ơi em không hiểu được sao Phượng? Làm gì mà có vụ anh đi săn đón, và chia sẻ ái tình với người khác, em hiểu lầm xa quá rồi. Đó là những cuộc chơi giải trí bên ngoài em để ý làm chi, bận tâm làm gì? Là người vợ thương chồng, em phải có bổn phận yêu thương chuộng chồng, để cho chồng riêng một góc, một số ý thích... Đừng quá chú ý vào những việc không đâu ở ngoài bên lề em à. Và đừng kêu ca phàn nàn, những chuyện phải có của xã hội mà?

- Như vậy em và anh không thể hạp nhau được.

- Em phải chấp nhận... Anh xin em hiểu rằng. Em là vợ anh chứ không phải làm mẹ. Vợ thì em phải biết vị trí giới hạn ở nơi em. Dù anh rất thương em.

Lê Lĩnh nói và thắt chiếc cà vạt trên cổ xong. Anh bỏ đi. Thanh Phượng nhìn theo chồng, dù chàng có nói gì trăm lời chăng nữa yêu mình, nhưng tự nhiên tình yêu nơi anh, cô như thả giảm xuống theo độ dốc thẳng đứng và xuôi dòng. Nỗi bực tức cô tăng lên cấp số nhân. Phượng ngớ ngẩn ra một điều với cách sống của một người chồng, một kiến trúc sư tài giỏi có hạng...

Nàng thấy buồn vô cùng, và muốn kiếm tiểu thuyết đọc cho đỡ buồn hơn...

CHƯƠNG 8

Thanh Phượng muốn thôi chồng. Nàng muốn trở về quê hương, cô muốn tự do ăn học lại. Khi nàng biết sự thật về chàng Kỷ Sư Lê Lĩnh. Cái lỗi là nàng chưa từng yêu, chưa từng hiểu chàng trước khi lấy nhau cho lắm. Nhưng đàn ông làm sao mà hiểu họ cho hết được, dù có chín muồi yêu thương, khi họ tráo trở, thì cũng nhan nhản dưới đất trời mà thôi... Có yêu đương cỡ nào cũng bằng thừa khi con ngựa tình đời trở chứng. Mà họ ưa biện luận ra nhiều cách...

Nghĩ rất nhiều, suy tính rất nhiều, nhưng rồi làm sao nàng có can đảm mà về xứ Việt. Nên thành Thanh Phượng nuốt lệ vào trong, giam mình trông cây đắng...

Với chồng Lê Lĩnh mỗi lần nói ra chàng cứ cho riêng mình là đúng, chàng có lý, và khuyến khích buộc vợ, nàng phải tuân theo. Lắm khi như chàng nhét dẻ vô hình vào miệng nàng không bằng. Chàng không cho Phượng nói nhiều. Có thể định nghĩa nàng, đôi lúc như người câm mấy bận vô điều kiện.

Và nghĩ cho cùng Thanh Phượng vẫn ráng chịu, làm sao nàng dám để tin này cho ba Trần Vỹ biết, và chị Thanh Vy hay rõ sự việc, hoặc tường tận. Họ chẳng cứu được nàng mà lại thêm đau tủi cho duyên số của nàng nữa...

Đã vậy lụi hụi sau cãi lần đầu tiên đó, nàng đã bị mang thai mới chết chứ? Chỉ vì nàng chưa biết thôi... Nào giờ tính ra Thanh Phượng mang thai ngay ở tháng mới cưới nhau. Ông trời đã trói buộc nàng và Lê Lĩnh ăn đời ở kiếp mất rồi. Nàng nghĩ có con rồi, thôi nhau lại tội cho con thơ nữa...

Ý tưởng Thanh Phượng thì suông, mà bối cảnh sự kiện cuộc đời, cứ làm cho nàng rối bù lên khó giải quyết được.

Thời gian ấy nàng mang bầu rồi sinh nở con, và nuôi dưỡng con thơ. Cơm nước, giặt giũ, quần áo, cho chồng Lê Lĩnh... Thời gian dư lại nàng, chỉ còn ưa đọc sách, viết văn, làm thơ. Nàng muốn cho quên đi nỗi buồn, là cho đi cái đam mê ngưỡng mộ nơi nàng, từ ngày hồi còn thơ ấu...

Thanh Phượng cũng hay nằm hát, tự mình thưởng thức, và hay ngồi chơi đàn hằng giờ, cho khuây khỏa riêng mình... May mà nàng còn có những môn ấy, sở trường ấy thích nghi để tự giải khuây cho chính mình, và là niềm an ủi, hoặc giảm đi phần nào tức giận về chồng Lê Lĩnh...

Thấm thoát thời gian như tên bay. Bảy năm sau. Thanh Phượng muốn xin Lê Lĩnh đi làm thư viện. Vì vốn nghiệp dĩ nàng mê sách từ nhỏ... Và đi làm thì nàng sẽ thấy mình hữu ích hơn, dù chàng lắm tiền nhiều của cho nàng... Nhưng Thanh Phượng vẫn thấy thiếu một cái gì đó trong tim nàng lúc bấy giờ...

Song cái nàng ao ước và xin ở chàng, thì Lê Lĩnh chàng không có cho nàng. Đó là lòng thủy chung nàng muốn chàng cho nàng... Dù chàng cứ biện minh là chàng chỉ yêu nàng, và những cuộc vui giải trí kia là vô tội vạ...

Con bảy tuổi rồi, thằng bé giống nàng hệt đôi mắt, chỉ tướng tá là giống Lê Lĩnh thôi. Và giống chàng ở chiếc cằm vuông vức bướng bỉnh kia thôi. Sóng mũi, chiếc miệng, điểm cười vẫn thuộc về nàng... Giống nàng... trăm phần trăm!

Một hôm bé chơi ở phòng với những kiểu thí nghiệm,

sắp hình tiên đoán để lanh trí, thử óc kiến tạo chất nước bốc hơi qua không gian. Chơi lâu đã mệt Antony tự nhiên sang phòng mẹ mình. Nhìn vào mắt mẹ. Cậu bé hỏi:

- Mẹ ơi. Con muốn hỏi mẹ. Mẹ có yêu ba không, sao mẹ ít nói chuyện với ba vậy? Mẹ chỉ yêu sách thôi. Đúng không mẹ? Bé nói và nhoẻn miệng cười tươi tươi nhìn mẹ P. Phượng.

- Mẹ yêu ba chứ, không yêu ba làm sao có con?

- Vậy thì con muốn mẹ hôn ba trước mặt con đi, như các cặp đôi cha mẹ khác đi, con nhìn họ thường thương yêu, họ hôn vậy đó… Antony vẫn còn cười vui ngắm mẹ nữa.

- Con nhỏ mà bắt đầu tư tưởng lãng mạn nghen. Hôn nhiều chưa phải là yêu nhiều con ạ. Thanh Phượng nhìn con lạ lạ. Nàng trả lời như thế.

- Hì hì… Con thấy thôi. Nhưng mà con thích ba mẹ hôn nhau yêu nhau đi. Hi hi.

Thanh Phượng nhìn con âu yếm thêm. Nàng cười chưa nói gì, thằng bé lại nói tiếp:

- Và mẹ ơi con muốn có em bé, bên cạnh con nữa nghen.

- Hừm đủ rồi, có em bé mẹ sẽ hết yêu con như bây giờ. Con chịu không?

- Vậy thì thôi khoan đã mẹ hĩ…?

- Ừ mẹ biết lòng con… Thanh Phượng đáp.

- Nhưng mà, con vẫn muốn có em bé mẹ ơi…

- Mẹ hiểu lắm. Thôi chờ mẹ nha. Mẹ sẽ có em bé cho con.

Những ngày cuối tuần không đi học, bé vẫn chơi trò chơi khám phá môi trường, kiến tạo cách sống, và tra cứu về kỹ thuật công nghệ… Xong lại ưa quanh quẩn bên mẹ Phượng. Bé hay hỏi Thanh Phượng những câu trẻ thơ thật dễ thương, và có cả lắt léo... Nàng chỉ còn lại tình yêu nơi đứa con trai này, làm nàng vui vẻ. Nàng quý thằng bé biết chừng nào! Hơi thở tiếng nói nó, Antony như tác động, đến đời sống vật chất và tâm linh nàng, cần cho dòng máu nóng nàng lưu thông tốt, như một luồng khí oxy đủ lớn cần cho nàng còn lại sống yêu…! Rồi một hôm Thanh Phượng xin chồng Lê Lĩnh:

- Anh ơi em muốn làm tại một thư viện Việt Nam ở Nhật.

- Phượng nè em cứ ở nhà. Trông coi con, anh đâu có thiếu tiền.

- Nhưng em muốn đi làm nơi đó. Anh biết em thích văn học, sách vở ngay từ khi em mới quen anh, và chị Vy em đã giới thiệu về em cho anh...

- Chỉ vì... Anh không thích em đi...

- Nhưng em thích em đi làm. Anh cũng nên cho em tự do một chút. Anh đã quá nhiều tự do, còn em như con chim trong lồng son. Thật ra em chả thích đâu. Em không còn gì hạnh phúc, nếu anh Lĩnh luôn từ chối những thỉnh cầu nơi...

- Em phải sinh con nữa và tiếp tục nuôi con, chăm con.

- Em không đời nào. Tự nhiên Phượng đáp thẳng thừng.

- Phượng nói thế, là thế nào? Hừm đó là lý do... Hèn chi em không chịu sinh con thêm cho anh phải không? Nhưng tại sao em lại cảm nghĩ ra điều ấy. Lê Lĩnh nhìn nàng quá quắt và hỏi những câu chất vấn khó tính của anh.

- Em hết yêu anh. Và tình yêu ở tâm hồn em đã chết. Em mất hết cảm hứng về anh. Phượng là người đàn bà lãng mạn, biến thành khô khan trong tư tưởng là do anh?

- Em ghen? Và em hư phải không...

- Em không còn ghen, và em không hư, em vẫn có trách nhiệm với anh. Nhưng em không thấy tuyệt vời, khi anh cho em biết về anh một cách trọn vẹn đầy đủ. Anh sống phóng túng và kỳ lạ, không hạp theo ước mơ em... Em rất thơ ngây trong trắng, chân thành ngay từ đầu. Mà anh cố tình che đậy để cưới em. Anh làm cuộc đời em, không như em muốn...

Thanh Phượng nói và lòng cô như quặn thắt, những hạt lệ rơi xuống tự nhiên. Lê Lĩnh đã cố tình chạy tội, hình như anh không dám nhìn nước mắt nàng, đang rưng rưng rơi kia...

Sau đó Thanh Phượng thuyết phục mãi. Lê Lĩnh mới nhắm mắt cho nàng một ước mơ... Nàng đã đi làm ở thư viện VN. Nàng có quyền đọc sách và nghiên cứu sách Trung Hoa, Việt Nam, Anh, Pháp, Nhật, Mỹ, Đức, Nga, Ý, Mỹ La Tinh v.v... Đa phần nàng đọc sách được dịch sang Việt. Và sách Việt phần nhiều. Nàng đã đem lòng yêu mến một thi sĩ tên Nguyễn Đăng Trình làm thơ cho phụ nữ khá hay. (Hai người có đôi, ba lần, liên lạc qua nhau bằng điện thoại phone tay.) Và chàng Nguyễn Đăng Trình cảm hứng đã làm riêng cho nàng cả chục bài thật ý nghĩa... Thanh Phượng cảm tình chứ nói yêu riêng thì nàng không có. Nàng chỉ yêu chồng. Song người chồng chỉ đem lại cuộc sống cho nàng sung túc, mà chàng không đem lại được, cho trái tim nàng yêu đương hoan hỉ...

CHƯƠNG 9

Lần đó. Lê Lĩnh đi qua Châu Âu xem bóng đá. Chàng đưa thằng con trai đi theo. Phượng không muốn cho thằng con trai đi trong dịp này. Nàng bảo:

- Anh nên đi một mình, để thằng bé Antony ở nhà đi học anh Lĩnh.

Chàng hỏi nàng:

Tại sao như vậy em?

- Thì em muốn con ở nhà đi học, và ở nhà với em. Nàng nhìn con trai để trả lời.

- Nó đi với anh trên chưa một tuần thì về mà.

- Nhưng em không muốn con đi dịp này thế thôi.

- Em đã sai. Và em nên biết sự thông minh không phải ngồi đó ôm sách học, hoặc ngồi mài ở ghế nhà trường. Chúng ta cần cho con học từ cách nhìn thấy, chiêm nghiệm thực tế, khám phá, thử thách. Học trong so sánh, phải sáng tạo suy luận, cả ngụy biện. Đồng thời phải đi vui chơi giải trí chứ?

- Anh lúc nào cũng muốn áp đảo ý kiến em và cho mình là đúng.

- Anh chỉ muốn mở rộng kiến thức em; bằng những cái mới mẻ hơn thôi...

- Tùy anh cảm nghĩ nhưng em nhớ con, em có quyền

muốn nó ở nhà với em.

- Nó đi với anh cho vui, rồi về bên em mỗi ngày thôi. Ý của anh mới nhất là vậy. Em không được cãi anh, hoặc nói gì thêm.

- Em không muốn anh độc tài với em nhiều nha.

- Độc tài đâu mà độc, em đừng nói oan cho anh chứ?

Nhưng sau đó Lê Lĩnh đã thắng nàng. Đứa con được chàng mang theo. Rồi cả hai bị tai nạn lưu thông máy bay chết hết.

Thanh Phượng nhớ lại ngày theo ba ra đi. Hổng hiểu sao nàng thương con quá cứ bảo nó:

- Con ở nhà với má đi. Con đi má nhớ con lắm.

- Con đi một lần này nữa thôi. Con sẽ ở lại nhà với má, nghe má đọc truyện nè, coi phim cùng má nè, nhìn thấy má cười bên con... Con không đi đâu nữa hết nè.

- Cái miệng này là mỏ vàng của tôi đây, hứa nghen. Nói với má là phải làm được vậy nha.

- Cái chắc rồi. Con nói không làm được thì con không phải là con của má nữa. Hi hi.

- Vậy con sẽ là con của ai?

- Con của con nai trên đảo hoang kìa.

- Nói tầm bậy không hà. Thanh Phượng lườm con và hôn Antony. Đứa con trai duy nhất của nàng!

Bé lại biết nói đùa, lánh qua chuyện khác nữa:

- Con nói cho vui thôi mà. Con sẽ là con của một ông già, già nào há? Già Noel thôi. Được không má nè? Hi hi.

- Ai dạy mà con biết nói vui và hay thế.

- Trái tim con dạy con thôi má ơi.

- Giỏi lắm má P. Phượng này thương lắm. Con biết hôn?

- Con biết chứ. Con sẽ về bên má con hứa.

- Má Phượng chờ con nha con trai. Đúng hẹn về bên má.

- Dạ má con thương con nhất trên đời. Con biết mà.

Những lời nói vui nhộn, tình cảm còn đó trước giờ chia tay. Vậy mà cuộc chia tay đó, đứa con đã không giữ lời hứa, nó đã ra đi xa nàng biền biệt trong hư vô... Nàng thương con khóc thầm tưởng nhớ. Riêng chồng, Thanh Phượng có buồn, nhưng quặn lòng lắm thì nàng không. Vì nàng sống cho chồng trên bảy năm. Tâm hồn nàng trong trắng yêu chồng hết mực. Nhưng trớ trêu chàng đã có một tình yêu với nàng không như nàng tưởng... Âu đấy cũng là định số đặt chờ, đã cướp chàng ra khỏi cuộc đời nàng... Nàng vẫn phải sống và nàng rất muốn trở về xứ Việt, một chuyến, để gặp ba Trần Vỹ, gặp lại chị Thanh Vy, thăm bạn bè, người thân... Thanh Phượng từng mong đợi nhiều lần như vậy... Nhưng mà Phượng vẫn chưa thực hiện được. Đối với Thanh Phượng tiền bạc không khó... Song có lẽ "một trái cấm" nào đó vô hình xiềng xích nàng đến vô tận...

Nhưng rồi ý tưởng mới, nàng có ý qua Mỹ trước. Bởi Phượng có quen nhà văn Việt Nam ở Mỹ, kết nghĩa với nàng anh em... Thời buổi hôm nay tiến bộ, thì quen biết qua số phone được quảng cáo, hoặc ở các trang mạng, rồi được có địa chỉ đưa cho, dần dà tìm nhau qua phone riêng tư tâm sự. Ngày nay đường dây giao tế, quen biết như vậy không có gì là khó cả, nó tựa dễ hơn một buổi cấy mạ dưới quê. Và có thể trơn tru tựa như, những cơn mưa phùn trôi nước... Phượng còn nhớ và hình dung những hình ảnh từ chốn quê nhà thân yêu để so sánh... Và đó là những gì thân thương đẹp đẽ, nơi hồn nàng đọng lại giữ lấy, dù nàng có ở trên đất xứ văn minh xa xăm...

Và nàng được người đàn ông đó, nhà văn Hoàng Long đó đã tìm hướng đưa nàng sang Mỹ. Với tư cách Thanh Phượng có quá nhiều tiền thì sự qua Mỹ không khó với cô. Tuy nhiên tất cả rồi cũng phải nguyên tắc, hệ thống, thủ tục, chính xác khi đến với xứ sở cờ hoa America này chứ...

Phượng qua Mỹ trước, nàng tính như thế, sẽ về đất Việt sau vẫn không muộn. Chuyện gì đến cứ để nó đến, chuyện gì đi cứ để nó trôi đi, có chặn lại nó cũng tìm cách đi. Định mệnh và số phận luôn rượt đuổi thao túng mọi ước mơ con người... Nàng chưa quá ba mươi tuổi, nàng chưa vội vàng tất bật. Và rồi tất bật chi, chưa hẳn đạt thành theo ý mình... Phượng hiểu sự việc, nếu sự đời mà xé lẻ, thì như xé nửa vầng trăng kia sẽ đau đớn, đau đến nỗi nào mất đi thôi? Nàng hay hiểu xa và cảm giác lạ kỳ, mênh mông trong ý niệm…

Qua Mỹ không bao lâu, rồi nàng lại có được cái duyên lành. Nàng muốn có công ty chăm sóc người cao tuổi. Chỉ một năm sau Phượng hăm hở thành lập công ty sinh hoạt cho người cao niên được gọi tên là "HTTNVCN." Không hiểu sao nàng thương yêu người già và muốn có tổ chức tốt này để phục vụ cho họ. Phải chăng tình yêu trong Phượng lai láng. Nàng kính trên nhường dưới những con người thời son trẻ hăng say ngang dọc, bươi chải trong cuộc sống. Và thời gian rồi thoáng qua mau, đến tuổi xế chiều mang nhiều nỗi buồn tâm sự, của những kẻ xa quê, có khi đau bịnh hoặc nỗi nhớ quê cha đất tổ… Con cái ở Mỹ đôi khi lắm tiền mà không đủ thời gian phụng dưỡng theo ý cha mẹ mong. Và còn nữa, Thanh Phượng mở công ty là thay mặt cho con cái họ, hỗ trợ họ. Thanh Phượng biết rằng xã hội và gia đình là một mối tương quan hợp quần đan chen, nâng đỡ và giúp ích cho nhau, là những chuỗi móc xích tương hộ không thể thiếu. Nàng hoạt động ở đó, Phượng khuyến khích những bữa nấu ăn ngon, vừa miệng, và luôn đặc lên hàng đầu kiếm tìm thức ăn hữu ích hợp lý cho các cô chú bác, như một trách nhiệm và bổn phận trong vai trò của mình. Và Phượng còn khuyến khích ca hát thư giãn, nâng đỡ người già vui chơi giải trí, kể cả nhiều môn thể dục thể thao khác nữa. Những chú bác rơi vào tàn tật, hoặc bịnh hoạn vì cơ thể thay đổi thoái hóa, họ đi lại khó khăn, sẽ được đội ngũ ở người khỏe mạnh nâng đỡ, giúp "help' lo nhiều mặt để chu toàn những khi đến vui chơi… (Phần ẩm thực nấu ăn, chính Phượng đọc sách và hướng dẫn cách nấu ăn truyền thống cộng với cách nấu tân tiến hiện đại.) Nàng luôn lăn xả, tham gia vào bếp. Nàng cùng với đội nấu ăn bốn người nữa. Được các bác sĩ chuyên môn khuyến khích, Thanh Phượng lắng tai, biết chú tâm để vận hành… Phượng luôn là người đầu tàu thúc đẩy hưởng ứng, làm ra những món ăn cần, luật lệ hợp vệ sinh, bổ ích, thân thuộc dễ gần, để ngăn ngừa bịnh tật, các cô chú cao niên thích thú và vui lắm. Các cô chú, anh chị cao niên quý mến tư cách cùng với phong thái làm việc của Phượng ôi sao giản dị, ân cần, chu đáo, và khá sâu sắc.

Thỉnh thoảng có những buổi nàng dành hằng giờ diễn thuyết cho mục đích ích lợi người cao tuổi, phòng ngừa bịnh mất trí nhớ, bịnh loãng xương, bị đau khớp, bịnh cao huyết, bịnh tiểu đường, bịnh teo cơ v.v... Để các cô chú bác phải cố gắng đề phòng, thực hiện làm giảm đi sự tối đa phát triển của chúng. Bài học tìm hiểu cội nguồn, đề phòng các bịnh là luôn hấp lực, được các bác coi trọng. Thanh Phượng khuyến khích các bác nên nghe ca nhạc, coi phim hài nhiều hơn, phải tập thể dục nhịp điệu thường, dưỡng sinh, chơi cờ domino, cờ vua v.v... rất cần cho người cao tuổi. Được Hội Tình Thương Người Việt Cao Niên North -South tham gia mạnh mẽ, và tin tưởng ở Thanh Phượng - Tài mẫn cán tuyệt vời nơi cô hướng dẫn.

Nói về Thanh Phượng với tiền. Tiền vợ chồng nàng có từ những nhà bank, và tiền chồng cùng đứa con trai sa vào tai nạn bởi máy bay, được đền bù lớn như khối núi... Thì đâu có gì là khó khăn cho nàng? Thanh Phượng đẩy ra làm từ thiện không hề tiếc nuối...

Yêu thì nàng chưa yêu ai ngoài chồng, mặc cho những lúc nàng từng tức giận Lê Lĩnh không chịu được. Khác chi như là cục máu muốn sắp đông mất. Song một cảm tình nào đó, trái tim Phượng dành cho một nhà thơ Nguyễn Đăng Trình ở đất Việt là ẩn số, là có thật, có ấn tượng đặc biệt với nàng... Từ hồi nàng bắt gặp thơ anh ta trong thư viện. Anh lại góa vợ sớm. Thơ anh chuyên chở tình cảm chan chứa, nồng hậu đậm đà... Đi vào trái tim nàng cảm mến. Nàng thích. Thanh Phượng thích thơ Nguyễn Đăng Trình...

Nhưng nàng chưa thể về được. Phượng có hẹn thề nếu yêu nàng có thể chàng gắng chờ... Với nàng tình yêu luôn chịu đựng gian nan, khó khăn và chờ đợi, thủy chung và bến hẹn! Cờ yêu đương nhất định sẽ được cắm trên đỉnh "bền chí" của bến đợi mong? Nhưng chàng, sau đó Nguyễn

Đăng Trình đã sang ngang rẽ bước...

Chàng ta không chờ đợi, lại cố làm thơ cho những tình yêu mới khác, với những phụ nữ khác và dẫn nhau đi chơi ở các danh lam thắng cảnh, rồi post lên các trang mạng, cả facebook chia sẻ v.v... Nàng thấy, và nhìn hình như chàng trêu ngươi nàng mất rồi? May là nàng Phượng biết yêu say đắm, nhưng không biết si tình?

Thấy thực tế vậy Thanh Phượng ngán ngẩm cho tình yêu. Nàng lại không muốn về đất Việt nữa. Thanh Phượng tiếp tục hoạt động mạnh công tác từ thiện bên Mỹ - Giúp người cao tuổi trên đất Mỹ. Nàng đi đâu cũng có biết bao người yêu đeo đuổi, cảm tình vương vấn... Nhưng để lấy một người yêu nhau, mà sống đời nữa. Với nàng P. Phượng thiệt là khó lắm.

Ở các hội từ thiện ngoài là một Manager Tổng Điều Hành Quản Lý, nàng vẫn bình thường đem tiếng hát mình chia sẻ. Thanh Phượng hát hoàn toàn nhạc dành cho cha mẹ là nhiều. Phượng thường hát nhất là bốn bài... *Lòng Mẹ. Bông Hồng cài áo. Mừng tuổi mẹ. Mùa xuân của mẹ.* Phượng thể hiện rất đậm chất ở những lời ca tiếng hát cho mẹ. Mặc dù Phượng mất mẹ rất sớm. Hay chính khát vọng về mẹ, nên nàng hun đúc lên một lời ca giàu tình cảm, giàu lòng thống thiết, giàu mộng mị bi ai chăng? Và nàng coi tình yêu cá nhân là một chiếc bóng, là một cái gì đó hết sức ngờ vực, nàng cố mà lẩn tránh, Thanh Phượng trải nghiệm hai cuộc tình, họ yêu mình nhưng rồi họ xa xỉ... Họ tâm hồn chỉ là những món hàng rẻ tiền. Nên nàng không thèm cất lên tiếng hát, để ca ngợi cho tình yêu lứa đôi nữa...

Mặc dầu giữa đám đông thiên hạ yêu cầu nàng hát nhạc tình, vì họ biết Phượng hát nhạc tình không thua kém nhạc quê hương, hoặc nhạc dành cho cha mẹ. Thế nhưng nàng chỉ trốn đi, và từ chối cười trừ... Phượng chẳng hề muốn khai phá dòng nhạc này. Dầu từ trong trái tim nàng vẫn còn nóng bỏng những thứ đam mê, vẫn say đắm nồng nàn với giới tính của người khác phái... Nhưng mà thôi, nàng đôi lúc vẫn có thể nghĩ, như mơ hồ để tin được một điều gì xa xôi, và cả những khi không tin được điều ấy nữa...

CHƯƠNG 10

Năm năm sau đó, Thanh Phượng mới quyết định là về VN. Bạn nàng Yến Nhi đi lấy chồng giáo viên từ lâu. Minh Ngọc đã lấy chồng bác sĩ cũng từ lâu. Ba Trần Vỹ vẫn sống với Túy Huê. Thỉnh thoảng ông hay nổi nóng, ông giận vợ, lên nhà Thanh Vy ở thành phố NT, vài hôm rồi cũng về với ngôi nhà mình dưới quê...

Về VN nàng chọn khách sạn Hồng Yến Sài Gòn một khách sạn cỡ sang thành phố, sang thường thôi chứ cũng không phải là sang nhất nhất... Với nàng thì đâu có cần bề mặt, hoặc hào nhoáng quá sá lắm chi đâu. Nàng chỉ cần một nơi ăn uống và nghỉ ngơi cho sạch sẽ hợp lý là được rồi, Phượng cần đi lại thoải mái ngắm những nơi đẹp của thành phố là đủ thôi. Thanh Phượng rồi một hôm ngồi ở phòng, nơi khách sạn, mà lòng suy nghĩ vẩn vơ đôi chút bâng khuâng... Rồi nàng bỗng dưng muốn gọi phone Nguyễn Đăng Trình, để báo cho anh nhân dịp này biết Phượng đã về nước, nàng chỉ mong có một cuộc hội ngộ gặp gỡ anh cho vui, và cứ coi như bạn bè thôi. Phượng dùng phone chưa cho thấy mặt, và hẹn gặp chàng nơi khách sạn Hồng Yến Sài Gòn mà thôi. Chàng thật bỡ ngỡ khi nghe tin này. Chàng ngỡ ngàng như kẻ mộng du, lạc lõng... Phượng về VN sao ta? Nàng có về thật không? Ta có mộng huyễn không nữa... Có chăng, chăng có, sự thật là như thế nào đây? Chàng mơ màng nơi cảm giác mà niềm rung động xuyến xao lớn lao quá, máu như chảy dồn, tim như rộn rã, đập trong từng lồng xương ống mạch chàng. Nguyễn Đăng Trình tựa hồ như đây một cuốn tiểu thuyết trần tình sao ta? Chàng nghĩ rồi ánh sáng nào cũng sẽ đến, tựa như một đêm tối đã đi qua nhanh thôi, nó như tràn về bàn tay để nắm lấy, và toàn bộ trở về với trí óc chúng ta, không nhầm lẫn của định hình, về sự sáng suốt tinh khôi nào đó...

Rồi sự thật cũng đưa đến, hơn 24 tiếng đồng hồ nữa như lời mời của nàng. Là thời gian Nguyễn Đăng Trình phải đúng hẹn với nàng đang đợi kia nơi khách sạn...

Vừa nôn nao, vừa hồi hộp vừa mừng vừa lo lắng... Nhưng rồi họ đã được gặp nhau tại khách sạn Hồng Yến. Họ như rơi vào giấc mộng, tay chân hai người như thiếu như dư, mắt hai người như sáng như mờ, chân hai người như đứng như đi, tim hai người như đập như ngưng...

Chàng được gặp nàng thì chàng nghĩ có khác chi chàng đã lội qua một hành tinh khác, với sự sống thật tuyệt vời ôi tuyệt vời. Nguyễn Đăng Trình Không thể nào tả xiết nỗi hân hoan trong lòng chàng. Chàng cảm quan như được dạo quanh, hoặc đến thăm được xứ sở mô tê đầy hương hoa cỏ lạ nào đây chăng... Tất cả đều mới mẻ và lạ lẫm với chàng quá...

Thời gian được bên nhau Nguyễn Đăng Trình chia sẻ, chàng kể nỗi cô đơn sâu thẳm trong hồn mình. Và những cuộc chơi của chàng, chỉ là hình thức chôn đi nỗi buồn thúi ruột vì vắng xa nàng, người mà chàng yêu nhất trên đời... Chàng lại bùi ngùi đọc ngâm thơ của tiên sinh Nguyễn Du và cả thơ của Vũ Hoàng Chương.

-*"Người đâu gặp gỡ làm chi/ Trăm năm hỏi có duyên gì hay không? Em ơi lửa tắt bình khô cạn/ Vắng em rồi say với ai?"*

- Thôi thôi anh đừng hỏi bằng thơ? Và anh từng say biết bao nhiêu cô. Và say biết bao nhiêu rượu. Cứ muốn xạo em hoài sao? Phượng vẫn hồn nhiên cười bên chàng để hỏi. Hổng hiểu sao nàng thấy ấm áp với chàng, không xa lạ với Nguyễn Đăng Trình dù chỉ là lần đầu tiên họ gặp nhau.

- Thật sự anh chỉ tốt bên họ, nhưng trái tim anh đã say một người nơi phương xa. Đó là em của nỗi nhớ. Anh nhớ em thật nhiều, ngồi ở đâu anh vẫn cứ mơ tưởng về em... Anh mãi mơ ước được gặp em một lần, dù là đôi ta có phải bỡ ngỡ Phượng ơi.

Chàng kể nói làm nàng nhớ mang máng lại, nàng có gặp một người đàn ông đeo kính đen, tại Vườn Tao Đàn ngồi, tuy hơi xa, mà người ấy cứ hay nhìn mình cách đây chỉ hơn một ngày... Nàng thì cũng đeo kính mát xanh râm mà vẫn coi được các trang báo, nhìn được các vật thể trong tầm mắt... Lúc đó nàng đang ngồi coi tờ báo Văn Nghệ Sàigòn, ở mục thư giãn chuyện vui. Thanh Phượng ít ngắm cảnh vào buổi sáng hôm đó, nàng chỉ nhìn qua quít, và chỉ chú tâm vào trang báo. Hôm đó có phải Nguyễn Đăng Trình có mặt nơi đó không ta? Có phải chàng là người ấy, hôm ấy? Chàng đã siêng sắng nhìn mình hoài, dù chàng đang đeo kiếng đen to... Người thì đông nhộn, đi qua đi lại lắm cách, lắm kiểu, họ vui thay của Tao Đàn một ngày nắng ấm...

Những cảnh đẹp thánh thoát của thành phố Sàigòn còn sót lại ở Tao Đàn. Nàng giờ thì im lặng thả hồn trong bức tranh hữu nhiên đó. Chàng Nguyễn Đăng Trình không hiểu gì nơi nàng, nên hỏi Phượng.

- Em đang mơ mộng gì em Phượng?

- Hình như em có gặp anh một nơi.

- Ở đâu vậy? Có không em Phượng?

- Ở Vườn Tao Đàn đúng là anh không ta? Cách đây hơn một ngày, vào buổi sáng khoảng 10 giờ.

- Trời ơi đúng rồi là anh.

- Thiệt sao? Nàng hỏi.

Chàng đáp lẹ như kể:

- Những khi nhớ em, anh hay ra đó ngồi một mình. Không uống rượu. Anh uống ly coffee ngắm cảnh, ngắm người. Buổi sáng hôm đó ngồi từ xa, anh có nhìn một người, anh ngờ ngợ, và anh tự nhiên rất thích nhìn lắm... Lúc đó Nguyễn Đăng Trình thích chi người con gái này và tâm tư anh rủ xuống, như được nghe theo bài hát ru tình của TCS vào lòng một thuở, nhân dịp này... Lời bài hát này anh rất mộ điệu. Có phải anh quá giàu tưởng tượng? (Và xin ghi lời bài hát vào đây)

Ru em đầu cơn gió, em hong tóc bên hồ. Khi sen hồng mới nở, nụ đời ôi thơm quá. Ru em tình khi nhớ, ru em tình lúc xa. Ru cho bầy lá nhỏ, rụng đầy một mùa Thu. Ru khi mùa mưa tới, ru em mãi yêu người. Ru em hoài bé dại, một hồn thơm cây trái. Ru em chờ em nói, trên môi tình thoát thai. Ru em ngồi yên đấy, ru tình à ..ơi. Ru người ngồi mãi cùng tôi. Ru người ngồi mãi cùng tôi. Ru em hài nhung gấm, ru em gót sen hồng. Ru bay tà áo rộng, vượt tình tôi chấp cánh. Ru trên đường em đến, xôn xao từng tiếng chim. Ru em là cánh nhạn, miệng ngọt hạt từ tâm. Ru em tình như lá, trăm năm vẫn quay về. Môi em là đốm lửa, cuộc đời đâu biết thế. Xin em còn đâu đó, cho tôi còn tiếng ru. Ru em ngồi yên đấy, tôi tìm cuộc tình cho.)

Thanh Phượng gợi ý làm cho anh nhớ lại bài hát với giọng ca của ai, làm anh yêu thương tâm trạng mình lúc đó vô cùng. Và Phượng nhìn anh mà rằng:

- Nhưng cả hai ta đều mang kính mát. Và em không chú ý anh lắm. Chỉ thoáng nhìn, giờ thì em tự nhiên nhớ lại hình ảnh. Thật không thể ngờ là anh sao?

- Trời ơi. Em vẫn là của anh mà. Hèn chi anh đã thích ứng một bài hát vào lòng. Em đâu hiểu lòng anh khi thích bài hát đó vô cùng, nơi cảnh tượng Tao Đàn hôm đó. Thật là quá duyên tơ em ơi…

Nàng cười tươi:

- Thiệt hã sao? Bài gì anh ĐăngTrình?

- Thì bài ru tình của Trịnh Công Sơn anh rất đem lòng yêu dấu trong tim. Hồi nãy giờ em đem anh về trong hồi tưởng, anh nghĩ lại nhiều giây phút ở đó lắm em à...

- Anh thật là lãng mạn. May mà đời còn cho ta những phút giây dễ thương.

Phượng nói và nhìn chàng với đôi mắt mình, cùng sóng mũi mình thật dễ thương, và chiếc miệng gợi cảm nữa.

Rồi chàng nhìn nàng, được kề cận nàng cả thể xác, và tâm hồn hôm nay... Phượng bây giờ có khác, nàng đã trở nên cô gái quá Tây Phương với phong cách phóng khoáng, ưa dạn dĩ, và tự nhiên, nhưng không thiếu đi sự chân thành? Có lẽ Phượng cũng qua rồi cái tuổi thơ ngây cùng nhúc nhát của ngày xưa chăng? Nàng tự nghĩ vậy… Và họ được bên nhau nàng cứ bá cổ chàng, và nhìn vào đôi mắt chàng, như trăm ngàn yêu thương, nói không hết nổi. Sung sướng mừng quá khi đã từng gặp nhau mà không biết, chàng Nguyễn Đăng Trình nói lên:

- Thật là chúng ta quá tuyệt vời nơi Tao Đàn đó em. Thôi thì anh thề nguyện sẽ phải đi tu nếu mà không lấy được em Phượng ơi. Em mà không là vợ anh, không được ở đời với nhau. Lời anh có sai không thật, thì trời đoản mạng anh chết sau khi bước chân anh chưa ra khỏi khách sạn này...

Thanh Phượng vẫn bá cổ chàng mà mỉm cười kêu lên:

- Í...í. Thề thốt nặng quá. Nếu không thật lòng sẽ chết không kịp ngáp nha.

- Sure với em thôi. Anh vẫn không hối tiếc với lời thề. Vì anh quá yêu thương em Phượng ơi. Anh chết đi còn sướng hơn, nếu anh mất em và phải xa em...

- Nhưng anh gắng chờ em một tuần em sẽ trả lời nha. Đợi được không? Em vẫn cứ nghĩ là, em nhân cơ hội về đất Việt gặp anh một lần cho biết thôi. Hơn nữa, với cái cách mới của em, ở nước ngoài về. Dĩ nhiên lối sống ưa thoáng và tân tiến, nên em nhìn cũng thoáng hơn không thể gò bó mình lắm. Và hiện tại em đâu còn chồng, em cũng chẳng có người tình nào để trách trả. Anh hiểu được ý em không?

- Anh hiểu, đúng vậy, chàng ngắt lời nàng.

- Anh phải nghe em nói hết đã chứ. Nghĩa là Phượng đang hoàn toàn được tự do mà. Song không thể vì quyền tự do mà mình bước đi trong nhầm lẫn thì buồn lắm anh. Nói rồi nàng bước xuống giường, toan định đi lấy nước cho chàng uống.

Chàng tiếp tay bưng ly nước trái cây, nàng đem đến nơi, Mà chàng rằng:

- Đợi gần mười năm còn được. Thì một tuần có nghĩa lý gì với anh hã Phượng. Nhưng chỉ sợ nỗi buồn nơi em khất, em không còn yêu anh?

- Cứ chờ đợi. Chuyện gì đến sẽ đến, nếu đi cứ để nó đi. Vũ trụ biến thiên thì lòng người làm sao không đổi dời anh...

Thanh Phượng tánh tình hay lãng mạn để yêu đương, nhưng tâm hồn lại luôn kín đáo, bất ngờ và khó biết. Nhà thơ Nguyễn Đăng Trình có thể nghĩ là như vậy. Chàng chỉ còn biết chắp tay van vái trời già mà thôi... Chàng uống xong ly nước, cám ơn nàng đem tới, và nàng cũng tìm đến tủ lạnh để lấy ra uống cho riêng mình. Hai người rồi lại nhìn nhau, nhìn nhau mãi như hơi thở nối liền... Họ lại âu yếm tay trong tay, mắt trong mắt, và trộn cho nhau những hàm ơn xúc tác. Trái tim họ giờ này như rung động hơn giữa đôi bờ hư thực của ân tình...

CHƯƠNG 11

Họ chia tay, sau đó một tuần gặp lại. Nàng đã nhớ chàng quay quất nơi khách sạn riêng Hồng Yến Sài Gòn. Còn chàng như sống lại tuổi ba mươi, đầy nhiệt huyết và mãnh liệt của con tim yêu đương, bừng bừng thiêu đốt...

Nàng rất nhanh tay viết cho chàng, một tặng phẩm văn chương "TYVC" Nội dung viết tác phẩm tặng chàng rằng: "Yêu nhau mà phải xa cách, không sống chung được. Chàng buồn bã đi tu. Nàng cũng đã bắt chước đi tu theo sau đó. Và về sau hai người thành Phật cả..."

Nhưng đó là quyển tiểu thuyết được đặc ra với giả tưởng. Còn sự thật ngoài đời... Hai người lại yêu nhau. Nguyễn Đăng Trình và Thanh Phượng, họ không còn như biểu tượng của cách ngăn. Thật sự họ gang tấc với nhau. Sống bên nhau hạnh phúc như một giấc mơ đẹp chưa từng thấy... Họ đang là tượng đài của hạnh phúc lớn...

Nơi hai người sống là một dòng sông đẹp. Trên là núi. Phong cảnh thật hữu tình. Chàng hay đưa nàng ra ngắm bông sen bông súng nở, đàn cá trốn chơi, bơi lội dưới nước kia... Nàng thấy lòng thanh thản đến mức kỳ diệu. Thanh Phượng nghĩ nàng đã sống cho xã hội quá nhiều. Nàng thật sự không có lỗi gì với xã hội và con người nữa. Thanh Phượng đã từng hy sinh quá nhiều cho xã hội con người, chưa một ngày nàng sống cho tình yêu riêng nàng như hôm nay. "Chàng Và Nàng Ơi..." Nàng lại ôm cổ Đăng Trình nhìn trong mắt chàng mà say đắm hát bài tình ca. "Duyên Kiếp" một lời ca nàng rất ưa thích. Chàng thì như sung sướng lịm người chết đi trong mắt trong môi, trong sóng mũi, trong nhơn trung, trong chiếc miệng duyên dáng lả lơi, cùng hơi thở và lời ca nàng phát ra… Và lòng chàng còn muốn hát bài 'Mùa Xuân Đó Có Em." Những khi buồn chàng hay hát. Bây giờ vui Đăng Trình vẫn còn muốn hát để nhớ lại. Bài hát yêu thương, nức nở làm sao. Say đắm làm sao hỡi tình yêu của họ… Rồi cả hai như muốn song ca bài hát. Mùa Xuân Đầu Tiên của Tuấn Khanh nữa, có những câu ca thật dễ thương và hay lắm. "*Bao nhiêu thương nhớ gom nhặt đầy, anh trở về thăm em. Bao lần ngồi thâu đêm. Em mơ mùa xuân tới. Em ơi hoa thắm rơi ngập đường, trời nắng xế vương vương. Lòng nhớ tới em luôn. Khi chiều tàn chim gọi đàn… Anh ơi xuân đến bên thềm rồi nhấp rượu hồng vơi đi, thôi hết rồi mùa chia ly, cho tình xuân vừa ý…*" Lời hát làm cho hai con tim họ hòa nhịp rung động, thổn thức đến tột cùng… Phải nói thêm cả hai Nguyễn Đăng Trình và Thanh Phượng đều yêu thơ và nhạc. Họ sống cho nhau trong âm nhạc rất nhiều để thú vị, để thưởng thức với những giờ phút bên nhau thiêng liêng trong hiện tại. Và họ như đã biết tình yêu như thế nào là vĩnh cửu. Cả hai sống mà như trẻ ra, của những ngày bên nhau, và chắc chắn là con tim họ đã cùng chung nhịp đập…

Tác Phẩm này viết với 30% thật, và còn lại hư cấu theo tâm lý. Có thể thật và không thật. Tùy người thưởng thức cảm nhận tài hoa người viết, và tài hoa người đọc. Xin chỉ gởi vào nó, một vài ý tưởng con người…

Còn tiếp phần hai. Đứa con nàng "P. Phượng" trong trận accident máy bay đó. Nó tên Antony được rơi vào một hòn đảo rồi sống với một triết gia ẩn dật. Sau này chàng được nuôi ăn học và làm gì? Có được gặp lại mẹ Thanh Phượng không? Mời các bạn coi phần sau, phần hai. Sẽ rất cảm động. Nếu muốn mách bảo thì tác giả xin nói thêm: Trong một dịp lễ- Thanksgiving. Hai người Nguyễn Đăng Trình, Thanh Phượng đến hòn đảo đó nghỉ holiday dài hạn. Trong mùa Thankgiving, tức là mùa Tạ Ơn. Họ đã gặp được đứa con trai nhìn ra mẹ mình…

(Ghi chú: Antony được rơi vào một hòn đảo bằng chiếc

dù bay thật may mắn của nó, nên cậu bé không bị chết lúc đó. Mà được một triết gia ẩn dật nuôi ăn học khôn lớn đã trở thành kỹ sư... Chân thành cám ơn khi chia sẻ những thông tin.)

HDT. Viết cuối năm 2017.

NGƯỜI TÂY SƠN

CHƯƠNG 1

Mỹ Thể bảo:

- Anh kể tiếp cho em nghe đi.

- Kể nghe đâu bằng, khi nào anh dẫn em về thăm, em sẽ thấy tất cả.

- Nhưng em muốn anh kể mà, mai mốt đi hãy tính anh?

Chàng cười hồn nhiên. Mỹ Thể giọng như nhõng nhẽo:

- Em có nghe người ta hát câu đó là… Tại sao người ta nói: *"Muốn ăn bánh ít lá gai / Lấy chồng Bình Định cho dài đường đi."* Là sao hã anh?

Tùng đứng im nghe, không biết giải thích với nàng cách nào. Xong chàng cười thêm, nhanh trí bảo rằng:

Theo địa hình bản đồ thì Bình Định bị ốp lại, kéo dài ra, rồi hẹp lại, có lẽ là như thế. Và đặc trưng bánh ít lá gai Bình Định là nổi tiếng. Anh nghĩ có lẽ như vậy.

- Thiệt hã anh. Còn gì nói cho em nghe thêm đi. Em năn nỉ nhiều đó. Em muốn biết nhiều…

- Bình Định có biển đẹp nè, có Đồi Thi Nhân Hàn Mạc Tử, có Tháp Đôi, Đầm Thị Nại, có Sông Côn…

Im một chút Tùng kể tiếp:

Có Hầm Hố có Bãi Trứng … Có nhiều phong cảnh hữu tình khác. Có nhiều món ăn bình dân nhưng cũng độc đáo.

- Đẹp và hữu tình còn hơn quê em, nghe mà thích ghê nha. Em ước một ngày sẽ ra quê anh. Sẽ một ngày thôi vì em đã yêu anh…!

Mỹ Thể nói lời lẽ như giỡn nhưng trái tim nàng xúc động vô bờ. Đáp lại lời nàng, Tùng chân thành kể gọn:

- Duyên nợ ba sinh, không giận ông cậu ở Sài Gòn không theo bạn bè xuống Châu Đốc thì đâu có gặp em.

- Người Bình Định anh nói tiếng Nam đặc sệt hà, anh không nói em đâu biết tưởng anh là dân Nam.

- Anh nhái giọng Nam cũng độc đáo giữ vậy sao em?

- Thiệt chứ. Nhưng anh nghe em nói đây nè. Bây giờ há? Yêu anh rồi, thấy trai Bình Định Tây Sơn cũng có lý nha... Giờ giọng gì cũng yêu hết đó, không cứ nữa thật mà! Anh Tùng cứ nói giọng Bình Định đi.

- Cám ơn em nhiều nha. Nhưng anh muốn học giọng người Nam em thôi Thể ơi. Hi hi.

- Cũng được anh. Sao xa nhau, chia tay anh về rồi vào, mà em sợ quá anh? Em lo âu điều chi đó anh Tùng? Thể nói và nhìn Tùng bằng đôi mắt thoáng buồn.

- Có gì đâu sợ em? Anh về quê ăn tết đó thôi. Khoảng sau mùng 5, sau lễ Quang Trung Đống Đa anh vô liền mà!

- Thôi ở lại với em đi, ăn tết với em rồi về. Cô lại đổi lên một niềm vui hơn khi nói câu này.

- Em dám chứa không?

- Dám chứ, thiệt đó...

- Không được đâu. Không là rể, ai mà cho em chứa?

- Nói chứ làm sao em giữ, em chứa anh được, anh phải về ăn tết với cha mẹ thôi. Rồi nhớ lại với em nha. Nói xong nàng lại cười tươi.

- Hứa mà. Chàng đáp.

Hai đứa đang ngồi nơi vườn chuối có một hai cây bòng, hai cây bưởi. Mỹ Thể rất yêu vườn chuối này. Và những cây khác linh tinh, có cả hoa được trồng nữa. Nhất là những cụm hoa hàm tiếu nàng thương yêu và mê chúng thật nhiều, Mỹ Thể đưa mắt nhìn mãi. Con Lu rột rẹt từ những cụm hoa len trong chuối lá. Thể giật mình thì ra con Lu phá nàng.

Thể đưa mắt nhìn nó mắng yêu:

- Mày đi đâu vậy? Coi chừng dẫm hết mấy cây hoa, để tao bán cho tết đó Lu- Vện.

Con chó lắng nghe và bước ra ngước đôi mắt nhìn hai vị chủ nhân của nó, như muốn nói gì chi, mà chẳng thành lời. Thể cũng chưa hiểu ý nó. Tùng cũng chịu thua thôi, ý tưởng nó vào lúc này là gì ta... Nó rồi lại ngưi ngửi hai ống quần của đôi bạn họ... Rồi nó lại tiếp tục đi lẩn quẩn, bên bóng đôi bạn hiền...

Con chó này được mang hai tên. Ba nàng đặt tên Lu. Má đặt tên Vện - Vì ngộ thay nó có bộ lông hơi vằn vện kia má tên cho nó. Còn tên Lu là do ông ba đặt như thế, theo lối tự nhiên ông ưa thích mà thôi, ông ngưỡng mộ tên đó mà thôi. Thế là cuối cùng Thể cùng Tý thì muốn kêu cả hai tên cho công bằng với ba má. Một đoạn con chó Lu Vện khôn ngoan như hiểu hơn, lấy chân cào cào tay Thể rồi đi lùng tiếp. Tùng nhìn nó, chàng nói:

- Con chó thật khôn ngoan em há?

- Ừa nó dễ thương, ngoan hiền lắm anh.

- Tùng chỉ nói bấy nhiêu và nghe Thể trả lời bấy nhiêu. Anh thấy đủ rồi không cần nói chi nữa. Anh quay ra nhìn Thể say đắm...

Tùng là một thanh niên Bình Định anh vào Sài Gòn làm thuê như dự định, mà anh xuống miền Châu Đốc này đi chẻ đá rồi quen với Thể. Hai người trong một dịp tình cờ gặp nhau, rồi họ đã yêu nhau...

CHƯƠNG 2

Hôm đó Tý (Em trai Thể) và Tùng tại một chỗ, Tùng hay tìm chỗ ẩn để tập cho Tý. Hai người đấu một trận võ và côn quyền Bình Định, tập dợt cho Tý xong. Vì Tùng biết chút ít võ thuật, nên anh đem lòng dạy Tý. Cả hai đang ngồi nghỉ mệt. Tý tâm tình:

- Thật may mắn em gặp được anh, anh chỉ cho em mấy chiêu võ nghệ miền Tây Sơn Bình Định, em rất là thích.

- Anh mới may mắn chứ, quen biết em, và gặp Thể. Thể đã yêu anh. Em có biết không Tý?

- Biết chứ, nhưng anh không có vợ hay người yêu ngoài đó, để làm khổ chị em nha? Chị Thể em hiền lắm...

- Đẹp và hiền ít kiếm ra!

- Vậy nên anh có phước.

- Anh vẫn mong như em nói Tý à.

- Anh Tùng ơi. Nếu có gì ngang trái là khổ chị em lắm! Em cũng không thích đâu?

- Anh đâu có xấu xa, đểu cáng thế em? Anh yêu Thể

thật mà! Nhưng sợ còn gia đình ba má em gả không nữa đó chứ?

- Quan trọng là chị Thể thôi. Ba má em không khó lắm đâu. Em nghĩ vậy.

Tùng im lặng nhìn trời xanh xúc cảm không thốt nên lời.

- Thôi tập dợt em lần nữa đi anh Tùng. Nhiều lần thì càng tốt hơn anh? Tý nhìn Tùng mến phục bảo.

Tùng lắng nghe Tý nói, anh trả lời:

- Em giỏi, lanh tay lắm, đủ rồi. Em học thêm chút lý thuyết để nắm rõ, căn bản nguyên lý, đường quyền hơn một tý thôi. Anh muốn ra đám chẻ đá tý nha. Vậy tốt rồi. Em nên học như anh dặn dò há.

- Dạ. Nhưng em hơi lười đọc.

- Phải vận hành cả lý thuyết và thực hành Tý à. Không cần nghiền ngẫm lắm ở lý thuyết. Nhưng đọc để biết hơn em. Thế nha...

- Dạ em cố gắng.

- À em có biết? Là họ đang nhậu để chia tay về quê ăn tết đó. Anh cũng cần có mặt với họ một chút. Anh nhắc lại.

- Phải rồi. Em sẽ cùng đi với anh nhé.

- Được thôi.

- Mà thôi anh ra đó đi. Em phải về lo chuyện nhà anh há? Tý nói và nhìn sâu vào mắt Tùng, Tý lại chưng hửng thay cuộc đổi ý.

- Ừa tùy em. Tùng trả lời.

- Ăn tết xong anh nhớ vô nha anh Tùng.

- Chắc chắn là như vậy mà em Tý!

Tý đã đổi ý, rẽ vào lối đường, để vô về nhà. Tùng một mình đi nhanh về phía bạn bè Châu Đốc và Bình Định hợp lực chẻ đá, đang lấy rượu nhậu làm cuộc tiễn đưa... Họ hát:

Hò dô hò anh em giã hết ly này. Hò dô hò. Mượn ly (mà) chúc tụng cho đời cho đời (mà) không quên...ơi hò ơi hò... Muôn câu hò chiều nay kẻ ra đi xa, người ở lại... Hò ơi hò...

"Những con người Bình Định về quê ăn tết, người Châu

Đốc ở lại ngậm ngùi nhớ thương!" Tùng nghĩ cuộc tình mình mà "phăng"cho bạn bè như vậy. Đó chính là tâm hồn anh nghĩ ra, định đoạt ra lời nói ướt át trên thôi! Còn họ là nhạc rượu hát, của năm câu, ba xị hát...

Tùng nghĩ đã đi tới đám tiệc "đưa tiễn" chung vui. Họ đang hát ca với những câu nói đệm "dô, dô, dô." Những lời ca tài tử bén hơi, mạnh mẽ ngọt ngào. Lời hát của họ trên mâm tiệc thật rân bần rôm rả... Tùng đã gia nhập cùng họ. Ôi những người lao động vất vả. Nhưng họ luôn yêu đời, yêu sương gió...

CHƯƠNG 3

Ba Thế, tức là cha của Mỹ Thể đang đánh vecni cho xong mấy bộ ghế dựa làm bằng song cây, như dự định. Vì tết sắp đến, chỉ còn bộ ghế cuối cùng đó. Ông và thằng con trai Tý đang hì hục công việc làm. Thể và má trong nhà đang gói bánh cho tết: bánh tét, bánh chưng, bánh dày. Ông Tư Nể lại đến, vào nhà. Ông băng bước qua trại thợ mộc gia công của Ba Thế ở đó. Ba Thế là một người thợ mộc, thợ quét vôi có tiếng tăm ở đây. Ông cùng thằng con trai tay đang tay, và mắt trong mắt với công chuyện. Lão Tư Nể phát biểu nhanh nhẹn khi lê chân chạm đất trại:

- Ô ba Thế đang làm há? Nè coi được tranh thủ sang quết vôi cho nhà mình tý đi. Trời ơi tết nhất tới nơi. Muốn cái nhà khang trang mà thiệt tình phải nói...?

- Chắc không được, đuối quá rồi để tôi nghỉ tết chứ. Ba Thế nhìn Tư Nể muốn cắt ngang, vì tính cách ông hơi láu lỉnh, nhanh nhẹn phản ứng.

Im hai giây Ba Thế từ tốn nhìn Tư Nể bảo thêm:

- Nếu làm nữa. Chắc vợ tôi sẽ càu nhàu vậy.

Vừa lúc bà Thế sợ chồng không từ chối được. Thương chồng, bà nghe. Bà nói nhỏ với con gái Mỹ Thể:

- Lão Tư Nể lại tới nói gì đó kia. Để má ra nói nha. Không ba con nhận nữa là làm cực lắm, thì giờ lo tết cho nhà mình, và nghỉ ngơi nữa chứ!

- Dạ! Mỹ Thể nói và nàng gật đầu hiền khô nhìn mẹ.

Bà Thế bỏ ngang tay, đang gói bánh cùng Mỹ Thể. Bà chạy ra trại mộc vui vẻ rằng:

- Thôi đủ. Để nghỉ tay gia đình mình còn ăn tết chứ anh Thế?

Ba Thế nhìn và nghe vợ nói, ông chưa phản ứng gì. Ông đưa mắt nhìn Tư Nể. Tư Nể nhìn vợ Ba Thế ra phát biểu rồi trở vô nhà chính. Ông cũng làm thinh chưa kịp mấp máy môi chi cả. Nhưng ông chỉ biết vợ Ba Thế là người đàn bà đẹp, và thương ăn nói, cũng chừng mực thế thôi.

Vợ ba Thế đã ba bảy tuổi. Ông Thế lớn hơn bà năm tuổi, ông lên bốn hai. Mỹ Thể là con gái đầu lên mười bảy. Bà ưng ông khi bà mười chín tuổi. Sau một năm thì Thể ra đời và hai năm sau đó bà mới sinh Tý. Mấy năm sau họ ngưng sanh hẳn đến giờ. Gia đình họ cũng là lớp dân nghèo thôi. Nhưng "có ăn có mặc" do con cái họ ít, và ông Thế làm được nghề mộc, với nghề hồ quét vôi thêm.

Cô gái trong nhà bếp nhìn ra mọi người, nàng không nói chi thêm, chỉ lo phận mình học mẹ làm bánh, đang làm bánh tét. Về mẹ nàng cũng vậy, nói bao nhiêu rồi quay vào gói bánh cùng Thể. Tý em trai của nàng nhìn mẹ đi vào trong, rồi ngưng tay đánh vecni, cậu bày tỏ với ba:

- Thôi mình ráng tý đi ba, con phụ ba được không? Kiếm hơn chút tiền và mình giúp họ cũng được ba à?

- Ừa thôi. Vậy vẫn được con há. Con phụ cùng ba nha? Con nhớ nói với má nha.

- Dạ được mà. Tý vui vẻ nhận lời.

Tư Nể nghe tươi tắn quá, đã lên giọng:

- Cố gắng cho tôi chút. Tôi trả tiền gấp đôi! "Nhất trời nhì vợ, nhưng chuyện này đừng sợ vợ bỏ tôi nha" hi hi.

- Không có đâu. Để tôi và thằng con tính. Dù sao chỗ thân quen giúp được thì giúp. Tôi chỉ thấy cận tết quá đi thôi.

- Vậy há. Coi như Ba Thế chịu ký kết giúp nha?

- Ừa, chắc là phải làm giúp...

- Vậy Tư Nể phải hoan nghênh tinh thần cha con Ba Thế quá đấy.

- Có gì đâu mà. Do thằng con trai tôi mau miệng kia kìa.

Đoạn sau đó Ba Thế kêu má Mỹ Thế chế thêm bình trà, ông ngồi nói chuyện với Lão Tư Nể. Ông chủ trại mộc Ba Thế cũng nghỉ tay một chút chứ... Tý thì lo dọn dẹp đồ nghề gọn lại. Sau giây phút đàm đạo vài chuyện lúa mùa, cây trái, rau quả, thời sự, dân tình. Rồi Tư Nể bắt tay Ba Thế, ra về. Như ông tỏ ra một lời cám ơn và căn dặn:

- Ba Thế là không ai qua mặt, về sự giúp đỡ bạn bè nha... Hoan hô... Hoan hô... Khâm phục... Khâm phục, phải quá ha ha. Đã thứ Ba mà tên Thế ai mà theo cho lại ta ơi?

- Ha ha. Chuyện vẫn nhỏ mà. Có gì đâu. Ba Thế lắc đầu nhìn Tư Nể trả lời, và cười cười.

Thiệt ra Tư Nể không già lắm, chỉ hơn Ba Thế độ mười, đến mười hai tuổi thôi. Ông da ngăm, mặt vuông, tay chân chắc nịch khỏe lắm, đậm chất nông nghiệp. Tuy nhiên ông không có làm nông dầm mưa dãi nắng nhiều đâu. Ông làm chủ của hai nhà máy xay lúa ra gạo, và gia cảnh kinh tế nhà ông coi như sung túc một vùng này có tiếng...

Cuối cùng họ đã nói chuyện khá lâu, cũng đủ thứ. Họ rồi phải chia tay theo kiểu dân giã ở đây. Ba Thế vẫy tay cho Tư Nể, đợi ông ra đi khuất bóng mới thôi, rồi mới trở lại công việc của mình.

Cậu trai Tý và Ba Thế tiếp tục đánh vecni công việc của hai cha con cho trơn tru. Những bộ ghế cũ, họ đem tới làm cho xong để họ ăn tết. Ông kiểm tra coi lại chúng, có gì còn thiếu sót, có thể để bổ sung thêm chăng? Những bộ ghế mới cũng đã xong, khách đem về gần như hết, cha con làm nhanh hoàn tất lâu rồi. Ba Thế kiểm tra mọi thứ có vẻ như ý. Trong nhà má cùng chị hai Mỹ Thể tiếp tục gói bánh cho tết. Một cái tết rất cận kề với họ...

CHƯƠNG 4

Sáng ngày 27 âm lịch tháng chạp, năm...

Ba Thế cùng cậu con trai Tý đang quét vôi nhà Tư Nể. Mỹ Thể lại đến hỏi:

- Ba ơi, má nói chiếc chìa khóa ba để ở đâu? Má cần mở rương, mở tủ chi đó.

- Trong hộc nhỏ đầu giường chớ đâu con?

- Má kiếm rồi không ra. Má nói ba mở lấy chi đó, trước đó. Ba cố nhớ thử, coi chừng ba...

Sau vài giây suy nghĩ. Ba Thể bảo với Mỹ Thể:

- Ồ ồ, có thể ba quên, để ba coi.

Ba Thể lục móc túi quần thì thấy chiếc chìa khóa nằm chình ình trong tay ông moi. Ông vội lấy đưa ra cho con gái. Ông như khoe lãng nhách:

- Ôi chao ơi đây nè, ba quên bỏ theo túi quần... Thiệt tình là...

Ông đưa ngay chìa khóa qua tay cho Mỹ Thể.

Mỹ Thể cười nhìn ba. Ba nhìn Mỹ Thể con gái của mình cười hồn nhiên tươi tắn quá, nó sắp trổ mã... Mỹ Thể khá đẹp giống mẹ!

Mỹ Thể nhìn ba lần nữa, ông tiếp tục quét vôi cùng với đứa em trai đang đứng ngơ nhìn ba mình và chị Thể nói chuyện nãy giờ. Thằng bé cũng cắc cớ nhìn ba mình và chị hai trong cái nuôi hy vọng, từ hồi ba đưa tay móc túi quần ba lận. Nên nó quét bằng một cách mơ hồ, bây giờ thì nó hẳn là làm việc tay chân sôi nổi hơn rồi, sau cái nhìn lần cuối ba đưa chìa khóa cho chị Mỹ Thể, nó cười ý nhị... Còn Mỹ Thể như hiểu em Tý hớn hở đó, khi chìa khóa không mất. Và cô đã giã từ em, giã từ nơi ba ra về, để họ tiếp tục làm việc của họ. Thể đi ra cổng gặp ngay một người đeo kiến sang, chở Honda trên xe người đàn bà đẹp. Nhưng ông ta trờ lại nhìn mình, như dán mắt trân tráo. Nàng cũng vội vàng bước đi nhanh...

CHƯƠNG 5

Hôm nay cậu trai Tý nhận được tiền ba cho ở quét vôi vì có thưởng nhiều. Tý khoe với chị hai Thể nơi nhà, chỗ gần bàn thờ. Thể đang lau chén bát lâu ngày mới dọn rửa lại cho sạch sẽ, để trong giỏ nơi gần tủ cho nay mai đem ra múc cúng tết.

- Chị hai ơi. Tết này em có tiền nhiều nha chị hai. Chị muốn mua gì thêm, em cho nè.

- Chị có tiền ba má cho, chứ cần gì xin em chứ! Xí. Thể vui đùa với em Tý.

Vừa lúc Ba Thế đi ngang thấy hai chị em vui chuyện. Ông bảo:

- Có chuối, có bòng, có bưởi, có mía diệu, mía lau trong vườn cũ nữa, ba má cho hai con đem ra chợ bán, bà con mua cho tết họ cần. Hai con lấy tiền đi chơi xuân…

- Vậy tốt quá ba, vậy thì con đi chặt mía và hái bưởi nha ba? Cậu trai Tý như reo trong lòng… Tý thốt ra lời nói thật vui.

- Ừa Tý làm đi, hái bỏ vô thúng chị Thể mày gánh bán. Con vác mía đi theo nó. Nay 28 rồi, mai 29, không có 30. Tốt đó ngày mai nghen, con phụ chị hai cùng ra chợ bán.

- Dạ. Hết ý nha ba! Con làm ngay.

Vừa lúc má nàng đến, má Thế nói liền:

- Cái thằng Tý này nghe có tiền là mặt sáng rỡ lên. Sáng như một hào quang. Hi hi.

Tý nhìn má rất thương, và vui nữa. Cậu trả lời:

- Tiền không ham ham gì má. Nhưng con ham tiền với cái đúng mà.

- Chí lý con trai. Ông Ba Thế nói và nhìn cậu trai Tý đang cười nhoẻn miệng.

Rồi cả gia đình họ nhìn nhau thật hạnh phúc. Và họ đưa mắt nhìn cảnh vật chung quanh...

Ôi những cái ly, những cái chén, những cái tách, những cái đĩa, những cái tô sáng trưng hơn nữa kia, như thầm cám ơn gia đình họ nâng niu chăm sóc chúng trong gần ngày tết. Và cám ơn, cám ơn nhất đôi bàn tay chị Mỹ Thể cho chúng, ngày tết đẹp mặt mày sáng láng hơn. Họ như cảm thấy chúng nhúc nhích nói chuyện vui. Mà người có cảm tưởng nhiều nhất là Mỹ Thể. Cô cũng vừa hoàn tất công việc ở nơi đó.

- Thôi mình đi làm công việc ba nói chứ chị hai.

- Được đúng rồi em. Mỹ Thể nói hai bàn tay nắm lại với

nhau qua đối xứng, nàng gật đầu thêm.

Thế là sau đó. Hai chị em Tý Thể đi làm công việc, ra vườn chặt mía hái bòng, hái bưởi bỏ vào thúng rổ, họ thật vui như xuân đến gần cận, như tết về trên trán, như tóc có gió xuân chải lược ngà, như nụ cười rộn ràng điểm những khuôn mặt xinh...

CHƯƠNG 6

Sáng 29 Tý vác mía đi. (Vì tháng chạp năm này thiếu 30.) Còn chị hai Thể gánh đôi giỏ bỏ sáu cái bòng, bốn cái bưởi và ít bông huệ đi.

Thể gánh hoa đi dọc đường bà con thiên hạ đã chận đường mua xong hết, cả bưởi bòng cũng xong. Ồ chỉ còn một cái bưởi không to, nhưng cô gánh không được, chắc khó khăn lắm mới tới chợ? Cô đã dùng hai tay ghì đòn gánh phía trước, để cố gắng cho nó được thăng bằng hơn. Ai nhìn vào thấy thật tươi như hề là lạ... Riêng cô thì có vẻ khó nhọc lắm chứ. Một đoạn gánh khó khăn quá, mệt nhoài như muốn đứt hơi hụt mạng! Cô liền nghĩ bụng: " Phải kiếm cục đá nhỏ bỏ lên cho cân bằng, cô quảy chắc sẽ dễ hơn, cho cân phân với hoa Huệ hơn chăng?"

Đúng vậy đi một đoạn ngắn bên vệ đường, Thể thấy cục đá nhỏ như ý muốn, cô dừng lại và lấy đặt gọn vào giỏ mình, và cố gắng làm y như ước vọng kia. Cô bây giờ như đưa đôi vai vào gánh khỏe hơn, gánh đi nhẹ nhàng thánh thoát hơn. Cô mỉm cười và cảm ra rằng: mình không có tệ chút nào, vẫn còn kịp thời thông minh nữa đó chứ? Cô tự nhiên thấy hấp dẫn trong công sự của mình. Cô gái vui thay, đi một chặp thì có thêm những người mua, mua hết sạch, cả hoa huệ và bưởi luôn. Thể chỉ còn cắc cớ nhìn, rồi hôn nhẹ cục đá đó bỏ ra ngoài để quảy gánh không... Rồi cô nhìn em trai đi cách mình khoảng trước cách mấy bước, nó cũng đang dừng lại nhìn Thể.

Thể vui reo lên:

- Tý ơi... Chị theo em vào chợ bán mía thôi, hàng chị đã bán hết, xong rồi nè.

- Em biết là người ta mua bởi chị đẹp...

- Không có đâu, tại chị thật thà không biết nói thách.

- Ừa chắc có cả hai. Tý đáp.

Thể cười, đôi mắt long lanh và hiền hòa với em Tý, khi nó nhìn chị Thể và chờ đi chung lượt. Tý cũng đã bán một ít múa nơi dọc đường tuy chưa hết. Họ mua mía dịu mạnh hơn mía lau. Chỉ còn hai cây mía dịu và bốn cây mía lau nữa thôi.

Hai chị em đi một chặp thì tới chợ Xóm Giềng... Vô chợ Thể phụ bán mía với em Tý một chút cũng xong... Dân, họ thích mía và họ mua lẹ lắm. Cái gì tết, bán cũng không thể chậm, tất cả đều nhanh, mau lẹ trơn tru hết! Vô chợ họ càng mua cấp kỳ thật!

Tý nhìn chị Thể cười vui, và nhìn chợ. Tý mách miệng:

- Xong hết rồi, đi ăn gì chút rồi về chị hai?

- Không, chị không ăn ở chợ đâu!

- Có sao đâu người ta ăn kìa?

- Bà già con nít ăn thôi, chị là con gái. Chị ăn ở đó, chị sẽ bị ế chồng.

- Trời ơi. Làm sao mà chị ế, chị đẹp nhất mà. Tý nói mắt lúng liếng nhìn chị Thể.

- Thôi. Đẹp cũng ế vậy mà em?

- Anh Tùng đã về Bình Định hôm qua rồi, đâu ai nhìn mà sợ ế. Lời Tý nói cộng thêm nụ cười.

- Nữa hoài hà. Chọc quê chị há em trai?

- Chứ sao!

Thể cười buồn không nói nữa.

Tý bảo và nhìn chị hai mình:

- Chị muốn mua gì nữa không?

- Đâu cần em, má mua đủ rồi em. Tiền cứ để dành đi.

- Vậy nghen. Vậy thì em đi ăn chè nghen. Tý nói dứt lời và bước nhanh.

Chợ bày bán thật là nhộn vui, dù chợ Xóm Giềng không lớn. Tý lại hàng chè, mua chè đậu đen ăn. Nhưng Thể thì lại không. Nàng đứng một nơi chờ em thôi. Nàng nhìn đếm từng đồng tiền lại, rồi đút kỹ trong chiếc áo bà ba ở túi, nàng có ghim thêm kim băng nữa. Rồi Thể thư thả bâng quơ trong lòng, như có một điều gì xốn xang, mà cô cũng không biết mình đang nghĩ gì, loáng thoáng một điều mơ hồ như vọng tưởng...

Vừa lúc Đại Diện Thích hôm bữa nọ thấy Mỹ Thể nơi nhà ba má vợ ông. Tại nhà Tư Nể khi cô bước ra đường. Hôm nay gặp Thể nơi này. Trông cô lúc nào cũng đẹp, cũng dịu dàng hiền hậu. Ông đi thăm chợ tết. Ông nhìn ra Thể, đi bộ luống cuống ngắm cô và khen giòn:

- Xin chào cô Mỹ Thể đẹp thiệt, như một nàng tiên giáng thế. Tôi nhìn muốn mê luôn.

- Tôi không cần ông khen đâu. Nghe biết ông có vợ rồi nha ông Thích. Hôm bữa ba tôi đi quét vôi cho nhà bên vợ ông. Ông có biết không?

- Thì hôm đó tôi lần đầu tiên gặp thấy cô.

- Ông có vợ chính xác rồi? Không chạy trốn điều đó chứ?

- Vợ rồi, vợ nữa có sao đâu.

- Thưa ông? Ông đừng lẳng lơ tôi không yêu đâu, tôi có người yêu rồi.

Thể nói, nàng quay ra kêu Tý:

- Về em ơi, Tý ăn lẹ lên về em...

Ăn ly chè đậu đen vừa xong. Họ nấu bỏ gì vô mềm và thơm ngon quá. Má nấu ở nhà đậu này cũng ngon lắm, nhưng so ra với họ có thua sút chút đỉnh. Tý nghĩ và lau miệng bằng cườm tay áo, trả tiền nhanh. Anh chạy ra với chị Thể đứng một góc của chợ. Mọi người ngơ ngẩn nhìn Tý lật đật, vẻ thật buồn cười, nhưng cậu trai trẻ không hề quan tâm họ.

Tý tới, Thích chào liền:

- Tý có cô chị đẹp, gả cho tôi đi nghen.

- Thì chị đó anh cua được tôi gả, ba má gả. Tôi đâu có quyền. Tý khôi hài như nói chơi.

Mới mà thời gian đi qua cũng nhanh thật, bầu trời đã vào trưa, mặt trời như sắp vào đứng bóng, chắc chỉ độ hơn một tiếng đồng hồ nữa thôi. Hai chị em phải ra về, phải rời chợ Xóm Giềng thân thương của họ.

Đại Diện Thích đứng nhìn Thể, đi với em trai Tý cho tới khuất bóng mới chịu ngưng... Ông nhìn Thể dửng dưng, nhưng ông như người mất hồn... Rồi Đại diện Thích bỗng đăm chiêu, và rồi lại cười thích một mình trong nhiều hảo ý. Tất cả nơi chợ nghèo, nhưng có vẻ sầm uất vào xuân, điều vô nghĩa với ông Thích. Đại Diện Thích giờ này, chỉ thấy một hình bóng Thể lởn vởn trước mắt ông mà thôi...

**

Ăn tết chỉ mới hai ngày. Hôm đó Thể giặt đồ bên giếng, bên một cái suối nhỏ sau nhà. Tý đến nói với chị:

- Chị hai ơi ông Thích muốn lấy chị làm vợ đó.

- Ông ta có vợ rồi mà!

- Hội đồng hay Đại Diện có chức lớn, lấy ai thêm hổng được chị?

- Lạy trời ông Thích đừng nghĩ đến tôi.

Thể nói và bỗng dưng lòng buồn nhớ đến Tùng lạ lùng...

Rồi một hôm khác gần đó tiếp theo, mẹ nàng nhìn đứa con gái mới lớn xinh đẹp, ăn mặc cũng xinh xắn, diện mạo thật càng duyên dáng, dễ thương. Người mẹ bảo:

- Con ơi Đại Diện Thích muốn lấy con làm vợ Thể ơi.

- Làm sao được hã má. Ông có vợ rồi mà.

- Nhưng con không lấy, ổng làm khó khăn cho gia đình mình, phiền lắm.

- Nhưng mà con không chịu đâu. Con không yêu ổng?

- Má không biết sao đây, má lo quá.

- Con không chịu lấy ổng đâu má, con đã có người yêu ngoài Tây Sơn Bình Định rồi.

- Má có nghe Tý nói với ba má như thế. Song ông Thích muốn là trời muốn đó con. Thôi thì con ưng đi...

- Không được đâu má. Con không chịu đâu!

- Ông Thích muốn là trời muốn đó con. Má nhắc lại.

- Ai biểu ba đi quét vôi cho nhà mẹ vợ ổng chi. Nên ổng thấy con.

- Ông đi săn gái rồi cũng gặp con thôi. Đổ thừa chi con.

Thế là Mỹ Thể bỗng dưng khóc hụ hụ vì nàng nghe

hung tin... Tý nói rồi, nay ba mẹ nói nữa, nàng phải ưng Hội đồng- Đại Diện Thích. Ôi cái người nàng có yêu bao giờ đâu mà lấy. Còn đương khi là nàng, đang có người yêu mới về đất Tây Sơn ăn tết chưa vô kia...

CHƯƠNG 7

Chuyện đời thật bể dâu. Hay chuyện đời luôn bất ngờ, không ai tính trước được. Mới đó mà một tháng Mỹ Thể phải ưng lấy Đại Diện Thích. Thể đang ở trong căn nhà đầy lý tưởng khá sang trọng mà Đại Diện đã mua cho cô. Khi cha mẹ vì thời cuộc, ép gả cuộc tình duyên không cân xứng cho nàng với Đại Diện Thích. Vì Đại Diện Thích dùng quyền thế trói buộc "cha mẹ vợ" phải vui chấp nhận điều khoản mình. Thể lấy Thích, làm vợ ông Đại Diện quyền tước. Cô làm cô dâu, như ngoài một giấc mộng sét đánh... Tiếng khóc hơn là tiếng cười...

Cô đang buồn và nhớ đến người trai tên Tùng thật nhiều. Cô phản bội chàng, nhưng làm sao khác hơn khi Đại Diện ức chế. Và tại sao trên hai tháng chàng không vào Châu Đốc nhỉ? Hay là chàng gạt mình cũng có người yêu trước rồi... Hóa ra mình yêu vô duyên, và đáng trách hơn nữa...?

Nàng tự bảo rằng: Thôi không sao, đằng nào nàng cũng đã lấy chồng. Nhưng vì cớ gì trong tình yêu sâu thẳm nàng vẫn dành cho chàng kỳ lạ. Nàng khó quên Tùng! Nào nàng có thể quên được chàng? Mỹ Thể đang ủ rũ nhìn những cánh hoa thủy tiên nơi gần hồ nhỏ, bên những chậu thủy tinh chưng đẹp. Mà nghe lòng mình tan nát. Thì chồng nàng - Đại Diện Thích đi làm vừa về. Hắn hỏi lanh lẹ:

- Em vẫn mạnh và vui phải không em Thể?

Nàng làm thinh không trả lời.

Ông hỏi thêm lần nữa:

- Em vẫn mạnh và vui phải không em Thể?

- Em mạnh nhưng không vui. Vì em chẳng yêu anh, nhưng lấy anh... Vì anh khống chế cha mẹ Thể, làm cha mẹ Thể phải khuyên nhủ, và Thể phải thương cha mẹ...

- Ối chuyện đó là nhỏ xíu hết. Anh muốn nói... Anh đã

có vợ trước kia, nhưng em có dinh cơ riêng. Đó là tình yêu anh dành cho em? Quần áo, nhà cửa, tiền bạc, cả yêu dấu thật nhiều... Ha ha.

- Em không bao giờ đòi hỏi chuyện đó. Nếu anh giàu anh hãy giúp người nghèo khó, xây trường học, giảm thuế cho nông dân, cho người già thiếu thốn, quà cáp cho họ còn hơn.

- Ái chà chà. Cô học ở đâu những câu nói thông minh mà móc họng đó.

- Tôi chả học đâu, học ở trong tâm hồn tôi thôi. Mỹ Thể nói và nhìn cảnh vật một cách lơ đễnh.

- Hừ khá lắm, nhưng vào phòng chúng ta nghỉ ngơi em!

Mỹ Thể chưa đi, thoáng đứng nhìn. Nàng nhìn hàng cây, cảnh vật cô mơ màng tự hỏi "Vũ trụ ơi, thật tội nghiệp cho ta quá nhỉ? Ta có gì bí mật và biến thiên nơi này... Tại sao ta phải sống không cùng ước vọng nơi lòng? Và trời ơi cha mẹ sinh ra ta để làm gì?" Sao đời ta hân hạnh đâu không thấy, mà là thấy sự bất hạnh như đang gối đầu, trải dài gót đi...

Thì đương lúc Đại Diện Thích mau chóng bồng cô gọn đi vào, đặt lên giường và miệng không ngớt hô hoán:

- Mỹ Thể là của anh, anh yêu em, tất cả em là của anh. Em là nàng tiên bé bỏng của anh. Đôi tay em là đôi tay vàng của anh. Đôi mắt em là ngọc tinh thể của anh. Đôi chân em là trầm là quế của anh... Và Đại Diện Thích cưng yêu sờ sẫm, mau lẹ vội vàng lột tháo quần áo đồ cô, để ái ân... Đại Diện vẫn tiếp tục vui sướng bảo:

- Em đã làm cho anh ngây ngất. Để tình yêu chúng ta sống với nhau đi em. Hãy nói với anh, yêu anh đi em, hãy để cho vũ trụ kia tan chảy. Và hãy để cho đôi trái tim ta ấm nồng cực điểm... Hãy để cho đôi ta cùng ái ân như sơn cùng thủy tận, đi em nhé em. Mỹ Thể của anh yêu... Mỹ Thể ơi một ngôi sao sắc đẹp... Anh yêu vì em... Anh chết vì em...

Những lời ngọt ngào đó, cô nghe mà phải chống đối nó, gạt bỏ nó. Nhưng Thể miễn cưỡng rụt rè, tang thương, oán hận ai. Và ai đã chiếm đoạt thân thể cô? Bỗng dưng điều gì làm mơ hồ, Mỹ Thể lại nhớ đến Tùng tột cùng, và cô gái tên Mỹ Thể đó, cứ tưởng như đây là Tùng chăng? Nàng tâm tư lãng mạn chợt về, Thể trở nên say đắm huyền hoặc cùng ông... Tâm hồn cô thánh thiện, song cô vẫn là một nhục thể, một cô gái mới lớn với hoài vọng ấp ủ như người mình yêu, và được yêu... Nàng như thấy thân thể đó, lại gợi tình cho nàng như là Tùng vậy... Nàng đã sai chăng? Nhưng nàng vẫn là một cô bé, một cô nhóc yếu đuối nhưng đa cảm, và trái tim nóng bỏng của đam mê thân xác - Với định mệnh rào buộc nàng như ngã quỵ bất ngờ, nàng đã không thể từ chối, quay lưng bên một người, dù sự thật không yêu...

CHƯƠNG 8

Vợ Thích, Hiền cô đi xem hội lễ chùa Bà Chúa Xứ Châu Đốc. Một lễ hội rất lớn, tưng bừng và trang nghiêm của xứ sở Châu Đốc. Bà con ăn mừng lớn nơi đây, có múa hát, đờn ca, sáo thổi rất vui nhộn. Xong lễ, nàng đi từng bước vào một nơi, để nói với người nghệ sĩ mù đàn kìm. Anh trạc độ tuổi của 28 hoặc 30 xuân xanh.

- Tôi yêu... Anh có vợ chưa? Tôi muốn làm vợ anh nâng khăn sửa túi cho anh được không? Hỡi anh nhạc sĩ mù lòa.

Nghe tiếng nói một phụ nữ như chân thành trao về anh. Nhạc sĩ Thế Kiệt vẫn điềm đạm khiêm nhã:

- Tôi thật sự chưa vợ không con. Nhưng tôi mù lòa. Tôi mượn tiếng đờn cho đi lời ca tiếng hát. Cô ưng tôi làm gì cho khổ lắm, khổ thân cô...

- Tôi chấp nhận mà! Nếu ông chưa vợ tôi sẵn sàng nối gót theo ông, theo anh...

- Tôi không thấy được cô, nhưng nghe giọng nói cô sang trọng, trâm anh lắm. Lẽ nào cô đùa với tôi chi vậy cô ơi?

Nhạc sĩ Thế Kiệt như làm bộ hỏi. Song anh cũng muốn dò la đâu là sự thật nơi nàng?

- Không, tôi nghĩ đến ông và quyết định yêu ông, lấy ông làm chồng. Chỉ duy một điều... Nàng nghẹn lại không nói.

Nhạc sĩ mù Thế Kiệt toan hỏi thêm:

- Điều kiện gì, tôi không dám ưng cô đâu. Nhưng cô có thể chia sẻ tôi nghe. Cô hãy nói đi.

- Thật sự tôi đã có chồng.

- Trời ơi. Cô có chồng sao lại còn muốn ưng tôi?

- Tôi thành thật với ông... Tôi ưng Đại Diện Thích, nhưng ông ta đã có vợ thêm, thành ra tôi muốn ra đi...

- Thì ra là như vậy. Mà Đại Diện sẽ giết tôi? Cám ơn cô có lòng nghĩ đến kẻ hèn mọn. Nhưng...

- Tôi yêu ông chân thành. Vì tiếng đờn ông đã làm rung cảm lòng tôi lắm. Và tình yêu tôi đã hết khi Đại Diện Thích lấy vợ thứ hai. Một cô gái trẻ măng, được ví như miệng còn thơm sữa... Khi tôi ở với ông ta chưa được ba năm. Tôi sẽ yêu một người mù để mãi mãi tôi là của ông!

Nàng xúc động khi nói câu đó.

- Nàng chắc đẹp lắm. Nghe giọng nàng thiết tha và trung hậu quá! Tôi chỉ sợ đời tôi mãi cô liêu... Khi mà cô sẽ liều, và chúng ta đã liều...

- Anh ơi, nè ông ơi có thể lại gần đây. Tôi dìu ông, ông có thể thấy được chiều cao tôi, ông có thể sờ vào mắt mũi tôi. Tôi không đẹp lắm, song không tệ đâu. Ông chịu lấy tôi đi!

- Cô đẹp chứ. Vợ của Đại Diện quyền tước mà.

- Tôi ở với ông ấy ba năm chưa có con, và ông Thích coi như phế truất tôi. Tôi nhắc lại để ông hiểu vì lý do đó tôi ra đi... Và tôi muốn lấy ông làm chồng. Một tình yêu còn lại nơi tôi...

- Tôi chân tình cám ơn cô, song tôi thật sự sợ Đại Diện!

- Ông ta có quyền tự do. Tôi cũng thèm quyền tự do. Quan trọng là tôi yêu ông, yêu anh, muốn cùng anh thôi. Anh đừng lo lắng về chuyện gì nữa của quá khứ, của dĩ vãng...

Người nhạc sĩ mù nghe lòng hồi hộp, và con tim nóng ran! Giọng anh như muốn co líu không nói được nữa.

Hiền nhìn người nhạc sĩ mù đôi mắt, nhưng có chiếc mũi cân đối, đẹp sắc sảo làm sao. Tướng tá anh nhìn cũng lịch lãm phong độ, hiền lành... Cô thật lòng cảm động! Nhưng cái mà cô yêu là tiếng đàn với thân phận ông. Chứ không phải ở chỗ đó, nơi ông đẹp trai, hay điển trai đâu?

CHƯƠNG 9

Tại một dinh ngơi của Hiền khá sang không thua gì nơi của Thể. Chỉ là nhà cũ hơn chút thôi.

Nàng chân thành thưa với chồng Thích:

- Anh đã có người nâng khăn sửa túi. Anh có vợ mới. Xin anh cho tôi ra đi nhé. Tôi muốn tìm cuộc sống riêng tôi.

- Cô đã tư tình với ai chứ?

- Tôi đã yêu một người khác ngoài anh.

- Tại sao là như thế. Cô là gái có chồng? Thật tôi không thể ngờ được như vậy? Tôi tôi...

- Tình yêu là sự tự do chọn lựa, là tiếng nói con tim. Hơn nữa anh có yêu gì tôi đâu? Sao anh nỡ bắt buộc tôi phải yêu anh! Và phải trung thành chứ? Anh đã tán tận lương tâm, và anh quá quắt với những phụ nữ như tôi...

- Không nói nhiều. Cô nên biết: Xuất giá tòng phu, xuất gia tòng phụ.

- Câu nói đó xưa lắm rồi không thể được, thật là bất công. Và hơn nữa tôi đã thấy hết yêu anh rồi, anh giữ chân tôi làm chi? Cho chúng ta mang nhiều đau khổ... Ông muốn tìm đến chân trời lạ, sao ông không cho tôi biết một ánh sáng tinh nguyên. Tại sao ông lại hà khắc người khác, họ muốn tìm đến chân trời mới hơn mà.

- Ôi chao sử dụng văn chương ước lệ để thâu phục tôi há? Không có đâu, không được đâu? Tôi sẽ cạo đầu cô ngay bây giờ, vì tội phản bội chồng lúc... Ngay khi họ còn sống. Đừng ở đó ăn nói lung tung nha.

- Đàn ông các anh luôn có lòng tham lam độc ác, và nhẫn tâm, chỉ nghĩ cho mình. Mà các anh... Không chịu hiểu những trái tim rỉ máu của phụ nữ vì ái tình...

- Tôi bảo cô im đi có được không?

- Không im. Phụ nữ thời mới hơn, phải biết đưa ra

những quan diểm của mình. Đàn ông các anh muốn đàn áp tư tưởng phụ nữ, và luôn muốn cả quyền với phụ nữ.

- Toàn là đi thâu lượm những sai quấy, ăn nói mà không biết nhục nhã.

- Làm sao mà tôi ăn nói nhục nhã kia chứ. Đó là những thứ tôi cần nói để ông nghe, và trở nên chân lý hết.

- Thôi thôi cô đã đưa vào đầu óc nhiều thứ để hư. Nhưng cô nên biết tôi có quyền đối với cô tất cả. Liệu hồn đó mà phát biểu. Cô không thể vượt qua rào cản nơi tôi được nhé. Cô nên nhớ là như vậy, tôi xin nhắc lại...

Sau đó Đại Diện đánh vợ, cạo trọc đầu vợ, vì anh nghi ngờ vợ anh đã ngoại tình.

Buộc thế. Hiền buồn lắm, chán đời đau đớn. Hiền vào cửa Phật nương nhờ. Hiền chẳng biết tìm đâu niềm tin nơi lòng duy nhất nữa... Nàng như muốn tìm quên trong cửa Phật Đà. Nàng phải cố tình quên cha mẹ, và nàng cũng không còn muốn nhớ người thân nào, nàng từng quen biết họ... Thật là thảm cảnh đau lòng của con người, ở chốn thế gian...

Mỹ Thể nghe sự việc đã xảy ra, cô buồn lắm. Mỹ Thể cố tìm cơ hội đến thăm Hiền. Hiền không còn ở trong ngôi nhà mình. Mà chỉ trong một ngôi chùa MĐQ của Châu Đốc, không xa, cũng không gần nhà cô. Nhưng Mỹ Thể thân hành viếng thăm nơi ấy, xin gặp được người phụ nữ còn trẻ tên Hiền. Nàng tha thiết gặp, và được thỉnh cầu như ý mình mong. Thế rồi Thể được gặp gỡ người đàn bà này.

Hai người gặp nhau như giấc mộng đêm thu... Mà chính họ gặp nhau vào sáng, của một ngày thời tiết đang đi vào hạ... Cô gái Mỹ Thể nhìn Hiền nói như khóc:

- Thưa chị em là Thể đây. Chị Hiền hiểu cho em những ngày đã qua... Nhưng mai mốt em đi rồi, chị cứ về bên anh mà sống. Em không thể cướp tình yêu của ai đâu. Chúng ta là phụ nữ với nhau.

- Cám ơn em đã biết những điều khác thường ở cô gái còn quá trẻ, làm chị cảm động.

- Dạ thưa chị Hiền. Hơn nữa em đã có người yêu. Em theo anh ấy ra quê đất Quy mà sống, em sẽ ra nơi Tây Sơn. Em sẽ rời khỏi đất nơi này thôi. Thể không thể lấy một người em không yêu, một đàn ông khi có vợ. Điều này thật là quá bất công cho em và cả chị... Cá nhân Thể vô cùng đau lòng chị ơi...

Để cho Mỹ Thể nói hết một hơi. Hiền từ tốn mà rằng:

- Chị cám ơn em lần nữa nha. Thể em có một tâm hồn đẹp, băng trinh. Mà riêng chị đi tu rồi, và Đại Diện không cho em thoát đâu?

- Em sẽ bất chấp dù chết sống thế nào, em cũng ra đi. Hoa thắm rồi tàn, sắc đẹp nào không nở, rồi phai... Tình yêu nào cũng rực rỡ buổi đầu hôm... Hôm nay Đại Diện bỏ chị mê em, nhưng ngày nào Đại Diện sẽ có hình bóng mới bỏ em. Con người như thế em không yêu được?

Hiền cười nụ hiền lành, rồi ung dung bảo với Mỹ Thể:

- Em còn nhỏ tuổi, mà suy nghĩ như người trưởng thành. Có tấm lòng tốt. Chị xin phục em, cám ơn em nhiều lắm Thể à. Nhưng mà...

Mỹ Thể giựt nói cho hết ý nơi mình:

- Đàn ông có một số rất tàn nhẫn và tham lam, nhất là người có chức tước. Em thù họ... chị Hiền ơi. Tại sao họ lại sống như vậy?

- Đừng nói thế em. Đại Diện nghe được sẽ giận em. Sẽ giết cả chị. Vì hắn tưởng chị mua chuộc bày em, lung lạc em!

- Em không sợ ai đâu.

- Chị thương em lắm, em trong sạch lắm đáng quý, đáng yêu lắm Thể ơi! Người nhỏ tuổi mà như thế ít có đời nay! Có tính cũng không đầy trên đầu ngón tay của một tỉnh. Một cuộc đời tranh danh và đoạt lợi đang như diễn ra em... Họ không cần muốn duy trì đạo đức, và sống cho lẽ phải nữa đâu em. Em biết không?

- Dạ biết. Chị em mình phải làm sao hở chị?

- Thể ơi... Dù rằng thế nào đi nữa. Chị luôn luôn thương và nghĩ hình bóng em đến đây với những câu nói như đã an ủi linh hồn chị.

Thể xúc động trước câu nói của Hiền. Nàng không nói được gì, hai con mắt Thể lại chảy nước mắt ứa lệ ra, rưng rưng.

Hiền muốn tâm sự thêm:

- Cám ơn em lần nữa, vì em có cảm nghĩ sâu sắc, có lòng thương phụ nữ bao la. Nhưng chị chọn không về đâu Thể à!

- Nếu chị không về, em cũng ra đi mà chị Hiền...

- Tùy em tính thôi. Còn chị có lẽ chị không về đâu. Em Thể ạ...

CHƯƠNG 10

Tùng trở lại Miền Nam Châu Đốc một ngày. Thể đã bỏ nhà đi theo anh. Cô về tận xa Quy Nhơn – Đất Tây Sơn Bình Định. Ba má anh nhà cũng nghèo, nhưng ba Bách giữ gia phong, sợ thiên hạ khen chê. Nên ông không chấp nhận Thể. Má và ba của Tùng gây ra một sự cãi vã lớn. Song vốn yêu chồng theo truyền thống, nên bà Lành nhường cho ông Bách thắng. Bà Lành, tức là má Tùng thương anh và Mỹ Thể, nên đem gởi hai đứa về tá túc với bà ngoại đơn chiếc, cách đó hai thôn. Đi bộ chừng năm cây số, so với nhà của ba má Tùng đến.

Tại nhà ngoại anh đang cùng Thể thổi cơm cho ngoại. Đúng hơn là anh đang ở bếp. Còn ngoại chỉ Thể chầm nón.

Ngoại đang ngồi trên chiếc giường tre gần đó bảo:

- Dễ lắm con. Không có gì khó cả, chỉ là chăm chỉ, siêng sắng, khéo léo tý sẽ làm được ngay.

- Dạ con sẽ làm nhờ ngoại chỉ dạy thôi. Mong ngoại thương con là được rồi. Thể trả lời và nàng ngồi trên một chiếc chiếu hoa đẹp mới, tuy rẻ tiền, mà thật ra ngoại cũng mới mua đây thôi. Song được lót trải trên nền gạch nung khi làm. Lại thêm có cái đòn nhỏ để lên trên như được kê cao hơn, nó tạo lấy thế mạnh, khi tay chân họ với nhu cầu công việc đan đát.

Ngoại đảo mắt nhìn cái chong mày sắc nét nơi Thể màu xanh đen đậm đẹp, và gương mặt sáng sủa của Thể, bà lại nói:

- Con gái Nam bộ sung sướng, sợ con không chịu cực như ở đây nổi.

- Con cũng không sung sướng gì đâu, nhà nghèo thì ở đâu cũng khổ hết ngoại. Vả lại làm lụng, con gái ở đâu vẫn cần chăm chỉ là tốt mà ngoại!

- Nói vậy ngoại mừng lắm. Phước cho thằng Tùng quá nhưng ba nó lão Bách khó ghê!

Thể im lặng hai mắt cô ngấn lệ, rồi nhìn xuống bếp Tùng đang nấu cơm thay mình, anh nấu canh dền với tép khô, anh đổ trứng chiên, xắt rau ngò hành bỏ vào, có tiêu bột rắc thêm thơm phức, anh có xào mực nang thơm nữa v.v... Vừa lúc anh nhìn lên thấy đôi mắt Thể. Đôi mắt như mời gọi tình yêu anh khó cưỡng... Tùng lại đi nhanh lên nơi nàng và ngoại. Anh hôn lên tóc nàng và cầm đôi tay Thể hôn nhẹ một chút, thỏ thẻ rằng:

- "Anh yêu em nhiều lắm. Em biết không, anh không bao giờ muốn xa em...?"

Nàng gật đầu thế cho câu nói mình. Tùng hiểu nàng. Anh trở vào bếp...

Tùng yêu Thể tha thiết hơn ở nơi đây. Dầu Thể hay buồn đôi khi ít nói.

Tùng chỉ cho người yêu Thể làm nón, đan những chiếc chiếu thường thay cho ngoại những lúc rảnh. (Chiếu thường ở đây là chỉ về những chiếc chiếu mỏng, sớ to lồ lộ không hoa màu sắc chi cả, và độ bền cũng không kéo xa lâu dài. (Ở đây đan nón là chính, nghề làm chiếu thì phụ hơn, vì sản phẩm vật liệu mua cho một chiếc chiếu thường cũng đắc hơn và làm cũng khá thời gian hơn, người già dễ mỏi lưng hơn. Lâu lâu ngoại mới thích đan một hai cái thôi.) Theo những thủ tục cơ bản nghề dân làng, ngoài việc làm ruộng nương, khi hết mùa của họ, hoặc những ngày có vẻ rảnh rỗi thanh nhàn chút, họ sẽ làm nghề thủ công dặm vào. Anh thật tình lành nghề này từ nhỏ cơ mà... Đôi lúc hai đứa nấu cơm, đôi lúc anh nấu cơm và để cho ngoại vừa nói chuyện vừa chỉ Thể làm nón, chằm nón quê hương mình. Ngoại có vẻ yêu thích Thể rất nhiều. Thỉnh thoảng ngoại có những câu hò xứ Nẫu:

"Chiều chiều lại nhớ chiều chiều/ Trăm mối phải gỡ trăm điều phải mang/ Chiều chiều lại nhớ chiều chiều/ Nhớ người quân tử khăn điều vắt vai...

Đêm nay nghĩa gặp tình nồng/ Tuy rằng ngắn ngủi nhưng lòng không phai lòng/ Dẫu rằng muôn dặm sơn khê/ Nếu kim xuyến mất/ Nghĩa phu thê ta khó thành...?

Em nguyền giữ chữ tóc tơ/ Dẫu ngăn sông núi cách vẫn chờ đợi ai. Ôi vẫn chờ đợi ai, ý mà vẫn chờ đợi ai...

Dẫu mà bạc đầu nhớ thở tóc mai/ Xin chàng ghi dạ, xin chớ ai ngại ngần? Xin chớ ai ngại ngần...

Mỹ Thể nghe rất là lạ, điệu lả lướt hay, ý tứ bóng bẩy, một vẻ khang khác...

**

Nơi một nhà kia bà con với anh xa xa. Họ đang chầm nón nói xấu Thể. Bàn tán về Thể. (Phượng là bà con với anh. Loan là bạn bè cùng xóm với Phượng tới chầm nón chung cho vui để nói chuyện.) Loan bảo:

- Trời ơi tưởng sao đâu lấy gái đã có chồng, là Tùng nè.

Phượng tiếp lời:

- Có sao đâu, yêu thì lấy mà!

- Loan khắc khe:

- Thứ quân cướp chồng, giựt vợ người ta. Rồi theo trai đàng nào cũng là gái hư hỏng.

- Yêu Tùng lắm mới gan chứ mày? Với lại nghe đâu người ta nói Đại Diện gì đó ép nó, để lấy nó, chứ nó đâu chịu ông ta! Sao mày nói lời gian ác cho nó vậy.

- Hứ mày nghe nhầm đó. Mà mầy có thấy Thể đẹp hơn gì gái ở đây đâu?

- Đẹp chứ. Quá đẹp gái Hậu Giang, gái Cần Thơ, gái Châu Đốc gái Nha Mân nổi tiếng mà.

- Cóc cơ. Tiếng vậy thôi mẹ ơi!

- Đẹp thiệt mà. Hi hi.

- Thôi lo chầm nón đi, coi chừng nó về đây chầm nón đẹp nhất làng nữa đó!

- Mày kỳ thiệt, ích kỷ vừa vừa, nó chằm giỏi cũng tốt mà.

- Hứ mày binh ngoại lai.

- Trong cùng nước có gì ngoại lai chi mẹ. Hay mầy thầm yêu Tùng quá rồi?

- Tùng có chịu yêu tao đâu?

- Biết vậy thì đừng ganh.

- Hứ! Người trong nhà bè bạn không binh, binh người dưng là mày đó, con quỷ Phượng này!

- Hi hi. Ai biểu mày yêu đơn phương thì khổ ráng chịu.

- Im đi chằm nón đi, tao không thích nói nữa.

- Ừa tao im.

Phượng im. Loan im song cả hai đứa lại cười. Như mỗi đứa đều thấy sự vô lý của mình. Rồi nhác thấy Tùng dắt Thể đi gánh nước cho ngoại. Hai đứa lại bỏ chằm nón ngang tay, để đi rình xem thêm mặt mày Thể... Vì nhà ngoại Tùng sống trong cùng xóm Phượng, Loan. Và cái giếng dùng chung, nằm trước ngôi nhà Phượng. Loan nói thế cho sướng miệng khi chê. Nhưng rõ ràng là Mỹ Thể rất đẹp, lại có khuôn mặt đẹp hiền như trăng rằm, thơ ngây khó ai sánh kịp!

CHƯƠNG 11

Đại Diện làm khó dễ nhốt cùm hai vợ chồng Ba Thế. Bỏ đói, bỏ khát mấy ngày. Hòng áp lực cho Thể thương cha mẹ, cô phải quay về... Tý giận Thích, và thương ba mẹ mình, làm đơn kiện đến sở pháp lý. Người ta xét và cho hai ông bà ra khỏi chỗ giam giữ, nhốt còng... Trông thật là tội nghiệp, họ chẳng có gian xảo phạm pháp mà phải ở tù giam. Vì luật pháp nằm trong tay kẻ thống trị và có quyền, nhưng đôi lúc không phải những người dân khôn ngoan, hiểu biết đã hết lối để đi...

Đại Diện tức cậu Tý, người em vợ này, đã làm đơn đưa cha mẹ vợ về được, nên hầm hực ruột gan, chờ cơ hội gặp Tý trả đũa. Hôm đó để tránh cha mẹ vợ nơi nhà. Ông tìm gặp Tý nơi vườn cũ. Ông la to:

- Tý mày khá lắm, kiện cáo cho ba má ra được theo hình

phạt. Nhưng tao không mất chức đâu. Mày phải kiếm chị hai mày về, không thì tao không cho ba má mầy yên vị nha? Tao ra thông cáo bắt bỏ tù hết vì tao còn nhiều cách.

Im một khắc để dưỡng hơi, ông nói tiếp:

- Không ghét gì ba mẹ vợ, nhưng buộc thế. Tao không muốn mất Thể. Chỉ vì muốn Mỹ Thể về với tao. Đừng hòng quá quắt nha cậu trai...

- Ông chạy ra Trung mà tìm chị Thể đi? Tý đã lịch sự đứng trầm ngâm nghe, giờ đã trả lời vậy.

- Được tao sẽ cử lính đi mày đừng lo.

Tý lại sôi nổi bảo:

- Ông vô duyên lắm, giỏi thì tìm đi. Chị hai tôi không thích ông, bỏ ông đi là quyền chị. Tôi không có can hệ chi chuyện ấy. Cả cha mẹ tôi cũng không can hệ chi việc này! Thấy ba má bị tống nhốt oan. Nên tôi phải làm.

- Mày cũng khôn đó. Nhưng oan cho cha mẹ, rồi có oan cho tao không? Tý nghĩ đi.

- Không oan gì cho anh cả.

- Hứm vậy mày không biết gì tình yêu tao dành cho Thể.

- Biết, không biết thì sao?

- Mày nên biết tao vẫn là anh rể của mày.

- Chuyện đó tôi không coi quan trọng trong lòng tôi nữa.

- Hừm Tý, mày nhóc con mà muốn lý luận dại hã mày. Tao không để cho chị hai mày thắng, mày thắng, và ba má mày yên đâu. Tao nhất định báo cho mày rõ. Con người tao hiền, và ác gang tấc đó.

Những lời ăn tiếng nói của Thích nghe không lọt lỗ tai. Nên Tý đã không còn nể chi ông anh rể Thích. Song Tý cũng không nhiều lời, chỉ nói bấy nhiêu. Rồi anh cứ nhìn Đại Diện Thích đăm đăm mà thôi.

- Mày cứ già mồm thằng nhóc. Tao bóp này ra nước đó. Thích như lấy sức tàn ra hù dọa Tý nhìn mình. Đúng ra Thích vẫn còn phong độ không tệ lắm, nhưng làm sao sánh với sức dẻo dai và sung mãn mới lớn của Tý.

Đại Diện Thích giận quá vào người, thình lình ra oai cung tay đánh Tý. Mà làm sao ông đánh lại Tý nổi? Tý học đã có võ, thêm sức mạnh lanh trí. Tý trẻ tuổi, bé đòn song đánh bại ông thì quá dễ dàng thôi. Thật ra, Tý có chiêu có thể đánh ông Thích chết ngay, vì Tý học được cách điểm huyệt, khóa chân đối phương. Nhưng Tý chẳng không cần, và Tý cũng còn chút lòng nhân... Tý chỉ chống trả để cảnh báo, dằn mặt cho "ông anh rể" biết rõ tay nghề thế võ, và sức mạnh của mình thôi...

CHƯƠNG 12

Trong chùa MĐQ Hiền sử kinh. Rồi Hiền gặp một người tỏ tình yêu cô. Ông ta quốc tịch Mỹ nhưng sang ở Pháp, giờ qua nghiên cứu Văn Hóa Việt, ông đến nghiên cứu chùa chiền vùng Châu Đốc. Ông ta vô tình chạm vào mắt Hiền một người con gái Đông Phương có đôi mắt đẹp nhưng vẻ sầu mang một nỗi buồn vạn cổ... Tuy thế như một luồng điện cảm ứng xa xôi, như trời định đoạt ông lại thương Hiền ngay đôi mắt ấy, mê thích Hiền trong tim mình ngay từ đầu, thuở mà mới gặp sơ khơi... Và ông rung động nhiều, đã phải nài nỉ xin Hiền ra đời để xin cưới nàng làm vợ. Duyên đã nghìn năm hội tụ thì làm sao khác hơn... Tuy thế đối với Hiền luôn chối từ cương quyết, nàng chẳng muốn lập chồng lần thứ hai, nàng chẳng muốn vướng nợ hồng trần thêm chi, nàng sợ thế sự đảo điên, của nghĩa tào khang ân tình chồng vợ v.v...

Song sau ngót nghét hai tháng trôi qua, nàng đã thay đổi, từ cách chối từ, nàng đã động lòng , đến cảm xót quá. Với lời lẽ của chàng không phải như thỏi nam châm, tìm chất hút thích nghi kia. Nhưng rồi Hiền suy nghĩ chàng phảng phất một tâm hồn, một nghị lực khác lạ, yêu những nghịch thứ con người. Tim chàng chứa những giọt máu làm người kỳ vĩ, chàng coi thường bất trắc và gian truân, thông cảm với tình đời, éo le ở người phụ nữ thanh cao nhưng tuyệt vọng. Một người đàn ông quá thanh lịch và văn hóa kia, nàng đã phải rơi vào đồng ý... Như một núi tuyết sạc lở ngổn ngang, giờ mùa xuân chớm về, cảnh trí tươi đẹp mới và khai phóng. Nó như mời gọi hoàn toàn cho cả hai...

Hiền đã ra chùa và sang Mỹ với người đàn ông yêu cô.

**

Tý cũng đã có một kế hoạch mới. Cậu xin phép ba mẹ ra Bình Định Tây Sơn tìm anh chị, nơi nhà bà ngoại Tùng. Tý cho hay:

- Đại Diện tìm cách bắt chị về, rồi sát hại anh Tùng đó.

- Cám ơn em cho hay. Nhưng anh chắc còn lo cho Thể, lo cho tình yêu anh được. Em tin anh đi... Đừng sốt ruột, đừng lo lắng chi em nha.

- Em biết anh yêu chị Mỹ Thể. Song ba má và em không an tâm đâu.

- Anh hứa với em mà. Anh sẽ bảo vệ Mỹ Thể đến cùng, Và tụi anh sẽ tìm cách để sống bên nhau. Đại Diện Thích không thể tách Thể xa anh được.

- Khó lắm anh Tùng. Em không biết anh phải làm sao đây. Ông ta còn nhiều cách để uy hiếp lắm...

- Anh và Mỹ Thể sẽ xa làng trước khi, nếu Đại Diện Thích đến tìm hắn sẽ không thấy. Em hãy vững tin anh nhé. Và Tý về nói lại cho ba má yên tâm hơn nha. Anh xin cúi đầu tạ lỗi vì tình yêu anh với Mỹ Thể, đã làm cho ba má phiền lụy...

- Em hiểu anh. Và chỉ báo tin thôi vì sợ đủ thứ cho anh chị. Nếu anh quyết lòng yêu chị Thể em. Thì Tý này xin đa tạ lòng anh đã nói. Và còn lại mong anh bảo vệ cho chị Thể em được hoàn toàn an lành.

- Anh xin hứa chắc với em thôi. Tùng nói với em trai Tý và nhìn Mỹ Thể người yêu của anh, nhưng coi như đã là vợ anh rồi.

Thể để cho hai anh em họ nói. Giờ cô mới tỏ bày vào:

- Chị tin anh Tùng em à. Và chị chỉ yêu anh thôi. Chị không về Châu Đốc nữa đâu. Mong ba má lượng tình tha cho chị.

- Em hiểu. Chỉ còn mong hai người hạnh phúc. Và anh Tùng không thể rời chị dù nửa bước nha. Em sẽ hạnh phúc lắm, nếu như anh Tùng không quên lời nói của em Tý này.

- Anh sẽ làm được như lời em mong. Hai anh chị xin

cám ơn em có lòng ra báo, cũng là đến viếng thăm anh chị. Anh không biết lời nào để trân trọng em cho đủ hơn.

Tý xúc động không nói gì nữa chỉ gục đầu, rồi ngước lên nhìn ánh mắt đẹp như một vì sao của chị hai Mỹ Thể mình.

Sau mấy hôm thì Tùng, Mỹ Thể tiễn Tý nhiều chặng đường. Trước nhất đến lên ga xe lửa từ Quy Nhơn về Sài Gòn. Qua nhiều chặng nữa, và Tý trở về Châu Đốc... Tý trẻ nên Tý năng nổ, cậu coi như một cuộc tham quan rất thú vị từ Châu Đốc ra Quy Nhơn Bình Định, và đến Tây Sơn rồi được đi ngược về... - Nhưng Đất của xứ sở anh hùng "Nam Kiệt Nữ Kiệt" một thời vang xa cả nước mến yêu...Thật Tý cũng quá thích và ngưỡng mộ.

Phần Tùng một hôm. Tùng nói với ngoại:

- Con sẽ đi vào chiến khu cùng với Thể. Chắc là ở đây không được. Thế nào Đại Diện cũng tìm tới.

- Vô rừng vô núi, làm sao Thể sống nổi Tùng con?

- Tình yêu chúng con vượt lên tất cả. Hy vọng ngoại à.

- Ngoại thương hai con lắm. Nhưng không thể nào cất giấu đâu cho được. Vậy thì đi đâu con cũng nên yêu thương và bảo bọc nó. Trông nó đẹp và hiền ngoại cảm tình lắm.

- Dạ ngoại đừng lo. Con nguyện chăm sóc người con yêu như ngoại mong.

- Vậy nghen con. Ở đời cần chữ đức trên tất cả. Ngoại chỉ muốn thế.

- Dạ con hiểu. Thưa ngoại.

CHƯƠNG 13

Họ đã đi vào chiến khu. Họ ở trong một cái lán của chiến khu. Chiến khu thì kêu cho oai vậy thôi. Chứ có lán chiến khu có hình thức súng ống vũ trang, chứ có lán chiến khu toàn là dân sự ở nhờ, gồm nhiều thành phần. Thành phần của những con người đối lập với chính quyền, thành phần đòi lại những yêu sách mới phù hợp cho họ hơn; Giảm thuế, giảm nợ, ưu đãi hợp đồng. Có cả thành phần bất mãn những chủ cường hào ác bá hung tần, họ đánh nhau rồi chạy trốn. Thỉnh thoảng có thành phần yêu nhau muốn thoát ly ràng buộc gia đình, và đi bảo vệ hạnh phúc lứa đôi họ, cá nhân họ. Họ mượn mảnh đất chiến khu sống qua thời gian tạm... Là Tùng và Thể đây.

Một hôm Thể nói với Tùng:

- Hình như em đã mang thai anh ơi?

- Có thật như thế không em? Chàng hồi hộp, nửa mừng rỡ.

- Nhưng em buồn, sợ không phải thai con của anh, mà nếu như thai của Đại Diện Thích thì anh tính sao?

Thể nói và đau khổ tột cùng ở đôi mắt nàng.

- Không sao? Anh thương nếu là con của Đại Diện Thích cũng vậy thôi em. Sau này em sinh cho anh nhiều đứa khác con anh, vẫn được mà em Thể.

- Em thật có lỗi với anh, anh Tùng.

Tâm hồn em đẹp lắm. Đó chỉ là hoàn cảnh bắt buộc. Vả lại em đã kể, em vì nhớ thương anh nên em... Anh hiểu và yêu tâm hồn em nhiều hơn. Anh thông cảm được. Em đừng nhọc lòng suy nghĩ chi, mà mất sức khỏe em à. Hãy vui lên, đón nhận cuộc sống bên anh...

Ở chiến khu. Sau đó năm tháng Thể sanh con.

Cuộc sống rừng núi khắc khổ cơm gạo muối mòng, nàng không chịu nổi, nàng đã yếu đuối ngã bịnh và chết sau hai tháng sinh, để lại đứa con cho Tùng. Và nàng đặt tên cho nó lấy họ của Tùng, nối đuôi tên Tùng - Là Bùi Tùng Sơn. (Anh chấp nhận, từ lúc sau khi Sơn mới lọt lòng Thể.) Nỗi mừng rỡ lớn của anh khi Thể sinh con không bao lâu, thì chàng phải buồn khóc lúc Thể qua đời trên đôi tay anh... Ông trời đã không thương bất công, và để lại thật oái ăm cho anh nhiều nỗi buồn, nhiều thứ...

Tùng nuôi bé khó khăn quá, Tùng quan ngại, dù có bao người chung quanh giúp đỡ sữa bột, tả lót phụ giúp anh, Nhưng Tùng lo sợ Sơn chết đi nữa, thì là một điều đáng tiếc hơn nữa... Thế nên sau đó anh tạm cho một người nuôi hộ, theo sự giới thiệu, vì anh còn ở trong rừng theo chiến khu... Nơi này khí hậu và môi trường rất khắc nghiệt, có vẻ thách đố anh quá, làm sao anh giữ nó lại bên mình cho vẹn toàn, cho thằng bé cười vui trong cuộc sống, để lớn lên đây! Thế rồi anh phải chịu rời Sơn. Có nhiều đêm anh nằm lại nghĩ, thương Sơn lắm, giờ thằng bé đã vụt xa tầm tay anh, nó đã về một phương trời khác. Ở đây dẫu có mấy chị phụ nữ kinh nghiệm, cũng biết nuôi con trẻ, họ đã ra tay đỡ đần Tùng , giúp Tùng khi lúng túng, hoặc chưa có đủ khả năng làm cha lúc thay mẹ, nhưng có lẽ nó đã không đủ an toàn cho bé Sơn. Anh đành rằng, thay đổi chiến thuật, lực bất tòng tâm vậy thôi.

Thằng bé Bùi Tùng Sơn lớn lên cùng một gia đình tại đất Hải Phòng. Và họ xuất ngoại vì một lý do kinh tế khác.

Lớn lên tại Mỹ. Sơn được ăn học, rồi trở thành nhà business tài giỏi có bằng trường danh tiếng tại New York. Nên nhận làm việc cho một công ty dưới sự điều khiển Manager K.Thy. Anh được phóng vấn- Interview đậu, được bổ nhiệm làm việc, trợ lý giám đốc trông coi toàn cuộc về kế hoạch công ty bà Hiền - Một công ty chế biến thực phẩm chay lớn – (Vegetarian Food.) Nghĩa là chế biến rau cải và trái cây, để được đóng hộp bàng máy móc công nghệ. Thỉnh thoảng cũng có chế biến nước Juice theo đơn đặt hàng của các công ty nhỏ. Hoặc định kỳ theo quý, theo đợt... Mà bà Hiền ưa thích.

Một hôm bà Hiền gặp Sơn thì ngạc nhiên hỏi:

- Sơn là người VN. Mẹ Sơn là người Việt Nam tên là Lê Thị Mỹ Thể, tôi thấy trong nguyên đơn về information như thế phải không?

- Dạ. Thưa bà...

- Ba tên là Bùi Đức Tùng?

- Vâng. Đó là cha mẹ đẻ của Sơn này.

- Vì lai lịch cần ghi rõ hiện hành cụ thể. Nếu mình có cha mẹ ruột hoặc nuôi, để tránh những chuyện tranh đoạt, hay quan hệ sai lầm của chung giòng máu, nơi của những nước tiến bộ khoa học, họ tuy vậy, mà có cách nhìn xa, cần xét kỹ. Họ để phải tránh những điều phiền toái không ngờ... Họ chỉ xét kỹ về nguồn gốc cha mẹ thôi, là để ngăn chận những sai lầm đáng tiếc xảy ra vậy.

Bà Hiền nói một hơi dài và đưa mắt nhìn Sơn, bà không biết Sơn hiểu bao nhiêu phần trăm ý lời bà nói. Nhưng bà vẫn muốn trút hết tâm tư khi bà đã hiểu lấy những luật lệ.

- Xin thành thật biết ơn. Sơn nói và mỉm cười vui vẻ.

- Ồ thì ra cháu là con ruột của người tôi quen biết.

- Thưa bà... Có thật không?

- Cậu nên tin đi. Việc này tôi đâu đặt ra để nói đùa. Tôi nghĩ chuyện, sao có thể xảy ra rất lạ.

- Con như chưa được hiểu lắm.

- Cũng đơn giản thôi. Nhưng tôi được gặp cậu nên tôi mừng thôi.

- Dạ Sơn xin cám ơn trước, và nhiều lắm...

Sau đó mấy hôm bà Hiền kể cho Sơn nghe về cuộc đời sự thật nơi bà và Mỹ Thể. Bà rất là thương Mỹ Thể. Và bà đã rời xa quê hương... gần 30 năm.

Bà Hiền muốn nhận Bùi Tùng Sơn làm con nuôi vì bà không con. Sơn ngần ngại chối từ, nhưng rồi Sơn cũng chấp nhận để cho bà vui.

Và bà là góa phụ. Bởi sau khi chồng bà mất về một sự thể, về một tai nạn xe hơi, của giao thông bất ngờ, dù đi qua đã khá lâu rồi... Bà không lập chồng nữa, vì thương người chồng tên là Anthony này đã đối đãi tốt với bà một thời xuân trẻ, và đưa bà có cuộc sống giàu sang đầy đủ, hãnh diện mọi mặt... Hiện giờ bà Hiền rất giàu, nhưng bà vẫn sống trong nỗi buồn nhiều hơn vui... Bà cố gắng làm rất nhiều việc từ thiện nơi cuộc sống, để tìm lấy nguồn vui. Và được Sơn chấp nhận đồng ý làm con nuôi. Thì bà Hiền như nhận một niềm vui lớn hơn nữa...

CHƯƠNG 14

Thời gian sau đó hai mẹ con về Việt Nam thăm từ quê Châu Đốc ra đến Bình Định.

Có người kể Tùng đã đi tu sau này.

Bà Hiền cố tìm đến nơi Tùng ở, vào chùa tên Thâm Nghiêm Trang Tây Sơn thăm. Bà Hiền và Sơn được Tùng mới khúc chiết tóm tắt lại:

- Bùi Tùng Sơn chính là con của Đại Diện Thích, chứ không phải là con Tùng đâu. Thể cho Tùng hay biết sau đó, nhưng Tùng đón nhận là con mình. Để cho Sơn ra đời.

Im một tý Tùng kể nốt:

- Tùng thương yêu Sơn, nuôi nấng Sơn từ khi lọt lòng Mỹ Thể. Cuộc sống khổ cực Mỹ Thể không thể sống được, Thể đã mất trong hai tháng sinh con xong. Nhưng Tùng đã hứa với lòng... Rồi sợ cuộc sống không cầm được, nơi núi rừng dễ lấy mạng Sơn đi nữa, Tùng sợ thành ra... Nên để đảm bảo an toàn cuộc đời Sơn, Tùng đã nhờ một gia đình khác giúp đỡ Tùng nuôi thằng bé Sơn...

Sơn xúc động khi nhìn thái độ và cuộc kể của Tùng. Sơn như muốn khóc khi nghe tin thật, càng ngậm ngùi nghĩ biết ơn Tùng. Lại càng tiếc thương người mẹ tên Mỹ Thể của cậu vô cùng. Ôi người mẹ ruột hiền lương, đã đi vào chốn hư vô tội nghiệp...

Nhân dịp này Tùng tìm cách đưa Sơn đi thăm mộ của Thể. Có Hiền nữa.

Những ngày mưa to gió lớn Tùng vẫn thường đến nơi đây cắm hoa cho nàng! Dù thời gian đi qua như lửa đổ. Và bao nhiêu vật đổi sao dời, đã xiết chảy trôi theo thời gian, từng ngày, từng ngày...

Hiền thấy thật đau lòng và nhớ Thể thật nhiều, một cô gái rất dễ thương đầy đức hạnh, nhưng vì đâu thiếu may mắn. Hiền cứ lởn vởn tiếng nói của Thể ngày nào vào thăm nàng ở chùa MĐQ cách đây gần ba chục năm.

"- Thưa chị. Chị hiểu cho em. Nhưng mai mốt em đi rồi, chị cứ về bên anh mà sống. Em không thể cướp tình yêu của ai đâu. Chúng ta là phụ nữ với nhau. Hơn nữa em đã có người yêu. Em theo anh ấy ra quê đất Quy mà sống. Em sẽ ra nơi Tây Sơn. Thể không thể lấy một người em không yêu, một đàn ông khi có vợ. Điều này thật là quá bất công cho em và cả chị..."

Những điều đã trôi đi thật lâu mà sao Hiền cứ ngỡ hôm qua thôi! Ôi thời gian thật trôi nhanh ghê gớm, ai nào cắt xén được thời gian, hoặc ai nào có quyền cộng được thời gian theo ý mình. Chỉ là định luật, và tự nó thời gian mãi trôi vời...

Và còn Đại Diện Thích đã bị mất trong một sự cố bất ngờ, rắn cắn khi ông đi đêm...

HDT. Viết: 2015.

NGỠ NGÀNG MÀU PHAI

CHƯƠNG 1

Ngọc Trinh đang tìm đọc trang quảng cáo việc làm, nàng dừng lại ở một trang, rồi cầm phone gọi hỏi chủ nhà. Chủ nhà đồng ý cho nàng nhận việc, nàng vẫn cầm phone đang trên tay nói:

- Dạ tôi là người mới đọc báo thấy cần người giúp dọn dẹp. Tôi rất vui khi nhận việc này. Vậy có thể xin chủ nhận tôi. Cho tôi làm...

Người chủ gật đầu thêm và nói bên kia đầu giây:

- Ừa tốt, tốt lắm. Cô à, nếu cô chịu làm thì hãy mau mau giúp tôi nhé. Vì đã gần đến ngày birthday của tôi rồi.

- Vâng tôi sẽ đến không trễ hơn nhé. Ngay từ hôm nay và có thể bây giờ.

- Thế thì được lắm đấy, tôi chờ. Ngay bây giờ đi.

- Vâng tôi sẽ đến. Nàng trả lời như thế.

Đối với Trinh không có nghề gì xấu cả chỉ có người mới xấu thôi. Nàng quan niệm như vậy từ hồi nào đến giờ tới đất Mỹ. Nàng làm biết bao nghề hãng xưởng quét dọn, đến nhà hàng, đến dọn dẹp cho từng gia đình, từng cá nhân, nàng đều lao mình làm hết. Chính vậy mà nàng nuôi Tâm Như ăn học chưa ra thành tài, nhưng đang lên đại học suông sẻ rồi!

Trinh off phone thay áo quần chuẩn bị ra đường. Trinh chỉ sửa cột lại mái tóc dài cho gọn. Soi gương nhìn khuôn mặt sơ qua, là nàng ra đường liền chẳng trang điểm gì hơn.

Cho xe chạy vào hướng nơi công việc. Ngôi nhà cách nhà Ngọc Trinh không xa lắm mà không gần lắm, theo lộ trình về hướng North 85, cùng address thì khoảng nửa tiếng đồng hồ chắc tới. Với công việc như thế, Trinh thành thạo không có gì khó lắm! Nàng nghĩ mông lung... Và Trinh lái xe cũng đã đến...

Cho xe đậu vào nơi parking, nàng tiến đến bấm chuông

để reo. Chủ là người đàn bà mập mạp nhưng có vẻ sang ra đón nàng vào nhà. Bà nhìn một người được gọi là cleaner vẻ nghèo bề ngoài, nhưng có khuôn mặt rất ấm áp, chân tình, tuy pha một chút kém vui. Bà vội hỏi:

- Cô đấy à! Tôi đang chờ đây. Tên tôi là Hân chủ nhà. Còn cô tên gì? Hỏi để khi biết ta nói chuyện.

- Dạ cháu tên Trinh. Vâng xin bà chỉ việc Trinh sẽ làm.

- Ôi tên Trinh hay quá há? Con gái tôi thì tên Tình, không lớn hơn cô nhiều đâu. Vậy cô xưng con với tôi cho hợp lý.

- Dạ thưa Trinh xin cám ơn.

- À tôi mới tranh thủ viết ra giấy rồi, cô Trinh coi đó mà làm nha. Ôi giấy ghi chỉ là để cô kiểm tra dễ nhớ thôi từng mục. Không có gì quan trọng đâu.

- Dạ, Trinh xin cám ơn dì Hân một lần nữa.

- Được rồi, không có chi.

Sau vài câu chào hỏi và nói năng ban đầu xã giao. Chủ nhân căn nhà bắt đầu chỉ công việc. Ngọc Trinh phải thực thi làm. Nàng nhìn giấy sơ qua, song coi như nắm rõ. Trước hết nàng dọn garage cho tươm tất. Đồ vứt lung tung, nàng thu gọn gôm ra thùng rác để một nơi góc, những đôi dép lẹp xẹp, hay guốc cao gót, giày ống chủ nhà không còn dùng nữa, nàng cũng lôi ra đưa vào thùng rác. Thùng rác được chia làm hai loại, thùng rác bỏ hẳn, và thùng rác được gọi là recycal, để bỏ những nhựa mủ cao su, và giấy carton. Trinh đã thạo lắm, loại nào bỏ vào thùng nào, nàng tỉ mỉ, làm cẩn thận và chu đáo... Bà chủ chỉ Ngọc Trinh về các dụng cụ, đồ thể thao lâu ngày không dùng đem vứt đi cùng. Và dọn bếp núc theo ý bà. Trinh đem những nồi niêu cũ, đen sậm, vàng ố ra thùng rác không cần recycal, coi như để vứt hết luôn. Bà Hân có những nồi niêu mới lâu rồi. Có điều là hôm nay bà muốn người giúp thanh toán món nợ cũ trong nhà bà thôi. Sau đó bà muốn cô hút bụi nhà. Cô cũng làm xong.

Rồi đến bà chỉ tay chà xát đánh bóng cái bếp gas cho nó mới hơn, thứ tự lại dụng cụ bà để thừa mứa. Lọ, chén, bát, ly... muỗng đĩa. Nàng đều chu toàn, rửa súc kỳ cọ, dọn dẹp cho tươm tất. Trinh làm việc không nhanh lắm nhưng gọn gàng, đâu đó có vẻ thạo nghề. Xong thì nàng rửa tay chính mình rồi đi vào nhà lau mấy cửa kính, theo ý bà chủ chỉ sơ nữa... Bà đến nơi mấy đống đồ giặt đang sấy khô, để nhờ Trinh phải lôi ra, sắp xếp cho gọn luôn. Có hai vợ chồng nhưng bà Hân lười không làm, không giặt nhiều lần, nên ứ đọng hơi nhiều. Trinh ngồi xuống cặm cụi làm. Tay cô làm thạo, nên Trinh làm có vẻ dịu dàng thánh thoát, mà không cần hấp tấp vội vã. Nàng âm thầm xếp lại cho thật thẳng thóm, cất vào ngăn, phòng chứa của bà chủ. Trinh còn bọc lại các áo gối, bọc khuôn các tấm đệm giường, treo các màn rèm cửa sổ cho nó thích hợp, để rung rinh, theo kiểu cách như bà Hân muốn v.v...

Công việc cuối cùng là nàng clean up phòng tắm-bathroom. Mọi thứ đồ dùng bathroom cũng được nàng sắp xếp lại cho sạch sẽ, ngăn nắp, thứ tự, dễ nhìn...

Chính lúc này, người rể của bà Hân, đang làm việc tại một company. Nhưng giờ ăn lunch, anh ta ăn vội tại một nhà hàng nhỏ bánh mì sandwich của Mỹ, để ghé về thăm nhà. Anh tranh thủ làm theo ý bà Hân, người má vợ, phải trang hoàng phòng khách thêm theo ý bà... Nhân ngày birthday bà sắp tới... Anh xe đậu vào một parking nhà, rồi khóa máy. Xuống xe anh đi vào nhà cũng bấm chuông như khách. Bà Hân đón Thăng vào nhà. Lẹ làng anh đề cập:

- Chào má. Con về coi biết những kiến nghị má thế nào, cho phần tổ chức hoa lệ hơn ở phòng khách?

Bà Hân phẩy tay trả lời thân thiện:

- Ôi chao ơi má cũng xin chào con, nói với con rể như vầy. Là nè ba mày không muốn tốn nhiều công con? Chúng ta chỉ đi ăn nhà hàng. Phòng khách trang hoàng, cốt giữ một mùa kỷ niệm thôi.

- Dạ con biết ý, phong cách ba.

Lê Thăng nói và ngồi nhanh xuống bộ ghế sofa nơi phòng khách. Bà Hân vừa mời tay, anh sẽ ngồi nói chuyện. Anh thích bộ ghế màu nâu này lắm. Thăng đưa một tay nhẹ vào thành gờ như tìm về một kỷ niệm thân quen. Có lẽ anh nhớ nó lắm ví như hơi lâu rồi, chàng mới về đây... Bà Hân vẫn ngồi xuống, vị trí không được đối diện với chàng lắm. Lê Thăng hỏi tiếp:

- Ba đâu rồi má?

- Ông sáng nay đi ra chỗ cao niên chơi cờ rồi. Chưa về nơi.

- Vậy à? Ba cũng siêng đi chơi quá há má?

- Thì ổng là vậy thôi mà...

Nghe có tiếng động phía bathroom, chàng lắng tai hỏi.

- Có người đang phụ dọn dẹp hã má?

- Ừa cô đó đang dọn. Cổ đọc báo má đăng tin. Cô ta đăng ký má cho làm. Bà im nửa phút rồi nhìn Thăng nói thêm:

- À thích ăn uống gì vào tủ lạnh con biết lấy, má hơi mệt. Chỉ sơ họ làm không, mà đã mệt. Bà Hân đon đả nói như thế.

- Con mới ăn, uống nước trái cây ở nhà hàng, về đây con đâu cần chi má à.

- Con rể thì thiệt tình thôi. Má không muốn khách sáo đó. Hôm nay Tình vợ con đi làm chứ?

- Dạ. Cô ấy đi làm.

- Ở Mỹ vợ chồng giàu nghèo gì, còn trẻ thường đi làm hết. Bà Hân lắc đầu như cố tình bảo vậy.

- Ừa cuộc sống Mỹ vậy mà. Thăng trả lời.

- Ăn theo thuở ở theo thì, sống đâu ta theo nếp đó. Đúng không con?

- Dạ đúng, thanks má nghĩ. Như một cách lịch sự, Thăng nói và mỉm cười. Anh lại nói thêm:

- Cũng sắp đến ngày. Mướn họ làm cho tươm tất hơn tốt má hĩ? Con đồng ý như vậy. Không thì mình lu bu lắm!

- Cô ấy làm việc mau lẹ, tỏ ra dễ thương nữa con.

- Vậy hã má? Chàng nói vẻ bâng quơ, chẳng để tâm lắm. Vì rằng nghề nghiệp nào cũng có người làm tốt, kẻ làm xấu? Theo chàng hiểu. Bà Hân nhìn Thăng, vội tiếp lời:

- Chứ ai đâu lo con, mà cũng hên nghen? Má mới đăng tìm có hai ngày đó con, cô ấy thấy xin làm liền... Bà Hân vồn vã, rất vui với con rể.

Lê Thăng cười chân thành:

- Vậy hả má, ồ được quá rồi. À má, con xin phép đứng ngắm các thành tích con đã làm thử nha? Chàng đứng dậy, rời ghế salon. Bà Hân nối tiếp đứng lên sau. Bà bảo:

- Con làm gì làm đi. Má đi nghỉ. Hồi nãy giờ chỉ chỏ cô ấy làm. Già rồi loay hoay tý, là mệt thấu xương.

- Dạ má vào phòng nghỉ đi. Con tranh thủ nhìn sơ hỏi ý má, chứ con quay lại liền company, con đang còn làm việc. Giờ lunch con về thôi. Thăng nói nhìn đồng hồ đeo tay mình.

- Ừa, má nghỉ lưng chút. Con làm theo ý con, và ý má mới nói đó nha.

- Dạ con biết.

Bà Hân nói, vào phòng cá nhân mình ngã lưng thở cái ào, rồi lại đi mở phim Cải Lương Hồ Quảng coi. Bà ưa chuộng loại phim kiểu đó lắm. Có lẽ bà không mệt lắm, nhưng bản tính hơi ưa nhõng nhẽo với chính bản thân mình một chút…

Lê Thăng nghe ý a, ý ơi lời hát trong phòng bà dội lan ra, anh thấy vui vui. Đứng lại phòng khách, 2 đến 3 phút. Anh ngắm cách làm của mình đã thi hành vượt 50% cho mẹ vợ, nhân ngày kỷ niệm birthday 67 của bà rồi đây. Anh tiếp tục nghĩ ra ý tưởng mới để làm thêm. Lúc khi anh đang soạn trưng bày nghề Arts của mình, để dự định làm thêm cái gì đó cho mẹ, anh vừa nghĩ ra một bức tranh thật hay. Vô tình bỗng dưng Lê Thăng lại nhìn thấy ai đó đem đồ ra thải rác ở thùng lớn, giống hệt như Ngọc Trinh quá. Lê Thăng như thấy nửa khuôn mặt nàng, chàng ngưng tay ngay. Chàng không thể lầm được, nhưng chàng không thể tin, có một cảm giác lạ, Ngọc Trinh đó sao? Chàng thấy rất hệt nàng như đúc! Chàng rằng tự hỏi ta không như nhớ mơ chứ!

Tim Lê Thăng rồi đập mạnh, không lẽ chàng hoang tưởng đến Trinh một điều kỳ bí. Lạ thật mình phát hiện Ngọc Trinh có mặt trong nhà này ư? Tại nơi đây, ngay bây giờ sao! Lê Thăng cố nhìn, cố theo dõi cho biết… Chàng buông ngay việc làm của mình để theo dõi sự kiện kia.

Chàng chờ thật lâu, không gì lâu bằng thời gian chờ đợi. Thăng hiểu được câu nói này. Thăng phải bén gót lẹ, để đứng gọn lỏn từ một phòng ngày xưa chàng cùng vợ Tình ở đây, chàng phải chịu đựng nhìn ra xem thử. Đúng là nàng vẫn còn đang dọn dẹp lâu, chàng không có cách nào hơn? Thăng buồn đếm thở mà như nuốt vội hơi bay… Thăng đang cố làm dấu thánh cho sự gặp gỡ này. Trời ơi dẫu rằng chàng không có đạo Thiên Chúa Giáo, hay Tin Lành. Nhưng chàng vẫn phải làm vậy ôi là… Bởi chăng Lê Thăng quá ngạc nhiên, còn mừng rỡ hết sức nữa. Nó đang cộng đôi lại, như hai phép lạ trong chàng!

Rồi đến một lần nữa, nàng đi đổ rác linh tinh vào thùng lớn. Lê Thăng đã thấy gương mặt Trinh thật chính tông. Trái tim chàng như muốn rớt ra ngoài mất. Rõ là Trinh của chàng ngày nào! Ai xui ai khiến nàng đến nơi đây? Trinh đấy nhỉ? Chàng đặt câu hỏi thêm. Một người con trai khôn lớn trưởng thành, như đã không muốn dám tin vào câu hỏi đó cho người tình, với thời gian bao năm tháng cách xa vì đâu?

Ngọc Trinh bước ra rồi, rồi bước vào. Cùng với công việc gần hoàn tất. Nàng rửa tay, rửa mặt, vuốt lại tóc sau những giờ phút làm việc. Thăng nhìn, chàng cảm động quá. Chàng không còn nghi ngờ, mà sự thật là đến mức độ trăm phần trăm chính nàng rồi. Thăng lẩm bẩm:

- Không thể ai mà giống Ngọc Trinh, không thể tưởng vậy được? Có lẽ nào nàng lưu lạc trên xứ sở này? Chàng trấn an trái tim. Chàng đành để tay lên ngực trái, lắc đầu bảo:

- "Nàng ư trời ơi. Không lẽ lại là như thế" Và rồi chàng nghĩ phải là im lặng. Ta nên im lặng thì đúng hơn. Không nói, không chào. Nhưng phải "theo dõi" con người làm thuê này sẽ đi về đâu mới được? Lê Thăng lại ra tay dọn dẹp đồ nghề cất đâu vào đó hơn. Coi như mình chỉ chưa đủ thời gian và phải "đóng cất" đi làm ở công sở tiếp.

Ý nghĩ đó. Chàng ra xe nơi đậu, ngồi chờ trong xe không gần xe nàng lắm. Lê Thăng đã lái ra ngoài đường đậu cách đó mấy căn theo bùng binh, kiểu thiếu parking nhà, phải đậu lề đường vậy. Chàng sẽ đợi "watching nàng" như một thám tử. Thăng nghĩ phải thế, mới ổn thỏa mưu chước mình đây. Thăng cũng không cần chào mẹ vợ vì bà đang say nhạc Hồ Quảng bên Tàu tại nhà. Và chàng biết Trinh dọn dẹp thế là gần xong thôi, chắc vào giờ chót thôi...

Thật vậy chỉ vài tiếng Ngọc Trinh đến làm. Công việc đâu vào đó như ý. Nàng đi báo cáo. Bà Hân tắt máy rời phòng, chuẩn bị trả tiền cho Trinh. Nàng phải nhận tiền trước khi ra về. Với lời của hai bên. Bà Hân khen khi đưa tiền mặt hai trăm dollars:

- Cám ơn cô dọn dẹp. Cô làm thật xuất sắc job.

- Cám ơn bà giúp cho tôi làm và có tiền. Trinh cúi đầu nói vẻ lịch sự lễ phép.

- À nhá không sao! Khi nào cần tôi gọi cô, vì tôi có số phone rồi, cô làm việc tôi chịu lắm đó. Bếp cô lau sạch, sáng lắm tôi thích. Bathroom cũng vậy... Bóng ngần hết... Các cửa kính cũng thế. Đồ đạc cô xếp rất gọn, thẳng thóm. Từ trước tới nay tôi thường hay mướn. Không ai làm gọn như cô nên tôi thưởng thêm.

- Dạ một lần nữa xin cám ơn bà khen ngợi. Có việc khi cần, bà cứ gọi tôi sẽ đến... Trinh nháy mắt cảm động chớp nhanh, rồi nói tiếp:

- Tôi xin kiếu từ. Chúc bà sẽ có một birthday thật hạnh phúc, trong một family thật hạnh phúc.

- Cám ơn lời chúc phúc của cô. Nhưng cứ kêu tôi là dì Hân cho thân mật, gần gũi hơn.

- Dạ. Trinh xin cám ơn.

- Được rồi. Ờ tôi mong cô khỏe mạnh, xinh đẹp nhé. À nhà cô có gần đây không Trinh?

- Không xa lắm. Trinh đi về chừng hai mươi lăm phút hơn, hướng 85 of South.

-Vậy à?

- Vâng cám ơn dì Hân! Chúc dì sức khỏe an lành...

Ngọc Trinh nói rồi lẹ làng từ giã chủ nhân. Bà Hân gật đầu vui đưa tiễn...

Ra xe cô mở engine nổ lên, cô chờ tý. Ngọc Trinh đưa mắt ngắm nhìn hàng cây rung lá gần đó, bên kia con đường. Cô làm việc mệt nhưng thiên nhiên là người bạn của cô để ghé mắt, và chia sẻ tất cả niềm vui nỗi buồn. Trinh cảm giác hôm nay lý do vì đâu, đâm ra có niềm rung cảm hơi lạ hơn. Nàng ưa nhìn cây lá? Nhưng Trinh biết chắc một điều. Thế giới thiên nhiên cây lá luôn mặn mà trong trái tim nàng đó mà...! Ngọc Trinh rồi cũng rời mắt nhìn nó, nàng phải ôm tay lái trước mặt, và nàng cho xe từ từ rời khỏi khu phố, nhà của bà Hân ở.

Lê Thăng để cho xe Ngọc Trinh chạy phía trước, anh lặng lặng theo phía sau.

CHƯƠNG 2

Giờ thì anh đủ kết luận là Ngọc Trinh rồi. Nhưng anh muốn biết nàng, chứ anh không hề muốn cho nàng biết anh. Tại sao Ngọc Trinh lại có mặt trên đất Mỹ. Và vì lý do nào? Nàng làm gì để sinh sống? Không có nghề gì khác hơn sao? Nàng lại chọn cái nghề clean-up. Anh nghĩ sinh ra động lòng, dẫu anh vẫn biết không nghề gì xấu. Song có thể nói nàng làm một nghề khó khổ, cực nhọc nhất, và có thể thấp hèn nhất! Lẳng lặng lái xe đi theo sau. Chàng lòng như ai xé hoặc thiêu đốt, chàng bám sát cho đến nhà. Ngọc Trinh về đậu xe trong một khu Apartment cũng thuộc loại nghèo nhất nữa. Lê Thăng nhìn tứ hướng, anh càng thấy thương tâm quá, chua xót cho nàng vô cùng!

Chẳng lẽ người yêu anh bị khốn đốn thế sao? Chồng đâu, con đâu? Bất chợt anh lại nghĩ. Mà thôi anh không dám nghĩ. Mà rồi anh lại nghĩ có một cô gái nơi kia... Anh vẫn lẳng lặng cho xe về công ty làm việc trước cái đã. Mọi chuyện cứ để qua một bên, anh muốn stop mọi thứ tạm thời đi.

Rồi một hôm anh phải nghĩ đến một cô gái đó.

Là một cô gái phụ bán hoa tươi. Cô phụ cắm hoa, anh

hay tới mua ở một dịch vụ trông giống Ngọc Trinh như đúc. Lẽ nào là con nàng? Con của Ngọc Trinh đó ư? Và anh lại nhớ về Ngọc Trinh với mối tình đầy kỷ niệm của anh.

Lúc xưa ngay tại quê hương nơi vùng gió cát Cát Trinh. Chàng yêu một người con gái tên là Ngọc Trinh, nàng là một thiếu nữ xinh đẹp hiền lành, được đi học chung một trường trung học. Chàng, nàng cùng học cách nhau mấy lớp. Chàng nhớ sao một kỷ niệm trên đồi sim, chàng trao nàng tập sổ nhỏ của quyển vở. Chàng rất yêu thơ, chàng vẽ nàng trong đó. Bằng cách vẽ phun mực xanh, mực tím, pha hồng, có vàng mơ cam nữa. Và để ít khoảng trắng trống...

Ngọc Trinh làm bài thơ ghép vào tặng chàng. Nàng ngồi đọc giọng thỏ thẻ cho chàng nghe. Một kỷ niệm, một mối tình... Mà chàng đã mất trên hai mươi năm, đau đớn tím cả ruột gan chàng! Chàng không thể nào quên. Bỗng đang sống mạnh mẽ lại hôm nay. Cái ngày hai người yêu nhau, bên nhau tuổi ngọc ngà mới lớn. Ngọc Trinh nói:

- Nè em đọc bài thơ đây anh yêu. Nghe nha anh Thăng? Không nghe em đánh đòn đó. Hi hi. Nàng cất lên giọng đọc.

Ngày xửa ôi ngày xưa
Thuở mưa một ngày ấy
Bên anh mơ họa sĩ...
Em ước làm thi nhân.
Em bắt đầu họa vần
Bảo anh khai nét bút

**

Em bảo vẽ con bướm
Anh vẽ thêm con công
Em bảo vẽ dòng sông
Anh tạo thêm ngọn núi
Em nhìn anh tức tưởi:
Trách anh khéo vẽ vời
Anh mỉm cười em ơi:
Thế mới nên ý nghĩa...!

**

Sau em nhìn thấm thía
Rồi mỉm cười thật tươi
Giơ tay cho điểm mười
Anh cười vang rạng rỡ
Anh ơi anh phải nhớ
Thuở mơ làm hoạ sĩ
Em ước cùng thi nhân...
Mưa nắng dù bao lần
Tim ta vẫn chung nhịp...

Một bài thơ mà anh nghe cháy lòng, thơ ngây khờ dại của tuổi hoa niên, hoa mộng!

Kỷ niệm đó, và điều cuối cùng là anh đi bộ đội. Mặc riêng đồ bộ đội đang tập luyện bên kia xa xa, anh đến với nàng khi trèo trốn lên đây, cùng đưa nàng lên đồi sim này qua bao đụn cát bồi. Hai đứa ngồi bên nhau, cát cứ vuốt ve thầm kín đôi chân họ. Ngày đó là trời nắng đẹp chứ không có mưa rắc, hay mưa dầm hoặc mưa lưa thưa nào đến cả. Đã làm anh đang mê những cơn gió nhẹ, rải chu du trên khắp sườn đồi hoa sim, như cố tình cộng nhập vào hơi thở hai người, và cũng như cố tình làm nên một bản tình ca diễm lệ trong ngày... Chàng nhìn nàng dấu yêu và nói:

- Nắng đẹp, gió đẹp quá em, gió như ôm lấy hai chúng ta. Mà mình không thấy.

- Anh lãng mạn thật đấy. Nàng cười tươi trả lời.

- Lãng mạn chút chút thôi. Cho vui chứ em.

- Lãng mạn quá mới thấy gió ôm chúng ta, chứ em đâu có thấy gì.

- Ừm! Anh rung động vì gió, và như thấy nó, như anh ôm em đây nè.

- Hừm... Đừng xạo nha. Nàng nói và cười lúng liếm thêm.

- Làm sao xạo được em?

- Nhớ đó nha. Nàng vẫn chưa tắt nụ cười xinh.

- Nhớ chứ. Em nè, em à anh đi lính. Em nhớ ở nhà đợi ngày anh về nha. Hôm nay anh lẻn đi với em đấy. Vì thao trường đang tập bên kia kìa.

- Đâu đâu anh?

- Đó đó. Chàng nói và chỉ xa xa bộ đội đang tập dợt, nắng dịu dàng rót trên lưng, trên tay, trên ngực những chú lính trẻ chưa ra trận, chỉ là tập luyện khí thế kia... Họ sẽ là những chiến sĩ giỏi, hoặc anh dũng tiên phong ở một ngày nào nếu họ có xáp trận, nếu có cơ hội họ thử thách chứ! Riêng anh, hôm nay Thăng đã có hẹn với Trinh lén lút lên đây. Ngọc Trinh nhìn theo tay chàng chỉ, mà lòng nàng thương họ.

- Hai ngày nữa tụi anh phải sang Miên làm nhiệm vụ quốc tế đó em ơi. Chàng nói như đánh tan nỗi niềm người yêu mình đang nhìn những cậu lính thao dợt...

Lê Thăng nói cười hồn nhiên hơn là buồn. Anh nghĩ đây chỉ là đi lính thời bình của đất nước, vì nghĩa tình quốc tế. Tập là tập dợt để phòng hờ thế mạnh biểu dương lực lượng thôi. Vì bao người ra đi rồi về. Chắc chắn mình sẽ tương ngộ thôi mà. Làm trai nợ núi sông kêu, làm sao anh dám khất hẹn.

Nhìn trong mắt Ngọc Trinh anh bảo tiếp với nàng:

- Nè em à. Đi sang Miên giờ hết đánh giặc rồi, chỉ trấn thủ đất nước có tiếng thơm nhiệm vụ khu vực bảo vệ chung, hòa bình chung. Chắc em biết rồi... Đúng ba năm về thôi, nhanh như chớp mà em!

Ngọc Trinh cũng mỉm cười, một nụ cười trong trẻo hơn nữa, vì cô tin tưởng như lời anh nói. Xong thoáng cô đứng lên lại buồn và còn đưa mắt nhìn xa xa những người bạn lính là đồng đội của người yêu mình, họ đang tập luyện tích cực với khí thế đó. Rồi im một chút. Nàng lạ nói như căn dặn chàng:

- Nhớ là không bao giờ phụ lòng em đợi nha anh.

Chàng mỉm cười, gật đầu không nói. Lại hôn sâu vào tóc nàng.

Tóc Trinh thơm, làm Thăng thích hít, nhắm mắt thật lâu.

Ôi khoảng trời đó đẹp, đẹp làm sao. Giờ chàng nhớ lại lần cuối là ở đó với Ngọc Trinh. Không còn gì khác hơn!

CHƯƠNG 3

Quay lại Thăng suy nghĩ nhớ đến cô gái bán hoa mướn trong một tiệm Number One Flower VN. Tiệm của Tàu sau đổi chủ là Nhật nhưng họ cứ lấy bảng hiệu Việt Nam pha English đó. Anh cũng không biết vì sao? Hay là nguyên thủy của nó xa xưa là của chủ VN. Cô gái thường gói hoa cho anh mua đó. Anh quyết lại người này, để tìm ra tông tích vì cô ta giống Ngọc Trinh hồi còn con gái, như hai giọt nước kia. Anh đâu có thể ngờ, người giống người vẫn phải có trên trái đất này mà? Nhưng bởi vì giống Ngọc Trinh quá. Thành thử anh thích ghiền mua hoa ở shop này để nhìn là như thế!

Hôm đó anh ghé lại quán hoa, anh lẹ làng vào.

- Thưa ông có điều chi tôi help ông không? Cô gái hỏi nhanh.

- Gói cho tôi một đóa hoa màu hồng nhung. Nhưng hôm nay tôi không phải để chưng trong office tôi, hoặc cho vợ tôi, hoặc bạn tôi. Mà tôi tặng cho một người hình như rất quen với cô?

- Ai vậy? Cô gái mở tròn đôi mắt như ngạc nhiên.

Cô vẫn thường nói tiếng Việt với người này 50% hơn là English. Tâm Như rành nhiều thứ tiếng để chào khách, dù bốn, hay năm thứ tiếng lổm bổm. Cô thạo hơn hết là ngôn ngữ Việt và English. Đặc biệt quán hoa này người gốc Việt vào khá đông. Dẫu cho chủ đương thời là người Nhật.

- Xin lỗi cô gái nha. Tôi nôn nóng muốn biết, má cô tên gì, quê gốc ở đâu?

- Tại sao ông lại hỏi về má tôi, quê quán? Cô bé tỏ ra ngạc nhiên hơn nữa, nhưng không khó chịu. Thăng an tâm trả lời:

- Vì đó là người yêu của chú, của tôi.

- Vậy sao? Người yêu của chú hã, tên gì nhỉ? Cô bé nheo mắt, rồi chớp chớp mắt hỏi lại.

- Ngọc Trinh. Khi ở Việt chú tên là Thăng. Lê Thăng.

- Đúng rồi má cháu tên Ngọc Trinh.

- Chú mới thấy má con làm việc clean up nhà mẹ vợ chú.

- Trời ơi, nhưng má cháu nói người yêu là chú bỏ má cháu mà? Khi nhận được thư chú, má cháu mới đi lấy chồng!

- Chú chưa bao giờ gởi thư trước và sau đó. Khi biết má con lấy chồng chú mới cưới vợ.

- Từ lâu chú nhìn con, cứ ngờ ngợ một cái gì đó. Chú muốn ra ngoài nói chuyện chút được không?

- Nơi gần nhất vài phút thôi chú nha, vì con còn phải làm việc cho họ. (Jinni đã đổi cách xưng hô mình là con, cho gần gũi, theo ý của Lê Thăng mới gọi luôn.)

- Chú hiểu.

Jinni đưa tay vẫy như báo cho đồng nghiệp biết sẽ đi và trở lại. Có cô bé phụ thứ hai trong shop, hiểu ý gật đầu. Cô bé có cái tên rất kỳ lạ là Apple. Không biết Apple này chua hay là ngọt, mà nickname cô thành sóng rồi. Ai cũng kêu thế. Jinni có lần hỏi: Apple lần ấy nói: "Muốn chua thì nó chua, muốn ngọt là nó ngọt thôi. Jinni cũng cười trừ và không thèm chi tra cứu lịch sử nó. Bé Apple đó nhỏ hơn Jinni chừng một đến hai tuổi. Cũng là học sinh ở college đi làm ngoài giờ thôi. Lê Thăng, và Jinni ra khỏi tiệm. Sang bên một shop cà phê tên "HOT GIRL" gần nhất.

Lê Thăng hỏi nhanh trong lòng rất hồi hộp khi họ vào sâu trong quán H.G đó. Và họ ngồi xuống với hai chiếc ghế đối diện qua bàn, có coffee đem ra (Quán này theo thói thường khách đến là mang coffee không cần hỏi. Họ, khách muốn gì sẽ nói thêm.)

- Chú muốn biết sự thật má con. Bắt đầu nơi nhà mẹ vợ chú. Lúc má con đang help dọn, clean up nhà mẹ vợ chú, để sắp tới birthday bà ta.

- Vậy sao?

- Chú muốn hỏi thêm, má cùng con qua Mỹ diện gì?

- Con, ba má sang diện H.O, cùng với ông bà nội, ông nội là Trung tá cho Việt Nam cộng hòa đệ nhị gì gì đó, nghe má nói. Nhưng má con thất vọng, vì ba con và má có hai cách sống khác nhau.

- Vậy sao? Là sao con nhỉ?

- Má con vẫn lấy chồng một họa sĩ có gốc như người yêu vẽ đẹp. Rồi tánh tình không như má mong. Má hận chú, má lại thương chú, để lấy một họa sĩ đó, là ba con đó.

- Ồ không phải cùng nghề là một cách sống, tư tưởng và một cách nhìn giống nhau đâu. Hai họa sĩ, hai ca sĩ cùng không thể có cách sống, tư cách giống nhau con à? Lại quan điểm cuộc đời, khó mà giống nhau được. Đó là chuyện chắc chắn đã xảy ra, đang xảy ra mà con. Con có thể tỷ dụ cho chú biết hơn về má được không?

- Dạ chú. Thật khó nói nhưng con có thể tỷ dụ như má con yêu thích văn học, hội họa, thơ truyện. Ba lại thích tiền và coi rẻ những thứ đó, ba con lầm bầm khi má xem. Hoặc là kể cả người nghèo khó khăn, má thì tội nghiệp, ba thì khinh thường họ v.v… Con không hiểu sao trái tim hai người lại ngược nhau như vậy?

Lê Thăng nhìn coffee liền bảo:

- Thôi uống coffee đi con, để đó sợ bị nguội. Rồi nói không sao con. Bởi rằng trái tim nghịch lý là vậy thôi.

- Dạ. Mình nói chuyện là chủ yếu mà chú. Nói thế nhưng cả hai đã bưng lên tay dùng vài ngụm.

Lê Thăng lắc đầu thông cảm cho hoàn cảnh Trinh, và ngậm ngùi cho chính mình:

- Chú có vợ. Vợ chú lại là người sống ưa trên một đống tiền, vì tiền. Cô ta cũng coi thường sự nghèo khó của nhân loại, của con người, cô không chú trọng vào thơ văn, hội họa. Dù chú có cho là tài ba, hoặc một ai đó chẳng hạn chú quý thích, chú yêu chuộng… Cô ta lại mai mỉa khinh khi hoặc phỉ báng chú và họ…

- Thật là những nghịch lý đến tội nghiệp. Jinni trả lời, bé chợt thấm ra một ý nghĩ. Họ luôn là khác nhau hoàn toàn dù là vợ chồng.

- Thật ông trời bất công cho ta! Lê Thăng nói ôm đầu. Rồi thoáng phút chốc, Thăng như bình tĩnh ngước lên đón nhận sự thật. Dù sự thật có thể phũ phàng với mình rồi.

- Thấy chú hỏi thì con xin thưa bấy nhiêu. Nhưng dù sao con cũng ra đời từ ba má cưới nhau. Jinni có vẻ thoáng qua một tâm sự buồn.

Lê Thăng làm thinh, đưa tay bóp cằm mình, lắng nghe. Jinni tiếp tục mà rằng:

- Có gì nữa không? Con nói chuyện tý thôi con vào làm việc. Tạm vậy chú nha... Không thì họ đuổi con. Khi khác chúng ta gặp lại nha chú. Biết được một người quen của má trên xứ Mỹ con thấy cũng có thể sẽ vui vui. Dùng thêm một chút coffee nữa đi chú.

- OK con. Cả hai bưng coffee lên tay, và nếm thêm một vài ngụm nữa. Coffee Mỹ thì chỉ uống với tính cách xã giao, vui chuyện, đàm đạo việc chi, chứ ít ai "chịu xài" gọi là dân ghiền coffee Mỹ bao giờ. (Ngoại trừ nó là những shop của coffee nào đó nổi tiếng.)

- Ừa tạm biết như thế được rồi Jinni. Con có thể cho chú số phone con và má được không? Nếu chú muốn liên lạc.

- Thưa số con, cả số má đây. Nhưng đừng gọi má con sớm nha chú!

- Vâng chú hiểu, chú có thể cho con số phone của chú nhé.

- Dạ có thể con cũng lấy đó. Hai người nạp số vào máy, khi đọc xong kiểm kỹ số và chia tay. Chú Thăng gởi tiền cho coffee tại bàn. Ở đây có bán nhiều loại bánh ngon, song họ hai chú con chưa kịp thì giờ để ăn cái bánh nào cả.

- Chúc chú vui. Jinni bảo.

- Mong con cũng thế. Lê Thăng nói.

Lê Thăng ra xe nổ máy. Jinni vào shop, như tự nhiên bỗng dưng cô u buồn đi lại shop "Number One Flower VN." Nhưng rồi cô lại cố quên đi người yêu của má mới gặp cô. Jinni muốn làm tốt job, Jinni sẽ tươi, sẽ hồn nhiên với hoa, đừng sầu vào mộng mị... Và cô sẽ vui vào công việc trước mắt... Cô đi cắm những lọ hoa để sẵn mời khách ưa chuộng. Lẽ nào cô để lòng héo úa, hoa phải là đẹp đẽ, tươi sáng như thơ như mộng, ngước nhìn mình chứ? Hoa là bức tranh của tạo hóa mà! Jinni luôn muốn nó có hồn, loài hoa sẽ hữu tình truyền thần vào cô thêm xinh xắn. Và hoa sẽ ngước nhìn khách như niềm vui, hoa chuyên chở, chờ đón đôi bàn tay nhân ngãi người khách, nó sẽ dâng hiến tình yêu vào theo trái tim họ... Biết bao điều phải nói về những loài hoa thi vị này...

Jinni nghĩ và biết phải làm việc lại như thường ngày. Giờ giấc của cô tới đây là phụ giúp bán hoa cho họ. Họ hài lòng trả tiền theo giờ cô làm. Jinni phải làm thật lanh, và giỏi việc. Kết quả mới có được chứ?

Một chốc Lê Thăng như còn nghĩ ngợi điều chi, vẻ tiếc nuối chạy vào dặn thêm, khi Jinni loay hoay với mấy cánh hoa cúc, hoa đỗ quyên cô đang cắm.

- Nhớ tặng hoa cho mẹ nha. Không nói chú tặng vẫn không sao? Miễn là có hoa hồng cho má, là chú vui con nhé!

- Vâng con sẽ nghe lời chú mà, thanks chú.

Chú Thăng lại bước ra khỏi tiệm. Jinni đưa mắt nhìn bóng dáng chú đi tìm đến nơi xe đang đậu. Và cô cũng phải quay về với công việc cắm hoa, để sẵn sàng mời khách khi đến...

**

Mấy hôm nay Trinh cứ luôn muốn ngửi bó hoa gần đây nhất. Mà Jinni- Tâm Như con nàng tặng cho. Tự nhiên nàng thích lạ. Nàng nghe như đâu đây, một khúc nhạc êm êm... nhè nhẹ từ lòng. Nàng bâng khuâng, mùi hương thật quyến rũ, thánh thoát. Ngọc Trinh cứ nghĩ là bản chất nàng lãng mạn. Hoa gợi cảm... Chứ Ngọc Trinh đâu có biết là bó hoa đó của Lê Thăng, người yêu của nàng mất trên bao nhiêu năm xa cách, giờ gởi tặng? Chàng đã mua tặng nhờ con gái Jinni đem về cho Ngọc Trinh, nàng!

Và rồi một hôm Jinni hỏi mẹ. Khi Trinh đang đọc sách. Trinh thì nghèo thôi, nhưng nàng có thể nhịn ăn chứ không thể nhịn đọc sách.

- Mẹ ơi, mẹ có khi nào nghĩ chú Thăng ở gần đâu đây không?

Trinh ngưng đọc, gấp quyển sách lại bảo:

- Tại sao con hỏi má thế chớ Tâm Như? (Jinni là kêu

theo tên tiếng Mỹ hiện hành, còn Tâm Như tên Việt Nam gọi, Trinh đặt tên cho con vì cô mê phim Hoàn Châu Cách Cách, Lâm Tâm Như đóng, mà cô bỏ chữ Lâm chỉ lấy hai chữ Tâm Như.)

- Chú đó gặp má, thấy má ở một nơi.

- Con nói chuyện gì như mơ, như sương khói thế?

- Không đâu, thật chú có gặp, thấy má. Chú là một khách thường nhật mua hoa, chọn hoa của nơi con làm, con cắm. Chú tên ở Mỹ là Tom, đã biết má là má của con. Chú đến nói chuyện với con mấy hôm nay. Bó hồng nhung con tặng má gần đây nhất, là của chú tặng cho má đó.

-Vậy sao? Trời ơi... Sao con không nói cho má biết sớm hơn. Chú gặp, thấy má ở đâu? Ngọc Trinh tỏ ra kinh ngạc.

- Trong nhà mẹ vợ chú. Lúc má dọn dẹp chuẩn bị cho birthday trong gia đình mẹ vợ chú.

- Thôi thôi nói làm chi con. Người ta giàu có, mình đi làm thuê làm mướn mà. Trinh tỏ ra buồn, mặc cảm.

- Nhưng chú đó nói má phản chú, đi lấy chồng.

- Má nhận thơ chú. Rất tiếc là lá thơ má đã xé bỏ tung lên trên đồi cát bay rồi.

- Chú nói chú chưa bao giờ gởi thơ cho má trước, khi má thay đổi quên chú. Giờ chú có ý muốn gặp má. Má tính sao?

- Má không muốn gặp.

- Cứ cho gặp đi má.

- Má không hiểu nổi chuyện này. Song má thật sự không muốn gặp gỡ lại. Khi người ta đã có vợ con.

- Tùy má. Nhưng con không nghĩ là má trốn chú chứ?

- Gặp chi con. Chuyện lui về dĩ vãng lâu rồi!

- Theo con nghĩ. Làm bạn nếu có thể cũng tốt mà!

- Để từ từ má tính. Má cảm ơn con có cách nhìn mới mẻ, khuyến khích má. Nhưng...

- Con yêu má mà. Jinni đã đến cầm tay mẹ gật gật đầu. Và cô chuẩn bị đi học.

Sau đó Jinni rời nhà lái xe ra đường. Ngọc Trinh một mình ở nhà lòng như tơ rối. Nàng cố giữ bình tĩnh, song sóng gợn tình yêu với Thăng một chút nào đó xa xôi gợi về. Loáng thoáng trong tâm tư nàng...

CHƯƠNG 4

Và rồi một ngày Thăng gọi điện cho Trinh. Trinh chấp nhận cho Thăng đến. Trong khi anh gọi chín lần kia bị cô từ chối, dập bỏ. Có khi cô bắt máy rồi cúp, có cả khi Trinh để máy reo khan không bắt. Lần thứ mười thì chàng hân hạnh được đến nhà.

Chàng đâu có biết rằng ngày đó yêu nhau, sau đó thì sự cố lại xảy ra. Nàng nhớ lại, trên mười bảy năm về trước...

Vào một hôm đẹp trời, nhưng với nàng là một ngày xấu trời... Ngọc Trinh nàng nhận lá thư chàng viết. Trinh kể cho chàng...

Nàng như hình dung tất cả câu chuyện xảy ra, nàng thuật lại cho Thăng nghe về mình một cách đầy đủ. Khi mà anh đã gởi cho nàng một lá thư bảo đảm đến tận tay:

Anh qua Miên. Vô tình anh có vợ rồi em. Mong em tha thứ cho anh, coi anh như người anh.

Ký tên: Lê Thăng.

Nhận được thơ lòng Trinh lúc đó như cuồng phong bão tố, nàng như chết cả người, rã rời nơi cảm xúc...

Rồi Ngọc Trinh phải lang thang một mình tê buốt cả cõi lòng. Trên đồi sim, nhưng lần này nàng đi chỉ một mình. Trinh đang đi tìm về kỷ niệm, nhưng chính kỷ niệm muốn giết chết tình yêu nàng. Nàng xé bỏ lá thư bay trong gió lộng, nhìn theo rồi khóc. Ngọc Trinh không nói được gì khác hơn, khi những dư âm lá thơ còn dội lại tâm tư nàng, ngân mãi, bắt nàng ngơ ngẩn... Hay nói đúng hơn Ngọc Trinh cứ đọc đi, đọc lại mãi trong lòng những câu ấy không thôi! Trinh ôm đầu và tự dằn xé với chính mình. Rồi nàng cũng phải tự an ủi với cá nhân mình lúc đó. Nàng thổn thức rên xiết, để nàng từ ly nó bằng tiếng lòng, bằng trí khôn còn lại nơi lòng của người con gái đang yêu...!

“Ngọc Trinh ơi mày hãy quên đi, đừng nhớ chi kỷ niệm đã nhạt nhòa. Những bài thơ nào em viết cho anh cũng trở thành dở dang tàn phai. Nếu như cảm nhận anh đã hết rồi, khô cứng rồi..." Ngọc Trinh ơi mầy đã xấu số, mày hãy mạnh mẽ. Đừng ngu muội nữa, Ngọc Trinh ơi, Ngọc Trinh ơi..." Trinh hối hận và đau khổ trong từng hơi thở, từng nơi lồng xương ống mạch nàng. Nàng bàng hoàng thầm nghĩ "Coi chừng mầy là đứa con gái ngu nhất trần gian?" Nàng đau khổ như phải tự đi tìm một lối đi của mình - Cho chính nghĩa, dù phải khóc nghẹn lời, dù phải than trách vật vã, dù một nửa hồn kia đã dại khờ. "Mày lãng phí tốn công nhỉ? Trinh ơi là Trinh ơi!" "Thức tỉnh và thức tỉnh đi, nàng tiên bé nhỏ ơi ơi..." Những câu hỏi dồn dập tiếp theo tìm cách dí nàng. Và chính sau đó nhờ tiếng lòng hậu thuẫn siết bóp, Trinh đứng lên phải quyết định, thì giờ đó phải trôi qua, một thứ mới mẻ hơn nên hình thành... Nàng đã nguyện cầu "Hãy cho con sống, hỡi ta cô bé ngu ngốc nhất trên hành tinh sao? Chào mi thôi."

Trinh lắng giữ lại tâm hồn, Trinh xuống đồi, nước mắt xuống dòng chảy theo. Nghe và nàng được thở, như mang theo ngàn nốt nhạc buồn của thế kỷ nào đâu... Trinh cố ngăn chặn với những bước chân buồn sầu đau đớn đó. Nàng cố lìa dứt rã rời, dù để đoạn tuyệt nó. Và Trinh phải bước đi thôi. Có lẽ nàng học lấy bài học lãng quên "tình yêu khoảnh khắc bao giờ cũng đẹp lắm, giờ có thể tàn phai đi rồi." Tâm tư nàng bấn loạn, nhưng nàng cũng dễ dàng, thích nghi mau để... Nàng đã rời bỏ với những hiện thực não nề, dù Trinh chưa từng trải khổ đau với trái tim, trái đắng tình ái nào trước đó!

**

Thời gian như nấm mồ tình yêu kia đã chôn sâu. Sau Ngọc Trinh đi vào Nam. Xưa nay buồn người ta bỏ làng ra đi, hoặc ra đi vì nhiều lý do. Làm ăn thay đổi, cách sống khí hậu, thời tiết v.v... Thay đổi cả mọi sự trong đời, đôi khi là sự cần thiết, sự bình yên, sự vươn lên. Hoặc tìm tới cái mới để tự hoàn thiện mình hơn. Trinh ra đi bỏ lại sau lưng nhiều kỷ niệm vui buồn của tình yêu... Nàng đã có nhiều lý do để quyết định cho chính mình. Trinh có người chị may tại lòng chợ "Nàng Kiều" ở Bào Lâm. Nàng thích muốn vào nơi đó từ lâu, nhưng vì vướng mối tình Lê Thăng mà nàng không dám thực hiện. Bây giờ yêu đã hết, tình thì đã mất, người đã chia. Nên nàng phải chịu đi xa, Trinh vào trong BRBL. Trinh làm được một cách dễ dàng, và là một điểm tối cần thiết của nàng!

Chị Liên may tại một khu phố ở lòng chợ ấy. Nàng được học ở đó tra khuy, kết nút áo, xăm lai quần, tháo đồ sửa lại, rất nhiều thứ để thử thách cô bước vào nghề...

Một hôm đang làm, chị Liên hỏi khi đang cắt đồ, chị đo tấm vải lớn bông sen xanh, có hoa tím lục bình nho nhỏ trôi đẹp.

- Quên Thăng đi em, chị sẽ giới thiệu cho em về Trương Tấn, người họa sĩ làm ra tiền ở đây. Có tài, có tiền nữa. Em ráng mà thương, quên đi mối tình đẹp kia, nhưng họ phản mình rồi?

Vừa lúc Tấn lại đến. Mà hai chị em như không hay. Tấn vui vẻ giới thiệu lẹ:

- Dạ được chị giới thiệu Tấn đến chơi nè nha chị Liên! Tấn tự động ngồi vào ghế, anh nói tiếp:

- Chào em Trinh mới ở Trung vào. Anh là họa sĩ Trương Tấn, có thân quen, không xa lạ với chị Liên này. Trương Tấn vừa giới thiệu xong, vừa châm lửa hộp quẹt zippo qua điếu thuốc để hút liền.

- Ô chú Tấn qua chơi. Ừa, em Trinh tôi đó chú Tấn. Chị Liên vui vẻ nói mấy lời, và ngưng tay cắt vải. Chị Liên vội đi rửa tay, mở lột vỏ trái sầu riêng, đem bỏ ra ở một cái khay tròn gồm các múi mời Tấn:

- Chú đến chơi, tôi đãi sầu riêng mới mua tươi ngon cho chú nè.

- Hi hi. He he. Tấn cười như không hãm phanh xe. Sau đó Tấn sốt sắng đưa ra những lời:

- Tôi đâu cần ăn sầu riêng chị. Tôi cần nhìn người đẹp hơn. Trinh đẹp gái quá hà. Tôi nhìn chặp về vẽ cả trăm bức tranh đó nha. Tấn vừa nói vừa rít một hơi thuốc Jet dài tới cổ rồi nhả hơi ra, ngửa mặt để mà nhìn theo điệu nghệ vòng cong nhẹ nhõm của làn khói. Tấn nói, và cười hi hả như thể là vui lắm.

- Dạ không dám anh Trương Tấn. Trinh phản ứng nhẹ.

- Sao lại không dám? Phụ nữ, con gái đẹp thường làm nền cho một tác phẩm trong sáng tạo. Thi ca, hoặc âm nhạc, hoặc hội họa điều đó bao thời đại như chứng minh...

Im hai giây họa sĩ Trương Tấn tiếp tục nhả lời:

- À cô Trinh nè, lúc rảnh mời cô qua phòng tranh tôi chơi. Ghé thăm nha, tôi hân hạnh lắm...

- Được tôi sẽ đưa Trinh sang mà, nhớ vẽ cho thật giống nó vài bức đi. Tôi sẽ mua giá cao cho, hi hi. Giờ thì ăn sầu riêng đi. Chị Liên có vẻ vui theo Trương Tấn.

Họa sĩ Tấn lại nói vui hơn nữa:

- Tôi thích ăn sầu chung chứ không thích ăn sầu riêng nơi chị Liên ơi. Hi hi.

- Chú Tấn cũng khôi hài nhiều nha. Liên đang rửa tay lần thứ hai để lại cắt vạt vải tiếp, ngưng tay chị bảo thế.

- Đời không khôi hài đời bỏ đi sao chị? Đúng không hã Trinh nè?

Trinh làm thinh đươm nút. Tấn xả lả:

- À về tranh hã? Cả trăm cũng được vài bức nhằm nhò làm gì? Nhưng tặng chị chứ không cần lấy tiền đâu chị Liên. Tấn nói đưa tay làm một lối kiêu ngạo trong anh. Anh đã dụi điếu thuốc ném vào sọt rác khi anh hút chưa đến phân nửa. Đúng là anh muốn làm sang. Gặp cô gái đẹp anh càng thể hiện cho ta để " lấn lối" với người đẹp chứ!

- Nói thì phải làm được nghen? Chị Liên chọc vui nhìn họa sĩ Tấn.

- Đương nhiên rồi! Chàng họa sĩ Tấn đáp thản nhiên.

- Thôi ghé thăm tý để giới thiệu mình và mời Trinh. Chị dẫn Trinh sang tôi, giờ tôi về làm việc nha. Kẻo tôi nói chuyện ở đây chị sẽ cắt sai đồ, vụn vải thiếu nát đó, không ai bù cho đâu nghen? Có lẽ em Trinh cũng khó mà tra nút đẹp, dễ bị nhíu nhúm khi phân tâm đấy nhé? Đúng không Trinh?

Trinh vẫn làm thinh, cặm cụi tra nút áo.

Tấn nói, và anh không còn hút thuốc nữa. Bây giờ anh lấy hộp phấn vẽ đủ màu được cắm trong hộp đựng trấu bột cưa nhỏ kia, anh lại lựa coi các màu, xanh đỏ, vàng nâu, đen tím, cam, xám v.v… của nó cho vui tay, vui mắt như một thói quen anh qua đây. (Vì những viên phấn màu đó được làm theo hình trái tim mỏng manh sắc nét, nhưng rất đẹp.)

- Chú Tấn nói rành quá hè, mà trật lất thôi. Chị Liên bảo.

- Làm sao trật lất chị? Không rành, thì làm sao làm hoạ sĩ bất đắc dĩ chứ. Tấn vẫn soạn ra những viên phấn khác màu coi đi coi lại một cách thích thú. Chị Liên bỗng chọc thêm:

- Nhìn phấn vẽ thôi. Chứ mò mày hộp phấn tôi gãy hết tôi bắt đền đó.

- Trời ơi có gãy tôi đền gấp mười hộp, hai chục hộp cho mà chị? Làm gì dữ chị Liên?

- Đùa với chú họa sĩ Tấn thôi mà.

- Thiệt tình chị đó nha? Tấn lại cứ ngó nhìn vào mặt chị Liên, sau chuyển qua nhìn Trinh.

- Nói vậy, vậy mới có chuyện nói chứ! Chị Liên tủm tỉm cười, tránh cái nhìn của Tấn.

- Tấn xin đầu hàng hai tay chị nè. Tấn đưa tay làm như xá.

Liên chỉ còn cười xởi lởi quay ra để nhìn Tấn và Trinh.

- He he… Một nụ cười như muốn xao lãng tất cả, nụ cười của những thiên sứ nha. Họa sĩ Tấn vui khen nịnh chị Liên.

Liên đang bận tay chưa nói gì. Tấn lại tạm ngưng coi hộp phấn màu, và đã cất lại vị trí chỗ cũ. Tấn lắc đầu khẽ nhẹ nhìn hai chị em họ. Liên thoáng nghĩ gì đó rồi cất giọng:

- Ơi nè sao gọi là họa sĩ bất đắc dĩ chú Tấn? Cho tôi hỏi lại thêm câu đó rồi về. Nhưng ở lại chơi cho vui đi, mấy khi chú lại đâu?

- Lại hoài chứ. Một năm hai lần thôi cũng đủ rồi.

- Trời ơi chú nói chuyện bù trớt.

- He he. Tấn lại cười thích thú nhìn cô gái Ngọc Trinh.

- Trả lời câu hỏi trọng tâm đi? Chị Liên vừa làm vừa nhắc lại câu hỏi.

- Trời ơi thì Tấn không mê nghề này lắm đâu. Chỉ 50%. Nên gọi là bất đắc dĩ chứ sao?

- Nhưng tôi thấy chú vẽ đẹp mà!

- Thanks chị. Ồ bây giờ có Trinh làm người mẫu để em họa, là không còn bất đắc dĩ nữa đâu. Quá là thích 100% cũng có thể đó.

- Miệng Tấn thì cũng dẻo lắm nha, hy vọng là như thế.

Trinh làm thinh không nói lời chi. Cô im lặng như thóc trong bồ, và làm nghề tra khuy nút, từ cái khuy này đến cái khác. Từ cái áo này đến chiếc áo nọ. Trinh làm khá lẹ làng.

Chị Liên nói và vẽ thêm cổ áo. Trong khi Tấn không ăn sầu riêng lấy chewing-gum ra bỏ miệng nhai, anh mời chị Liên. Liên nói để đó. Tấn đặt trên đầu máy. Còn anh mời Trinh. Trinh đã không ăn chỉ trả lời hai tiếng “cám ơn.” Nhưng anh vẫn để trên bàn máy cho Trinh, cả gói chewing-gum. Miệng Tấn bảo lần cuối cùng:

- Bye nha, hẹn gặp. Sầu riêng để Trinh ăn đi. Tôi và chị ở đây ăn ngán rồi. Trinh ở Trung ít có, ăn đi cho đỡ ghiền! À tiệm gần đây kìa. Tôi đến chơi nói chuyện văn hoài. Mất thì giờ hai người.

- Ồ Trinh em tôi, nó mới biết ăn sầu riêng đây thôi chú ơi?

- Vậy sao? Tấn như ngạc nhiên hơn...

Trinh vẫn lặng thinh làm việc. Liên nhìn em và nhìn Tấn mà rằng:

- Ô hay chú Tấn cứ ở lại chơi. Tôi và Trinh vẫn làm việc bằng tay. Nói bằng miệng thôi. Liên cắt nghĩa và vui tươi.

- Chắc là đủ rồi. Nói lâu là nói dai. Nói dai là nói dại đó chị Liên ơi.

- Hừm... Chú thiệt tình đó nha, dễ sợ chú à nha!

- Ha ha. Không đúng hã? Gẫm đi chị. Ô bye thiệt tình nè.

Tấn nói và đưa tay vuốt cánh mũi mình rồi dùng hai tay chà chà với nhau, anh cố tìm cách lịch sự. Nhưng lịch sự hay không là ở người nhìn chứ không phải người làm. Như bài văn hay hoặc không hay là ở góc cạnh người đọc nhận được, chứ không thể ở tầm tay người viết.

Vậy mà Tấn cố tình chứng tỏ nói thêm. Đoạn sau đó Tấn nhổ hẳn người rời ghế... Anh bước đi về hướng tay mình chỉ:

- Thăm chị Liên và Trinh mới sáng lấy hên tý với mặt trời, thôi quá đủ rồi nha. Phòng tranh tôi đó đó. Nhớ dẫn Trinh tới viếng thăm nha chị Liên. Tôi nhắc lại nghen.

- Được rồi. Tôi hứa mà.

- Thanks Tấn sẽ chờ.

Ngọc Trinh làm thinh đươm nút áo, vẫn không nói nửa lời. Cô im lặng như người câm mấy bận nữa...

Tấn đi xong Liên hỏi:

- Sao? Cậu ấy em thấy như thế nào Trinh?

- Em chưa thấy gì cả.

- Chưa thấy gì cả, là sao nhỉ?

- Anh ấy nói hơi nhiều. Hút thuốc, ăn vặt.

- Sầu riêng không ăn mà ăn vặt gì em? Còn trời ơi con trai thời buổi này ai lại không hút thuốc? Nhà Tấn giàu nữa mà em! Chewing-gum ăn cho thơm miệng chứ có ăn quà vặt gì đâu. Em chê chị hết sức? Trời ơi chị thua em đó Trinh?

Trinh vẫn làm thinh đươm nút. Liên nhìn Trinh bảo tiếp:

- Nói nhiều, nói ít không đặt thành vấn đề. Quan trọng là tài, tâm, tiền thôi.

- Thì em đang nghi ngờ cái tâm anh ta đó đó.

- Trời ơi không phải tâm xấu đâu em. Tấn hơi nói nhiều "xáp lá" vì nhiều, cảm xúc nhiều. Cảm xúc đến với cậu ta, nên vậy thôi... Kén quá hà ở giá đó em. Cứ tôn trọng chi mối tình kia giờ đã chết.

- Em hiểu mà! Từ từ em tiếp xúc. Trinh trả lời, nàng nhìn vào mắt chị mình.

- Vậy nhá, nhiều người muốn lấy cậu ta đó. Mà cậu ta

ỡm ờ chưa chịu đó em gái ơi! Liên cũng nhìn lại đôi mắt em mình, như cố phân minh, giải thích hơn.

- Vậy hã chị? Trinh hỏi với một thái độ chân thành nóng bỏng, chứ không phải nguội lạnh…

- Thì còn gì nữa không vào mà hốt ổ đi, còn cà vòng em? Coi chừng mất hết chì lẫn chài nghe em?

Liên vẫn như cố gắng thuyết phục cô em gái Trinh hơn…

**

Rồi một hôm không lâu, chỉ cách hơn một tuần khi Tấn qua tiệm may Liên thăm chơi. Thì Liên đưa Ngọc Trinh qua tiệm tranh của Trương Tấn. Anh đang vẽ, phòng vẽ anh trưng bày rất là đẹp, thu hút cả Ngọc Trinh. Cô gái rất bất ngờ cho anh… Ngọc Trinh tâm trạng quá đối ngạc nhiên lắm! Nàng ngỡ ngàng như một giấc mơ... Nàng cảm giác con tim nàng như bỗng vui trở lại! Vì nàng thấy tranh của Trương Tấn vẽ rất hấp dẫn và sáng ngời, tranh trong quảng cáo nhiều hình thức, lắm màu sắc, nhiều chân dung. Ôi tuyệt vời quá nàng không thể tưởng! Vui hơn nữa, vừa lúc Trương Tấn đem tặng cho nàng bốn bức tranh hình cô. Anh vẽ về cô đúng như lời anh nói, chỉ hơn một tuần. Cô gái Ngọc Trinh cầm tranh nở nụ cười với bức "xuân như ý," có lẽ không còn buồn tý nào nữa! Buồn đâu chạy trốn hết mất! Kể ra cũng lạ? Cô tỏ ra hớn hở tươi vui, mừng rỡ, nhanh đến không thể bút giấy nào tả hết. Tâm lý người con gái nỗi nhớ khó quên, nhưng không thể là không thay đổi được. Đôi khi tâm hồn sang ngang như dòng nước đi qua bờ bến lạ… mà chân trời xa có ghé mắt cũng chỉ là những năm tháng của hoài mong…

Thời gian đó xảy ra, không bao lâu chỉ vài tháng hai người được kết hôn nhau. Ngọc Trinh không do dự khi chị Liên hiểu quá nhiều về Tấn. Hơn nữa anh cũng đã dành cho Trinh một tình cảm đặc biệt. Anh vẽ cho nàng trên mười mấy bức ảnh để bán, hàng chạy như tôm tươi. Một công trình vẽ bán tranh của anh phá kỷ lục từ trước tới nay, kể cũng lạ. Khi nét họa của anh lãng mạn, tinh túy, phóng khoáng và lơi lả. Anh đã tưới vào con mắt, làn môi của nàng bằng nụ cười, trong tranh kỹ xảo quá. Thực, ảo trộn chung, chính cô nhìn rất bắt mắt mê ly. Huống hồ chi người khác thưởng ngoạn. Trinh thích lắm, ngây người để ngắm... Vậy mà trước giờ Ngọc Trinh chưa nghĩ tốt về Trương Tấn. Nàng có vẻ coi thường anh. Bây giờ thì hoàn toàn khác. Suy cho cùng Trinh yêu một họa sĩ trong lòng, và nàng muốn chính chàng chinh phục được nàng, làm cho nàng quên được Lê Thăng! Người tình đầu của nàng với nét vẽ đơn sơ quyến rũ, nhưng phản bội nàng, phản đi một nước cờ ghê gớm. Lời hứa của chàng băng xuyên cành lá, như gió thoảng trên mây trôi, và muôn dặm ngàn khơi kia bị quên lãng... "Người đã quên tôi như rừng xưa quên cội, người đã quên tôi như nước đã xa nguồn." Một giai điệu bài hát nào đó mà nàng nhớ mang máng, của lời tình hay không trọn vẹn. Cơ hồ những điều đó, cũng có đôi khi thất thỏm con tim nàng...

Ôi lá thơ kia cứ làm cho nàng ray rức đau khổ, bâng khuâng nghĩ ngợi, nhưng nàng rồi phải chấp nhận với thực tế. Trinh một tính cách rất mãnh liệt trong trái tim yêu. Thế nhưng dễ tổn thương và khó tha thứ, là thiên bẩm của cô. Và đó là điểm ưu và cả nhược của cô. Nên Ngọc Trinh quên được nhanh Lê Thăng, không còn một chút gì để Trinh nhớ tới chàng nữa. Thay vào đó nàng muốn say đắm cùng họa sĩ Trương Tấn. Và nàng cố dồn tình yêu hết cho chàng còn lại...

Cô đã có một cuộc lấy chồng, đám cưới lớn, pháo nổ ngập rộn đường đi từ nhà chị cô đến nhà ba má Trương Tấn – Tức là ba má chồng cùng ở khu vực gần đó, gần nhà chị Liên thôi. Cha mẹ ruột Trương Tấn thì quý yêu Ngọc Trinh đẹp người, đẹp nết, gương mặt nhân hậu, hiền hòa, song lại sang trọng mỹ miều như con nhà quý tộc. Nhưng thật ra cô gái Trinh xuất thân ở con nhà gia đình bình thường thôi... Đám cưới họ còn được về tổ chức lớn ngoài quê. Ra mắt cha mẹ họ hàng thân thích linh đình, bên Ngọc Trinh, bên đàng gái! Họ có đám cưới hai nơi. Cuộc đời Ngọc Trinh gắn liền với Trương Tấn từ đó.

CHƯƠNG 5

Rồi thời gian như vật đổi sao dời. Chiến tranh Việt Nam kết thúc đã lâu của 1975. "Nam Việt Nam thất thủ, đi đến bại vong. Cộng sản Quốc Tế đã liên kết ủng hộ chiếm đoạt Miền Nam, chính quyền Bắc Việt lên ngôi thắng thế. " Thời gian trôi qua, ai nào biết được chữ ngờ! Song rồi chính phủ Mỹ đã thông qua quốc hội, thượng viện và hạ viện biểu quyết. Dân biểu đã định đoạt và yêu cầu, sau đó để được Tổng Thống phải chấp thuận ký thành luật, họ hoan nghênh như sắc lịnh mới... Một chính sách nhân đạo, bày tỏ của Mỹ với đồng minh "Việt Nam Cộng Hòa tại Miền Nam- Người Trong Cuộc Chiến." Nghĩa là nước Mỹ có một lập trường để đón nhận, chương trình. "Diện H.O" (Đọc là Hát Ô). Chữ tắc của Humanitarian Operation. Và nói nôm na hơn là, họ là những gia đình có cựu tù binh của chế độ miền Nam trước 1975. Chồng, vợ hay cha mẹ, người nào đã bị học tập cải tạo dưới chế độ cộng sản từ 3 năm trở lên. Cá nhân và gia đình họ coi như sẽ được sẵn sàng đi định cư sang nước thứ hai Hoa Kỳ. Đó cũng là một trong những diện quy định có được ưu tiên. Tấn cùng Trinh qua Mỹ với diện H.O của gia đình anh. Cha Trương Tấn là Trung Tá của chế độ Sài Gòn Miền Nam Việt Nam đệ nhị Cộng Hòa trước 1975. Ông từng Đại Úy chỉ huy nhiều trận, đóng đô tại An Lộc, Bình Long...

Nói về Lê Thăng. Sau khi anh nhận được tin người yêu sang ngang. Ngọc Trinh vào Nam đã lấy chồng giàu sang. Anh lại nghỉ phép lần hai, về Sài Gòn có người mai mối anh phải lấy Tình, một cô gái có gia đình giàu bậc nhất, nhì giữa thành phố xa hoa đài cát Sài Gòn. Anh trong vô tình mà gặp hay là thiên cơ đã định. Tuy ban đầu anh không ưa Tình. Nhưng sau lần hai đó coi như vì nghĩa, vì hoàn cảnh anh đã chấp nhận.

Số là anh có cuộc triển lãm tranh chung với một group bạn, năm họa sĩ khác. Lúc anh vẫn còn ở trên đất biên giới Việt Nam Campuchia đời lính, anh nghe tin tức báo đăng và cả radio nói về cuộc thi triển lãm tranh ấy. Anh đã nghe hằng đem và cả tháng. Lê Thăng liền xin đơn vị tức là anh nói với thủ trưởng, cho anh ba ngày về để thực hiện một mơ ước anh đã chuẩn bị sẵn sàng tranh ảnh rồi. Đi lính anh đã chuyển sang bộ phận đơn vị hậu cần thì thong thả và không có gì phải căng. Và thời buổi anh đi lính Campuchia đã trở nên thời bình cùng Việt Nam nên mọi chuyện dễ chịu và khá tốt đẹp an lành hơn. Thủ trưởng anh cũng là một người mê tranh ảnh thứ thiệt, nên cấp phép và cho anh lên đường về Sài Gòn triển lãm tranh thi đấu xem sao? Để chàng trai trẻ vui hơn một ngày trở lại cũng chẳng hề gì mà. Lê Thăng có hứa là khi mãn nhiệm vụ, anh sẽ về với người yêu chứ không bao giờ anh đào ngũ theo nàng khi chưa xong trách nhiệm. Như thế thủ trưởng vẫn vui và tin lời hứa của chàng lính trẻ. Cơ sở anh đã liên lạc, chương trình thế nào ở đâu anh đã nắm bắt chỉ chờ ngày mà thôi. Và rồi Lê Thăng về Sài Gòn, anh gặp ban tổ chức. Và đến ngày anh đã dự thi triễn lãm tranh. Với sự chuẩn bị chu đáo những bức tranh quay về tiềm thức của anh và Trinh ngày xưa anh mơ... Năm bức tranh anh dự thi Tựa là "Em và anh trên đồi cát." "Trái sim xin chẻ làm đôi." "Vùng yêu thương vẫy gọi." "Nhan sắc ai ngày ấy?" "Ngỡ ngàng màu phai."

Anh được đoạt giải A. Người đứng ra bảo trợ cho chương trình là ba của Tình, ông Trịnh Phấn, cùng một nhóm yêu nghệ thuật chủ trương tại thành phố. Sài Gòn lúc này vẫn là một thành phố năng động, mở cửa và mở trói, phóng khoáng cho tất cả của mọi cách nhìn về tâm hồn nghệ sĩ. Ông Trịnh Phấn được bạn bè nể nang và mời tham gia với tư cách chủ xị. Vì ông Phấn tiền có nhiều, và giỏi hội họa để đóng góp, và để bảo trợ lớn. Xong cuộc triển lãm ông mời Lê Thăng về nhà chơi, để giới thiệu con gái, mong gả Tình cho anh. Cố nhiên là Tình thích anh ngay từ đầu, với ánh mắt bắt gặp anh. Nhưng Lê Thăng thì khác hơn. (Lần thứ nhất đó anh đã từ chối, và viết thư cho Tình ngắn gọn, để Tình hiểu...) Nhưng sau lần đó thì tin choáng váng anh được biết, Ngọc Trinh đã lấy chồng rồi, xa xứ Cát Trinh thân thương ngày ấy... Và có dịp anh lại đến nhà ông Trịnh

Phấn lần thứ hai. Anh nhìn thấy Tình cũng không kém nhan sắc nên anh không muốn chọn lựa gì khác nữa. Tình yêu nơi anh và Trinh xưa xa dần và mất hút nẻo, nhớ tưởng mà làm chi? Dặm ngàn bể dâu, nghìn trùng xa xôi cách trở quá rồi. Biết mô mà tìm "Trinh đã ra đi không một lời từ biệt..."

"Nàng về xứ mộng nơi nao/ Mà ta ngồi đó ước ao đợi chờ...Tình là một mối bơ vơ/ Ta trong nước mắt, đợi chờ nhện giăng..."

Vâng! "Giấc mơ đã lỗi hẹn" Anh hiểu, làm sao vực dậy nữa? Làm gì khi đống tro tàn đã cao chất ngất? Vận mệnh chia cách đôi bờ. Định mệnh khước từ tình anh và Trinh tự lâu rồi chăng? Trinh, nàng đã lấy chồng đi xa khi anh về thăm, sau mùa triển lãm... Nên anh đành gật đầu nhắm mắt liều chân làm lễ cưới, lễ tơ hồng với một cô gái tên Trịnh Thúy Tình. Đời thật ngang trái, đâu phải yêu, mà mình lấy được người mình yêu! Lê Thăng đón nhận những câu nói đó để trong lòng. Và chỉ biết chấp nhận với chấp nhận, trái ngang với trái ngang nhiều nỗi bủa vây...

Rồi ngày tháng trôi qua. Gia đình ông Trịnh Phấn cũng là một gia đình sĩ quan của Sài Gòn trước một chín bảy lăm. Nên sau này Lê Thăng đi lính về lấy vợ Tình. Và anh sang Mỹ với gia đình bên vợ. Hai người: Trịnh Thúy Tình, Lê Thăng sống trên mười sáu năm, chỉ có một đứa con. Nơi tình yêu của Thăng Tình vẫn hục hặc, mất thăng bằng, chông chênh hoài. Bởi Tình và Thăng không chung cùng một tâm hồn đồng điệu, họ đồng sàn mà dị mộng, càng về sau họ càng khác nhau không thể hiểu... Nhất là khi họ được qua sống tại đất nước Hoa Kỳ.

Tình yêu của Tình dành cho Thăng coi như thiếu kém mặn mà, nhạt phai theo năm tháng. Tuy nhiên làm rể bên vợ, cha mẹ vợ Lê Thăng anh vẫn tôn trọng, yêu thương họ. Về vợ Thúy Tình, lúc nào cô cũng sống vì tiền hơn là tình cảm hay tình ái với anh. Mặc dù Tình không khổ sở, vất vả. Song với nàng Tình "đồng tiền cũng dính liền vành môi cô." Đó là danh từ mà Lê Thăng đặt cho Tình. "Tên

Tình mà người chẳng Tình?" Qua Mỹ có những lúc hai người phải khắc nhau ấu đã, cãi vã to tiếng. Đã mấy lần như muốn đi đến giai đoạn ra tòa. Nhưng vì Thăng nể cha mẹ vợ, anh vẫn muốn giữ lại tình cảm thiêng liêng đó. Phong cách tư tưởng anh vẫn còn nặng về cổ truyền, cầm cự tình nghĩa vợ chồng "tôn trọng nhạc gia" "sắt cầm một lần thủy chung hàn gắn" v.v... Nên anh không muốn nó mất đi một cái gì hòa khí, đã được trở nên gắn bó và hữu duyên lâu rồi. Anh rất giằng lòng trước thái độ kỳ quái của vợ Tình để sống. Nhưng vợ Tình lúc nào cũng lớn tiếng, lấn lướt quát:

- Tôi không thể đầu tư cho anh quảng bá, hội họa hay nhiếp ảnh cái chi chi cả? dù tôi có dư tiền. Anh muốn thì kiếm người khác hợp ý mà ở. Với tôi thì bill bộng là đâu ra đó. Hằng tháng phải ký trả, tiền trên hết. Có tiền là cuộc sống như tiên anh phải biết nha.

Lê Thăng luôn chấp nhận những gì Tình đưa ra, rồi nghe mãi bài ca con cá nàng nghêu ngao:

"Tiền trên hết, tiền là number one. Money first, không tiền làm sao chãnh, không tiền như người điên khi rảnh. Không làm gì được? No money là No honey! No friends...

. No money nói không ai nghe. "Tiền là tiên là phật, là sức bật con người, là nụ cười tuổi trẻ, là sức khỏe người già, là danh giá hương hoa, là tiếng loa của sức mạnh, là sức bành của xấu xa, là con ma của quyến rũ, là lụ khụ cũng cho ngoan, là con như hóa mẹ, là giẻ cũng coi vàng. Có tiền luôn vẻ vang. Phải khóc than khi tiền thiếu? "Bởi vậy tiền như có hiếu. Người ta đều cầu kêu, tiền biết bao nhiêu là thiếu đủ. Người ta giàu sụ bởi nhiều tiền. Tiền tiền trước tiên mọi dịch vụ... Hoa hậu không tiền mất tiếng ru, đừng bao giờ nghĩ tiền đã quá đủ. Rõ là một thứ ngu, ngu của thời đại. Dại của một kiếp người. Tôi chỉ có nụ cười, chi tiêu xong. Tiền thong vô nhà bank. Tôi đời vui ngóng, cho lòng tôi vui..."

Mỗi lần chạm trán với vợ Tình, nàng cứ mãi hát hai đoạn "bài ca con cá đó" sém hụt hơi, sém đứt lưỡi. Đến nỗi anh nghe ngán hơn cơm nếp nhão luôn! Mà Lê Thăng vẫn còn ôm kiếp chịu đựng. Nhưng với Tình, nàng cho một bài ca không đàn sáo, cứ xướng lên vẫn thú vị nhất. Có phải một cuộc nghe, cho mỗi người là tầm giá trị, ý thích khác nhau, nhận được sự hiện hữu khác nhau...

Cuộc đời hai người. Ngọc Trinh, Lê Thăng trôi qua với số phận thế đó. Mỗi người là một con nước cứ trôi theo môi trường. Và đôi bên vừa trút tâm sự về mình, như cuốn phim hồi tưởng, ngược chiếu lại. Thật giờ đây hai kẻ ngồi nghe nghẹn ngào. Lê Thăng đứng lên hỏi lại:

- Lá thơ đó đâu em đưa anh coi em ơi? Khi anh đang đứng, ngồi tại nhà Trinh. Nàng không chấp nhận anh đến khi gọi phone, vì nàng còn quá giận chàng không tha thứ được. Nhưng rồi, ấy vậy mà lần thứ mười, chàng ỉ oi quá mức, Trinh mới chấp nhận! Lê Thăng có công chờ đợi mới có được ngày hôm nay gặp nàng. Anh đến và hai người nói chuyện như thế, hồi tưởng mối tình họ, và sự kiện diễn ra như thế...

- Em xé vứt bỏ từ đồi cát. Làm gì em để đến bây giờ anh? Ngọc Trinh trả lời khi nàng cũng đứng lên tìm cánh hoa giả màu xanh cắm trong bình cô ngửi, rồi bỏ xuống, và cũng ngồi xuống vị trí cũ nơi bàn khi nãy. Không hiểu sao nàng thích làm điều đó.

- Vậy anh nhớ ra rồi. Lá thư là anh gởi cho Tình trước kia, lúc anh chưa có ý niệm cưới cô ta. Và từ khi đi về dự cuộc thi tranh triển lãm hội họa, anh lại chiến trường Campuchia. Anh viết cho cô ta có mấy hàng thôi, đúng không em?

- Tại sao là như thế?

- Cô ta lợi dụng anh, lợi dụng em nữa! Cô ta lấy ra coi xong đã đời, rồi tìm cách gởi về cho em. Có thể lắm. Vì lúc gặp nhau lần thứ nhất. Anh có nói anh có người yêu. Cô ta hỏi địa chỉ quê em ở đâu? Thì anh nói đại, anh đọc đơn giản.

- Vậy sao anh Thăng? Có thể nào? Trinh vẫn ngơ ngác.

- Lúc đó anh không nghĩ xa... Ai nào ngờ cô ta sẵn lòng. Cô ta nhớ làng, nhớ thôn, nhớ xã, nhớ huyện và làm điều "mạo thơ" của anh.

- Có thể nào như thế mạo thơ? Chữ anh mà. Ngọc Trinh ngạc nhiên hỏi lại Lê Thăng.

- Em giờ vẫn còn dại khờ Trinh. Thật là không ngờ như vậy? Đúng thơ anh, chữ anh. Nhưng đó không phải là lá thơ anh gởi cho em? Mà anh gởi cho cô ta. Tình coi xong, xếp lại dán tem gởi đến em theo địa chỉ thôn, xã, huyện, nơi em. Bộ em không thấy từ đâu gởi đến hã?

- Có từ địa danh chiến trường Campuchia ghi chữ in. Và tên em cũng ghi chữ in đậm lớn. Nên em tin, em không để ý. Em chỉ để ý là dòng chữ bên trong của anh là nét chữ anh hẳn hoi. Em thổn thức với dòng chữ anh bên trong cũng đủ lắm rồi anh biết không?

- Trời ơi là trời! Em thiếu cẩn thận. Khi anh trở lại, làng xóm nói gia đình em sang nhà cho một người từ vùng biển Cát Chánh lên ở. Còn ba má gia đình em đã chuyển về Bà Rịa luôn hết. Em đã đi lấy chồng rồi. Anh ngẩn ngơ, thế và cay đắng đi lấy vợ. Với một nơi, một đám cho mình nhiều tình cảm, quyền lợi. Lúc đó anh không nghĩ gì khác hơn nỗi đau. Khi em phản bội anh rồi. Em quên anh nhanh rồi. Thì còn nghĩa lý gì đâu. Em đời như ở mãi núi cao, mà anh xa xăm như sông vắng vực sâu, của hai giới tuyến mà…

- Vậy nhưng thì dù sao anh cũng quá hạnh phúc. Anh lấy vợ con nhà giàu, và quyền lợi.

- Anh không cần đâu. Thủ phạm gian ác là vợ anh đã chia lìa chúng ta!

Cả hai đều chết lịm với một sự thật não nề này. Mỗi người đi về một giấc mơ đau thương của quá khứ. Mà nhánh hoa thật kia anh mới tặng cô, dường như cũng muốn đau đớn xót xa cho Trinh, bởi từ lòng dạ lâm ly của nó, khi chúng được cắm gần ở đó mà cảm tưởng cho hai người rằng những nỗi ly tan, mất mát… Và hoa kia đã chứng minh chuyện tình buồn của họ… Thật ra hoa không nói được, nhưng hồn hoa đã đắng đót thương yêu, chia sẻ cho tình yêu họ khi vô ngần đau đáu…

CHƯƠNG 6

Thăng vô cùng buồn bã khi đến thăm Ngọc Trinh và trở về nhà mình. Vì chàng hiểu được sự gãy đổ, ly tan ở mối tình của chàng.

Với vợ là Tình hôm nay anh không nhịn nơi căn nhà riêng. Thăng lên tiếng:

- Tại sao thơ tôi gởi cho em. Em lại bóc ra đi gởi cho người khác. Em có biết em độc ác lắm không?

- Vì lúc đó tôi yêu anh, tôi muốn chiến thắng họ. Lá thư anh chỉ gởi em yêu dấu, không có chủ từ riêng là ai? Nên tôi mượn. Tôi mượn nên mới làm được như ý. Được không?

- Em làm chuyện hết sức phi thường, và khác thường.

- Cũng thường thôi, có chi đâu mà phi thường? Nhưng anh có đầy đủ trong việc làm khác thường của tôi chứ? Anh có vợ đẹp con xinh, gia đình ba mẹ vợ giàu. Anh như con chuột sa vào bồ nếp, vinh thân phì da từ đó đến giờ cũng từ tôi mà ra nha?

- Xin lỗi em. Đó không phải là hạnh phúc. Thật sự em chẳng yêu tôi. Em chỉ vì cái danh tôi mà muốn đánh bóng ba mình, cho mình, gia đình mình hơn thôi. Kể từ khi chung sống, em chưa bao giờ hạp với tôi, và yêu sự sáng tạo hội họa của tôi? Em chẳng hề yêu tôi? Em chưa bao giờ đồng ý ủng hộ cho tôi một cuộc triển lãm sau này là gì? Em chẳng bao giờ làm cho tôi vui. Em có biết không hỡi Tình?

- Xí… Những cái đó không phúc lợi ở Mỹ này? Có lúc thất bại, tổ tốn tiền chi phí nữa? Lúc đó tôi yêu anh chỉ vì anh quá đẹp trai thôi. Tôi muốn chiếm anh thôi.

- Thật ra em chưa đủ biết về tình yêu, cùng ý nghĩa của nó Tình ạ.

Im một chút hai giây Thăng lại nói tiếp:

- Và em phải biết về tôi, những gì đó là niềm vui. Tôi kiếm được tiền từ một cái job khác, thì cô phải để tôi vui trong, một niềm say mê riêng biệt khác của tôi chứ! Em thật ra người ích kỷ. Em tàn ác, em nhỏ nhen, đê tiện. Em biết không?

- À... à. Anh hôm nay nói nhiều quá đấy, chưa bao giờ anh có thái độ kỳ khôi như vầy nghen? Bây giờ anh ngon rồi há, gặp lại người xưa muốn rời xa tôi. Đúng không? Tôi không cần anh bây giờ nữa. Anh hãy đi đi, đi với nó đi... Vợ Tình lại xả ra bằng một giọng căm tức hờn lẫy.

Thăng thêm quả quyết:

- Được tôi sẽ ra đi, không cần cô xô đuổi. Dù tôi rất trọng cha mẹ vợ là ba má cô đó thôi. Quá nhiều, quá đủ rồi, quá dư với tôi rồi. Và xem như tình yêu của chúng ta cũng có ngày kết thúc. Trả lại sự thật của nó.

- Anh đừng vội vàng giở quẻ, giở trò trở mặt. Tôi nói vậy nhưng không dễ trở như bàn tay anh, như anh tưởng đâu?

- Là điều lẽ dĩ nhiên của định luật. Tôi không hề trở mặt, trở tay... Tôi hận cô làm nên tội ác. Em, em hèn hạ nhất trần gian em biết chưa Tình? Trời ơi là trời...

- Anh chưa bao giờ trút giận và đổ lên đầu tôi như hôm nay đó nha. Ah ha. Anh bẩn lắm! Anh... anh gặp lại con nhỏ Ngọc Trinh đó. Tôi đan với anh chuyện này đó, anh coi chừng anh kia?

- Đừng hù dọa tôi nữa vô ích. Vì như vô tình ánh sáng đã lọt vào vùng tối. Mọi chuyện rõ ràng hơn thế thôi. Cô biết chưa? Cô không yêu tôi thật thì tôi sống với cô để làm gì?

Hai người rơi vào tình cảnh, lời chưa bế tắc, nhưng tình đã bế tắc. Vợ Tình không thèm nói chuyện với Lê Thăng nữa. Cô không cần sửa soạn lâu. Tình nóng lòng ra xe lái đến shop hoa Number One Flower VN, để tìm hiểu về Ngọc Trinh qua con bé Tâm Như. Nhưng lái xe tới nơi, cô không dám vào. Tình lại lái sang nhà Ngọc Trinh nhưng tới cửa cô cũng chẳng nỡ bước vô. Vì còn nghĩ ra được mình vô duyên, thiếu lịch sự quá. Tình lại lái xe về nhà mẹ, định tâm sự cùng mẹ Hân nhưng nàng nghĩ không nên, và biết đâu mình sai... Biết đâu mẹ lại chê cười mình. Cuối cùng cô lại lái xe về nhà. "Mèo lại hoàn mèo." Cô bước vô nhà thấy Lê Thăng vẫn còn ngồi ở góc bàn vẻ trầm ngâm, với ly coffee để gần đó... Nàng vào phòng nói một câu trước mặt

Lê Thăng:

- Mê lại nó quá rồi, nhưng không dễ với tôi đâu.

Lê Thăng vẫn làm thinh không thèm nói gì nữa.

**

Và đây là lần thứ hai anh tới nhà Ngọc Trinh để nói chuyện, khi nàng buông quyển sách xuống, cùng lắng nghe anh nói. Khi Trinh pha cho anh tách coffee Trung Nguyên đen nguyên chất anh thích uống thế. Tại nhà nàng. Nàng trả lời:

- Anh Thăng, chắc chúng mình không thể đến với nhau được nữa. Tất cả đã đi qua quá muộn. Chỉ là hoài niệm thôi anh Thăng.

- Nhưng Tình đã gây ra, giờ đây cô ấy cũng chẳng tha thiết với anh mà. Cô ta chỉ phá thôi. Chúng ta có tình yêu thật sự. Hãy đến với nhau dù gãy đổ, dù muộn màng em à.

- Phụ nữ nào cũng íck kỷ và ghen tuông. Em hiểu. Em không thể giẫm lên một phụ nữ để sống cho chính mình?

- Em đâu có giẫm lên ai đâu mà tự lên án mình? Chính Tình đã giẫm lên em mà. Sống với anh có sống, nhưng tận đáy lòng nàng chưa yêu anh như em? Không thể trọn vẹn được. Hãy sống cho mình đi em Trinh!

- Tất cả đều quá muộn. Em không thể tính anh Thăng.

- Tháng sau này anh sẽ mở một cuộc tranh triển lãm, ở quảng đường, hội thể thao Việt Nam Quang Trung. Dù cô ta không ủng hộ anh vẫn tiến hành làm.

- Việc đó em ủng hộ anh, hoàn toàn anh. Em sẽ góp phần cho anh cả vật chất. Trinh nói và ngước cặp mắt nhìn chàng. Cô nhìn chàng mến yêu hơn là âu yếm.

- Ngọc Trinh. Em làm gì có tiền của mà góp phần sức, góp mặt chi em? Chàng nhìn nàng mà nói, có vẻ thán phục.

- Em làm ăn cực khổ, nhưng em chắt chiu, em vẫn có vốn để lỡ khi trái gió trở trời. Lỡ vận hoặc mất job v.v... Dù đất Mỹ hoặc ở đâu ta dành dụm được là vốn quí. Anh Thăng không tin tưởng? Anh nghĩ em nói dóc phải hôn? Đây nè em mới lấy về, có chuyện đây. Trinh vừa nói vừa đi vào tủ kín.

Ngọc Trinh đem ra một hộp vàng thẻ trên bốn chục cây. Và cô nói luôn:

- Em không giàu lắm, nhưng nó vẫn là món quà quý do Trinh chắt chiu. Em định đổi ra tiền, vì năm xưa vàng lên em đổ mua. Mấy năm nay vàng đứng, em cũng không lời mà nhà nước không có lãi nhuận chi cả. Nên em định chuyển hướng lấy về. Em chưa ra ngân hàng để mở trương mục mới. Em lưỡng lự làm cái việc gì đó. Trinh nghĩ chưa xong.

- Cám ơn em. Em làm anh cảm động quá! Anh quý tấm lòng em thôi, anh lo được mà. Cuộc sống vất vả mà em dành dụm, anh thật sự xúc cảm vô ngần. Anh kính trọng em, em đáng nể lắm Trinh ơi. Hãy để lo cho con, cho em. Là anh mừng cho em và con rồi.

Im lặng một lúc Lê Thăng nói tiếp:

- Lẽ ra anh phải lo cho em nữa chứ, đâu cần để em lo cho anh. Anh hứa.

- Không cần đâu, Trinh tự lo được mà. Bây giờ gia đình em ở Việt Nam cũng làm ăn khá rồi. Hằng tháng em không gởi nữa. Mấy tháng rồi em không nhận việc clean up. Nghỉ ngơi một tý. Em muốn relax tý cho khỏe. Sao tự nhiên em lại đọc báo nhận làm nơi nhà mẹ vợ anh. Nghĩ cũng thiệt là lạ...

- Ông trời đã đến ngày cho ta gặp lại nhau đó mà! Tội cho em một đôi vai nhỏ gánh nhiều niềm đau, bổn phận... Hãy tha thứ cho anh...

- Không, anh không có lỗi anh Thăng.

- Vậy thì chúng ta trở về với nhau Ngọc Trinh nha?

- Em chưa tính chuyện này được. Em nói em không thể giẫm lên một người đàn bà để sống cho mình?

- Chuyện mình đâu phải thế, hoàn toàn khác. Chúng ta chẳng giẫm ai em Trinh?

- Đừng biện luận, dù sao anh Thăng cũng đang sống với một gia đình. Bên cha mẹ vợ rất giàu có, hạnh phúc. Em đi làm công cho họ mà?

- Nhưng anh nói, anh không có hạnh phúc bên vợ Tình.

Cô ta rất kỳ cục lắm.

- Thôi anh à chúng ta coi nhau như bạn đi. Ráng mà làm lành với cô ta để giữ hạnh phúc. Em mong.

- Hạnh phúc gì? Không thể được. Em giết anh thôi. Anh chỉ yêu em và còn yêu mãi mãi. Chính em mới là của anh yêu! Vợ Tình chỉ là một sự gán ghép, thô lỗ, sai lầm... Không fit, không match, không hạp. Em biết không? Rất nhiều tư tưởng so le... Anh không thể sống nổi nữa. Nó không như lòng anh ước muốn, dù anh rất trọng cha mẹ vợ. Em biết hôn? Anh đau đớn nhiều rồi em biết hôn em Trinh?

- Em thật khó xử, khổ cho em quá anh Thăng.

- Anh đã đến lúc không thể lấy tình thương ba mẹ vợ mà anh phải tôn thờ một tình yêu không hương sắc, không mùi vị, nhạt nhẽo hơn nước ốc. Tội cho anh chứ em!

- Nhưng em quả quyết em chẳng thể nào tái hợp với anh được đâu? Anh Thăng.

- Sao vậy em?

- Sao trên trời đêm đêm anh ra hỏi để chúng trả lời đi.

- Em đừng giỡn nữa. Trả lời anh đi.

- Em nói thiệt chứ giỡn đâu. Đêm đêm em hay ngắm sao trời hỏi. Tôi là ngôi sao nào? Tại sao tôi phải mang những nghiệp khổ, mang nhiều xấu số thế nhỉ?

Nhìn Ngọc Trinh. Lê Thăng thương nàng quá mà rằng:

- Bây giờ gặp nhau là những ngôi sao đẹp đã mách bảo chúng ta đó mà. Không còn xấu số nữa đâu em. Nhất định vậy rồi Trinh ơi. Anh yêu em nhiều lắm.

- Không được đâu anh. Chắc là vẫn còn xấu số. Nghìn trùng xa cách mãi ngân nơi lòng em...

- Không thể như em nói đâu Ngọc Trinh. Anh lạy em Trinh ơi.

- Anh ơi ráng mà nhìn hiện thực đi anh.

- Anh không thể để mất em lần nữa. Trinh ơi.

- Em đã nói quá muộn, và quá muộn rồi anh làm ơn biết?

- Thôi thì em giết anh đi. Anh sẽ khỏi vướng bận với đau

khổ, vì con tim anh còn mãi yêu em.

- Không được. Hay là anh giết em đi. Hay là anh tha thứ cho em đi. Trinh bảo.

- Làm sao anh giết được người anh yêu. Lê Thăng đau đáu trả lời. Và anh tiến tới định hôn nàng. Nhưng Trinh đã bỏ đi chỗ khác, dấu nơi nhà nàng.

...!

CHƯƠNG 7

Đó là lần cuối cùng khi Ngọc Trinh chuẩn bị bao ngày đêm, nàng nói với Tâm Như đứa con duy nhất. “Mẹ sang Paris đi chơi thăm người bạn đang ở bên nước Pháp” Đúng vậy Ngọc Trinh và Lưu Ngọc Thanh biết nhau từ thời trung học. Cùng một thời cô yêu Lê Thăng ngày ấy.

Ngọc Trinh nói với Lê Thăng trước khi đi. Mặc dầu chàng rất buồn. Nàng nói với ý:

“Trinh muốn có một cuộc đổi gió lớn, muốn đi xa. Muốn rời xứ sở America, đã cho nàng từng sống cực khổ với lam lũ nhưng náo nhiệt, và đáng yêu ở đây. Và cho nàng hạnh ngộ với chàng. Song đã cho thêm nàng một nỗi đau lớn khó giải quyết... Nàng đi xa để thay đổi, để nhìn lại tầm nhìn v.v... ”

Nàng đi bằng sự cô đơn tìm đến máy bay của chuyến đi xa. Gặp lại bạn cũ để nguôi ngoai, để chia sẻ hơn chăng...? Ngọc Trinh tự lái xe đến phi trường gởi xe cho đến ngày về. Nàng không cần con đưa tiễn hoặc Lê Thăng đưa đi. Vì đó là nàng muốn một mình “độc thoại” thư thái, ung dung, tự tại. Ngọc Trinh muốn quên đi, hoặc tự thấy lòng ít ngột ngạt... Và nàng mong trái tim nàng hãy như câm lặng, đừng quá xúc động, đừng xáo động lên nhiều nữa. Nàng hy vọng có thể...

Rồi Trinh check in, check hành lý với thủ tục người đi máy bay về vùng trời nước France -Paris. Nàng chỉ đem vỏn vẹn một valise dạng trung bình với vài bộ đồ, vài lọ nước hoa, ít thứ đồ trang điểm bình thường. Ngọc Trinh nhìn đồng hồ thời giờ lên chờ đợi, khi giờ bay còn xa... Nàng ngồi lại ghế của một góc. Trinh lại nhìn ra bầu trời mùa thu thời tiết không xấu, nhưng chỉ là một màu sắc hơi xám đậm, như từng ấp ủ một ân tình sâu kín vẫn len lỏi vào tim nàng... Dù Trinh muốn thất thoát, muốn xa lánh nó, muốn cố lãng quên ...

**

Máy bay cất cánh...

Máy bay cất cánh rồi hạ cánh. Một vòng bay xấp xỉ trên hơn mười lăm tiếng đến Paris. Ngọc Trinh trước hết ra khỏi sân bay nàng đi xe bus, sau đi taxi và về với một khách sạn, nàng vẫn đăm chiêu tư lự, ở trọ cũng trong nỗi cô đơn đó. Ngọc Trinh đi tắm rửa. Sau hai mươi phút, thì người khổ đau này gọi phone Lưu Ngọc Thanh cho biết là nàng đã đặt chân đến đất Paris thật sự rồi.

Rồi nàng vẫn thường đọc sách, những khi đứng nghĩ buồn vì đâu... Và rồi họ đã hẹn để gặp nhau. Ngọc Trinh sẽ tìm kể cho Lưu Ngọc Thanh nghe câu chuyện này. Nàng từng có kể cho cô bạn nghe qua phone. Nhưng làm sao bằng hôm nay khi mà nàng đến xuất hiện của khối người bằng xương bằng thịt kề cận bên Thanh đây, nó chắc sẽ là khác hơn... Sự kiện thì giống nhau, nhưng bối cảnh không gian chia sẻ khác hơn hoàn toàn mà. Và liệu Lưu Ngọc Thanh có tìm ra cách giải quyết cho nàng hay hơn chăng?

Và rồi, hai người được gặp nhau mừng vui hết sức, như quả táo ngoan cổ tích sẽ có cầm chạm trên tay, họ đâu phải là mơ nữa! Hai người bạn gặp nhau họ đi chơi. Lưu Ngọc Thanh, Ngọc Trinh đang sánh bước vùng khu vực dòng sông Seine đẹp tuyệt vời. Trong không khí của nắng ấm ban mai mát rượi...

Lưu Ngọc Thanh lại hỏi:

- Trinh như vậy bạn tính sao về chuyện tình của bạn?

- Mình chưa tính được, thật sự khó khăn rắc rối quá nàng ơi? Nên mình muốn sang bạn, thăm viếng Paris nhìn con sông Seine cho vơi đi nhọc nhằn suy nghĩ... Và mình muốn có ý kiến từ nơi Thanh...

- Đương nhiên là chuyện tình bạn đẹp, trải qua đầy bí

ẩn Ngọc Trinh à. Tuy mỗi cuộc đời chúng ta là những dòng sông, không dòng sông nào giống dòng sông nào. Người thì như rơi vào dòng sông đẹp thơ mộng, người rơi vào dòng sông bình thường yên lặng, người thì rơi vào dòng sông đục ngầu hay xám xịt, hoặc nước chảy chẳng xuôi dòng? Dòng sông vẫn có số phận. Như chúng ta con người càng ràng buộc trong số phận hơn. Trăn trở mãi kiếp người trôi qua, đúng không Ngọc Trinh?

Ngọc Trinh không trả lời. Bạn Lưu Ngọc Thanh cũng đã hiểu. Lưu Ngọc Thanh bồn chồn bảo tiếp.

- Là một khái niệm khác hơn nè. Trên đời này không ai thay đổi được mình. Chính mình là sự thay đổi lớn nhất. Chính lòng mình có ước vọng, muốn thay đổi mới được? Và mới có hiệu quả thôi. Một câu nói nổi tiếng vì triết lý của nó "*Không ai có thể hát thế cho ai.*" Vì sao họ nói như vậy. Chắc Trinh biết chứ. Trinh đến thăm gặp mình, là điều mình rất hân hạnh. Còn mọi việc Thanh không biết nên khuyên sao đây. Nếu có người bảo: "Tình chỉ đẹp khi còn dang dở. Nhưng tình sum vầy mới đáng nể em ơi hi hi. Phải không Ngọc Trinh?"

Ngọc Trinh cười theo vô tư với câu nói ý vị, không lỗ không lời của Lưu Ngọc Thanh buông ra một chút đó. Nhưng rồi Trinh vẫn tư lự lại...

Trinh ngước mắt nhìn khoảng trời rộng, và nhìn xuống mặt sông. Dòng sông Seine như chở đầy nỗi nhớ, đưa lòng con người đi về muôn ngã... Cảnh vật nơi đây đẹp, gợn chút sóng lăn tăn. Như lòng mình cũng đang đứng giữa ngã ba sông...

Ngọc Trinh cảm thấy vui lẫn buồn lên dấu ấn trong nhịp thở của nàng...

Một bình minh vừa lóe sáng. Một cơn gió mát chạy qua dòng sông chập chờn, như chạy vào hồn, vào thân thể làm nàng rung động, bâng khuâng thêm... Tuy nhiên nàng vẫn thấy khó ước hẹn một ngày mới ở chờ đợi, ở hy vọng... Nhưng Trinh vẫn phải bước đi trên những lộ trình... Và cả cô bạn gái Lưu Ngọc Thanh, vẫn cảm thấy như Ngọc Trinh thế đó.

Cả hai cứ đi, đang đi tìm một quán ăn sáng để ngồi. Họ

đã chọn một quán khá đẹp, không xa dòng sông Seine lắm. Nó như đang thì thầm làm quả tim Ngọc Trinh thêm xao xuyến bội phần hơn…

- Quán ăn sáng này giống quán của Breakfast at Tiffany's quá. Ngọc Trinh đã buột ra lời khi nhìn cô bạn đang mặc chiếc áo đầm đẹp hết sức hôm nay.

- Ồ Ngọc Trinh lại bị ám ảnh phim Breakfast at Tiffany's quá nha. Lưu Ngọc Thanh chọc dò bạn. Lưu Ngọc nhìn hai ly coffee mới được mang ra trước tiên chào khách.

- Dùng đi, cô tiểu thơ bé bỏng của Lê Thăng ngày nào. Lưu Ngọc Thanh đan những ngón tay của bàn tay mình lại với nhau, cô cố tình vui vẻ chia sẻ.

- Nó đã chết theo thời gian rồi mà. Ngọc Trinh trả lời.

- Không, nó đang sống lại mãnh liệt đó mà. Lưu Ngọc Thanh muốn giải thích một tý và cô cười ý nhị thêm.

- Không có đâu! Ngọc Trinh nói nhìn sâu vào nụ cười mới nở của cô bạn gái họ Lưu.

- Mình đùa thôi. Cô nàng sống ở Paris nhìn vào mắt bạn Ngọc Trinh nói thế lại pha chút dò xét. Và nụ cười mỉm chi cô kéo lại, vẫn chưa tắt trên môi.

Sau đó cả hai dùng coffee thật thơm phức nổi tiếng của Pháp. Dòng sông nước chảy thật êm đềm, và bao cảnh vật nơi đây thanh bình trang nhã như đưa hương vào lòng họ…

Một sáng sớm trong lành thanh bình, thơm khiết vây lấy hai tâm hồn. Của hai người bạn, thật lâu họ mới gặp lại. Cả hai đang thưởng thức một bữa ăn sáng điểm tâm của người Pháp có cả coffee ban đầu. Có lẽ những ly coffee nổi tiếng thượng hạng ở đây, nó đem đến hàng triệu người trên thế giới đều ngưỡng mộ, và ưa thích! Và có lẽ trái tim họ cũng dành cho những bản tình ca hay nhất nước Pháp nữa. Từ thế kỷ mười sáu, rồi kéo mãi hôm nay nữa! Đố ai mà không mê đến chết người nhỉ? Khi dòng nhạc thách thức qua bao thăng trầm biến loạn nơi vũ trụ, nó vẫn hiên ngang sống mãi… Lưu Ngọc Thanh, Ngọc Trinh ngồi nghe như thế. Họ gần như quên hết những vui buồn chung quanh.*/*

HDT. 2014.

NƯỚC MẮT CHO TÌNH YÊU

CHƯƠNG 1

Hai anh em đi lang thang leo tận lên núi Ngọc Thự thả diều Ngọc Liên vô cùng vui thích. Trên một đỉnh núi cao họ đã lên tới. Chàng cầm hai cái bong bóng có dây ngắn. Và nàng cầm hai con diều có dây dài hơn thả bay phất phới, cao thấp trong gió đẹp... Rồi tiếp theo con diều được chàng cột gốc vào một hòn đá thay cho tay nàng nắm giữ. Và bong bóng cũng thế có nhánh cây lo giùm chàng móc vào chúng. Chàng Mã Thượng lại ngồi xuống thổi sáo cho Ngọc Liên nghe như thường ngày. Nàng thật ưng ý lắm. Dù tiếng sáo chàng đã kéo tâm trạng nàng từ vui sang, đang buồn trong tý tắt... Một âm thanh cao réo rắt đi lên, xuống, cung bậc thanh khiết, như lọc hết vũ trụ trong chìm đắm... làm rung động con tim Ngọc Liên đến mức tối đa. Nàng đưa mắt ngắm chàng như chẳng dám chớp mắt. Xong sau đó nàng lại nhìn xuống một, hai, ba, người ăn mặc lang thang, rách rưới dưới chân núi. Nàng nói với Mã Thượng liền:

- Ồ này coi kìa anh Mã Thượng. Tại sao có người đáng thương tâm kia. Ngọc Liên muốn chia sẻ quan tâm đến họ.

Chàng ngưng ngay thổi. Chàng nhìn nàng thêm trong đáy mắt mình.

Ngọc Liên vẫn đứng ngắm ba người. Họ đưa tay múa máy làm gì như một trò ảo thuật của những người mất trí...

Mã Thượng không trả lời mà cùng Ngọc Liên đưa mắt ngắm kỹ hơn. Rồi chàng lại đi uống rượu mang theo nơi một chiếc bình nhỏ. Và chàng nói:

- Họ đáng thương quá. Ờ anh muốn uống một vài chén rượu được chứ Ngọc Liên?

Ngọc Liên cười hồn nhiên:

- Được thôi. Nhưng Mã Thượng chớ nên uống nhiều. Rượu đắng như thế có gì ngon, mà Mã Thượng giống ba ta uống như thế.

- Ngon chứ. Tại Ngọc Liên không quen dùng, nên tư

tưởng có khác thôi, không biết đó thôi.

- Ngọc Liên cảm thấy uống nước trà, nước lạnh, nước suối còn ngon hơn kia chứ.

Chàng lại cười vui mà có vẻ đau đáu một chút. Mã Thượng bảo:

- Cái đầu em cảm giác lớn hơn thực tế đó nha. Anh nói một câu tương tự như câu nói vừa rồi, em phải lắng nghe chứ?

Ngọc Liên như không để ý câu nói chàng lắm. Nàng cũng không thèm buồn hiểu ý nghĩa sâu xa của chàng nói lắm. Ngọc Liên cứ bận mắt nhìn đám họ, dưới chân núi kìa.

Cả hai người lại tiếp tục nhìn xuống chân núi, nơi không nhiều cây cối đó. Ngọc Liên thố lộ thêm:

- Anh cứ thổi sáo, mặc em để bóng bay ở đây. Em muốn xuống thử.

Mã Thượng uống xong ngụm rượu thứ ba lại thổi sáo tiếp. Mã Thượng biết Ngọc Liên nói thế song lúc nào cũng muốn chàng uống vài chung rượu để bốc hơn, hồn chàng sẽ thổi sáo thật hay hơn, cho nàng nghe chứ? Rồi chàng ngưng lại, chàng nhìn nàng:

- Em đi đi. Coi họ rồi lên nhé.

Chàng lưỡng lự nhìn Ngọc Liên thêm:

- Hay là để anh đi cùng em nào?

- Có thể. Ngọc Liên nói và gật đầu.

Cả hai rời khỏi quả núi cao, họ thả bong bóng bay trước khi đi, tiếp đến là hai con diều. Như thường lệ họ lên đây...

Tý tắt Ngọc Liên và Mã Thượng xuống gặp đám người. Họ có tới ba vị: Hai đàn bà, một đàn ông. Cả thảy mặt mày như khóc trông thật hoang dại.

Ngọc Liên lễ phép hỏi:

- Tại sao đến nỗi như thế này, các vị trông thật thảm thương. Hoàn cảnh nào. Tôi xin được hỏi các vị.

Hai người đàn bà lần lượt thưa:

- Tôi bị người chồng hà hiếp gian manh. Tôi như sắp làm kẻ điên.

- Tôi bị người chồng sắp muốn giết tôi. Tôi sẽ là kẻ sắp

mất trí.

- Tôi bị người vợ coi rẻ, phụ tình. Người đàn ông cong lưỡi cố nói.

- Thật đáng thương quá. Nói được như thế, tôi nghĩ thì còn tỉnh táo một nửa, năm mươi phần trăm. Nhưng quần áo, sắc mặt có vẻ đói lắm phải? Nhà tôi gần đây không xa lắm. Tôi muốn làm phước lo cho ba người bữa ăn?

- Xin đa tạ. Xin đa tạ. Cả ba đồng thanh nói. Họ như vui, nhưng không che nổi, một nỗi đau buồn thầm kín.

Ngọc Liên có chút suy nghĩ: Tại sao cả ba lại gặp nhau được như thế này, để cùng đồng hành, hay thế nhỉ? Nhưng cô cho là duyên phận nên không hỏi.

Ngọc Liên nhìn Mã Thượng dò xét. Mã Thượng trả lời:

- Cũng tốt thôi. Em, ta đưa về nhà đi nhé. Chắc họ cũng cần uống nước và ăn món gì đó chút?

Ngọc Liên gật đầu, rồi nhìn vào cả ba vị, nàng bảo:

- Vui lòng đi theo chúng tôi nhé.

Cả ba gật gù đồng ý. Họ đi theo Ngọc Liên cùng Mã Thượng.

Núi cao không cây nhiều, và lối mòn như cho phép. Bong bóng đã tự nâng mình nhẹ nhàng bay lên bầu trời, bay xa lượn lờ rồi hút bóng. Những hai con diều cột song đôi cũng được thả lỏng bay cao vời vợi, rồi mất dạng chốn nơi nao...

Về đến nhà Ngọc Liên vào thưa với mẹ ngay:

- Mẹ ơi đây là những người bị người thân ruồng bỏ, khiến họ bị điên dại đau khổ. Ta cho họ chút cơm, chút cháo mẹ nhỉ? Được không mẹ?

- Tất nhiên là được chứ. Nhưng họ từ đâu con gặp?

- Dạ họ vào núi Ngọc Thự Động Thiên mẹ ạ.

- Chắc là đi cầu chi đó, phải không Ngọc Liên.

- Đã mất trí rồi mẹ ạ cầu được gì? Nhưng có thể con không biết về họ chắc lắm?

- Thật là tội nghiệp. Thôi mẹ con ta dọn ra cho họ ăn. Mình sẽ làm món khác ăn sau.

- Dạ cám ơn mẹ.

Ngọc Liên cùng mẹ dọn ra món ăn cho họ.

Cả ba ngồi lại, ăn thật nề nếp, sau đó cả ba cùng uống nước xong. Thì họ đứng lên lần lượt bảo:

- Đa tạ, chúng tôi xin đi.

- Đa tạ, chúng tôi xin đi.

- Đa tạ, chúng tôi xin đi.

- Hãy nghỉ ngơi chút đã, có nhà trống cho khách lỡ đường đây mà. Không sao đâu đừng ngại chi... Mẹ Ngọc Liên dồn dập mời.

Cả ba như khóc, họ thầm biết ơn không nói.

Mẹ Ngọc Liên nghĩ gì lại dặn thêm:

- Khi đói khát hãy vào nhé. Chúng tôi sẵn sàng không tiếc cơm, tiếc nước...

Ngọc Liên, Mã Thượng cả người mẹ nhìn họ ra đi. Những người điên loạn trí này, thì lúc tỉnh lúc mê. Họ khó mà dừng lại một nơi, chỉ trừ phi trường hợp họ đói lả...

Ba của Ngọc Liên nãy giờ đọc sách nơi thư phòng. Giờ ông mới ra nhìn họ. Ông đứng hỏi ngạc nhiên:

- Ai vậy Ngọc Liên?

- Họ là những kẻ mang nhiều đau khổ.

Cả ba đã đi khuất bóng song những khuôn mặt họ, đáng thương như còn đọng lại trong mắt nàng. Ngọc Liên bùi ngùi một cách vào tâm trạng mình...

Mẹ nàng, ba nàng, Mã Thượng đều thương họ, nhưng trái tim xốn xang nhất vẫn là Ngọc Liên dành cho họ. Trời cho trái tim không thể ai cũng có tâm cảm giống nhau? Có giống nhau vẫn chỉ là giống một phần nào của nhỏ bé thôi... Ngọc Liên nghĩ ba mẹ và cả Mã Thượng đều giống mình trong tình yêu nghịch cảnh con người, mà hẳn không ai giống ai hết hoàn toàn đâu. Bởi vậy người ta nói mỗi cá nhân là một cá tính. Mỗi cá nhân phải là một bức dư đồ...

CHƯƠNG 2

Trong một mái hiên nhà phía sau. Ngọc Liên, Mã Thượng nhìn một vật hay hay. Cô gái đang nắm trong tay nàng khi Mã Thượng đưa. Chàng nói:

- Anh muốn kể cho em nghe một chuyện. Số là ba mẹ anh bị kẻ xấu mưu hại. Họ giết người cướp của đốt nhà. Ba em lúc đó không biết lý do gì có mặt gần... Ba em cứu kịp thời anh, cầm một cây sáo này cho anh, trên mé hiên nhà phía tây ba anh cất để...

- Một cây sáo quý hã anh?

- Không nó rất bình thường, nhưng quý bởi tim anh thôi.

Nàng vui thâm thúy nghe câu nói chàng có tư tưởng hay...

Chàng không ngần ngại kể tiếp:

- Lúc anh lên hơn ba tuổi, được ba em lượm đưa về nhà em ở. Và sau đó một năm tiếp theo em được sinh ra. Rồi đến giờ này em đã lên mười lăm. Gia đình ba má em, không muốn cho em biết. Anh không phải là anh ruột em. Nhưng anh mến em khác thường hơn em gái. Từ khi em lên mười hai. Nên anh thố lộ cho em hay...

Ngọc Liên lắng nghe lời Mã Thượng tâm sự. Trong lúc chàng ngưng, và nói thêm nhanh ba chữ:

- Buồn thật em.

- Em cũng có một chút cảm giác là lạ, anh không phải là anh ruột của em.

- Nhưng em cứ giữ kín điều này. Chúng ta không nên nói cho ba má em biết nha.

- Em mến anh không phải như anh trai. Và em cảm giác yêu anh khác thường từ khi em bước vào tuổi mười bốn...

- Anh yêu em từ khi anh bước vào tuổi mười lăm. Anh vẫn day dứt mãi. Khi sợ em nghĩ anh là anh trai ruột của em thì khổ lắm!

Ngọc Liên bật khóc. Nghĩ lại một quá khứ của hai người. Nàng nước mắt long lanh trong nỗi mừng thương chàng...

Hai người lại hôn nhau. Như trái tim đã chờ nhau, hiểu nhau, thật đằm thắm dịu dàng bên nhau. Dù họ còn rất trẻ.

- Không nên cho ba mẹ hay anh nhé. Hãy đợi thời gian thích hợp nhất anh Mã Thượng nhé. Em nghĩ vậy. Ngọc Liên nói và nhìn chàng thật tha thiết.

- Vâng anh vẫn mong em như thế. Ráng can đảm lên, đôi ta chỉ yêu nhau, giữ bí mật trước mặt ba má em, nghen em Ngọc Liên. Nghe lời anh nhé. Giữ bí mật được là đang giữ hạnh phúc của hai ta đó.

- Dạ em hiểu.

- Chúng ta thề nguyền yêu nhau suốt đời em nha.

- Em thì yêu anh suốt đời là cái chắc rồi. Chỉ còn sợ nơi lòng anh thôi.

- Nơi anh?

- Đúng.

- Trời ơi...

- Vì em đọc có những thiên tình yêu của tiểu thuyết không trường tồn...

- Hứm... đó không phải là anh.

- Làm sao để chứng minh? À anh!

- Gì em?

- Thôi ta vào núi chơi đi, thả diều, thả bóng bay, anh thổi sáo cho em nghe. Ta hiểu nhau như thế đủ rồi, em vui rồi.

- Đi nữa?

- Vẫn như thường ngày của chúng ta khi rảnh mà?

- Anh tuân lịnh em. Song em làm cho anh vui mỗi ngày.

- Bằng cách nào hã anh?

- Em cười thật tươi. Và em khóc thật đẹp.

- Vâng anh. Ha ha. Ngọc Liên cười liền, nụ cười thật tươi như hoa nhìn Mã Thượng.

CHƯƠNG 3

Họ đi vào núi chơi thì như lần trước. Trên núi đá nàng nhìn xuống vẫn bắt gặp hai em bé; một trai, một gái, và một cụ bà, một cụ ông quần áo tả tơi mặt mày đau khổ khôn lường, không kém gì những người của bận trước. Nhìn họ, Ngọc Liên không chịu được, nàng bảo rằng:

- Sao lại cứ có cảnh đau lòng này nhỉ? Em muốn xuống núi xem sao nữa anh Mã Thượng.

- Anh cùng đi thể với em.

- Được. Ta đi thôi.

Bong bóng bay thả được lại kiêu hãnh, trường phóng mình đẹp như mọi khi. Hai con diều vẫn bay cặp đôi, uốn éo nhẹ, lượn trên bầu trời nơi đầy hương gió...

Mã Thượng mang theo cây sáo và bình rượu chưa được thưởng thức. Sỡ dĩ chàng được uống vài chung rượu là vì cha Ngọc Liên mong anh "một trang nam tử" cần có tửu lượng một chút. Rượu vô trong người để cho anh có chí khí... Chứ không phải uống rượu để say mèm. Theo ba Ngọc Liên nghĩ là giải thích như vậy.

Cả hai đi xuống núi gặp họ. Ngọc Liên hỏi:

- Chẳng hay. Tại sao hai em bé và hai cụ già này, ra nông nỗi, khốn đốn thế này nhỉ?

Em gái trả lời:

- Con bị cha ghẻ hất hủi không cho cơm nước.

Em trai trả lời:

- Con bị mẹ sau đánh đập mỗi ngày, và bị chửi mắng liên tục.

Cụ ông bảo:

- Con trai hư đốn, cụ có đôi lời khuyên can. Lập tức vợ sau bày mưu cột trói, muốn cắt cổ lão đấy.

Cụ bà như muốn khóc lóc than thở:

- Con gái phụ rẫy bỏ chồng. Ham mê tiền bạc đi theo kẻ xấu. Tôi trách nó tìm cách đốt hết quần áo tôi, rồi đuổi tôi.

Nghe đến đây, Ngọc Liên trong lòng nóng lên như sôi. Và thương dân tình, buồn kiếp nhân sinh hư hoại... Nàng nhìn Mã Thượng âu yếm bảo:

- Anh nghe chứ. Thật là thiên cơ quá xấu cho họ anh ơi.

Mã Thượng gật đầu đưa mắt thông cảm nhìn người yêu.

Ngọc Liên cũng đã mời được họ về nhà mình. Cho họ dùng bữa cơm qua cơn đói. Họ dùng nước uống từ bình trà, ăn vài quả trái táo nho, đậu đào, lê, thư thả.

Xong rồi cũng xin ra đi...

Cả gia đình ba má Ngọc Liên, Mã Thượng và nàng chỉ biết ngậm ngùi, thương nhìn họ cất bước. Gia đình không biết cách nào giúp họ hơn với phần số. Đành chỉ là làm phước qua bữa cơm tách nước, giúp họ đỡ lúc đói khát, lúc hiểm nghèo này thôi. Mà có năn nỉ họ cũng quyết theo cuộc hành trình dự định của họ rồi. Những kẻ bất hạnh này đi để cầu nguyện cho tâm linh, đi cho nỗi đau được tan biến chắc? Dừng ở đâu thì chỉ là đang cần lòng tốt con người, và bát cơm chén nước mà thôi.

Một hôm Ngọc Liên nói với Mã Thượng, nơi góc sân nhà phía sau:

- Em muốn vào thành phố coi cuộc sống con người ra sao? Toàn họ là những cảnh đau lòng. Em có cách gì giúp họ em giúp. Em mơ ước sẽ...

- Em mơ ước thì đẹp, nhưng tự em tìm lấy khổ đau anh không thích. Chi bằng ta ở đây cuộc sống, đôi ta vẫn đẹp em.

- Như vậy em và anh học võ nghệ từ ba em để làm gì?

- Để phòng thân thôi Ngọc Liên ơi.

- Thật khổ cho thân em, khi nghĩ đến người khác. Nhưng em không biết lấy gì? Sức mạnh và năng lực, khí chất từ đâu, để có thể giúp họ nữa?

- Thôi nghĩ cho người khác làm gì em? Ta cứ ở bên nhau yêu nhau. Và chúng ta sau này sẽ có con, có cái đàn lũ thôi mà.

- Không được. Em không thể sống theo ý anh. Em yêu anh, nhưng em còn yêu những con người đau khổ, bất hạnh kia... Những hình ảnh đó đập vào mắt, em giữ lấy khó nhòa.

- Dễ gì ba mẹ cho em đi xa. Thân gái dặm trường đó. Em nên biết và nghĩ lại.

- Em ước mơ em có nhiều phép màu để làm chuyện này. Giúp cho con người, và bình đẳng lại sự sống cho họ.

- Em cứ mơ ước đi rồi bỏ anh phải không?

- Không em chỉ mong làm việc hữu ích. Xong sẽ trở lại mà. Tình yêu là nụ cười, nhưng tình yêu chân thật là luôn có nước mắt. Mã Thượng anh yêu ơi, anh nên hiểu chứ!

- Ô câu nói em hay quá, Nhưng anh thực sự không muốn cho em đi đâu, và chỉ cầu mong ở lại bên anh mà thôi.

- Em hứa em sẽ về nếu như anh chờ đợi. Cho em bôn ba đi tìm kiếm chiến công giúp họ. Em muốn thử thách khả năng em và... Tình anh...?

- Anh không biết phải làm sao, phải đợi em nếu như. Có lẽ là cũng tại tri kiến, tại em thấy những con người này phải hôn em? Mà em muốn xa tôi. Một người yêu em, muốn trao trọn con tim này...

- Anh đã nói, hiểu được như thế em vui rồi.

Hai người lại ôm nhau, yêu nhau, hiểu nhau và nhìn nhau. Say đắm có chút nghẹn ngào... Từ trong tâm hồn họ toát ra sự mãnh liệt với nhau...

CHƯƠNG 4

Hôm đó Ngọc Liên nói chuyện với mẹ:

- Mẹ ơi. Con muốn vào thành phố, con coi cuộc sống của dân đô thị văn minh hơn xem sao mẹ à. Xa hơn ý tưởng, con muốn như một cảnh sát, hoặc một trinh sát đặc nhiệm.

- Để làm gì con? Cuộc sống thành phố không đơn giản. Hay đua đòi xa hoa, ăn chơi phù phiếm lắm. Con đừng có mơ mộng. Ba má đây không phải là người từ thành phố ra đây sao?

Bà bắt đầu kể: - Ngày đó...

Đúng ngày đó cha Ngọc Liên là thẩm tòa. Ông luôn xử kiện và hằng ngày. Ông lãnh không biết bao nhiêu đơn kiện tụng: tiền bạc tranh chấp, tình yêu chiến bại tranh chấp, của cải tài sản mất còn tranh chấp, cuộc sống bất an toàn tranh chấp, niềm hạnh phúc bay mất v.v...

Ông trở nên điên đầu bao nhiêu vụ. Ông sém bị ám sát bởi phe thua kiện. Nhiều lúc về nhà, nằm ngủ bên bà mà ông trăn trở, gặp biết bao cơn ác mộng nặng nề. Vì đầu óc ông căng thẳng. Đến nỗi ông không thể có một mụn con khi ông tuổi còn trong tráng kiện sung mãn, và còn như trẻ lắm...

Buồn bã ông củng cố tinh thần. Một hôm ông bảo vợ:

- Tôi chán chốn đô hội làm tôi mệt mỏi. Tôi muốn đổi

cảnh sống nhàn nhạ, và kiếm một đứa con còn hơn. Bà có nghĩ rằng tôi đang cảm tưởng một luận đề đúng hay không?

- Vâng một luận đề hoàn toàn đúng chứ. Tôi vẫn hằng mong. Chúng ta không nên để tuổi quá già, với ước mơ này. Chúng ta rất cần có con anh ơi.

- Tiền bạc vinh hoa rất cần cho đời sống, nhưng suy cho rộng ra cái chúng ta cần nhất và trên hết, cho tâm hồn là thanh nhàn yên ổn, và hãy có một vài đứa con trẻ. Và chúng ta nuôi nó trưởng thành...

- Em vẫn hằng mong. Nhưng trân trọng anh và chưa dám nói với anh mà thôi.

- Tôi hiểu được tâm tư em lắm chứ.

- Đội ơn anh thông cảm cho em, tưởng thương đến người vợ gần như vô sinh.

- Ồ không phải lỗi đó ở em đâu. Có thể là nơi anh. Chúng ta sẽ hy vọng một ngày mới. Chúng ta sẽ có con em à.

- Em vẫn ngày đêm cầu nguyện.

- Chúng ta sẽ xin vào ơn phước. Trời Phật chứng nhận cho anh và em những điều bất ngờ nếu có thể...

Sau đó hai ông bà bỏ quyền lực nơi thành phố để lên núi, và tìm cách sống với cái ngôi nhà trong núi. Vẫn có những ngôi nhà của dân tình, họ ít ỏi sống trong đó, và họ cũng thích sống như vậy. Chỉ một năm thêm Ngọc Liên được khai sinh nơi đây. Và từ đó ba má Ngọc Liên quý nàng hơn ngọc, hơn vàng, hay châu báu nào, lớn nhất nơi trần gian để lại. Nếu có thể ông bà có cả kho báu đi nữa, cũng không thể nào sánh với đứa con gái mà ông bà có được. Ông giỏi chữ và võ thuật nhưng giờ này chỉ dạy cho Ngọc Liên, Mã Thượng mà thôi. Ông dạy để Ngọc Liên cùng Mã Thượng phòng thân, khi có kẻ nào hà hiếp, cưỡng đoạt, phủ dụ... Ông chỉ mong có thế.

Ai nào ngờ hôm nay Ngọc Liên lại muốn dấn thân về thành phố làm cuộc " Phiêu liêu" "Truy lùng tội phạm trần gian." Trong một sáng kiến của cảm tưởng, và tài nghệ nàng như vẫn là một con số zêro to tướng.

Mẹ của Ngọc Liên thương Ngọc Liên biết cô có trái tim

nhân hậu, thương người, song không thể gia nhập vào đội trinh sát thám tử nào, hay cảnh sát nào có tên tuổi để hoạt động được. Huống hồ chi, nói làm gì những điều phiêu lưu phi thường, hay to tát kia? Thiên cơ đâu mà tìm? Khi mà Ngọc Liên một cô gái tay trắng tay, một tiểu thơ rừng núi không hơn không kém... Đơn vị nào mà hùng mạnh nhận nàng. Phải chăng đó là sự nghĩ ngợi và hy sinh vô bổ, vô lý của nàng chăng?

Cả hai ba mẹ đều cho Ngọc Liên có tấm lòng. Nhưng khả năng nàng không thể làm ra được điều, mà ông bà cho là huyễn mộng đó.

Nhưng một đêm Ngọc Liên mơ thấy mình vào con suối nọ, thì ngay trong lòng nước chảy có lọ nước thần đựng bằng thủy tinh trái cầu đủ sắc màu, tím vàng pha đỏ phủ sắc xanh lơ nổi bật. Nàng thấy lóng lánh đưa tay ra nhặt lên. Liên rung vào nơi tai, nơi cổ cô, tiếng thần oang oang dạy nàng rằng:

- Ngươi là cô gái có một trái tim nhân hậu. Nên được lòng Trời trao lọ thần nước cho ngươi. Ta là thần giúp đỡ, hộ vệ báo tin. Ngươi có thể đưa mắt nhìn vào lọ nước hình cầu này, trong suốt đó. Ngươi sẽ nhìn thấy được mọi cảnh giới, hay vật thể thật hỗn loạn nơi phố thị. Nếu ngươi muốn tới cứu họ. Thần lọ nước linh diệu này, sẽ cho nhiều quyền phép, và điều tâm hạnh ngươi mong. Tiền bạc đói khát ngươi sẽ không lo sợ. Vì có lọ nước lo liệu, thần hỗ trợ giúp. Ngươi luôn luôn có tiền sử dụng khi cần. Ngủ dậy sáng nay ngươi cứ vào suối. Đi theo phía sau núi đá, chừng ba trăm mét. Gần nhất nơi đó có loài thảo mộc rong rêu, và vài cánh hoa cúc dại ngươi sẽ nhìn thấy. Song ngươi đặc biệt không được thố lộ với ai, nên cố giữ nét điềm đạm. Nếu mà tiết lộ cả người thân ngươi nhất, họ cũng trở thành kẻ xa lạ, lạnh lùng căm ghét ngươi...

Sáng tinh mơ thức giấc, Ngọc Liên cứ bàng hoàng ở giấc mộng. Song cô vẫn cố giữ bình thản, và nhớ những lời dặn trong giấc mơ...

Mã Thượng tập dợt cho Ngọc Liên vài chiêu lạ kiếm

cung để tạo cho nàng sức mạnh và nhanh nhẹn, cách đánh tháo lui, rồi thêm mấy cách đánh thủ tay, thủ chân, đánh chân đá tréo ngược, đá xuôi, đá bật, đá chéo ngang, đá phóng tới, cách xông xáo tiến phủ, hoặc hờ lui hậu v.v...

Xong nàng bảo người yêu:

- Mặt trời lên rồi anh Mã Thượng, anh và em vào con suối có hoa cúc dại bấy lâu nay ta vắng nó. Em hơi nhớ nó quá anh...

- Có gì vui buồn, anh thấy gương mặt em, tươi lẫn chút buồn kỳ lạ? Anh lo ngại cho em Liên ơi...

- Không có chi cả. Em vẫn một mực yêu quý anh thôi nè. Yêu anh cả một đời nhưng anh phải đi chơi cùng em hôm nay. Em chỉ muốn...

- Vậy ta đi nhé. Nếu em thích. Anh chiều em mà.

Mã Thượng nói và nhìn ánh mắt Ngọc Liên vẫn nửa vui nửa buồn, rồi nàng lại đổi ra tươi hẳn hơn khi nghe anh nói ở cuối câu...

- Ừa anh yêu ơi... Anh biết không? Em yêu anh nhất trên đời! Nàng trả lời nhìn Mã Thượng.

- Anh thì hiểu em như vần mây hiểu bầu trời xa, như ánh trăng hiểu ngọn núi cao thấp, như gió quê về hiểu từng mô đất lớn nhỏ, chung quanh vườn tược, và từng in dấu chân chim...

Nói gì hay vậy anh?

- Nhìn cảnh vật thường ngày, ruột gan như nhớ thuộc lòng... Anh nói thôi em à.

Cả hai chưng hửng lại cười, nàng Liên lại thơ ngây ngã đầu vào vai người yêu dấu.

Thế rồi sau đó hai đứa ra đi. Lần này cả hai không mang bong bóng theo, không mang diều, không mang rượu. Nàng chỉ mang theo trí nhớ của giấc mơ...

Đến nơi đó Ngọc Liên lanh lẹ tìm, trong khoảnh khắc không lâu, nàng kéo tay nhặt nhanh lọ nước thần hình cầu đã có. Và nàng cầm theo hòn sỏi đá khác lên làm mồi giả dụ. Nàng lẹ làng cuộn lọ nước thần vào lồng ngực nằm ở nếp áo. Tay chỉ còn hòn đá thường dẹp đầu nàng nắm kia.

Mã Thượng thấy liền hỏi:

- Cái gì mới chớp nơi lồng ngực em vậy?

- Cục đá này nè.

Nàng đưa cho Mã Thượng. Mã Thượng nhìn, vứt cục đá xuống suối lại thử. Cục đá chìm nghỉm, chẳng có dấu hiệu gì. Chàng như ngớ ngẩn nhìn nàng. Nàng im lặng và nghĩ chàng đã làm trúng kế mình rồi. Nàng mừng lắm tươi hẳn hơn. Rồi hai đứa lại đi dọc con suối đưa mắt nhìn đám chồn, cheo, thỏ, nhím, chạy nhảy. Gió như thì thào, rót nhẹ vờn trên các mặt nước thiêng liêng một tý... Nàng nhìn phong cảnh. Ngọc Liên đi tới hái những cánh hoa cúc dại lên hít ngửi, nàng lại đòi Mã Thượng đi về nhanh. Nàng bảo:

- Anh ơi em muốn đi về... em đỡ nhớ nơi này rồi.

- Ồ kỳ lạ quá. Em thật tình như con nít. Muốn vội đến, rồi lại ưa đòi mau về?

- Ha ha. Vậy anh chiều em đi. Liên nói và cười tươi giòn.

Mã Thượng yêu nàng như tình yêu nam nữ, còn yêu nàng như tình yêu em gái nữa, nên chàng chiều Ngọc Liên chưa bao giờ, chàng dám làm nàng buồn phiền dù một lần cũng chẳng có...

CHƯƠNG 5

Lần đó về lại nhà chẳng bao lâu. Nàng muốn về thành phố như ước muốn từng bảo với chàng. Và nàng từng bảo với mẹ cha bao lần. Người cuối cùng ngăn cản nàng, nhất vẫn là cha nàng. Người cha đã không kiệm lời theo ý ông hồi giờ. Ông đã trầm ngâm, rồi hạ giọng chia sẻ:

- Ba từng sống thành phố nỗi lo lắng ức chế làm ba khổ. Ba không thể cùng mẹ con để có con. Ba phải lên trên núi ở mới sanh được ra con. Con lẽ nào lại muốn tìm về gian truân, tìm về đau khổ như ba trước kia?

Im một tý nhìn thái độ Ngọc Liên. Ba nàng nói tiếp:

Đã từ lâu ba mẹ giấu con. Mã Thượng không phải là anh ruột con. Mã Thượng chỉ là anh nuôi. Cha mẹ, nhà cửa nó bị bọn gian tiêu hủy, cướp bóc. Lúc đó ba mới tới vùng đất này, để tìm cơ ngơi, sinh sống ở. Chính xác hơn về phía Tây Nam, cách xa nơi đây chừng hai dặm hơn. Ba mẹ đã cứu nó trong một lâm cảnh... Bây giờ thì thế đó? Con có thể yêu thương nó, ba má tác hợp duyên cho con trẻ. Hai đứa sẽ yêu nhau sống đời ở kiếp.

- Thật vậy sao thưa ba? Thưa ba từ lâu con coi anh Mã Thượng như anh cùng máu mủ, nên con chưa nghĩ tới.

- Con có thể chuyển thành tình yêu trăm năm. Nếu con muốn về thành phố ba mẹ vẫn an tâm hơn... Khi có Mã Thượng bên cạnh con, vẫn là một giải pháp tốt hơn. Ba mẹ vui lòng hơn. Ba mẹ sẽ không còn lo nghĩ nhiều...

- Nếu con yêu anh thì con càng muốn ra đi "Phiêu lưu" Tìm được tội phạm trần gian. Và khi vinh quang con sẽ về cưới anh chắc vẫn chưa muộn. Một khi anh có lòng thương yêu con chân thành, thì anh sẽ chờ đợi?

- Nhưng con ra đi con sống bằng gì, ai sẽ giúp được gì? Bất khả thi nhiều thứ cho con gái ạ.

- Con sẽ sống bằng đôi tay và nghị lực, thậm chí như những kẻ nghèo nhất trần gian, đói khát nhất trần gian đi chăng nữa? Còn làm gì thì sau này ba sẽ rõ. Bây giờ con gái nói thì chẳng khác chi khoác lác, với cha mẹ sớm quá chăng? Riêng con hứa...

- Thật là não lòng khi con có những khát vọng vời vợi trong tim. Nhưng ba không thể nào chặn được dòng máu anh thư đã cuồn cuộn xâm nhập vào trí óc và tâm tư con... Và ba sẽ đau buồn nếu như con rơi vào thất vọng ngày nào.

- Không đau ba. Con tin điều con làm như tin vào một chính nghĩa. Như chính ba mẹ từng tin con chào đời.

- Thật là một hào quang có thể đến và mất trong vũ trụ này. Chưa ai có thể giải thích hết được đâu. Con có thể được sinh ra và có thể mất đi. Ba mẹ lo ngại lắm Ngọc Liên ơi.

- Thưa ba mẹ ạ. Con sẽ nhất định không để ba mẹ thất vọng vì con đâu. Trời kia sẽ minh sáng cho những lời con gái nói hôm nay thôi.

Thế là sau đó không ai có thể ngăn cấm được sự quyết

định của nàng. Ngọc Liên đã ra đi về thành phố. Cha mẹ nàng, và cả Mã Thượng - Người mà nàng đã giao nửa trái tim, cũng chỉ dừng lại nơi đó.

Ai cũng nghĩ nơi nàng muốn tham quan, bởi sống núi rừng lâu buộc trói chân cô. Chứ không ai dám nghĩ Ngọc Liên sẽ làm được việc vì hữu ích, hay cao lớn hơn.

Buổi chia tay nàng cầm tay bảo mẹ:

- Con sinh ra nơi đây nhưng con muốn đi xa khám phá cuộc sống nơi khác. Rồi con sẽ về mẹ đợi con. Ngày ấy...

Nàng nói với ba:

- Con là một phần máu thịt của ba, con sẽ không phụ lòng ba mong đợi, và không để con thất vọng, nơi ba kỳ vọng đâu.

Với Mã Thượng nàng:

- Bên nhau ta hát khúc khải hoàn anh nhé. Ngọc Liên đọc thơ trong sách ai: Hai câu thơ hay:

" *Nhạn về én cũng vui ca.*

Xa nhau một thuở, trăng tà giữ nguyên? "

Thế là nàng ra đi. Mọi người ngơ ngác buồn trong hy vọng hão huyền, không nói thành lời nữa... Nói gì nữa khi Ngọc Liên đã phủ quyết hoàn toàn, để nàng theo đuổi một giấc mơ mình...

CHƯƠNG 6

Nàng đã ra đi thật rồi....

Ra khỏi nhà nàng đem lọ nước thần hình cầu ra hít, ngửi. Lập tức cô biến thành cánh dơi, cô đi bằng phép thuật có mặt tại thành phố NT.

Liên dừng chân nơi quán nước, nàng sờ vào túi thì thấy tiền có đầy, nàng vui mừng quá mức, vì hiệu nghiệm vô cùng, nàng liền dùng ly cam vắt. Sau đó nàng đứng lên gởi mắt nhìn đám tiền ơi là tiền, cô ngạc nhiên không biết nói sao cho hết lời. Tiền đâu mà nhiều đến thế... Rồi Ngọc Liên nhìn qua "lọ nước thần nhãn quang." Thì nàng thấy tại nơi lòng chợ nọ, có một người đàn bà đi mua hàng đứng mà khóc ròng, vẻ mặt bà như điên dại đau khổ tột cùng...

Nàng thần thông cánh dơi bay tới. Và nàng theo người đàn bà khổ sở đó về tới tận nhà.

Ngọc Liên đưa lọ nước thần hít, để gởi thầm ước mong. Lập tức nàng biến thành con bướm theo bà vào nhà một cách khéo léo. Nàng làm con bướm to đậu bên cánh cửa trông nhìn người đàn bà làm bếp, bà nấu ăn nước mắt vương theo khói bếp, chảy ròng rã hơn. Sau phần thức ăn xong xuôi, thân bà càng thêm tội nghiệp, bà phải đi dọn ra lồng kiểu để sang đẹp, được đậy che trọng vọng... Rồi người đàn bà ấy lui vào nằm trong một phòng ốc nhỏ xíu, bẩn xấu của mình mà khóc... Nàng biến thành con bướm, không cho bà thấy đó. Nàng cố theo dõi bà. Một đoạn sau một người đàn ông nằm ở phòng ốc rộng lớn, khang trang, cùng nắm tay người đàn bà tre trẻ ra ngồi ăn uống tự nhiên. Họ vui cười bia rượu, cùng những thứ sơn hào khẩu vị. Mà người đàn bà đau đớn khổ công kia, đã như một người tôi tớ mạt hạng phải làm để thếch đãi họ. Ngọc Liên cảm cảnh, thương tình cô biến ngay mình là con bướm nãy giờ thành một cô gái đẹp đi ngang qua, cô dùng tay mình, ngọt xớt tuôn đổ mạnh hết xuống bàn những thức ăn đó, cô vẫn giương mắt hiển nhiên đứng nhìn, vẻ cô đầy thách thức trắng trợn với người đàn ông và cô gái trẻ kia.

Người đàn ông cùng cô gái trẻ kinh ngạc. Tưởng như ma quỷ hiện phá mình. Nhưng Ngọc Liên hiện thân với nét rất thật, không ma chút nào? Nàng lên tiếng liền:

- Người đàn ông này thật tệ bạc. Ngươi nỡ coi người vợ chính thức mình còn hơn con ở hạng chót, để bà ta phải đau khổ ngậm ngùi. Ngươi thật không có lương tâm. Cùng cô gái kia, tim cô chỉ là một quả đá vô tri, vô cảm chẳng biết rung động, cho kẻ bị ức hiếp thương đau. Hừm. Cô phải biết hối cãi ngay. Nếu không thì ta biến hai người thành hai con ruồi ngay tức khắc. Bằng không ta biến các người mất tay, cụt chân, sứt mẻ tai tóc, mặt mày ghê sợ nơi đầu đường xó chợ, phải la lết, phải đền tội. Các ngươi hãy chọn đi. Và các ngươi tự nghĩ đi.

Người đàn ông và cả cô gái trẻ có quả tim như tổ đá kia,

đang nhìn Ngọc Liên mà hồn xiêu phách lạc. Họ dập đầu tạ lỗi. Người đàn ông lo sợ bảo trước:

- Ta có lỗi, ta có mắt như không tròng, có tâm nhưng chẳng thiện. Ta có linh nhưng không có hồn. Thôi từ nay xin trở lại con người ta ban đầu. Ta xin nhận ơn huệ nơi nàng. Ngươi... Nàng từ đâu đến?

- Đừng có hỏi nhiều lời. Ta từ đâu đến mặc kệ. Ta là ai cũng được. Ngươi không xứng đáng để hỏi những câu hỏi đó đâu. Thật sự ta không muốn ngươi quan tâm ta về điều này.

Phần cô gái trẻ cũng dập đầu rồi tan biến chạy. Như chưa kịp nói gì. Bởi cô quá khiếp sợ và hoảng hốt, với những lời cảnh cáo của cô gái đẹp cực kỳ kia, và như mang nhiều quyền phép bên trong đó.

Hai vợ chồng lại sum họp đầm ấm như xưa. Người vợ trong giấc mơ đã chụp được hình cô gái cùng con bướm hiện thân Ngọc Liên, bà phóng to treo ở phòng ngủ bà và ông. Lúc nào bà cũng đưa tay sờ sờ vào con bướm vàng tươi trong hình cùng cô gái xinh đẹp, nhân hậu như một lời cám ơn lớn trong đời bà còn kịp gặp...

Ngọc Liên một hôm tại một quán nước khác, cô ngồi đưa lọ nước thần hình cầu nhãn quang, lên mắt mình. Nàng nhìn thấy một người đàn ông được một đứa con trai dẫn lên chùa, tay ông bị cột trói. Cho ông được thám thính và khấn lạy xin điều chi, mà trông ông thật ngơ ngẩn. Rồi người con trai đưa về nhốt lại tại một khoảng trống của nơi nhà, chốn ấy còn thua chó mèo bịnh tật ở. Ngọc Liên thương tâm quá. Nàng trả tiền quán nước, và hít ngửi lọ nước thần hình cầu, rồi xin mơ ước biến thành con bướm nữa, nàng bay vào nhà người đàn ông có cực hình đáng thương kia.

Người vợ ông đang vui trò dại khờ bên người tình mới. Chỉ thí cho ông một vài củ khoai tây chiên, nguội héo, mốc meo, và ly nước lạnh trắng chệch. Ngọc Liên biến thành người cô gái xinh đẹp hết mức. Nàng đứng nhìn bảo:

- Tại sao ngươi đối xử với anh chồng như, như vậy chứ? Hãy thức tỉnh tấm lòng đi cô gái, ngươi hãy xua đuổi nhân tình dan díu, hãy khai trừ nọc độc hiểm ác, đã bám lấy nơi mình là một xiềng xích, xấu bẩn kia đi, để phải quay lại chăm sóc phụng sự cho chồng. Hỡi một người phụ nữ đốn mạt hư hỏng quá. Hừm. Thật ngươi có trái tim làm người không? Nếu không tôi sẽ biến ngươi thành người đàn bà xấu xí nhất trần gian và bịnh tật. Hoặc con heo bịnh hoạn nhất. Cô chọn cái nào. Hai phút nghĩ ngợi thôi nhé.

- Cô gái từ đâu đến nhỉ? Cả hai đồng thanh hỏi.

- Đừng có hỏi nhiều lời. Ta từ đâu đến mặc kệ ta. Hãy quyết định nhanh, không thì đừng trách ta thiếu lương thiện nhé. Ngọc Liên chính là cô gái đẹp kia trả lời. Và nàng quay mặt đi nhìn chỗ khác một cách nghiêm nghị.

- Dạ, dạ, dạ. Ta van lạy cô bậc thánh đừng biến ta thành người khác, những thứ khác. Ta sẽ không đi lại, làm ra như tội lỗi lâu nay. Mong đội ơn cô nhỏ giọt lòng, mưa móc thơm thảo hào hiệp, cho tuôn rơi phủ đầy... Người đàn bà rời tay người đàn ông nhân tình, và dập đầu miệng run run như đánh bồ cạp bảo như thế.

- Tôi xin van lạy xin tha cho. Sẽ nghe lời cô nương. Cô nương như vị thánh nhân tuyệt vời thôi. Vị nhân tình của cô gái lấm lét, thụt mở những câu nói, ý ngụ như cô ta, dầu diễn đạt văn chương có khác hơn.

- Được phải hứa đi! Ta không tha khi ngươi sai lời đâu nhé?

- Không sai lời. Ta trọng lời hứa với cô nương bồ tát, như bậc thánh mà. Làm sao ta dám sai lời với thánh nhân. Anh ta tướng mạo còn như thất vía kinh hồn, và cố bảo thêm thế.

- Đánh kẻ chạy đi, không giết người chạy lại. Ta sẽ dựa vào đó để xử sự cho hai người thôi. Khi hai người sẽ làm được gì như những lời đã nói. Ngọc Liên liếc nhìn họ để phán ra một điều kết cuộc.

Hai kẻ nhân tình ngu muội với gian manh tan rã, mỗi người một nẻo. Họ như thức tỉnh, như được tẩy ế những cơn u mê, dâm đãng, bạo cuồng trong họ.

Sau đó Ngọc Liên ghé sờ tay lên lọ nước thần hình cầu

của mình, rồi vội đưa tay sờ lên đầu người đàn ông đau đớn mất trí đứng kia. Ông "người đau khổ" bỗng biến thành một người đàn ông khỏe mạnh khác đi, và trí óc sáng suốt lại như phép thánh cho...

Rồi anh sống hạnh phúc lại bên người vợ đã cải tà quy chánh, từ phép mầu Ngọc Liên, hay từ Trời Phật ban tặng đó.

Một hôm Ngọc Liên đọc:

"Nước non còn đợi một người

Bến sông chảy ngược vọng lời ai đau."

Ngọc Liên nhớ câu thơ mà nàng đã được học trong sách văn ba dạy. Làm nàng chạnh lòng nhớ người yêu dấu, nhưng công sự hàng đầu khiến nàng thao thức, quyết đem lòng gánh mang. Nàng gánh mang nặng tình thương chung con người, đồng loại. Nàng lại tiếp tục hy sinh "Phiêu lưu" "Tìm kiếm tội phạm trần gian."

Nàng lại lang thang trên một chiếc cầu khá đẹp. Đứng trên cầu nhìn ra phố thị, con nước mênh mông như rửa sạch bao nỗi đời cặn bã, trôi theo dòng chảy... Như rửa sạch bao oan tình ngang trái mà nàng cải tích hoàn tâm cho họ xong. Ngọc Liên bùi ngùi nhớ đến ba, nhớ đến mẹ, nhớ người anh, cũng là người yêu tên Mã Thượng của nàng. Nàng những mong rằng sẽ trở về như lời cam kết, khi buổi ra đi...

Ngọc Liên qua một giây chút chạnh lòng để nhớ đó. Nàng lại đưa lọ nước thần hình cầu lên nhìn qua một khu rừng. Ngọc Liên thấy có một bà lão già đang bị cột thắt chặt trong một thân cây còn đang lớn, tuy chưa to sụ lắm, bà ngồi mà khóc chẳng hề ai cứu. Tội cho bà quá, đau như nứt nửa trái tim thương tâm nơi nàng! Nên lẹ làng Ngọc Liên đem lọ nước thần hình cầu ra hít và cầu xin. Nàng liền biến thành con dơi nhện bay tới đậu xuống nơi. Và Ngọc Liên biến thành cô gái đẹp mê hồn. Nàng dịu dàng ôn tồn hỏi:

- Thưa bà. Nhà bà ở đâu? Tại sao nông nỗi như vầy? Con thật thấy xót xa...

- Cám tạ cô có lòng tốt đến đây hỏi thăm. Hỡi cô gái

xinh đẹp nhất trần gian. Tôi có một người dâu tâm cô ta ác lắm, không muốn nuôi tôi khi tuổi về già. Cô ả bảo con trai tôi phải nghe lời thị. Hắn đem cột cho tôi thế này mong tôi chết đói, chết khát đi. Để mà khỏi vướng nợ cho thị nuôi.

- Thưa bà, tôi sẽ có cách cứu bà, và tôi sẽ có cách cho mấy người gây ra tội lỗi này. Bà đồng ý chứ.

- Tôi xin đội ơn cô. Bà nói và ánh lên đôi mắt cầu khẩn lẫn ngậm ngùi.

Ngọc Liên đã dùng phép thần hóa, đọc thần chú để mở trói cho bà, rồi múc bưng bà lên, dùng gió đẩy như thuyền trôi… Cũng một cách nhìn khác, như đưa bà về nhà bằng cánh chim vô hình đang nhẹ nhàng chở lướt… Khoảng nháy mắt bà có mặt tại nhà con bà. Bà cụ thêm giật mình ngơ ngác. Ngọc Liên có mặt ngay nơi nhà con trai bà, bằng một phép màu của riêng cô, cánh dơi tàng hình…

Con trai và con dâu bà, hai vợ chồng đều có mặt tỏ vẻ hoảng hốt đến rợn người. Chưa nói được chi, tựa như giấc mộng. Thì Ngọc Liên bảo nhanh chớp nhoáng, khi nàng biến thành cô gái khác, đẹp và ơi là lịch lãm… (Vẫn có giống nàng chút đỉnh.) Mục đích nàng cải dạng là đánh tan, khác đi, làm lu mờ đường nét thật, để tránh khỏi những kẻ nghi kỵ, để khỏi khó xử, hoặc phiền phức cho nàng lúc thi hành công việc v.v… Ngọc Liên đã đứng đó mà rằng:

- Tội lỗi các ngươi đáng chết. Các ngươi làm con có biết? Thử hỏi lại chính mình là có còn dòng máu đang chảy trong người nữa hay không? Hay chỉ còn nước lạnh? Hay là hàng ngàn tư tưởng rắn độc hóa thân người… Các người nỡ bỏ một mẹ già vào núi non để chờ chết. Các ngươi nuôi không nổi mẹ? Vì lòng vì tâm, chứ không phải vì lúa vì gạo? Đúng không? Nếu các vị không nuôi được mẹ khi tuổi già sức yếu chăng? Ha ha. Ta sẽ biến các ngươi thành lũ dòi bọ hết. Hoặc lũ đười ươi mất trí hết. Hãy trải lòng ra nghĩ và trả lời ta tức khắc của ba giây. Hỡi những kẻ mặt người mà dạ tâm không người.

- Cô từ đâu đến nhỉ?

- Ha ha. Sao cứ hỏi ta bằng những ngôn từ dư thừa thế.

Nên biết đừng có hỏi nhiều lời. Ta từ đâu đến mặc kệ. Ta từ mặt trăng xuống, hay từ mặt trời bước ra, hay từ đất thơm trồi lên, cũng kệ ta. Các người nên xem phận sự mình khi ta truyền lịnh là đúng hơn.

- Xin tha lỗi cho chúng tôi. Chúng tôi thêm hiểu ý nghĩa. Xin đa tạ cô nương bậc đại nhân. Bậc quân tử chí cao chắc. Chúng tôi sẽ hối cải và nuôi mẹ già hiền lương, không bao giờ làm vậy nữa. Đội ơn mong cô nương làm chúng tôi thức tỉnh nhiều, nương nương đại quý, nương nương đại nhân đừng sát phạt chúng tôi. Xin đội ơn, xin đội ơn lớn lắm. Xin... xin... xin...

Người vợ cũng bắt chước chồng và dập đầu tạ lạy, với những câu tương tự.

Ngọc Liên làm phép cho bà lão một ly nước cam mật ong, mời bà uống ngon lành rồi bảo bà nên đi ngủ. Cô muốn giã từ hai vợ chồng kia bằng lời nói:

- Nhớ giữ lời hứa với ta nhé. Nuôi mẹ già thật chu đáo. Ta mong đợi... Còn không thì đừng trách Trời Phật nha.

Đoạn sau nàng dùng phép thuật biến mất. Nàng bay đi như một vì sao băng của đêm. Hai vợ chồng kia đã tỉnh, nhưng lòng họ sợ hãi như còn trong hôn mê...

CHƯƠNG 7

Ngọc Liên ngày càng sôi nổi diệt kẻ gian tà bạo ngược, họ sống mất tính người. Lòng họ như truy hoan của dã thú. Cô mãi phiêu lưu đi "Tìm kiếm tội phạm trần gian."

Nàng vào sinh ra tử khắp chốn. Nàng từng đột nhập cứu một người vợ sắp uống thuốc tự vận. Khi người chồng ôm valise tiền, ông chuẩn bị ra đi bài bạc, chẳng hề tiếc nuối trước cái chết của vợ. Ngọc Liên xuất hiện kịp thời, nàng sấn tới giật thuốc ra trên tay người vợ. Miệng nàng bảo lẹ nhanh:

- Đừng chết vô ích có ta đây rồi.

Và nàng buộc người chồng không nên đi đánh những canh bạc đen đỏ, phải về với vợ hiền, con dại. Nàng nói lúc đưa lưỡi kiếm đứng trước cổ anh chồng. Nàng như ra lịnh nghiêm nghị:

- Ngươi quá là sai lầm và hư hỏng. Nếu người không tuân thủ, không biết yêu thương vợ con. Sống ích kỷ và ham máu thú vui cho chính mình ta sẽ có phép để trị, đừng trách ta, nó đấy... Nó kiếm đây, nó vô hình biến hóa và sẽ luôn theo ngươi đó. Ngọc Liên lui kiếm về tay nàng đang cầm giơ cao, nhờ gió và ánh sáng xuyên qua kêu xoèn xoẹt, xoèn xoẹt, đến két két, két két. Ai nghe, cũng phải ớn đến rợn người.

Người chồng thất kinh chạy tới bên vợ và đưa valise rương tiền cho vợ.

- Em ơi. Vợ yêu. Bà xã ơi anh sẽ không đi cờ bạc làm em buồn đau nữa đâu. Anh đã hối hận kịp. Anh xin...

Người vợ ngước đôi mắt còn vô hình trong hoang mang nhìn ông chồng:

- Em có nên tin anh không đây? Anh hỡi người chồng, đừng làm cho em đau khổ thêm nữa nghen.

- Nhất định rồi. Anh sẽ hối cải trở nên người chồng tốt bên em thôi. Người chồng đáp.

Ngọc Liên mỉm cười gật đầu nhìn họ, như thương yêu cùng thông cảm họ. Rồi nàng cất kiếm, biến đi theo một hơi gió và cơn tàng hình của mình. Nàng cũng cảm thấy vui lắm, khi giúp được những số phận long đong...

Nàng dấn thân biến hóa khắp nơi, bí mật tham gia giúp vào đội cứu hỏa, đội cảnh sát đặc nhiệm. Tiêu diệt phá tan bao cảnh hàm hồ, chướng mắt, ngược đời, xui rủi... Nhưng người ta không biết nàng từ đâu ra. Hay từ hành tinh nào lạ đó đặt chân qua? Người ta chỉ thấy nàng góp công rồi tan biến... Tan biến để góp công... (Nàng lúc cánh bướm, lúc là cánh dơi tàn hình, lúc cô gái khác, lúc có súng lục nơi tay, lúc mang thanh kiếm bên hông...)

Nàng thực tế viết ra mười quyển sách nói về đạo lý hay.

1 Chân lý của tình yêu.

2 Sai lầm có thể thay đổi.

3 Khởi niệm của độc tố.

4 Duy nhất trong điềm tĩnh.

5 Phán đoán đúng sai và bi đát.
6 Con đò nếu không về dòng sông.
7 Tha thứ vẫn tốt hơn mạt sát.
8 Hối cải thật sự cần thời gian.
9 Định mệnh thật sự chi phối trong vũ trụ.
10 Tâm người rèn, tâm thần thánh.

Sách được rao truyền khắp nơi nơi. Ai tậu mua coi đều tán thưởng. Từ thành thị chợ búa, đến các thư phòng kẻ sĩ, từ anh nông phu, đến kẻ chài lưới, từ người sang hiếu học tri thức, đến kẻ lơ là, lêu lỏng ham vui... Hoặc từ nơi kiến tạo văn minh, đến nơi giải trí thanh lâu mặc khách. Từ kẻ phu quét đường đến quan trường, chức tước cao rộng, hay từ kẻ thất phu đến kẻ cảm đời, buồn vui đi theo thế cuộc v.v... Ai cũng gật gù chép miệng khen.

- Hay lắm ! hay lắm! Một kẻ siêu nhân, một kẻ siêu quần, một kẻ siêu trí. Đáng đọc lắm, đáng đọc lắm...

- Hi. Thế sao? Có người đi ngang nhìn lại hỏi.

- Còn phải nói mua đi, mua đi. Chẳng phải tiếc tiền bạc kim ngân đó nha. Ha ha. Có lý quá, đọc để ưu tư. Đọc để định ra cách sống. Đọc để làm người phải nên biết một chút...

Khắp nơi coi được, họ ca tụng và truyền miệng bảo, vì độ hay giá trị của sách viết. Nhiều câu văn lãng mạn, nhưng nhiều triết luận, trí khôn của lòng thức tỉnh phải trường tồn... Làm người trách nhiệm và bổn phận đi đầu, phải có óc nhận thức và tâm tưởng tốt. Tránh đam mê dục vọng v.v... Người xem được luôn miệng ca ngợi như thế.

- Con cái nhà ai mà viết lên những lời vàng ngọc. Thiết tưởng trời ban, hay Phật dạy người đó nha. Một trăm năm mới có được một người như thế đó nha. Hay lắm. Hay lắm... Tuyệt vời thiên tài và thánh nhân. Chỉ trời cho mới có, Phật độ mới nên mà thôi. Ha ha... Mọi người ơi đáng đọc... Vậy đó đáng đọc lắm... đáng... đáng... đáng... Xứng đáng vô cùng. Mọi người bận rộn đi ngoài đường, mà vẫn đọc sách tán dương...

Bốn phương ưu ái mê say đọc sách viết của nàng, người

con gái mang tên Ngọc Liên.

Thời gian Ngọc Liên đi làm việc nghĩa. Để đánh thức tỉnh kẻ sĩ, dẹp loạn người gian ác hiểm họa, xây dựng cuộc sống tốt đẹp hiền lành. Rảnh thì nàng viết sách. Nàng viết sách nhanh như thần viết. Thì nơi chốn núi rừng quê nhà kia Mã Thượng tối ngày làm lụng hầu hạ cho cha mẹ Ngọc Liên. Chàng giã gạo, chặt củi, đun cơm, quét nhà, xay lúa, hầu trà, nấu rượu v.v... Mã Thượng làm rất chu đáo. Đôi lúc buồn thì chàng lại ngồi thổi sáo. Hoặc đi uống chút rượu vừa đủ để nhớ đến nàng Ngọc Liên. Rồi chàng đi làm tiếp. Chàng giúp cuộc sống mưu sinh cho mình và cho cha mẹ Ngọc Liên nữa. Đêm thì Mã Thượng thường nhìn sao trời mà nhớ, ngày thì chàng nhìn gió tạt mà thương người mình yêu dấu... Chàng cũng hay ngắm con nước xuôi dòng mà gởi lòng triền miên tương cảm đi xa, đến với bến bờ miền đất lạ... Chàng lại có ý đem lòng từ bi ra bố thí chúng sanh, chàng nuôi chim bốn phương khát nước, tới uống nước bằng một cái bình, chàng để bình khá to chế nước gởi đó, nó được để treo lủng lẳng trước hiên nhà. Chim tụ về hút nước nhảy nhót, chuyền cành bay đi, Mã Thượng nhìn lấy làm vui dù trong chốc lát, bởi lòng thiện nguyện có được nơi chàng... Nhiều con chim vàng óng, xám tro, trắng muốt, đen đốm, xanh lè, non nâu, đỏ chói, đẹp bay đến đậu cánh vai chàng, như cám ơn hay muốn nhắn nhủ điều chi sâu xa. Chúng dạn dĩ vô cùng vì nhìn trong đôi mắt chàng chờ đợi khờ dại, và đôi môi chàng như nhớ ai mà phải khô héo? Dẫu rằng miệng chàng cứ cố tươi vui vẻ, chàng cứ bên chúng làm vui, làm thân thiện... Và nghe chúng bao điều, cất tiếng hót líu lo, hoặc hót kêu lét két... Cuộc sống của chàng như vậy khi vắng xa nàng...

Một hôm cha Ngọc Liên kêu chàng để hỏi:

- Ta có một điều muốn tỏ tường cùng con.

- Dạ thưa con xin nghe. Mã Thượng đáp.

- Ta muốn hỏi con một điều khá quan trọng. Này Mã Thượng. Ta cứu con từ hồi con mới lên hai, lên ba. Và nuôi dạy con khôn lớn. Con có bao giờ có tình ý riêng tư gì với

Ngọc Liên chưa?

Một câu nói khó mà trả lời như thế nào cho vừa ý cha Ngọc Liên đây. Nhưng suy nghĩ thoáng chốc. Chàng trả lời:

- Con thật lòng đội ơn lớn lao bậc đại nhân Kim Hưng. Đại nhân cứu giúp con từ khi lên ba, mồ côi cha mẹ. Còn phần ý tình với Ngọc Liên, Mã Thượng đã có, nhưng vẫn chỉ là trong mơ ước... Con thật lòng chưa dám phá đi niềm tin. Nếu như đại nhân không bằng lòng cho tình yêu của con, nơi trái tim đã nghĩ đến Ngọc Liên...

Chàng nói tới đó và cúi đầu chờ.

- Thật là một câu nói, một đoạn văn hay trí túc.

Im lặng nhìn Mã Thượng thêm. Cha Ngọc Liên- Trương Kim Hưng bảo thêm:

- Ta chỉ mong gả con gái Ngọc Liên cho Mã Thượng đó thôi. Mã Thượng một nam tử không thiếu đức hạnh và tài nghệ, nhưng chỉ khác chí hướng với Ngọc Liên. Liệu Mã Thượng con có cân bằng sự hòa hợp đó không?

- Thưa đại nhân rộng lòng tha thứ. Nghĩa hiệp và tài nghệ con không dám sánh bằng ai? Song tình trọng, đức dày con luôn trau dồi không thể thiếu, và luôn vươn mình học hỏi...

Cha của Ngọc Liên- Kim Hưng nhìn Mã Thượng mến thương hơn là cảm phục. Và ông nhìn rất lâu không nói... Có lẽ ông, ông xúc động khó nói, vì lời lẽ của Mã Thượng.

Chàng thì vẫn làm thinh cúi mặt lòng thành kính vị ân nhân đã cứu mình, nuôi mình khôn lớn. Một đoạn thời gian trôi qua. Mã Thượng mới dám ngước lên nhìn ba của Ngọc Liên như một điều biết ơn lớn lao không nói hết được. Chàng lại thầm cầu nguyện, một điều gì xa xôi ở tâm trí mình nữa.

CHƯƠNG 8

Xong luyện võ, hay làm công việc đủ thứ giúp cho ba mẹ Ngọc Liên. Mã Thượng lại lang thang vô rừng một mình. Ngồi trên mỏm đá cao không cây lá và chàng độc tấu thổi sáo theo thói quen thường ngày. Chàng tự thưởng thức như gởi tiếng sáo làm món quà cho tạo hóa, như khúc tơ sầu vương mang đong đưa. Như hoa nở dại trước bình minh, như lời dịu dàng tha thiết của đôi giai nhân tân lang trước đêm xin cưới. Như gió mây cảm động dưới đất trời, chàng cũng lấy làm vui... Còn như trăng sao chê cười, chàng đành vẫn thế. Mặc cho định mệnh thiên cơ...?

Một hôm có người con gái từ đâu đến xuất hiện trước mặt chàng, mặt mày đẹp như tranh vẽ. Sốt sắng nàng thốt nên lời mau:

- Tiện nữ từ lâu mê chàng và phục nể tiếng sáo chàng. Thiếp đã yêu chàng, thiếp ước được chàng yêu thiếp như thiếp mong. Ôi một hạnh phúc nào bằng đứng trước trần gian. Chàng ơi mãnh liệt nơi lòng này, em đã say mê chàng...

- Ôi ta xin chối từ... Không phải là cơn ác mộng chứ. Cám ơn nàng có lòng nghĩ đến ta. Nhưng ta vốn có yêu từ một người con gái kia. Ta đang đợi ngày về của nàng...

- Còn ta đây chẳng phải xinh đẹp. Để cho chàng quên hình bóng người xưa đó sao? Cô gái nhìn chàng đầy mê muội và bảo chàng. Rồi nàng nói thêm nữa:

- Ta yêu chàng như sao trời chỉ lối của đêm, như lúa tơ ươm hạt nảy mầm, như hoa nở trên đỉnh núi xuân, như tuyết sương sa sau mùa xuân đẹp. Như sóng biển của đại dương lãng mạn yêu thương ước vọng nơi hải hồ... Chàng yêu ta, sẽ có được những thứ, bất ngờ lắm. Mà chàng chẳng bao giờ có từ trước đến nay... Chàng có biết không?

Mã Thượng vẫn đĩnh đạt trả lời:

- Ta không cần biết. Với trái tim ta, nàng đó mới là vốn quý nhất. Ta yêu quý nàng, và chờ đợi dù bao mùa mưa nắng, hoặc cho thủy triều lên xuống bao phen thay đổi, hoặc những con nước ngậm ngùi nơi đá vắng, để rồi chờ đợi một cái gì... Lòng ta đã nguyền thật...

Dù cho đá chảy lấp sông
Mây chia chuyển núi quyết không xa nàng...
Cho dù cây nọ biết đi
Lá kia biết hát, tình ni không rời...

Chàng đọc thơ xong và như cắn răng để nói thêm:

- Diện mạo nàng đây khá xinh đẹp nhưng trong lòng ta chẳng có hàm mang tư tưởng gì. Hay là nàng...

- Ta không thể ước nguyện làm em gái chàng đâu, mà ta chỉ ước nguyện làm người yêu của chàng thôi, làm em gái chàng ư, ắt ta không còn dễ hít thở khí trời để sống trước trần gian diễm lệ... Chàng phải hiểu cho ta. Ôi điều này mà thôi chàng ơi.

- Ô lời nàng kỳ diệu. Nhưng ô hay sai lầm quá... Ta không hề nghĩ ra điều đó thưa nàng. Nàng hãy quên cảm giác đó đi. Ta thật lòng xin lỗi nương.

- Người con gái kia có gì đặc biệt mà chàng không thể quên nhỉ? Ta rằng cũng thật lòng muốn chiêm ngưỡng những gì có nơi nàng đó. Ta thật sự muốn biết bí mật nơi nàng...

- Nàng chẳng có gì bí mật cả. Chỉ tâm cô ta là những đóa hoa thơm khiết. Nàng viên ngọc bội của thế gian ta nghĩ...

- Nàng là viên ngọc bội của thế gian ta nghĩ... Ha ha, quá lầm. Tâm cô ta những đóa hoa thơm tinh khiết. Ha ha. Hừm! Nàng ả quá bình thường thôi. Ta có thể làm cho chàng bay bổng khắp núi rừng để hưởng lấy hương hoa tinh khiết, có thật khắp chốn và nhờ gió thoảng đưa...

- Nương có mơ không?

- Nếu ta làm được điều đó chàng sẽ là chồng ta.

- Hay đấy nương làm đi ta coi thử nào.

- Hãy nhớ lấy lời.

- Vâng.

Cô gái rướn mình đưa tay lên, mắt cao hướng theo tay. Chân chàng coi như nhấc bổng, chàng đã bay trên bầu trời cao lồng lộng, thánh thoát nhẹ nhàng, gần sát chân mây nơi núi đồi nọ. Đoạn nàng quay hướng tay về tim mình. Chàng được bay lui về và đứng nguyên lại như cũ.

Cô gái áo choàng màu xanh, đổi sắc hồng vui vẻ mừng:

- Đúng chưa? Chàng nhớ lời đã hứa nhé.

- Không ta chỉ muốn được bay chút thôi mà.

- Không dễ dàng như nuốt một lời hứa đâu nha. Nếu chàng đã không giữ lời hứa. Thiếp sẽ trừng phạt, truy phạt.

Suy nghĩ đi, thiếp cho nhớ hai phút...

- Không, ta chấp nhận hình phạt, chứ không thể làm chồng nương. Vì ta còn người yêu của ta.

- Chàng quả là người biết chung tình dại dột. Nhưng chàng đã mắc quai lời nói.

- Trời ơi.

- Không kêu ca trời đất chi. Hãy coi thiếp hành động...

Lập tức chàng bị dây xích móc tay và kéo rột rạc đi như kẻ phạm tội. Cô gái áo xanh chuyển hồng kia. Cô vẫn có cách biến hóa hay, và đầy vẻ tự tin.

Vốn lịch sử cô ta là một vỏ rắn, chàng đụng và nhìn nó vào một lúc nào đó trong quá khứ. Chính chàng đem phép thuật cho nó sống dậy làm một cô gái. Và chính nó dan díu yêu chàng. Nó có từ tám kiếp về trước là con đại bàng, một kiếp của hổ báo. Đương kim là một kiếp chó sói. Chó sói cái đó, đã biến thành cô gái được.

Mã Thượng không chịu đi, đứng lại. Nó biến thành ba con chó sói choai choai săn lệnh bên cạnh chàng nữa. Nó đứng muốn ăn thịt chàng, nhưng lăm le không ăn thịt đâu. Chúng hùa hè lôi kéo thúc đẩy chàng đi, như một cực hình cho bỏ ghét.

Tay chân chàng bị vướng đá cứng, cây bụi, nên trầy xước hết, quần áo lại rách tả tơi, trông chàng thật thảm thương. Nhìn chàng chỉ còn mái tóc bườm xờm, chỉ có đôi mắt vẫn còn sáng rực, cùng chiếc mũi cao bướng bỉnh thôi. Cả thân hình chàng như đang bị đe dọa, hư nát và đau đớn.

Cô gái biến đi đâu chàng không trông thấy. Thế là Mã Thượng biết mình bị trúng kế biến hóa của cô gái áo xanh áo hồng kia. Chàng vừa đi bị chó sói kéo, chàng như thấy thần chết sắp bên cạnh rồi. Nếu như chàng không được sống, thì sẽ không được gặp, vĩnh viễn xa mất Ngọc Liên ư? Ôi thì đời chàng còn gì buồn thảm hơn bằng! Mã Thượng nghĩ, chỉ còn cách này thôi, chàng lẩm bẩm đọc thần chú thôi:

- Hỡi em thân yêu của anh. Ngọc Liên ơi. Em ở nơi nào. Em có biết anh đang như thế này? Em có hay không em?

Anh như thế này đây. Hãy tới cứu độ anh? Hãy trở về cứu anh nhanh lên em Ngọc Liên! Ôi kẻ xấu đang hại anh, kẻ xấu đang hại anh! Em thân yêu. Em thân yêu của anh! Anh xin cầu nguyện đất rộng trời cao em biết, xin cho em biết...

Ngọc Liên từ bấy lâu nay chỉ lo cho công sự. Công việc nàng thành tựu nhiều. Nàng viết sách để đời, tạo dựng gốc rễ con người đạo đức như nàng mong. Có lẽ cũng làm cho Ngọc Liên nhẹ nhàng cảm giác yêu mình, yêu đời hơn. Sức mạnh và nghị lực nàng chứng minh. Và Ngọc Liên đã đến ngày nhớ Mã Thượng cay cả đôi mắt. Tay chân nàng giờ cũng muốn rụng rời, vì nỗi nhớ cứ hun đúc thâm dày, khi nàng nghĩ đến chàng. Ôi tình yêu. Tình yêu lắm lúc cũng làm cho người ta nhớ thương khôn nguôi, dòng nước mắt cũng có thể chảy đầy biển khơi kia... Trái tim nàng nào đâu cứng rắn gỗ đá, nhưng bao phen nàng phải làm lơ. Bởi trái tim Ngọc Liên tan chảy trong nhiệt huyết cố nên người xứng đáng, cố làm nên đại nghĩa. Dù nàng vẫn nhớ chàng lắm đó chứ, làm sao mà nhạt nhòa được! Hôm nay nhớ quá nàng dùng lọ nước thần hình cầu để hít ngửi, để mong một ước vọng cho chàng... Ngọc Liên đưa lên mắt soi, thì nhãn quang mở rộng ra, nàng chóa lòa thấy chàng đang tù tội. Mã Thượng như bị kéo lê lết thậm tệ, chàng như một tên đau khổ tột cùng, còn hơn một người tù khổ sai trước thảm khốc... Nàng đã nghe những giọng chàng nho nhỏ. Em thân yêu. Em thân yêu ơi!

Lập tức Ngọc Liên nhìn thấy tình thế nguy khốn cho Mã Thượng điều chi? Nàng liền phải niệm chú, nàng biến ra cánh dơi bay vút về nơi chàng ngay. Nàng bay trong nháy mắt, nhanh hơn ánh sáng hay hỏa tốc nữa. Nhìn chàng, Ngọc Liên lập tức ra thần phép, mở tung văng ra dây xích cho chàng. Nàng biến đá chọi lộp độp vào đàn sói, sói đau, chúng như điếng hồn, kinh vía ù té chạy...

Ngọc Liên cầu nguyện với lọ thần hình cầu, nàng biến ra khoảng cách đá ngăn giữa chàng và bầy sói kia. Nàng bê chàng về nơi mỏm đá ngày nào chàng và nàng thường đến rong chơi. Giờ đây nàng hiện thân lên một Ngọc Liên chính thức để thách thức với kẻ hại chàng. Hai kẻ yêu nhau lấy lại bình thản. Ngọc Liên ung dung như không có gì xảy ra. Chàng vẫn ngồi đó, nàng ra hiệu cho chàng cứ thổi sáo. Chàng thổi. Nàng ngồi nghe. Tay Ngọc Liên sờ trên tóc chàng như đếm từng sợi tóc chàng, là bao nhiêu nỗi nhớ nhung vời vợi, trong nàng. Của một người con gái xa cách người yêu...

Ngọc Liên chờ đợi kẻ tuyên chiến kia. Nàng có bảo:

- Những kẻ muốn nham hiểm hãy đến thử sức cùng ta. Ta có thể sống chết một trận cuộc đời ở đây, không hề sợ hãi...

Nhưng tuyệt nhiên không có kẻ nào dám đến để tuyên chiến với nàng. Thế là cuộc cờ không đánh mà thắng, không chiến mà vinh. Hai người tay trong tay mắt trong mắt. Họ như tìm về hạnh phúc đích thực, vĩnh cửu của mối tình họ...

CHƯƠNG 9

Sau thì Mã Thượng đưa Ngọc Liên cùng về bên cha mẹ. Và cũng chính là họ đưa nhau về ngôi nhà thân thương ngày nào. Ngọc Liên trước hết kính cẩn chúc mừng tuổi tác ba mẹ trong tư tưởng vui tươi. Nhưng nàng cũng dập đầu tạ lỗi, khi để ba mẹ vắng xa trông đợi, lệ nàng mừng trong hạnh phúc hôm nay. Ba mẹ thì được ngạc nhiên vui thay, nói những điều lạ lẫm với người con gái... Hoa kia khắp vườn cũng như bừng nở, cây lá muôn lối tơ nõn xôn xao, cửa nẻo mọi góc như hăm hở đón chào. Rồi họ đưa nhau về ôn lại kỷ niệm ngày xưa. Hai người thật sự mắt trong mắt, môi trong môi, nụ cười trong nụ cười chan chứa mặn nồng. Cha mẹ cũng đã thầm hiểu và chấp nhận để họ yêu nhau, và ước vọng cho đôi trẻ trở thành vợ chồng, tân lang và tân giai nhân một ngày...

Đúng vậy. Rồi một ngày nọ họ làm lễ cưới nhau ăn mừng. Lễ cưới chàng và nàng được tổ chức linh đình. Tại ngôi nhà đó chốn xa xôi rừng núi nhưng phong cảnh đẹp và thiêng liêng vô cùng. Ngọc Liên được mặc đồ cô dâu đẹp nhất, chàng được ăn mặc đồ chú rể thời trang nhất. Khắp nơi trong nước đăng quang hình nàng và chàng. Biểu ngữ được giơ cao tán thưởng. "Nữ Hoàng Xứng Đáng Bậc Nhất."

Tiếng reo hò khắp nơi nơi, từ núi rừng hẻo lánh đến những đại lộ rộng thênh thang. Từ miền quê sông nước đến tỉnh lỵ. Từ thành phố sầm uất đến núi rừng xa xôi tiên cảnh. Từ bến đò chở khách thương buôn, đến xe thượng khách thịnh hành du chơi. Hoặc đến nhiều nơi khác, vài chục phi cơ nơi sân bay đang chuẩn bị cất cánh... Ở bất cứ đâu họ vẫn đồng lòng như một, trăm họ coi như quý nàng, thương nàng. Vì công trạng nơi Ngọc Liên dẹp loạn tài ba lỗi lạc, cùng về ý thức tình người nàng tự đem lòng dâng hiến. Nàng đánh hay và giỏi không ai sánh được, xã hội con người như có trật tự trở lại, được công bằng hơn, đẹp đẽ hơn, mới mẻ hơn. Trăm họ quý nàng bởi nhiều lẽ nữa, vì nàng còn biết viết lên những bộ sách hay, những quyển sách "luận nghĩa" có giá trị tuyệt vời... Hình bóng nàng và chàng mang biểu tượng cho muôn người dân yêu quý. Nàng Ngọc Liên bên một chàng trai khỏe mạnh tuấn tú nghĩa tình...

Truyện viết theo giấc mơ của một tâm hồn.

HDT. Viết năm 2015.----------------

CHỮA BỊNH

CHƯƠNG 1

Mỹ Như đang ngồi coi phim show hài của Mỹ. Nàng thường coi là phim tình cảm ước át của các tài tử Mỹ nổi tiếng đóng, hoặc Hồng Kông. Thái Lan. Thổ Nhĩ Kỳ v.v... Và đôi khi nàng xem ca nhạc. Hoặc đôi khi nàng đọc một vài quyển thơ nổi tiếng, hoặc danh ngôn hay triết lý cuộc sống tình yêu v v... Nhưng hôm nay sao lẻ đi lạc, hay sao đó nàng xem phim hài hước của xứ sở Cờ Hoa này. Một bộ phim có hai phụ nữ lái xe ngập nước xuống hồ. Thì cô con gái Tina chạy vào phòng:

- Má ơi có phone má ai gọi mấy ngày nay. Người ta nhắn message sao má không bắt máy và trả lời. Để họ gọi mãi... Nhắn message mãi má ơi...

- Thôi má không làm cho bà ta nữa đâu. Bà thường điên khùng đột xuất hoài má khổ với bà ta lắm. Nên má bỏ không trở lại làm đâu? Coi như là dấu hiệu má chối từ. Nghĩa là má không bắt máy đó...

Mỹ Như nói và đã đưa tay bấm nút tắt của TV để cho cuộc nói chuyện của hai má con rõ ràng hơn. Tina nhìn người mẹ một gương mặt đầy vẻ xúc cảm hơn là khô khan. Nhưng tại sao mẹ mình chối từ, không chịu làm nữa. Tina động lòng nhắc nhở:

- Thì đó có thể là khả năng là skill của má đó chứ. Má gắng làm để có một cơ hội tốt hơn chứ? Tài năng nào mà không trải qua gian khó má nhỉ? Ha ha.

- Con không biết đâu má có thể suýt chết vì bà ta. Rất nhiều lần xảy ra muốn án mạng. Không thì sống má cũng bị bịnh đi mất. Con có biết không? Vì bà ta lúc tốt, lúc điên dại, khác thường lắm...

- Vậy sao... Có thật không vậy má? Tina thêm hốt hoảng hỏi thế.

- Thật chứ. Má có thể kể cho con nghe để thử nè, con

sẽ cho ý kiến nha Tina?

- Dạ má kể đi, con nghe.

Câu chuyện bắt đầu.

Ngày đó Mỹ Như đến làm việc cho một bà tên là Vũ Thị Kim Thái. Bà Vũ có chương trình hỗ trợ của Day- Home care. Buổi đầu tiên bà tiếp đón vui vẻ ân cần. Bà bảo khi Mỹ Như đặt chân đến nhà:

- Tôi rất hân hạnh, cám ơn cô nhận việc làm cho tôi. Nhìn cô xinh và trẻ quá. Sao cô chọn nghề này. Tôi thật tình không dám tin nổi...

- Dạ em thích làm việc giúp người cao niên. Vì tình yêu con người. Vì một ngày mình cũng cao niên mà. Ai cũng phải già đi, đâu ai trẻ mãi được chị.

- Nghe cô nói thế, thật sự tôi xúc động lắm. Cám ơn cô, đúng ra tôi có thể gọi cô bằng con cháu. Vì cô chắc nhỏ hơn thôi hai, ba chục tuổi đó. Nhưng cô xưng em làm tôi cũng thích. Cũng được, tôi đồng ý.

Im một chút bà nói thêm:

- Tóc cô đẹp quá thả dài nhìn rất là đã mắt. Tôi nói thật chứ không tỏ ý nịnh cô đâu.

- Dạ đến thăm lần đầu thì em để vậy đó. Chứ khi làm việc em phải kẹp lên thôi.

- Không sao cứ thả tôi thích ngắm tóc cô em đó. Tôi là đủ vui rồi. Bà nói cười vẻ tươi lắm, cộng với thân thiện nữa.

- Dạ cám ơn chị. Mỹ Như đáp lời và nhìn bà.

- Chồng cô đâu cô đi làm nghề này. Ông chồng có cho không?

Mục đích là bà Kim Thái hỏi để biết có chồng, có con hay không? Nhưng bà tìm cách hỏi khéo thế thôi. Mỹ Như nghe bà hỏi. Nàng trả lời:

- Dạ chồng em chết rồi.

- Ủa cô trẻ quá mà sao chồng chết vậy? Xin lỗi tôi hơi tò mò nhưng mà muốn biết để hiểu nhau dễ thông cảm... Quý nhau hơn. Cô đồng ý không?

- Dạ ảnh không còn sống, cứ hiểu như thế được chị à.

- Không sao, em kể tôi nghe chết sống là lẽ bình thường

của tạo hóa mà. Như chồng tôi thì khuất núi lâu rồi. Tôi có thể kể em nghe. Đó cũng là lý do nỗi buồn ám ảnh tôi.

Mỹ Như làm thinh không nói gì. Chỉ giữ vẻ bình tĩnh và lịch sự thì bà Kim Thái kể. Hổng hiểu sao bà đưa ra câu chuyện. Bức tranh quá khứ của bà Vũ Thị Kim Thái như hiện về theo bà nói.

- Ngày đó chồng bà là một thầu khoáng ở đất Sài Gòn giàu có bậc nhất, nhì, ba, tư, năm, sáu gì đó. Tôi không biết chính xác lắm. Tôi và ông yêu nhau rồi cưới nhau. Sau ba năm. Tôi từ một nữ sinh trường Gia Long học giỏi gia thế, con nhà tiếng tăm. Nhưng sau đó...

Bà Kim Thái liếc nhìn Mỹ Như không thấy nàng phản ứng chi. Riêng bà vẫn tiếp tục kể sôi nổi.

- Lúc tôi tới 24 tuổi, mới sinh ra một đứa con trai chừng 7- 8 tháng. Nó mới biết bò và cười nói bi bô. Chúng tôi đã ở riêng lâu. Ông nhà, ông chồng tôi lại đem lòng mê một ca sĩ phòng trà, cô hát thường thôi... Nhưng sắc thì đẹp lắm, có thể nói như là sắc nước hương trời. Nên ông tư tình mê đắm. Phòng ngủ của tôi và ông, mà toàn chưng hình cô ca sĩ đó tới ba, bốn kiểu. Cô ta tên là Trúc Chi.

Nghe đến đoạn này Mỹ Như đáu mắt lắng nghe hơn.

Bà kể tiếp:

- Ông về bảo tôi phải cưới vợ nhỏ, cưới Trúc Chi cho ông. Tôi không chịu. Làm sao tôi chịu được? Tôi tìm cách đến gặp mặt cô ca sĩ Trúc Chi, để nói buông chồng tôi ra tôi mang ơn. Nói tới đây Kim Thái cũng dừng lại để nhìn coi Mỹ Như có thái độ phản ứng gì khác? Rồi Kim Thái tiếp tục:

- Này cô biết sao không?

- Dạ sao cô? Mỹ Như nghe tưởng như bà Kim Thái người từ hành tinh khác, vì chuyện đâu chồng bà năm não năm nao, mà kể cho mình. Ăn nhập vào đâu nhỉ? Nàng chẳng hiểu sao bà kể cho mình nghe.

Kim Thái tiếp tục diễn trãi qua biến cố:

- Nó tên nghệ danh là Trúc Chi. Tên thật cũng là Trúc Chi vậy đó. Và tôi đã tìm đến Trúc Chi như một nửa giang hồ nhưng rồi thân mật lần đó tôi bảo: Hãy buông chồng tôi giùm đi, vì tôi đã có con thơ. Nó nhìn tôi cười và lơ đãng, rồi lại nhíu mày... Ồ khi đó tôi gặp nó tại quán bar Red Love trên đường Phan Thanh Giản. Ồ cô biết sao không?

Dạ sao thưa...

- Nó nói như thế này nè:

- Tôi đùa với chồng bà thôi. Làm sao tôi lấy người có vợ. Bà cứ yên tâm. Hơn nữa Trúc Chi này không thèm cướp giật chồng người, để bị tạt axít như ca sĩ Cẩm Nhung đâu. Ha ha.

Bà tiếp tục kể.

- Tôi thấy nó nói khéo, có tình nghĩa tôi cho nó cộc tiền để thưởng, cũng lớn lắm. Nó đẩy tay tôi lui, còn ngoe ngẩy nói, cám ơn nhưng nó sẽ lấy chồng giàu sụ hơn nhà tôi nhiều mà... Đừng lo cho nó. Thế rồi nó bỏ đi bye bye tôi. Tôi ngẩn người ra về.

- Thế là sau nó không thèm gặp riêng chồng tôi và đi ngang gởi một lá thư cho ông ta *"Em đùa thôi. Em sẽ lấy chồng... Anh trồng chi cây si. Anh về thương vợ anh đi."*

- Vậy mà ông xã tôi nhận thư suy nghĩ tại phòng trà Red Love đó. Ông nghĩ và ông biết, rồi ông vội vã về nhà đánh tát tai tôi. Mắng nhiếc tôi rằng:

- Kim Thái không xứng danh người đàn bà cao thượng. Tự em làm chuyện, nên người tình Trúc Chi đã quay lưng đi bỏ tôi. Em có biết là em hại tôi. Em hại chồng em không chứ? Tôi điên đầu lên vì em được đó. Trời ơi là trời. Ông nhăn mặt bấu trán một cách kinh khủng...

Bà lại nghỉ hơi như lần nữa. Chỉ là một phút thôi, bà lắc đầu kêu ca:

Rồi tự nhiên ông căm ghét tôi. Ông cho rằng là vì tự tôi nên ông mất nó. Và nhất định ông không chịu thua ai đâu? Ông sẽ tấn công nó quyết chinh phục nó. Dù ông phải đổi mạng cũng không thể để nó xa ông. Để nó đi theo ai...

- Má vẫn lắng tai, bà kể tiếp như lên đồng Tina ơi.

- Rồi sao nữa má, gì kỳ vậy hã? Tina lên tiếng hỏi.

- Ừa bà đã kể tiếp như thế này:

- Chồng tôi mê say nên cương quyết với tôi, tại nhà lần cuối:

- Tôi Trần Hoàn sẽ không về nhà nữa. Bà cứ ở đó nuôi con. Nếu như Trúc Chi không tiếp tôi nồng hậu như trước. Ông nói và bỏ đi ngon lành. Nghe ông phán tôi lại chán hết sức. Tôi buồn như đứt từng đoạn ruột, như đứt từng hơi thở... Buồn quá sá buồn. Ôi tức tối, kích thích đến cực độ. Tôi không biết giận ai?

Mỹ Như cũng chưa hiểu ý bà lắm... Nàng lắc đầu vuốt tóc mình, nhưng rồi lại tiếp ứng nghe nữa.

Im nửa phút để thở bà nói thêm

- Thiệt là tôi không biết giận ai? Để thỏa lòng nóng nảy trả thù cha nó. Tôi đi đến chỗ thằng Vinh bóp cổ nó. Lúc đó tôi cảm giác tôi là người thứ hai nào rồi. Tôi không phải là tôi nữa. May thay có cô vú ở đã can tôi, và thằng bé cô bồng chạy trốn.

Bà vẫn tiếp tục mà rằng:

- Thời gian không bao lâu ca sĩ Trúc Chi đó đi lấy chồng hải quân. Chồng tôi Trần Hoàn lại bị buồn khùng điên, thất chí, thất tình vì cô ta quá đổi, ông chạy xe không để ý được, thành ra phóng vô người khác và toi mạng. Ôi từ đó tôi nuôi con mồ côi. Trong lòng tôi thỉnh thoảng vẫn cứ giận con ca sĩ phòng trà Trúc Chi ghê đi, giết chồng Trần Hoàn tôi ngon xớt không gươm đao...

Lúc lắng nghe Mỹ Như đã lên tiếng với bà Thái:

- Ý trời ơi... Câu chuyện chị kể em cảm động cho chị. Nhưng cái lỗi không phải là Trúc Chi, chị giận chi người đó không nên vậy?

- Thì tại nó mà tôi mất chồng. Song thôi ông ta chết tôi cũng khỏe hơn. Nếu còn sống cũng đánh đập tôi thành cơm, thành mắm, hay thành tro bụi hết rồi... Vì ông cứ tưởng, là tôi làm mất đi đại cuộc của ông... Trời ơi...

Tina lắng tai nghe mẹ kể về câu chuyện người phụ nữ kia. Tina lại cứ tưởng, làm như mình đang xem một chuyện phim tình "hip hot" chăng? Mẹ Tina, Mỹ Như kể tiếp:

Một đoạn bà nói với mẹ rằng thế này nữa nè:

- Đằng nào tôi, cô mất chồng như nhau. Thôi chúng ta có chung gốc một tâm sự. Hãy yêu thương nhau, tôi vui lắm cô làm cho tôi... đừng bỏ tôi. Nhìn cô dễ thương tôi thích lắm.

- Dạ em sẵn sàng. Kể từ đó Mỹ Như đến nhà bà Kim Thái giúp đỡ, phục vụ với cái job của mình...

CHƯƠNG 2

Bà Kim Thái vui vẻ đón tiếp mỗi khi Mỹ Như tới kêu cửa và nàng dọn dẹp giúp đỡ cho bà. Lau nhà, lau bồn tắm, rửa chén bát, giặt giũ, xếp quần áo, phụ với bà nấu ăn, tâm sự v.v... Lần đó Mỹ Như đến cô mua thật nhiều hoa và cô sang chia qua từng bình để cắm, ở những vị trí khác nhau. Cô đặt để một lọ nơi bàn ăn, một lọ nơi bàn khách, một lọ nơi bên đèn gần đầu giường bà ngủ, và một lọ nơi gờ gần sink rửa chén (Phải nói rằng Kim Thái, Mỹ Như đều rất yêu hoa.) Mỹ Như biết cắm hoa rất là đẹp và hữu tình. Bà Kim Thái nhìn rất thích mắt. Sau đó Mỹ Như đem bàn ủi điện, ủi mấy bộ đồ Kim Thái làm thay bà. Rất nhiều bộ không hiểu sao nó mỏng nhàu dính lại, gần như kiểu bánh ướt dưới quê không trải ra, để bị khô dính ép lép... Mỹ Như giả tưởng như thế, óc nàng có vẻ thích nghĩ về hài hước, nghịch ngợm, nhưng mà đó là điều so sánh gần như sự thật. Hay vì chắc là, bà có lúc từng hết yêu đời, hay lười biếng chi nên để quên quần áo vẻ đau thương tật nguyền như thế? Mỹ Như cũng lắm quá quất, để nghĩ ra như vậy.

Làm xong việc, họ uống trà. Kim Thái bày cách Mỹ Như pha trà, và chế bình trà theo ý bà giữ lại, độ thơm, hơi thơm. Rồi họ ngồi uống, và thưởng thức ăn kẹo socola Kim Thái đem ra từ tủ lạnh. Mỹ Như nhẹ nhàng ngồi lại theo ý tay bà chỉ... Bà Thái vẫn còn kể chuyện về gia cảnh bà tiếp. Bà hỏi:

- Cô đi qua Mỹ diện gì. Tôi muốn hỏi. Còn gia đình tôi thì cô biết phân nửa tôi kể rồi đó.

- Em qua diện ba mẹ bảo lãnh.

- Vậy à. Tôi đi qua diện con trai bảo lãnh. Con tôi vượt

biên vào những năm 1989... Ôi cái thằng Vinh năm xưa tôi giận chồng toan bóp cổ nó. Bây giờ nó đã ra làm, thành ông kỷ sư, kỷ séc gì đó... Nhưng phần tôi, tôi lo. Nó ít thăm tôi lắm, ngoại trừ khi lễ lộc. Với lại già tôi muốn sống một mình. Không muốn ai quấy rầy, phiền cách sống riêng tư tôi...

Uống thêm ngụm nước trà, Kim Thái nhìn thêm hoa tươi được cắm các nơi hết sức đẹp mắt, thích chí. Kim Thái bảo:

- Cô đem hoa tặng tôi. Và cô cắm đẹp quá. Cô có nhiều khả năng cho nghệ thuật. Còn có khả năng gì không cho tôi xem nốt. Tài hoa lắm, chắc đệ nhất trong thiên hạ...? Hay là "*tài tình cho mấy để trời đất ghen?*" như thơ Kiều nữa...

- Thưa chị... Không dám đâu. Câu nói chơi chị vui đó.

Kim Thái nói, cười hơi nheo mắt dò xét Mỹ Như. Bà để lộ ra đôi mắt khá tình tứ, còn đẹp chán của bà đấy chứ? Mỹ Như nghĩ câu thơ bà đọc, với cách nói chuyện của Kim Thái là lạ. Nàng nhìn bà vui vẻ nên trả lời:

- Ô em biết chơi đàn Violin. Khi nào buồn cũng đánh vài bản giải trí chị à.

- Giỏi vậy ta. Vậy thì biểu diễn cho tôi xem nào.

- Em nói nhưng cây đàn không mang theo.

- Về nhà lấy đi. Tôi chờ được mà. Tôi ngưỡng mộ và chuộng tiếng đàn đó, Violin từ nhỏ...

- Vậy à. Vậy thì thôi. Em về nhà đem lại chơi tý cho vui vẫn được nha.

- Quá tốt đấy chứ. Tôi chờ. Vì job cô là đem lại nguồn vui cho tôi mà. Để tôi tránh mọi trầm cảm, buồn bực nếu như có... Đúng không?

- Dạ em hiểu.

Nói xong Như tỏ tường được ý Kim Thái rồi. Mỹ Như gật đầu, kiếu từ tạm xa bà để ra đi một chút... Cô bước ra lên xe lái về nhà nhanh, sẽ quay trở lại với cây đàn Violin theo dự tính. Mỹ Như về vô nhà, cây đàn được mặc áo che bụi cẩn thận, đang dựng một góc nơi hốc bàn. Mỹ Như vội mạnh tay tháo lấy để mang đến nhà Kim Thái, cô sẽ đánh đàn cho bà thưởng thức, chắc bà vui lắm đây. Nhưng cô nhìn nó phút chốc, không hiểu sao rồi cô toan đặt bỏ nó lại. Mỹ Như cầm một nhạc cụ khác cây sáo. Cô ra xe nổ máy đi nhanh. Vì tiếng sáo là khả năng lớn nhất của cô. Nên cô thích khoe. Hơn nữa cô yêu chuộng nó hơn hết...

Mỹ Như đi một đoạn, suy nghĩ lại điều gì cảm nhận ra bất ổn, thấy mình trở thành khùng dại đi mất. Biết đâu bà không thèm nghe tiếng sáo mình là rách việc nữa? Nên cô quay về nhà lần thứ hai. Cô lại lấy thêm cây đàn Violon lúc nãy, đem đặt vào trong xe luôn. Như vậy nàng có cả hai nhạc cụ. Mỹ Như thấy chắc ăn hơn rồi quay ra xe và lái nhanh. Tới nhà Kim Thái thì Mỹ Như chỉ đem cây tiêu sáo vô nhà thôi, nàng vui vẻ hớn hở khoe:

- Chị thích nghe sáo không? Tự nhiên em lại thích thổi sáo hơn.

Kim Thái nhìn Mỹ Như rồi vội nói:

- Sao mi lại thay đổi cảm nghĩ của ta. Cũng được thôi chơi đi.

Mỹ Như chuẩn bị chơi đưa ống tiêu lên miệng. Thì Kim Thái lại bảo:

- Thôi ta đã nghĩ hôm nay nghe nhạc cụ Violin thì ta trong chuẩn bị nghe nó. Mi về lấy lại đây đi. Ta chờ...

Mỹ Như ra xe và cầm ngay chiếc đàn Violin vào.

Kim Thái thấy thế hỏi liền:

- Ở đâu mà mi kiếm mau thế nhỉ?...

- Dạ em có mang theo đủ. Tuy nhiên em thích sáo.

- Thôi sáo siếu để bữa khác đi. Ta đang muốn nghe tiếng đàn Vĩ cầm- Violin qua đôi tay ngươi mà...

- Dạ.

Nói xong Mỹ Như chơi liền Violin để khỏi mất thì giờ. Bà Kim Thái trông đợi đã lâu. Mỹ Như bắt đầu thể hiện. Tiếng đàn đã nỉ non ngân... Ban đầu cô vô như nước đi, ôi thôi rót nhẹ tênh, buồn và êm làm sao. Bà Kim Thái ngồi lắng nghe bất động, vẻ bà quả thích chí lắm. Sau giữa cuộc Mỹ Như lại kéo qua cô chơi tươi vui và réo rắt hơn... Phần cuối cô lại trở về ung dung đĩnh đạt, sự khẳng định hồn nhiên vẫn đâu đó thoáng chút mơ màng...

Cả hai đắm chìm trong cung bậc. Họ buồn vui hạnh phúc như bị thôi miên qua dòng nhạc Violin tưới vào tâm hồn mỗi người. Nghe mãi đến lúc Mỹ Như dứt. Kim Thái lên tiếng:

- Quá hay ngọt ngào cả thê lương... Vui tươi cũng rõ ra mặt. Đau buồn không thiếu chi? *"Tiếng vui như gió thoảng ngoài. Tiếng buồn sầm sập như trời đổ mưa."* Ha ha. Tôi không biết để thưởng cho cô thứ gì cho xứng đáng đây? Chỉ biết thưởng, hưởng ứng đọc thơ Kiều cho nó thâm thúy thôi.

- Chị khá thuộc thơ Kiều của Nguyễn Du là nhất hạng.

- Ôi tôi mà nhớ đâu đọc đó. Tôi nhớ lùm xùm, không hàng lối không đâu vào đâu. Cô khen chi? Với lại tôi thích thơ Kiều. Cô chắc cũng thuộc nhiều. Tôi mới đọc cô đã biết?

- Dạ em yêu thơ Kiều từ nhỏ. Em thích thơ Kiều lắm.

- Trời ơi vậy hạp quá nha. Chúc mừng chúc mừng đôi ta, chúc mừng chúng ta. Hi hi. Cô cần gì nữa không đây?

- Dạ. Em có việc làm, được gặp người tốt, và tri âm là vui rồi. Chả cần gì đâu chị.

Hai người vui vẻ như gặt được một hạnh phúc chung. Kẻ nghe đàn thao thức, người đánh đàn đam mê... Không khác gì Bá Nha với Tử Kỳ truyện, tích người ta thường ca ngợi.

Sau đó Mỹ Như bàn với Kim Thái một việc:

- Ồ hôm nay em muốn làm nail làm pedicure, manicure cho chị được không?

- OK em.

Bà Kim Thái vui vẻ, đồng ý với câu trả lời thế.

Mỹ Như cất cây đàn Violin vô vỏ áo để đó một góc cạnh bàn, cô chưa mang ra xe. Mỹ Như chỉ ra lấy đồ nghề làm nail từ xe vô, đặng cô làm nail cho Kim Thái. Cô có đủ cả chậu ngâm nước cho chân. Và tất cả chất liệu cho pedicure, manicure... Cô có chuẩn bị, trang bị sắm coi như đầy đủ. Mỹ Như thạo nghề không khác chi một thợ chân tay nước chuyên nghiệp, nhưng sao phải chút lao đao gì đây, nên không hành nghề được chính nơi thị trường chắc? Bà Kim Thái thầm nghĩ. Ấy rồi hai mươi lăm phút sau cô gái trẻ Mỹ Như đã hoàn thành bộ tay chân pedicure, manicure cho Kim Thái hợp như ý bà...

Cả hai hài lòng ôm tròn nhau trong hạnh phúc bất ngờ thứ hai nữa... Họ như nghe nhạc từ lòng họ vui sướng. Mà vẫn có thực nhạc mạnh đang dội lên tiếng trong căn nhà đó chứ. Bởi Kim Thái ưng mở nhạc mạnh từ lúc nàng đi lấy đồ nghề để làm nail cho bà... Tuy âm độ bà mở rất nhỏ, song đó là dòng nhạc mạnh cứ có thể kích động lớn lao, dù nhỏ thấp, âm độ có hạ xuống cỡ nào, dù minimum đi nữa... Và đúng là bà Kim Thái thích nghe một hai bản dòng nhạc của Elvis Preslay khi xưa đó, cùng một vài người ca sĩ nữ Hoa Kỳ nổi tiếng khác, của trào lưu đó. Mà Mỹ Như nàng thì không rành hết tên danh ca họ.

CHƯƠNG 3

Lần đó một sáng nọ. Nàng thay đổi cách ăn mặc. Như không còn mặc đồ theo công ty. Với màu xanh đủ bộ họ phát cho nàng. Như đã mặc chiếc áo hồng phấn sơ mi và quần jean xanh nhạt nhưng không chật cứng bó sát lắm. Mục đích là Mỹ Như vẫn để có thể làm việc, giúp Kim Thái thong thả dễ dàng, thoải mái hơn... Tuy nhiên, lâu lâu nàng cũng muốn lột xác. Không thèm mặc áo công ty cho nó lạ hơn một tý...

Nàng lái xe đến hôm đó nhà bà.

Hai người chào nhau bằng những câu nói niềm nở:

- Hi chị. Chị vẫn đẹp và tươi trẻ lắm. Chúc một ngày chị sẽ vui vẻ hạnh phúc yên bình nha.

- He he. Good morning em. Chị cũng mong em như vậy. Trông em xinh trẻ quá chừng chừng.

- Làm gì có. Tại chị thương em nên gallant nói cho em vui thôi. Mỹ Như mỉm cười trong sáng bảo thế.

- Thiệt chứ? Tôi phải tán thán khen chứ lị.

- Thôi cứ tin như vậy đi hã chị? Miễn hai chị em mình

có nguồn vui là được. Hi hi. Cám ơn chị.

- Chị vẫn mong vậy. Bà Kim Thái vui, vuốt vai người phụ nữ trẻ làm việc cho bà, khi họ chào hỏi và chúc nhau. Như mọi lần nàng đi pha chút coffee sáng theo yêu cầu của bà. (Mỹ Như có chế luôn bình trà, lúc nào nàng cũng làm song hành thế.) Mỹ Như bưng ra để trên bàn cho bà Kim Thái - Mời bà nhấp môi coffee. Bà dùng và cám ơn nàng! Sau đó cũng sáng hôm đó, Mỹ Như đi rửa chén bát, ly tách trước. Bà Kim Thái đã chuẩn bị cho người phụ nữ trẻ làm việc cho bà một trái thơm, một đu đủ, một bơ, một apple lớn để nàng cắt. Để dùng cho sinh hoạt... Sự ăn trái cây của bà v.v... Bà biết bà là "vua" ăn trái cây mà.

Mỹ Như đang hoàn thành phần một: rửa ly tách. Nàng cố gắng work rửa cho chắc chắn sạch sẽ mà không tiếng kêu động. Phải làm êm ái như ru... Mỹ Như quyết tâm ý nhị thực hiện phương thức này. Nàng biết phần lớn người cao niên ưa tỉ mỉ, khéo léo, nhỏ nhẹ, ít thích khua động vang. Họ phần lớn hơi khó tính là như vậy. Nàng nên cẩn thận, chăm chuốt.

Xong. Nàng đi cắt trái cây. Đã gần một đĩa, nàng sắp bày đặt để nhìn rất đẹp. Thì bỗng nhiên nghe một cái gì đó xoẹt kêu "vèo." Mỹ Như thoáng mất hồn, nhưng được thần định nhanh cấp kỳ nhập vào tâm óc, nàng biết ai đang phóng dao. Dao đang phóng ra giỡn như bay nhẹ, nhưng có thể đoán sức cái đầu, mẻ đi cái cổ như chơi! Tuy nhiên nàng không quay người chỉ đưa tay phải ra bắt ngược thôi, nàng đớp đúng hướng ngay chóc cán con dao đi tới. Thình lình Mỹ Như lấy ngang con dao nhẹ hẩn, lại đúng chiêu đẹp, thật ngoạn mục!

Nàng cầm gọn trên tay không khó khăn gì đến nỗi. Mỹ Như giống như một kẻ bắt dao tài tình thiện xạ quá nghề, khi mà con dao sắp rơi xuống ót nàng...

Sau đó Mỹ Như bình tĩnh hỏi ngay:

- Sao vậy cô Kim Thái. Sao cô phóng dao vô người con lạ vậy?

- Ôi tao đang give cho mầy con dao bén hơn. Để mày cắt

trái cây dễ, và ngon hơn.

- Nhưng dao chị chỉ đưa qua tay em chứ, không nên phóng như vậy. Rất nguy hiểm may mà em đỡ bắt kịp?

Hỏi và nhìn gương mặt vẻ hung hãn khác thường của Kim Thái, Mỹ Như rùng vai bảo tiếp:

- Chị làm như em là kẻ thù, chị đang lợi dụng cho em đầu rơi khỏi cổ, hoặc tàn tật đó chắc. Bực tức nên Mỹ Như kêu xưng lúc cô, lúc chị.

- Xin lỗi, xin lỗi trong phúc chốc như ma đuổi. Đầu óc lại lộn xộn thêm hai điều. Tôi tưởng là Trúc Chi hiện hình...

- Không có đâu, Trúc Chi nào?

- Lâu lâu mới có bịnh ám ảnh quàng xiên chút thôi. Xin lỗi em. Ôi tôi quá là xin lỗi.

- Chị có cái bịnh này đột xuất, thì em thua mất đột xuất. Chắc em cảnh báo chị đó. Em ra về đây. Để đầu óc chị không nên rối loạn như thế nha...

- Em phải ở lại tiếp tục giúp cho chị Thái chứ?

- Không em không còn năng lượng và năng lực để làm cho chị đâu.

Nói xong Mỹ Như lấy đồ đạc, để cuốn gói ra về. Mỹ Như chẳng thể nào giữ nổi bình tĩnh được. Dù lúc nói chuyện với bà Kim Thái nàng vẫn cố gắng giữ vẻ an bình thanh thản. Nhưng cái phóng dao kia làm cô ê ẩm rợn người, mặc dầu như có thánh thần cho cô bắt đỡ kịp. Song tại sao bà nói tặng cho mình để cắt trái cây, bà nói là cho con dao hay, bén hơn? Oh my god... Khi trái cây nàng cắt xong rồi. Mà bà cho gì, tặng gì? Nói xà càng quá, không tới đưa trực tiếp nàng. Bà phóng như thế này thì ghê chết đi? Còn quàng xiên ngỡ mình là Trúc Chi chi đó. Trời ơi ớn lạnh người luôn chưa? Nàng sợ sệt, cái ám ảnh lên tới ngút đầu. Những hình ảnh trước đây, bà tỏ ra thanh bạch cao sang, biết nghe âm nhạc, biết xử lý nói năng kia, biết lẽ thật, sự phải trái, như chạy trốn đâu mất hết. Mất cả rồi...! Chỉ còn lại một Kim Thái ngớ ngẩn và ác tâm. Mỹ Như nghĩ một đoạn không lâu. Thì nàng buồn bã đến thúi ruột, nàng bỏ đi về một bề một mái cho xong cuộc đó. Mỹ Như ra xe leo lên ghế để lái đi về nhà, không còn tâm trạng nào bền chí được, ở lại được? Nàng khó nói câu chào trước khi rời nhà bà, theo những lần trước kia - Người phụ nữ trẻ tên Mỹ Như này vẫn thường làm, và rời khỏi nhà bà ta...

CHƯƠNG 4

Hai hôm nay nàng không đến vì cái phóng dao của bà Kim Thái ám ảnh nàng quá nhiều. Ở nhà buồn Mỹ Như không còn coi ti vi, không đọc sách. Mở TV rồi lại tắt. Cầm sách báo lên, rồi lại vứt về chỗ cũ cho nó ngủ yên. Nàng chỉ muốn lấy sáo ra thổi làm vui quên buồn thôi. Ừa tiếng sáo, nàng đem sáo thổi sẽ cho nàng mọi thứ yên vui hơn, cho nàng tiêu sầu nơi dương thế, cho tiêu tan đường đột những kiếp ai bi... Cho quên đi bể hận trời đau đang gặp "một đại sầu vô cớ..." Nàng đang bước vào đại nạn đây. Nàng quan niệm như vậy... Nàng thổi vừa đủ một bản, thì Kim Thái gọi tới. Mỹ Như nghe phone reo, ngưng ngay thổi sáo. Người nàng lưỡng lự nhưng rồi nhẹ nhàng bắt máy.

Bên kia đầu phone Kim Thái nhỏ nhẹ:

- Cô Mỹ Như đó à. Cho tôi xin lỗi. Tôi không có bịnh gì đâu. Tôi ám ảnh chi đó. Thay gì đưa dao cho cô tới tay thì hay hơn. Tôi lại ném dao. Thôi cô bỏ qua, trở lại làm cho tôi đi. Tôi thật sự vẫn mến và thích cô lắm. Tôi có thể cho tiền cô thêm... Nếu cô chịu làm lại cho tôi.

Im một tý bà Kim Thái nói tiếp:

- Tôi quý cô thành thật để tăng giá trị thu nhập cho cô. Chứ không phải tôi đem tiền ra mua chuộc. Hoặc để cho cô nhìn sự trả thêm tiền, mà tìm đến sự so sánh đâu? Hoàn toàn không... Chắc chắn tôi không có ý như vậy.

- Em không thể nghĩ đến tiền mà ham. Em thật sự cũng có mến yêu chị. Song chị làm em sợ hãi quá.

- Nếu cô là một con người được Phật Trời che chở, hẳn khó ai lấy đi sự sống của cô được? Cô nên có tâm linh điều này. Tôi mong quá như vậy. Cô làm ơn giúp tôi nha. Tôi đội ơn, nếu cô biết tha thứ lỗi lầm cho kẻ khác, vì tôi lỡ nhầm…

Mỹ Như làm thinh bà Kim Thái cố thuyết phục thêm:

- Ông trời đem tặng tôi món quà như cô. Lẽ nào tôi bị mất. Xin cô rộng lượng hiểu cho.

Mỹ Như làm thinh bà tiếp tục bên kia đầu phone:

- Cô order cho tôi sáng nay một món ăn đi, chicken hộp chẳng hạn. Rồi đến đây tôi với cô ăn uống champagne nhẹ, hay uống nước ngọt một chút. Ta sẽ nói chuyện vui vẻ lại. Cô đem tiếng sáo thổi tôi nghe với. Tôi chưa được nghe tiếng sáo cô, như lần cô nói đó…

Mỹ Như vẫn còn làm thinh nữa. Bà Kim Thái thuyết tiếp:

- Sao cô làm thinh vậy. Xin làm ơn đừng giận tôi.

Giờ Mỹ Như mới chịu nói:

- Thôi được rồi, tôi sẽ đến nhưng cô nhớ đừng làm gì rắc rối cho tôi nha.

- Tôi hứa mà.

- Vậy tôi sẽ đi mua món thức ăn cô muốn. Và đến nhà cô hai mươi phút sau nhé. Bà chờ tý nha…

- Vâng tôi chờ được. Tôi xin cám ơn cô.

- Không có gì đâu. Tôi chỉ mong bà đừng tái diễn cảnh cũ làm tôi lo sợ.

Bà Kim Thái nghe Mỹ Như nói thế thì mừng lắm. Tuy rằng Mỹ Như còn giận nên kêu mình là cô, lúc bà. Và tiếng nàng hơi cứng ráp, thô mộc hơn. Nhưng không sao, dù gì cô ấy vẫn nhận quay lại làm cho mình rồi.

Bà Kim Thái vui sướng một mình như tự muốn nhảy đầm, muốn dancing với các bản nhạc Mỹ, muốn tự hấp dẫn với mình. Tự làm vui với chính mình chút đỉnh cho có lý. Coi ra bà cũng không tệ khi nhảy đầm còn lại đó chứ? Bà nghĩ ngắm thân hình mình. Bà yêu đời như một lady hề Mỹ có tên tuổi bà từng có xem qua… Kim Thái đang bắt chước, với những nét khôi hài, không thể kém sinh động như một tài tử tên G.L đó…

Mỹ Như đi mua thức ăn như họ Vũ muốn, Nàng lái xe, và dẫn xác tới nhà bà. Vũ Thị vỗ tay, rồi ra cửa mở đón tiếp, có vẻ mừng rỡ một hạnh phúc mới lắm!

Hai bên chào với nhau. Cả hai bước hẳn vào phòng khách- living room. Vẻ như là có một luồng gió mới đâu đó ủng hộ, dâng tặng hai người...

Mỹ Như để thức ăn xuống lễ phép. Nhưng nàng nhìn Kim Thái lắc đầu khan, nàng như còn trong sợ hãi chưa tin lắm. Thì Vũ Thị Kim Thái cười và nâng cằm Mỹ Như lên hề hà:

- Đừng giận tôi nữa. Giận cô sẽ giảm xinh đẹp mất đi năm mươi phần trăm đó. Để cho tôi nhìn mãi gương mặt hoa khôi này chứ.

Mỹ Như cười, nụ cười không mấy tươi tắn lắm. Bà Kim Thái thì cười bãi bãi, tay đưa sờ hộp thức ăn đang để trên bàn. Miệng bà bảo lanh thêm:

- Thôi chúng ta ăn đi Như. Kẻo thức ăn nguội hết ngon.

Bà ngồi xuống ghế xếp, và kéo một cái ghế thường để bên cạnh Mỹ Như. Kim Thái hăng hái với một thái độ mới vui sướng mở lời nữa:

- Cô ngồi đi cô gái Mỹ Như nè. Trời ơi làm gì mà cứ đứng vậy...

Giờ nàng mới lên tiếng:

- Con thương cô Kim Thái lắm mới trở lại. Chỉ mong rằng cô đừng làm như thế nữa nha. Con sẽ buồn nếu bắt gặp sự tái diễn nào đó tương tự...

Bà Kim Thái liền cướp lời:

- Tôi hứa mà? Ăn đi đã. Tôi hiểu rồi. Tôi quý cô lắm chứ.

- Dạ không có chi. Thanks chị.

Mỹ Như cùng bà ăn chicken giòn trong hộp, có thêm ít khoai tây chiên (potato) phụ họa, hai bên ăn ngon miệng và uống nước CocaCola.

Bà Vũ nhìn vào con mắt đẹp của người đàn bà trẻ, bà lại bảo:

- Nhà còn nước ngọt. Mỹ Như mua chi tốn kém?

- Biết rằng nhà chị có, nhưng em kiểu thông lệ quên hẳn đã mua thêm hai kết.

- Thôi cũng được. Lâu lâu ta uống, chứ thiệt ra tôi dùng trà chứ ít dùng nước có loại này.

Như cố diễn giải:

- Em thích uống nước này nên mua thôi. Không tiền bao nhiêu, không đường hoặc gas nhiều ở những thứ. Em mua loại kiên cữ diet đó. Em để dành nơi nhà chị khi tới em uống.

- Tôi biết mà.

Hai người ngồi ăn uống tiếp. Bà Vũ cười vẻ hào phóng xả lả hơn. Nhưng Mỹ Như chỉ cười mỉm mỉm và không can đảm đánh mất được nỗi buồn trong cô. Bởi cái buồn còn ngự trị sâu thẳm với cuộc phóng dao của bà Vũ, chắc tới cái chết nàng cũng khó mà quên. Tuy nàng chưa chết bây giờ, hoặc không hề bị thương tích. Còn nếu như con dao liếm vào được da thịt cô? Hôn mạnh da thịt cô thì sao. Thì sao đây ta?

Hú hồn... Được như thế này, có lẽ là nàng được ơn trên thần sống che chở cho, và muốn giữ lại sự an toàn phong độ của nàng đó thôi. Mỹ Như tạm nghĩ ra thế cho trôi đi nỗi buồn nảy lên...

Ăn xong thu dọn. (Vũ Thị Kim Thái không bao giờ ăn quá mức. Bà chỉ ăn vừa đủ và chia ra nhiều lần mà thôi. Một ngày trung bình bốn, đến năm lần ăn của bà. Ba lần chính, hai lần phụ.) Nhân tiện Mỹ Như kiểm tra không thấy tách ly nhiều... Chỉ một hai cái nàng rửa nhanh, xong gọn.

Thoáng nghĩ mừng quá đón người làm việc homcare trở lại... Vũ Kim Thái mở nhạc mạnh từ lúc nãy giờ. Song đến giờ tập "Dịch Cân Kinh Pháp" Mỹ Như đã yêu cầu tắt nhạc mạnh chỉ còn liêu riêu nhạc nhẹ. Nàng cho bà buổi tập thể dục với mình về "Dịch Cân Kinh Pháp." Một lối tập thể dục đơn giản nhưng hiệu quả, công ty đã triển khai và mở rộng nơi nhà cho thành viên họ. Bà Vũ vui vẻ làm theo. Bà đã đồng ý, cho ý kiến nàng Như chí phải. Thể dục dưỡng tâm, dưỡng sinh thế là tốt lắm mà. Cả hai đều tập. Mỹ Như hô khẩu lịnh... 1, 2, 3, 4, 5, 6, 7, 8. Rồi 1, 2, 3, 4, 5, 6, 7,

8 qua nhiều vòng. Trên bảy phút, gần hai trăm lần đưa tay và dịch chuyển nhón chân... Các cơ quan trong cơ thể cũng được thở hít, theo phương pháp nhất định - Của Đạt Ma sáng lập, có thầy Nhật Từ diễn giải, phỏng truyền ở nhiều năm gần đây.

Xong phần đó. Hai người lại nghỉ ngơi thư giãn ngồi uống chút nước trà xanh, nàng muốn mở nhạc trong iPac lớn hơn tý, để cả hai nghe. Nhưng rồi Mỹ Như chợt nghĩ muốn thổi sáo cho bà nghe, đúng theo yêu cầu của bà luôn. Bởi Kim Thái lúc gọi phone có nhắc nhở nàng mà. Và để xoa dịu một cái gì đó tan biến nhanh hơn, lẹ trôi hơn. Về phương diện, về việc bà phóng dao vẫn còn đâu đó ám ảnh nàng nữa...

Nàng thổi tiếng tiêu. Bà Kim Thái lắng nghe rất là chu đáo. Mỹ Như thổi rất tuyệt vời, hôm nay nàng tóc búi cao. Bà đi tới mở ra ngắm, vì tóc nàng dài buông lỏng nhìn sẽ đẹp hơn. Tự nhiên có lẽ bà thích lắm làm điều ấy, với mái tóc bóng sáng này. Đoạn bà cầm thụt thụt, kéo kéo chơi, khiến Mỹ Như giật mình, ngưng thổi tiếng tiêu. Nàng hỏi lẹ:

- Chị làm thì thế chị Thái.

- Tóc đẹp, chị cho nó nhảy đầm tý mà.

- Trời ơi không được. Đầu là nơi tập trung nhiều nơ-ron thần kinh. Chị chơi kiểu đó. Sẽ làm tổn thương não em đau mất...

- Vậy à, nhưng người ta massage thì sao?

- Massage là một kỹ năng có y học. Nó hoàn toàn khác.

- Ừa tôi biết rồi không làm vậy nữa. Thổi tiếp đi. Đang nghe hấp dẫn quá mà.

- OK nhớ không nên làm lung tung tóc em. Nàng nói và kê môi lên ô tiếng sáo. Tay lại nhấn bấm lướt tiếp...

- Ừa tôi nhớ nè. Sau cô sẽ có thể massage cho tôi chứ. Cứ thổi đi, tôi nhớ thì nhắc vậy thôi nha.

Nàng gật đầu trả lời:

- Được thôi. Nếu chị muốn.

Mỹ Như trong tầng cảm hứng chơi hết bản tiêu không

dở dang, và đến dứt hẳn. Nàng bỏ cây tiêu sáo xuống. Bà Vũ vui vẻ vỗ tay khen:

- Tuyệt vời trên tuyệt vời Như ơi. Nghe thích lắm nha.

- Dạ thanks chị. Nghe cũng được thôi chị à.

- Nhất quá rồi khiêm tốn làm gì em?

Mỹ Như mỉm cười không nói chi ra lời nữa.

Sau đó một khoảng. Mỹ Như đi massage đầu, tay, chân, cổ, mặt, trán cho bà, tại một ghế sofa lớn dài của phòng khách, có thể nằm, ngồi vẫn được. Kim Thái rất là thích chí. Bà mê luôn vì tay chân Mỹ Như mềm mại, nhưng rắn chắc cứng cỏi qua các động tác, mạch đi diễn tiến, thạo nghề quá đỗi...

Kim Thái tưởng chừng người làm việc Caregiver Home care của bà, là một thợ massage chuyên nghiệp có hạng, có giá trị vậy chứ? Không phải là người, của tay massage loại thường đâu nha...

CHƯƠNG 5

Và rồi một ngày kia. Mỹ Như đến một ngày như mọi ngày. Nàng làm việc chăm sóc Day- Homecare cho bà Vũ rất tận tình. Nàng dọn dẹp tấm ra, mền, gối, khăn giặt (khăn trải bàn, và khăn bà dùng tắm, khăn lau tay v.v... phải nói rằng bà dùng khăn hơi bị lạm nhiều.) Giặt đồ ăn vận cho bà, xếp đồ cất xong luôn. Mỹ Như làm việc không hề tiếc công, không hề câu nệ, nàng làm việc rất toàn tâm, toàn ý. Lúc đó bà Vũ ngồi đọc truyện vui cổ tích Việt Nam. Và một quyển truyện cười hài hước của Trạng Quỳnh xứ Việt để bên cạnh nữa. Bà đang mặc chiếc váy màu hồng tươi không dài lắm, có vẻ ngắn một chút và rộng rãi. Mỹ Như thấy bà còn xinh đẹp lắm. Mỹ muốn làm pedicure chân ngâm nước cho Kim Thái lần này. Nàng liếc nhìn bà. Nàng vui vẻ nói:

- Hôm nay làm chân cho sạch đi chị Thái nha?

Bà buông sách xuống trả lời với nàng:

- Ồ. Được, tốt hén... Hơn hai tuần rồi phải không em Như... Thời gian đi lẹ thật ta ơi.

- Exactly... chính xác chị. Vui miệng Mỹ Như nói cả hai

thứ tiếng English và Việt Nam.

Rồi Như vui hát mấy câu trong bài VTN mà nàng thích: *Hôm nay ngày chúa nhật, vườn tao ngộ, em đến thăm anh, đường Quang Trung nắng đổ, mà em đâu có ngại khi tình yêu lên ngút trời... Ta nhìn nhau buâng khuâng đâu biết rằng chuyện đôi ta sẽ vui hay buồn. Ngày mai ra đơn vị, đường trần hai lối mộng thôi từ đây biết ra sa... Nếu chúng* mình ước hẹn, ngày tao ngộ xa quá anh ơi. Thời gian xin lắng đọng đợi chờ, để đôi tim ước mộng đem tình thương tô thắm đôi môi hồng... Nàng đang đi lấy dụng cụ trên xe mình, mà đem vô nhà ngâm nước đủ ấm để làm chân cho " vị khách quý này." Nàng ngâm nga cho vui mấy câu, cho đỡ buồn nơi lòng mình, và có lẽ thoáng đạt vài ý...

Riêng bà. Hôm ấy bà cũng đi mở nhạc mạnh lắm. Mỗi lần Như làm chân (pedicure) thì bà sống lại với nhạc mạnh, ưa mở nó để nghe hơn. Mỹ Như cũng không hiểu vì sao bà sở thích như vậy. Với nàng có vẻ không thích dòng nhạc mạnh mẽ giựt giật trong lúc làm pedicure. Tuy nhiên không dám phật ý Kim Thái. Mỹ Như đành ráng nghe. Nàng im miệng, im hát lời ca nơi mình, không dám nói chi nữa... (Ý quên, nàng còn có hát lí nhí mấy câu nghêu ngao khi vô nhà đó chứ. Hú hồn bà có nghe không, mà không thấy la rầy nàng.) Mỹ Như lại mỉm cười khi biết Kim Thái đang "nhộn nhịp" nơi dòng nhạc chính bà mở thích kia...

Như đã tiến hành làm pedicure, đang lúc ngắm ngon trớn, nàng đang chăm chỉ, và săm soi coi shape móng, các ngón nơi chân để cắt tỉa cho bà. Bà đang nói thích móng kiểu vuông có tròn ở góc một tý. Mỹ Như hiểu ý là theo tiếng English thì chắc " square with round corners." Nàng sẽ chú tâm làm. Bỗng nhiên một đoạn Kim Thái dùng chiếc chân đó, bà đá nàng thình lình bật ngửa ra đột xuất.

Như chưng hửng bị té mất hồn vía, trợn mắt le lưỡi. Nhưng lấy lại bình tĩnh Mỹ Như hỏi liền:

- Sao thế cô Kim Thái. Trời ơi ... Sao cô đá con chi vậy?
- Tôi lỡ vì tôi đang tập thể dục chân.
- Trời ơi em đang làm chân pedicure mà tập thể dục gì?

Chị làm sao đó. Em chết mất, khi cảm nghĩ lạ lùng của chị... Lộn xộn quá ghê luôn. Như nói và rời khỏi ghế làm. Cô lên ghế dựa ngồi gần đó tự thắc mắc về con người này.

- Xin lỗi. Xin lỗi không làm vậy nữa đâu. Làm tiếp cho tôi đi há.

Như xuống ghế dựa, cô đi lại nơi chiếc ghế nhỏ gỗ ngắn đó ngồi, hổng hiểu sao bà mua nó từ đâu có ở xứ Mỹ này ghế đó ít phổ biến bán mà. Cách chọn ghế của bà mua cũng là khá đặt biệt. Nhìn mẫu mã nó gọn lắm, chắc chắn mà đẹp nữa. Xứ Việt mình thì vẫn gọi là ghế đẩu, cô lại ngồi tiếp tục làm bộ chân cho bà Vũ, và để đi đến hoàn tất, về việc sơn phếch màu phải đẹp ngon lành cho bà nữa.

Bà nhìn vui mừng, có lẽ đã quên hết chuyện xảy ra nơi cô nàng trách móc... Kim Thái ôm nàng hôn đền, đáp trả liên tục từ trán, đến tay, rồi tóc nàng... Mỹ Như cảm thấy với con người này thật là hết ý kiến luôn. Với lúc vui quá, lúc buồn, lúc giận, lúc man man không đâu của bà. Con người này bình thường dễ thương, ngọt ngào, lịch thiệp. Nhưng đôi khi có một sự kiện gì đó rất kỳ khôi, rất hung dữ, lạ lắm? Nàng rất khổ sở, để khó nói về bà ta...

**

Và một lần khác nữa, nàng đến làm việc. Hôm nay bà Kim Thái mặc áo màu lam vẻ nhu mì và sạch sẽ. Nàng vẫn vui khi thấy bà luôn thay đổi cách ăn diện, phục sức. Bà giờ rất có một phong cách cao sang, sạch sẽ, chải chuốt, tự tin hơn. Chỉ có mỗi tội là hay ngẫu hứng, và đi làm việc xiên vẹo, chệch đi một sự thể... Bà cứ làm hỏng đi một hình tượng cũng khá xinh, tuyệt đẹp nơi bà chứ... Mỹ Như vẫn thường nghĩ rằng là tại sao, và tại sao?...

Hôm đó Như mua món mì xào giòn bà ưa thích. Xin nói là mỗi lần mua đem tới bà Vũ đều chuẩn bị tiền trên bàn để gởi lại cho nàng. Về tiền bạc bà rất sòng phẳng, và tốt nữa. Cũng chính hôm đó Như không thể ăn chung với bà được. Nàng tế nhị thưa:

- Chị cứ tự nhiên dùng. Em mới đi ăn với con gái chị ạ.

- Không làm khách nha Như.

- Trời ơi em có bao giờ làm khách đâu. Ăn hết nhà chị rồi làm khách gì ta.

- Nói dễ thương quá Như.

- Dạ không có chi chị. Mỹ Như nói vài chữ, nàng vui vẻ cười tươi mủm mỉm rồi làm thinh.

Đúng là thật... Vì nàng mới đi ăn với con gái Tina nơi Cantion House- Nhà hàng China của điểm sấm về. Mỹ Như đang còn no chưa đói. Bà Kim Thái đồng ý thôi. Tuy vậy bà để đó chưa dùng, nhưng một tý là bà nhìn rồi dùng một mình nơi phòng khách. Nàng thì đang loay hoay chuẩn bị làm cái nghề lau phòng kitchen cho bà. Với kiểu lau có nước ở bồn chậu, kèm theo cây chổi lau bằng những sợi dây vải tơ thô bện kiểu công nghệ. Dụng cụ cây chổi lau sạch nền, sẽ được xả bằng bồn nước giúp, nhờ để vặn cho nước thải dơ nhớp thoát ra từ cây chổi đó, rồi sẽ xả đi theo lần lượt đôi ba vòng, nước lau là một hợp chất tẩy trùng và làm sạch cộng thêm một phần nhỏ nước lạnh cho vào.

Nàng cặm cụi siêng năng chăm chú làm. Bà ngồi ăn và đưa mắt nhìn phía sau Mỹ Như. Không hiểu sao bà ghét cái chi, bà lại bưng nước ở bồn bẩn nơi, đem đi trút đổ lên cái ào ung dung phía sau lưng Mỹ Như...

- Trời ơi ... Như đang thốt ré lên.

Như khi giật mình biết thì đã muộn. Nước đã chảy qua đầu, qua vai, qua tay, vào lưng, có thấm len lỏi qua phía trước ngực. Coi như thân thể nàng thình lình uống nước "bất hợp pháp"... Nàng nghĩ thật là xót xa.

Như cố la lên mạnh và câu nói dài hơn:

- Trời ơi cô Kim Thái... Cô điên rồi sao tạt nước đổ, nước lau nhà trong người con như thế này. Đầu cổ con ướt hết. Nước này là nước lau nhà dơ mà. Có sạch cũng không nên tạt lên người con như vậy chứ? Con không hiểu sao cô tự nổi điên khùng đột xuất mãi, vầy chắc con phải chết mất. Con không thể định nghĩa việc cô Thái làm.

- Nước dơ đó nên tôi đổ giùm cho cô.

- Trời ơi... đổ thì để chờ con đem ra ngoài đổ chứ. Dơ sao cô nỡ đổ trong đầu, trong mình con nơi đây? Đầu óc cô cứ có vấn đề, con khó sống nổi với cô, khó làm cho cô lắm. Trời ơi cô Kim Thái... Con thật dị ứng quá mức việc làm của cô.

Mỗi lần Mỹ Như giận là nàng xưng con. Đúng ra thì nàng xưng con với cô đúng hơn... Vì nàng chỉ ngoài 35. Mà bà Kim Thái đã trên 65 tuổi rồi. Nhưng hai người đã vừa ý thống nhất, kêu chị em từ lâu...

- Tôi lại thấy hình bóng con Trúc Chi hiện lên, sẵn tôi làm luôn. Cô đẹp còn hơn nó đó.

- Trời ơi tối ngày cứ quàng xiên Trúc Chi. Trúc Chi... Con chết mất. Cô hãy tỉnh đi. Điên quá hoài... con thua mất. Nước đâu có rút nhanh được. Như buồn bã nói, vừa đi kiếm những tấm khăn kíck cỡ dày, mà bỏ xuống những chỗ để ngấm nước lan ra kia, rồi cô đem xả vào sink nước lạnh nhiều lần nhiều đợt. Xong cô đem treo phơi ngoài trời tý cho sạch sẽ ở phía sân sau nhà Kim Thái. Như phải rùng mình, ngước nhìn trời cao, để gởi lời buồn theo gió mây về đâu lãng đãng...

Mỹ Như trở vào nhà đưa mắt kiểm tra, và bỏ cây chổi vải lau vô bồn nước nó. Nơi mà bà Thái đã đổ hết nước trống rỗng rồi. Thường nàng lau ba lần nước, trong một cuộc lau nhà dù chỉ một phòng kitchen, nhưng đây mới lau lần thứ nhất với hợp chất tẩy trùng đã xảy ra tai nạn. Hai lần tiếp theo, nguyên nước lạnh thì hãy còn chưa đến... Nàng phải rùng mình tiếp, lên ghế gỗ dựa ngồi ở gần đó. Mỹ Như không dứt được niềm suy tư điều kỳ lạ này... Rồi cô ra ngoài xe mình, để lấy bộ quần áo đem để sẵn nơi cốp xe, nếu làm dính bẩn thỉu, hay nước nhễ nhãi leo vào người thì hờ dùng, cô sẽ có thay ngay... Thật là những tính toán dự liệu của Mỹ Như, không dư chút nào. Cô đem vào bathroom Kim Thái, cô thay đi bộ đồ khác vào người mình, để là dễ coi sạch sẽ hơn... Mỹ Như lại ngồi trên bộ ghế salon như cũ, hờn trách Kim Thái tiếp:

- Chắc con không làm nổi cho cô nữa đâu. Con người chỗ tình cảm nào cũng cần phải hợp lẽ, và hợp lý, có giới hạn nữa chứ. Đằng này con cố gắng mà chuyện cô cứ xảy ra. Thôi từ nay con xin nghỉ... Con phải về hưu non sớm nhất với cô thôi. Bởi cô kỳ quá. Cô lụ mụ không là lụ mụ, điên rồ không là điên rồ... Tỉnh không ra tỉnh, say không ra say. Mà nó cứ kỳ kỳ một cuộc chơi nguy hiểm... Hài, bi kiểu này con không còn chịu nổi...

Kim Thái như không để ý mấy những lời trách trả dài dòng của người thiếu phụ trẻ.

Bà thấy Mỹ Như thay đồ vào lạ đẹp, bà lại chợt nhớ ra một cái gì đó, bà bỏ đi vào phòng riêng. Thì ra bà đi kiếm một quần lót đẹp "siêu hạng" mà bà mua tự lúc nào. Có lẽ không hợp với tuổi bà lắm. Nên bà vẫn còn cất giữ để dành! Chắc vậy. Giờ thì ai lại khiến bà tìm ra nó... Bà rốn rén đem ra, nhẹ nhàng cầm chiếc quần lót đó đứng phía sau trùm lên đầu Mỹ Như. Bà lại vui vẻ chia sẻ:

- Cho cô món quà này. Cho cô xinh đẹp hơn cả Trúc Chi. Ôi đẹp thật... Đẹp thật nha chỉ thua tiên nữ...

Thế là hết, Như hết còn thắc mắc. Nàng như lãnh đủ. Nàng hét to, khi tay sờ kéo nơi quần lót xuống:

- Trời ơi cô điên. Cô làm ơn tỉnh chút đi. Cô Kim Thái...

- Hi hi. Tôi không điên đâu, tôi bù cho cô đó. Chiếc quần lót chưa mặc một lần như "Áo em chưa mặc một lần đó thôi." Rất nhiều tiền này. Cô xứng đáng dùng nó mà. He he.

Bà cười nói và còn giật giật tóc Mỹ Như cho đầu tóc nhảy đầm... Bà đột xuất làm điều ấy nữa. Mỹ Như thấy hơi đau điếng phải nhăn mặt, khó chịu quá. Cô hất tay bà Kim Thái để bỏ ra. Dù hiền cô cũng phải trợn tròn xoe đôi mắt với bà ta. Và cô ráng móc cái quần lót xuống. Nhưng tay chân Mỹ Như lại cứng đơ, chiếc quần lót kỳ cục còn cố nằm lì trên. Có lẽ nó phản trắc nàng hay mê ly nằm trên tóc nàng chi đó? Nàng móc lấy tám lần nhưng tay chân người thiếu phụ trẻ đó lại run rẩy vô lý, nhạt nhòa và miễn cưỡng, kỳ quặc. Mỹ Như làm không được như hề cứng đơ. Và không còn gì nói nữa. Như đã ra khỏi nhà bà, cô lên xe lái về nhà mình theo một cách bất đắc dĩ trong ý nàng... Nàng như đi chạy trốn sự thật. Chiếc quần lót nàng không buồn lấy xuống trên đầu mình nữa. Như cứ cắm đầu suy nghĩ từ một mụ: điên không điên, tỉnh không tỉnh... Là bà Vũ Kim Thái này. Nàng không còn quan tâm, hay thắc mắc chiếc quần lót giá trị. Như bà nói kia, là gì đâu?

Thế là lần đó nàng bỏ bà Kim Thái và không còn làm homecare, giúp đỡ cho bà gì nữa. Nàng hứa với lòng. Dầu chiếc quần (underwear) đẹp kia đắt tiền kia, bà quảng cáo kia, đối với nàng nó không là chi cả. Mà nó lại là một sự xúc phạm lớn không thể cho phép, theo ý nàng hiểu...

Nhiều khi Mỹ Như cho rằng, nó là một xúc phạm to tát khủng lắm. Có thể đáng sợ lắm chứ, đáng ngại và ớn lạnh đi mất. Còn hơn là gì nếu so sánh nỗi buồn đau vì đâu, khiến nàng vô tình hứng lấy nó? Và người caregiver này cũng không tài nào hiểu nổi về con người của Vũ Thị Kim Thái cho trọn vẹn được...

CHƯƠNG 6

Thế là Mỹ Như muốn từ giã công việc chăm sóc Day-Home Care nơi bà Vũ. Nàng thẳng thừng từ chối không muốn làm giúp cho bà ta thêm đâu. Mỹ Như chỉ muốn chọn một vị khách mới khác để làm cho job này xem sao? Công việc thì đơn giản dễ dãi, không khó khăn mấy, nhưng muốn đem lại nụ cười và niềm vui cho mấy cô, chú bác này là không đơn giản chút nào, khi chăm sóc người cao niên này. Mỹ Như đang ở nhà hai tuần để đầu óc thong thả. Nàng đang coi phim hài Mỹ cho vui vẻ hơn. Vừa lúc Tina nhận phone từ Kim Thái reo hoài, nhắn message hoài, đành lòng Tina muốn hỏi người mẹ. Mẹ Mỹ Như ý kiến bằng cách, thay những câu nói và hỏi của con bé, Mỹ Như đã trả lời, kể qua câu chuyện như thế. Một câu nói cuối cùng của Mỹ Như kết luận là:

- Tất cả như thế đó con gái. Má thật khổ sở với vị khách này.

Tina vẫn vô cùng ngạc nhiên:

- Wow. Quả là khó tin và quá khổ sở cho má. Nhưng má thử lại một cơ hội chót. Một lần nữa xem sao? Biết đâu bà ta thay đổi khác hơn. Như thế má chứng minh được tài cán mình.

- Chán lắm. Má không thể trở lại đâu.

- Thôi tùy má, con chỉ nói vậy thôi. Má coi phim tiếp đi.

Mỹ Như đang coi phim hài tiếp. Xong nàng muốn đi tắm và lên giường nằm một tý. Nàng lại ôm ngọt con gấu bông vào lòng mình, với những suy nghĩ vẩn vơ. Đầu óc nàng lại rượt đuổi những chuyện đâu đâu lạ lùng, cảm thấy vui vui hơn, mát mẻ hơn. Chắc có được một cơ hội thổ lộ nốt, với con gái Tina về câu chuyện bà Vũ này chăng?

Khoảng thời gian không bao lâu, độ hơn hai tuần. Mỹ Như nghe lời con gái Tina. Và cố gắng gánh gồng làm thử một lần nữa, để xem sức mình đọ với thái độ vị khách kỳ khôi, họ Vũ này. Và để thấy sức mình chạy hết đi đến đâu? Dẫu sức người đều có hạn, không thể vượt rào xa, nàng biết...

Đúng, sau đó nàng thông cảm, trở lại làm việc chăm sóc cho bà Kim Thái tiếp. Lần này đến nàng có khuyên bà. Khi làm lụng xong công việc nhà như thường ngày. Như vui vẻ:

- Em lại làm với chị là một điều hết sức cố gắng của em.

- Chị hiểu chứ.

- Thanks cám ơn chị. Hôm nay em đề nghị với chị Thái một điều mới mẻ hơn nha?

- Chuyện gì em?

- Với mình với chị thì mới mẻ, nhưng với thiên hạ thì cũng cũ xưa, như trái đất rồi thôi.

- Chuyện gì Mỹ Như? Cô nói rành rọt hơn coi nào.

- Em chỉ gợi ý thôi nha. Tùy chị nhận định hơn.

- Là gì nói đi. Tôi nóng lòng đây.

- Thì sợ chị la rầy. Nên rào trước thôi.

- Nói đi.

- Vầy nè, chị nên đi ra ngoài chơi tý. Đến các hội họp cao niên. Mình không nên đi nhiều, nhưng ít ra nên tới một tuần hay một tháng vài lần cũng OK chị. Để đón lấy niềm vui và không khí cộng đồng, từ nơi bè bạn v.v...

- Thì thôi. Nếu Mỹ Như muốn tôi cũng nên thử. Chắc

tôi đồng ý, đồng ý với Mỹ Như thôi.

Thế là Kim Thái bắt đầu ra hội cao niên vui chơi. Mỹ Như phải chở bà ra đó. Lúc đầu Kim Thái ăn mặc sang trọng vừa đủ dễ coi. Bà ngồi vẻ im lặng như thóc trong bồ, thưởng thức ca nhạc, hát hò, hoặc người ta nhảy đầm kia v.v... Nhưng chẳng mấy chốc, rồi bà lại thay đổi khác nhiều. Bà giờ ưa thích sôi động, và trang điểm, ưa ăn mặc sặc sỡ lên, Kim Thái cầu kỳ diêm dúa khác xưa nhiều lắm. Lúc xưa thì bà chỉ ngồi ngắm thiên hạ nhảy, còn bây giờ bà mỗi ngày lại khác mỗi ngày. Kim Thái ưa nhảy đầm mê man, nhảy không chịu ngưng nghỉ, không những bà nhảy 1- 2 bản dừng lại, mà bà nhảy liên tục, "nhảy như quên đường về." Quên trở lại chỗ ngồi mình là cái chắc! Mỹ Như kêu bà mới giật mình quay gót. Bởi Kim Thái muốn mãi "stand up" chờ đợi bản tiếp theo, không thèm về chỗ cũ là vậy đó. Kim Thái đã trở thành trung điểm cho nhiều người nhìn. Thế nhưng bà chả ái ngại mà bà còn thích thêm, tự hào thêm nữa chứ!

Hình như có con sóng nào, cuộc ham vui nào, đã lăn tròn vào địa hạt, vào trái tim bà. Bà Thái không lo lắng chút nào cho bao cặp mắt hí ha hí hửng, họ nhìn bà tò mò hay tọc mạch... Mà trái lại, bà ả lại thấy mình trở nên vĩ đại lắm, hay thiêng liêng làm sao đó? Bóng dáng vui chơi giải trí nhảy đầm, lan tỏa vào người bà Thái nhanh như vũ bão, đã như thác ngàn đổ về, nó như chạy đến thúc bách bà, muốn làm tròn một sứ mệnh hiện tại nào chăng? Làm cho bà Kim Thái muốn thay đổi cả xác lẫn hồn chăng?... Mỹ chỉ còn biết phải giật mình suy nghĩ về bà. Tuy nhiên nàng vẫn vui vẻ lắm. Khi "chủ nhân" mình khác xưa nhiều, khác đi một trời một vực.

Thế rồi Kim Thái đòi hỏi Mỹ Như phải đi shopping mua sắm đồ đạc thêm. Đi vô các Mall tìm kiếm. Và theo ý của "Người Đẹp Kim Thái» nhờ, thì Mỹ Như đâu nỡ chối từ, phải giúp phải chở đi nhiều hội. Nào Hội Center Trung Tâm Sinh hoạt HCN Việt- GA. Hội Day Home Care–Jac Link. Hội Ái Hữu Quê Hương. Hội Tình Thương. Hội Cao

Niên Number One. Hội Cội Nguồn Thùy Dương v.v... Kim Thái rộn ràng tham gia tất cả, hâm mộ vô điều kiện. Bà Vũ như vui vẻ ra, tham gia thao thức trên sân chơi, chỉ chờ đợi... và chờ đợi...

Hội tổ chức các cuộc đi chơi picnic. Đi tắm hồ thiên nhiên, hoặc đến những nơi cảnh đẹp đâu đó, park, núi, sông hồ v. v... Kim Thái đam mê hưởng ứng cuồng nhiệt, đôi khi muốn đi tắm hồ không cần theo tổ chức tập thể của hội nữa. Kim Thái vẫn muốn đi theo ý mình, thích lúc nào bà đi lúc nấy, "tự do, tự chủ, tự muốn, tự ý của mình." Kim Thái như nắm hết quyền bính, chỉ mỗi mong Mỹ Như phải nghe theo lời mình răm rắp là đủ. Bà nói:

"Tôi cần chở đi để luyện tập cho khá hơn, giỏi hơn về bơi lội mà... Mỹ Như không thể chối từ nhé. "

Ai mà dám chối từ chắc khó thành đạt với bà trong lúc này! Nên đành cô gái làm việc cho Home care nghe và tuân lịnh, giống như hiệu lực một đại tướng nói với một binh sĩ vậy... Mỹ Như chỉ còn một con đường biết bổn phận là chấp hành...

Còn về ăn mặc chưng diện Kim Thái lại đi theo phong cách rất còn trẻ. Mỹ Như có đôi lần mạo muội khuyên bà. Thì Kim Thái la làng lên, và xướng lên bài hát:

- "65 cuộc đời có là bao. Có là bao? Là bao? Ha ha...

Ta hơn rồi cô... Mỹ Như ơi. Mỹ Như nàng ơi... Còn gặp nhau ta cứ vui. Cô trẻ nhưng coi chừng sẽ bị tuột dốc đó Mỹ"

Giờ Kim Thái lên "khuôn" khác, ít khi thích ở nhà nghe nhạc, hay chuyện trò gì nữa, hoặc tập luyện phương pháp Dịch Cân Kinh gì nữa. Bà chỉ thích ra ngoài nhìn người ta, và bà cực kỳ hòa mình, vào dòng chảy với họ... Không thể bỏ sót cuộc vui nào. Mỹ Như – Người thiếu phụ caregiver's trẻ đó cũng không thể hiểu, vì sao bà ta lại thay đổi lớn, và lớn đến như vậy. Với lòng ngưỡng mộ chẳng mấy chốc, cuộc sống như cứ cuộn lăn. Bà Kim Thái ra sức ăn mặc "tân độ" khác xưa nhiều lắm. Mái tóc dài bới cột nhuộm đen nhánh khi xưa, đã cắt ngắn, thay vào đó nhuộm một cách màu mè, có xanh, có đỏ, hồng, tím, tía vàng ruộm có luôn. Kiểu cách, cung cách bà cũng thay đổi từng ngày... Bà muốn mua tóc giả "wig" đội thêm bà kêu "tuyệt vời, tuyệt vời lắm, không thể chê được, rất là great, rất là vĩ đại, vĩ đại lắm nè" Ha ha. Coi như Kim Thái sa mê phơi tướng gió của mình như một giai nhân tới hồi sắp xuất thế...

Ngày xưa Vũ Kim Thái sống khép kín. Cái sang trọng bà có vẻ bình dân, tự tại tự nhiên, dù đôi lúc có chải chuốt một tý. Còn bây giờ thì nó bay đi đâu hết rồi. "Chuyện xưa đã vào dĩ vãng." Lịnh bà muốn thay xác đổi hồn hoàn toàn, hổng biết là một góc bao nhiêu độ đây để nói? Kim Thái muốn "change everything" mọi thứ nơi bà. Ăn mặc, phong cách, đi đứng, nói năng, vui chuyện, toàn bộ thay đổi từ đỉnh đến đỉnh, kỳ lạ mới mẻ, đến mới mẻ kỳ lạ. Kim Thái sống và yêu cái tôi, như những vòng quay thiếu điều đến chóng mặt mất...

Mỹ Như đã thua cuộc. Nàng thả lỏng vô điều kiện. Mỹ Như đâu có quyền, đâu dám nói gì hó hé. Ước mơ Kim Thái "cứ ta đi tới mà" Mỹ Như phải còn nhất nhất tuân lịnh làm theo yêu cầu của chủ. Thế là bà đi xa hơn Mỹ Như tưởng... Rồi cái gì cũng có cái giá của nó...

Bỗng một sáng. Một sáng Mỹ Như từ nhà mình đến nhà Kim Thái làm lụng giúp bà như mọi khi. Thì Mỹ Như thấy người họ Vũ này, mắt đã xuyên lệch, một con chỉ thiên, một con chỉ địa. Con mắt bên trái là con mắt chỉ thiên, con mắt bên phải chỉ địa. Và con mắt bên phải là có con ngươi không còn di chuyển linh hoạt chi cả. Nó cứng đơ, có điều chưa đứng tròng thôi...

Miệng Kim Thái thì méo xệch lạ lùng. Trông bà khác lạ và xấu xí đi nhiều nhỉ? Mỹ Như thắc mắc trong lòng mình.

Thế là nàng Mỹ lật đật báo cho Kim Thái hay và biết điều đó. Rồi nàng vội vàng khuyên họ Vũ đi khám bác sĩ gia đình ngay lập tức. Đến bác sĩ. Thì sau đó Kim Thái nói dối với bác sĩ khi ông ta hỏi và nhắc nhở vài điều. Bà chỉ trả lời:

- Tôi không đi đâu cả. Từ trước tới nay Vũ Thị Kim Thái chưa từng xảy ra trường hợp này. Xin Bác sĩ chữa cho...

- Tất nhiên nhiệm vụ tôi, và trách nhiệm tôi phải lo cho quý vị chứ. Ông có vẻ hòa ái để giải thích cho vai trò mình.

Tuy nhiên, bác sĩ cảm thấy khó tin tưởng lời Kim Thái khai bảo. Nên khám bịnh một hồi lâu, cho bà ra khỏi phòng khám chờ đợi. Bác sĩ suy tư lại mời kêu Mỹ Như - Người caregiver's vào, để ông hỏi cho biết rõ căn nguyên hơn, mà chữa bịnh cho người họ Vũ.

Được bác sĩ mời tư vấn. Mỹ Như muốn nói hết sự tình. Cô thưa:

- Bà Vũ có đi chơi đây đó hơi bị nhiều. Bà không biết ca hát, nhưng nhảy đầm thôi không chịu ngừng nghỉ. Vũ Thị Kim Thái đi tắm hồ rất nhiều. Một tuần ba, bốn lần, có cả tới năm lần, và mỗi lần khá lâu bà muốn dầm nước. Trên hồ thì thời tiết nóng như đốt, oai bức lắm... Kim Thái cứ tập bơi, lấy nước mà ngâm dầm, lấy nước ngâm mà tiêu khiển thích chí... Trở lên hồ thì lại mặc đồ hở hang cho mát mẻ như thiếu nữ đôi mươi nữa.

Vậy sao? Bác sĩ mỉm cười lắc đầu và ngạc nhiên.

- Dạ thưa bác sĩ. Tôi nghĩ người đã lớn tuổi nên không đủ cho sức đi, không đủ sức để bơi lội lâu, và không đủ sức kháng thể, để chống lại những cơn gió thốc vào cơ thể, đến các lỗ chân lông, liên can đến động mạch, tĩnh mạch... tim mạch... Nên thành sự cố... Tôi có khuyên can, nhưng bà họ Vũ không chịu lắng nghe tôi gì nữa đâu.

Bác sĩ nghe qua những lời thấp thỏm thiệt hơn của caregiver's trả lời cũng như cho biết. Ông nghiêm chỉnh mà bảo rằng:

- Cô hiểu biết khá lắm, cô có thiên tính về y học giỏi. Cô nói có cơ sở và cởi mở. Kim Thái đang viêm nhiễm vì môi trường không thích hợp, từ gió và khí hậu bên ngoài... Vì tuổi lớn bà không đủ nguồn năng lượng mạnh hơn. Thế là chúng tấn công thắng thế. Nói chung bị sock nhẹ đó. Hãy thành thật khuyên bà bốn điều, bốn yếu tố này:

- Ăn uống thì dĩ nhiên có chế độ phù hợp rồi phải không?

- Dạ. Mỹ Như đáp.

- Vậy thì chú trọng bốn điểm sau này nhé.

-1/ Không đi chơi nhiều. Có đi nhưng đi vừa phải.

-2/ Đi picnic thì không nên ăn mặc trống trải hở hang quá nhiều, khi lớn tuổi. Phải cần thiết phù hợp với tuổi tác và thể trạng mình.

-3/ Không đi trưa nắng và dầm nước như trẻ được.

- 4/ Nghỉ ngơi vui chơi giải trí phải phù hợp với tuổi tác.

Sau đó bác sĩ Ngô Lập James thanks và bắt tay Mỹ Như. Ông nhìn cô, như có lời khuyến khích chân thành. Rồi đi tìm gặp lại Kim Thái đứng một nơi cùng ông. Ông đưa ra kết luận:

- Không sao cả. Mọi chuyện có thể qua thôi. Bà đừng ngại. Xin thưa Kim Thái bà nên nghe cô Mỹ Như này, vì có lẽ tôi nói bà cũng quên, thời gian này đầu óc bà đang bịnh. Tôi đã truyền đạt hội ý với Mỹ Như để cô ấy kiểm chứng, chăm sóc bà cho tốt hơn. Vậy nhé. Chào bà chúc sức khỏe. Đồng thời mua thuốc theo toa này nhé.

Bác sĩ Ngô Lập James nói và đưa toa thuốc cho Mỹ Như đứng bên cạnh. Kim Thái nhìn hai người. Một là doctor và Mỹ Như, bà vẻ giận hờn đến sửng sốt chứ không có mừng rỡ, hay hài lòng chi cả...

Chờ Mỹ Như lái xe chở về đến nhà. Vũ Kim Thái tỏ ra giận Mỹ hết sức. Bà cố lớn giọng la:

- Ô hay! Ai bảo cô khai báo chi, mà ông Ngô nói dữ dằn, hầm hên lên với tôi như thế? Cô quá đi xa, lạc đề rồi.

- Dạ không có đâu. Bịnh tình gì cũng nên cho biết lý do nguyên nhân xảy ra, hoặc để họ chuẩn đoán điều trị chứ. Họ kiểm soát từ đâu nguyên nhân nào? Có gì đâu mà dữ dằn hay hầm hên chị. Giấu giếm thì làm sao mà trị cho trúng bịnh... "Thuốc đắng thì dã tật, sự thật hay mất lòng..." Em biết.

- Cô nói vậy là sao?

- Thì ổng nói với tôi có bốn điều:

* Không đi chơi nhiều.

* Đi picnic không nên ăn mặc hở hang.

*Không đi trưa nắng và dầm nước như trẻ được.

* Nghỉ ngơi vui chơi giải trí vừa phải phù hợp.

- Là sao? Hã là sao nè...?

- Thì đơn giản thôi mà. Biết căn nguyên bịnh thì chữa đúng và mau khỏi những bịnh tật.

- Trời ơi cũng là cô bảo tôi đi chơi mà. Lỗi của cô hết. Sao bây giờ cô đổ cho tôi? Cô thiệt tình...

- Mỹ Như có nói chị đi chơi, đi ra ngoài, nhưng đâu có bảo đi nhiều. Và đâu có ý muốn chị đi tắm hồ lâu, cũng đâu có bảo chị ăn mặc trống trải quá để gió nhập v.v... Em từng bảo chị ăn mặc kín, ấm lên chị đâu chịu nghe em.

Bà Kim Thái làm thinh nghe, lắng lòng vẻ hờn dỗi còn. Song Mỹ Như nói tiếp:

- Bây giờ không phải là chuyện lỗi của ai nữa. Chuyện cũng chỉ là nhỏ thôi. Chỉ là chúng ta kỹ lại... Rút kinh nghiệm như doctor căn dặn, để bảo vệ sức khỏe cho chị thôi. Có sai thì sửa thôi mà.

- Cái gì cô phải nên hội ý với tôi, cô xa xả kể cho bác sĩ Ngô nghe tôi tức cô lắm.

- Em muốn kể thật để biết nguyên nhân. Có gì đâu chị? Ổng có hỏi em mà. Ông ta là bác sĩ hỏi để biết, không phải là kẻ hỏi để bỏ tù hai chị em mình mà.

- Cái miệng cô thì lanh lắm. Mà hóa ra không lợi cho tôi chút nào. Đúng là lanh chanh "Tốt mã rã đám" cho tôi là cô đó. Hứm...

Kim Thái không muốn nghe những câu nói chí lý hồn nhiên của Mỹ Như nữa. Bà chỉ muốn bủa vây nàng thêm:

- Thôi nguyên nhân cái miệng và con mắt này vẫn là do cô hết. Bày đặt bảo đi chơi... Giờ nói tại tôi. Im một tý lấy hơi. Bà Kim Thái mắng tiếp:

- Thôi tôi bực cô lắm. Về đi tôi không thèm mướn cô nữa đâu. Về đi... về nhà cô đi cho tôi nhờ... Chán quá, chán quá tôi mệt quá chết được...

Kim Thái nói đẩy vai Mỹ Như. Bà bỗng nhiên hung tợn như cọp dữ xua đuổi cô. Chưa đủ, bà Vũ còn lấy nồi cơm điện bà nhờ Mỹ Như mới vo gạo bắt lên đó. Bà kéo nó ra khỏi vỏ nồi cơm, bà trút hết nước và gạo đổ lên đầu Mỹ Như một cách thích đáng. Làm đầu Mỹ Như hứng lấy, trắng phau lên đầy gạo, ôi là lốm đốm gạo và nước xuyên qua tóc chảy như đau... Mỹ Như có né ra, nhưng Như né đâu kịp khỏi được? Phần gạo rơi vãi xuống sàn nhà ngổn ngang, phần bám lấy trên tóc ở, cả nước rơi nữa tung tóe... liếm rải đi khắp nơi. Chỉ còn một phần nhỏ gạo dính lại nơi nồi bà chưa đổ hết. Bà ném cái nồi xuống sàn nhà kêu cái "rổn...g" luôn, cho thuận tay. Bà đi tìm ra ba cái rổ nhựa đẹp nhất, bà Vũ như khùng lên muốn vứt xác nó, bà thảy hùa chúng theo nồi cơm điện luôn. Không biết chúng nó có lỗi gì mà bà trở nên tàn nhẫn với chúng luôn?

Kinh quá...Thế là hết, hết tất cả... Hết ý kiến về bà, hết không còn gì để nói. Nàng nhìn bà Vũ lần chót không thèm chải tóc gội đầu làm chi. Mỹ Như lẳng lặng xách gói ra về theo ý bà đuổi. Ra xe nàng phủi sơ tóc và cứ để vậy lái xe đi về nhà. Nhưng có lẽ là đầu cô vẫn nhẹ bưng thôi, vì Như cho không phải lỗi nơi mình? Và lần này không phải mình tự nghỉ việc, mà mình lại bị đuổi hẳn hoi. Nghĩ kỹ lại một chút về Kim Thái, Mỹ Như cũng thoáng buồn... Song chỉ là cái buồn nhỏ nhít thôi. Vì sự đời đôi lúc tréo cẳng ngoe, nghịch lý như vậy đó. "Làm ơn thì lại mắc oán nữa! Giúp người, thì người lại phản tâm!" Nâng đỡ một người chưa chắc họ không đạp mình xuống? Bà Kim Thái làm gì, nàng cũng khó mà kịp trở tay? Giờ ai mà ngờ bà đổ gạo nước, lên trên đầu mình, trán mình. Mà sự thật chuyện đó đã xảy ra trăm phần trăm... Cố nhiên nàng không thấy gì là nhục nhã, nhưng nàng thấy sự tổn thương trong Như quá nhiều...

Về đến nhà Mỹ Như chưa chịu tắm rửa. Nàng đi soi gương lại. Nàng lắc đầu nhìn thấy mình thảm thương thật, như ở một chiến trường nào đó thất bại trở về, hay còn hơn cô Tấm gặp nạn trong cổ tích xưa... Một đoạn thì nàng đi tắm. Nàng đi tắm cho bao nỗi buồn trôi theo nước cũng ra đi... Mỹ Như thay đồ mới, leo lên giường trùm mền suy nghĩ về con người này - Vũ Thị Kim Thái này. Như cảm thấy thật mệt, thật chán cho bà vô cùng. Xong nàng đã đi ngủ quên một giấc... tuy nàng ngủ giấc ngắn thôi và trở dậy.

Lòng Như vẫn còn ám ảnh những việc đâu đâu…

CHƯƠNG 7

Như ở nhà hai tuần. Nàng cũng dửng dưng đọc sách. Nàng xem hoa, chăm sóc hoa nhà mình. Nàng chưa có dự định đi làm lại cho ai. Dù công ty gọi phone tới hai, ba lần. Hôm nay Tuấn gọi cho hay:

- Chị có cần nên làm cho một người khác không chị Như?

Mỹ Như trả lời:

- Thôi để nghỉ ngơi và Như chưa muốn làm lại job này. Đừng gọi chị chi tốn thời gian em. Có thể Như muốn đổi công việc…

Tuấn người trợ lý của công ty bảo:

- Job này là vậy thôi. Không làm cho người này ta làm cho người khác. Không hợp với người này ta tìm kiếm người kia. Xưa nay vậy mà. Chị cứ nhận khách mới đi. Try thử… "Cơ hội chỉ dành cho người thử sức thôi, chứ cơ hội không có nghĩa dành cho người ngồi chờ chị à."

- Buồn mà nghe câu nói em thấy hay há. Thôi được cám ơn em. Nhưng chị muốn nghỉ ngơi thật...

- Vậy nha chúng em luôn điều hành nhân viên làm giúp cho người cao niên, mà muốn các chị có job có tiền đó thôi.

- Thanks. Chắc có lẽ vài tuần sau chị mới bắt đầu lại.

- Vậy nhé em báo chị tính, có thể suy nghĩ mới hơn. Chị trong ý tưởng thay đổi, ý gì mới mẻ, hãy cho công ty tụi em hay biết liền nha.

- Ừa được chị hiểu, xin cám ơn em.

- OK chị.

**

Khoảng nghỉ của Mỹ Như đến gần tuần thứ ba thì Kim Thái gọi lại. Bà nói:

- Sao mà tôi hư đến thế. Nhưng xa cô tôi nhớ cô quá. Có lần tôi gọi cô mãi trong mơ. Mỹ hãy vì tấm lòng rộng lượng từ bi lần chót, cô đến làm cho tôi đi. Nếu không, trời đoản mạng tôi chết còn hơn. Và xin trời hãy tha thứ những lúc ma quỷ nhập vào. Mong tôi sáng suốt bên cô hơn… Tôi đã bớt bịnh tình hẳn, nhưng tôi rất là nhớ cô…

Mỹ Như lưỡng lự thật lâu, song sau đó trả lời, và cô đã chịu đồng ý đi làm lại nơi bà Kim Thái.

Lần này đến Mỹ thay đổi được bà. Bà đi chơi vừa phải, không đi nhiều như xưa over vượt. Ăn mặc thì vừa đủ, kín đáo lịch sự. Bà khiêu vũ ở các hội thì cũng giới hạn lại. Với Mỹ thỉnh thoảng ở nhà, khi thì tập thể dục với bà "Dịch Cân Kinh" và nhiều thể loại khác để dưỡng tâm, dưỡng sức. Đã làm quen việc, là một caregive's làm khá là nhanh nhẹn, gọn gàng, ý tứ. Cô làm nhanh như phim quay nhanh, làm chậm như quay phim chậm tùy công việc, nhưng đâu ra đó. Bà Kim Thái tưởng tượng thế. Thỉnh thoảng còn dư thời gian hai chị em ngồi nghe tiếng sáo nhẹ nhàng của Mỹ Như thổi, hoặc nàng kéo violin cho bà nghe. Rồi thỉnh thoảng họ lại học cách trang điểm nhẹ… Hoặc là có khi họ ăn uống những món, mà họ thích nấu, hay order từ nhà hàng gởi đến. Thỉnh thoảng cả hai nhảy đầm tại nhà nữa, hát nhạc ngoại quốc nhẹ nữa... Như đã nói lâu lâu, họ vẫn đi ra ngoài hội đoàn sinh hoạt vui chơi thêm… Nói chung bà Vũ Kim Thái ăn uống điều độ hợp lý, tập thể dục đúng cách đều đặn, vui chơi giải trí kỹ lưỡng, chừng mực. Đã làm bà vui lên với thể trạng mới và có nhiều thay đổi.

Chẳng bao lâu Kim Thái xuất hiện như trẻ ra từ 12 đến - 15 tuổi, ai gặp vẫn phải khen. Bà vui vẻ và mừng lắm, bà đề nghị với Mỹ Như caregiver's, bà muốn một người viết văn hay, bà sẽ mướn viết về bà câu chuyện thật này. Cả hai chị em Mỹ Như, Kim Thái đi tìm cho ra người biết viết văn, họ sẽ viết được truyện nơi bà.

Đúng rồi là một hôm hai chị em đang vui vẻ tìm trên báo Việt, họ đang coi các trang quảng cáo, về những người chuyên nhận viết hồi ký, bút ký, hoặc sự kiện lớn của ai nhờ họ giúp, hoặc chấp bút. Họ có đăng tải tên tuổi, có chỗ ở, có số phone hẳn hoi luôn. Tuy nhiên rất là nhiều vị quảng cáo khác nhau đó. Mỹ Như và Kim Thái chỉ cần chọn lựa lại, một người hơn để họ gọi tới nhờ cho xác thực. Vũ Kim

Thái nghĩ, bà cảm giác lấy làm thích thú lắm, hãnh diện về mình lắm. Vì trong cuộc đời bà còn có nhiều cách chữa bịnh hay... Đôi lúc sai lầm, lại là như một cái hoa về sau sẽ nở xinh... Hoặc mình tự thắp đuốc sáng lên mà đi, tìm cho ra được những ý tưởng. Như ta sai lầm, nhưng ta còn kịp thời gian để sửa chữa, để mới mẻ hơn, đẹp đẽ hơn, hoàn thiện hơn, là một điều thích lắm. Nó đẹp tựa như một mặt trời nơi đảo xa, chiếu rộng tỏa lên, len lỏi vào những vòm lá, hay in những dòng sông nối tiếp chạy dài, hoặc chụp lấy những mái nhà thân yêu ngự ngụ trên mặt đất này... Tất cả đều dễ thương và đáng quý, đáng trân trọng lắm*/*

. HDT. Viết 2016.------------------

MỘT KATHY ĐÁNG YÊU

CHƯƠNG 1

Kathy vừa đến nha sĩ về. Cô cảm thấy vui vì cô tin khả năng chiếc răng cô sẽ thay đổi đẹp hơn. Không phải cô quá tin ở ông nha sĩ này nói, nhưng tin ông ở chỗ, ông luôn thận trọng và giỏi nghề. Cô tin ông chăm sóc, cô tin cô sẽ có nụ cười như ý hơn. Thế mà cô đang nằm nghĩ tức cái ông già, là ba đẻ của cô đây, người được mệnh danh là dòng máu tạo ra cô đó.

Vì rằng Kathy nghe mẹ kể về ông. Thế thì cô giận ba cô lắm. Người cha gì đâu đã làm cho cô nhiều thất vọng. Làm cho mẹ phải buồn phiền. Người cha lại ăn nói hàm hồ với vợ với con chẳng đâu ra đâu. Nhưng tại sao Kathy lại là con của ông ta, mẹ lại là vợ của ông ta nhỉ? Thà không phải ông ta là chồng của mẹ mình, không phải mình là con ông, thử có hay hơn không? Nhưng ông trời đã luôn nghiệt ngã với con người mới lạ chứ. Mà mình lại giống ba nhiều mới lạ chứ? May mà tánh không giống ổng. Kathy biết mình xinh đẹp là do cái "genes" ba, nhưng nàng chưa bao giờ muốn cám ơn ba. Mà ngược lại thì nhiều hơn. Mẹ cũng xinh đẹp nhưng nàng nghiêng về giống ba khá nhiều, chứ không phải giống mẹ nhiều. Ai chưa gặp ba, thấy mẹ thì nói mình giống mẹ. Song ai gặp ba rồi bảo mình giống ba quá sá. Nhưng Kathy soi gương thì giống ba hơn phân nửa. Hi hi.

Trời ơi... Vậy mà nàng ghét ba lắm đấy. Vì đầy rẫy những lý do kể trên. Gần đây một rào cản lớn với mình nữa. Ông không cho mình đi sửa răng, trong khi cái răng bị gọi là răng chênh khểnh, hướng trướng về trước làm nụ cười mình mất đẹp. Ông cho là đẹp, mà sao mình nhìn giống như con vật nào đó, răng không ra răng, kỳ khôi quá. Cái đó mình giống ai chả biết, chứ cả ba mẹ đều không có cái lối răng kiểu đó. Thế là mình muốn đi "fix" sửa, ông la lên "con hư tại mẹ." Thế có chết mẹ không? Mẹ có hư gì đâu.

Trong lúc ba hư như chất chồng núi. Ông làm cái chi cũng được, nhưng mẹ và cô làm cái chi ông vẫn cho là sai, là hư nết. Mẹ đã làm lụng hy sinh cho mình, và biết bao người thân ở lại VN. Đương lúc ba lại ăn chơi, cờ bạc, theo gái... Ba tan gia bại sản khi theo một cô bạn gái Mễ, làm ông vỡ nợ và mất trắng hết của cải... Khi cả ba và mẹ đã gầy dựng được ba cái nhà hàng lớn nhỏ cho ba trước kia, giờ chúng đã đi vào mây khói, giờ thì chỉ còn hai bàn tay trắng, và cái mạng mộc người họ thôi, cả hai phải sống khổ cực, thiếu thốn...

Ba má Kathy qua Mỹ diện tị nạn được Mỹ cho ở lại. Sinh mình ra tại VN và đến xứ sở này lúc Kathy mới bốn tuổi. Nàng lớn lên trong mùa chia tay của ba má khi Kathy đã lên mười hai tuổi. Giờ đã lên mười tám. Thời gian nhanh thật...

Bây giờ không còn cách nào để nói chuyện với ba cả. Kathy có một ước nguyện mai sau nàng làm ăn giàu có cách mấy. Giàu có đến nứt vách, nứt núi đổ rừng, nàng cũng không nhận lại ba là ba của mình, và đi chơi, hoặc đi ăn uống với ba nữa đâu? Coi như "chuyện xưa trở thành dĩ vãng" và coi như là một sự trả giá của cô con gái, hay nói quá lắm là sự trả "nỗi tức" tình cha con vậy?

Ba Châu Lợi lúc nào vẫn cứ xài xễ mình và má. Tất nhiên nếu giàu có thì Kathy không đến nỗi, không gởi tiền cho ông ba để trang trải cuộc sống, khó khăn nơi ông, Kathy chắc sẽ không từ chối điều này, song muốn thân thiện, cùng ba khắng khít đi dạo chơi tình phụ tử, như thuở còn bé thì không đời nào cô sẽ chịu nhận lời nữa. Đó cũng là điều duy nhất Kathy muốn làm như vậy. Không hiểu tại sao Kathy lại khám phá ra ý nghĩ lạ này, và nó là tiêu chí, là một sáng kiến mới, nàng nhất quyết bước đi theo đường hướng đó...

Đúng là sau khi một năm sửa răng. Kathy có nụ cười đẹp tươi như hoa, sáng láng hơn, chỉnh khuôn mặt khác đi một trời một vực. Kathy đã toại nguyện phần nào ước mong. Cô gái chưng hửng nghĩ: nếu ai chẳng tin, bạn cứ bóp méo đi chiếc mũi, hay xách lệch một con mắt thì hình thức khuôn mặt bạn, sẽ kéo khác xa đi vạn lần, vạn dặm... Ha ha. Khuôn mặt, mắt mũi, răng tóc cũng cần sự cân đối, đẹp và trong sáng của nó chứ? Xấu đi một cái thì kéo hùa theo dính chùm. Kathy nghĩ điều ấy chẳng sai thưa các bạn?

CHƯƠNG 2

Buổi sáng hôm đó, Kathy đang đi phụ bán tại một shop coffee. Gần một nơi liên đới khu vực giải trí billards. Cách nhau không đầy tám mét được ăn thông Coffee "Vắng nhớ Gặp vui" của Vn Coffee. Shop "Vắng Nhớ Gặp Vui" hôm đó khoảng 10 giờ hơn vào buổi sáng, mà sao vẫn vắng tanh khách. Vài cô nàng sang chơi giải trí billards để giết thời gian chờ đợi khách. Riêng Kathy và một cô bạn thì thích vào sâu phòng karaoke luyện giọng hát. Hai bạn bàn tính một hồi. Sau để kết chuyện, họ đã chịu vào luyện âm nhạc, cho thanh âm mình tốt, để hát như ý hơn v.v... Đó là Kathy và Nancy.

Kathy đang đứng hát say đắm một tình khúc. "*Mưa nửa đêm - Đêm chưa ngủ nghe ngồi trời đổ mưa từng hạt rơi, gác nhỏ đèn lẻ loi, bóng dáng in trên tường loang, anh gối tay tôi để ôn chuyện xưa cũ, gói trọn trong tuổi nhớ. Tôi muốn hỏi có phải vì đời chưa trọn vòng tay. Có phải vì tâm tư dấu kín trong thư còn đây. Nên những khi mưa nửa đêm làm xao xuyến giấc ngủ chưa đến tìm... Ngoài hiên mưa tuôn mưa lạnh xuyên qua áo ai, canh dài nghe bùi ngùi. Mưa lên phố nhỏ có một người vừa ra đi đêm nay để bao nhiêu luyến thương lại lòng tôi...* "

Cô bạn gái Nancy thân yêu ngồi nghe chưa tới phiên mình! Chú Lang đang từ khu giải trí billards bước sang qua uống coffee. Chú vô tình nghe giọng hay quá. Đợi Kathy ca cho hết bản thì chú Lang vỗ tay khen:

- Hát hay quá sá. Chú không mơ chứ ta. Một sự thật đây sao? Ô này nhé, nếu không có gì trở ngại, con có thể đi với ban nhạc Hừng Đông chú nha. Giúp chú được đấy, ban nhạc đang thiếu người. Chú đang cần đây...

- Trời ơi chú đứng đâu nghe sao?

- Thì chú đứng đây chứ đâu. Và con biết nếu dư người chú vẫn nhận thêm con đó. Chú thấy được lắm đó nghen. Cháu tên Kathy phải hôn?

- Dạ cháu tên đó. Nhưng mà cháu hát được không chú? Kathy vui vẻ hỏi lại.

- Tuyệt lắm, hay lắm. Giúp chú đi. Chú Lang bạo miệng quá, tự nhiên muốn nói thêm:

- Ồ nếu bà chủ coffee kiện, thì chú xin chồng tiền cho con luôn. Vì chú không nhầm đâu. Ha ha.

- Ở đây họ mướn người làm tự do, không có hợp đồng chú. Chú muốn rước Kathy, thì cho nó đi có tương lai hơn đi. Chứ ở chi cái quán coffee này ế ẩm, ẩm ế quá chú ơi.

- Suỵt! mày nói bậy nè, bà chủ biết được mày không có chỗ, không thể chui xuống đất đó nha Nancy.

- What's that mean? Là sao chứ?

- Bà giết mày chứ sao?

- Ở Mỹ mày tưởng dễ giết người lắm sao?

- Không có ở đâu khó cả. Xứ Mỹ càng dễ. Hi hi.

- Giết người rồi vô tù ở hã?

- Tao nói đùa thôi. Tao đang học luật mà mày.

Chú Lang đứng im nghe hai con nhỏ Nancy và Kathy nói đùa. Đợi nghe xong. Chú lại hỏi.

- Còn con bé kia tên Nancy phải hôn? Vẫn biết hát chứ? Hay là chú mướn hết hai đứa.

- Dạ cháu đúng tên Nancy. Mà cháu thì hát như dùi đục chấm nước mắm. Cháu chỉ muốn ủng hộ cho bạn cháu đổi đời thôi chú à.

- Vậy sao? Thôi để cháu Kathy hát lại một bản chú nghe thêm đi.

Quay lại Nancy nói với Kathy vẫn tiếng Việt:

- Hát đi Kathy. Biết đâu cơ hội cho mày nghen.

Kathy gật đầu như chừng muốn làm đẹp ý bạn, và trong lòng mình cũng ưa thích.

Kathy hát tới hai bản nữa. "Người Đi Ngoài Phố"

"Thuyền Hoa"

Xong chú Lang vỗ tay và chơi xộp đưa cho 5 tờ giấy bạc, mỗi tờ 100 đô. Cả thảy là 500 đô. Miệng chú Lang cứ bảo có vẻ hào phóng lắm:

- Chú tặng cho hai đứa đó. Và tới nhà chú luyện để đi hát các đám cưới. Hoặc nơi phòng trà, hoặc các chương trình, các gia đình liên hoan, party nhà giàu họ mướn. Khi con cái họ ra trường thành đạt, hoặc họ làm ăn phát đạt, tấn tới kỷ niệm v.v... Nhiều nơi để hát lắm. Vì con đẹp gái, sẵn sắc vóc. Chú coi, nhìn có vẻ giò dĩa được và tương lai lắm đó.

- Nhưng con còn sợ.

- Sợ chi Kathy? You từng mong hát mới vào đây mò tập mà. Nancy hỏi Kathy, như hớt lời chú Lang, cô bé lại bảo tiếp:

- Quyết định đổi đời cái ào như vũ bảo đi. Cơ hội mà. Vô lý chi sợ? Bày đặt chi chậm rãi hư việc Kathy ơi...

- Mày làm như ăn cơm hả? Trời ơi...

- Tao nghĩ đời mày đi ca sĩ, mày sẽ ăn thôi.

- Chắc không?

- Mày xinh đẹp hơn, đủ tiêu chuẩn vượt xa. Hát hay vậy sao không ăn? Dại chi ôm bưng coffee đây. Ngóc đầu không nổi.

- Vậy tao đi há. Kathy nói và nở nụ cười thật tươi... Kathy nói, mà không biết mình nói thiệt hay nói chơi nữa đó.

- Chú cũng guaranty bảo đảm vậy, con sẽ thành công nắm trong tay thôi. Chỉ cần lòng nhiệt tình nữa. Là có đủ ăn chắc. Chú nhắm không sai đâu. Nổi tiếng, danh dự, và tiền bạc... Wow đủ thứ đó nha!

- Thiệt hả chú? Không bịnh gì cữ nha. Coi như cứ thẳng tiến đến, chẳng thèm lui ghe nè. Hi hi.

Không hiểu sao Kathy nói chơi cho vui miệng, rồi toan lưỡng lự rồi lại móc ngoéo tay với Nancy như muốn giữ lời hứa nào đó. Hay tỏ ý cột thắt điều chi bí ẩn nằm lòng. Hai đứa cười tươi nhìn nhau. Họ thay câu nói với cảm xúc và hành động họ...

Chừng mười lăm phút sau, chú Lang đã nhanh nhẩu ra ngồi vào bàn để chờ đợi, thưởng thức coffee hôm nay của mình. Chú nhìn cảnh vật và cũng đưa mắt nhìn thử có ai thân quen với mình không. Nhưng có một cú phone gọi tới có vẻ vui gì lắm. Chú lại phải nhìn đồng hồ bỏ ra đi liền. Chú quay vô đưa địa chỉ cho hai đứa, bằng một tấm danh thiếp ghi trong. Chú Lang chào tạm biệt ra về.

Thời gian còn lại Kathy, Nancy chỉ nhìn tên và nghiệp vụ cùng với địa chỉ chú Lang đưa. Tuy vẫn biết chú hay tới đây uống coffee lâu rồi, nhưng hai đứa có hỏi làm chi chuyện riêng tư, nghề nghiệp của chú. Xong một đoạn, hai đứa phải rời phòng Karaoke, họ phải ra trước shop coffee để chỉnh đốn hơn, các bạn đi chơi billards đã trở về... Vì cả hai Kathy, Nancy ở đây hát hò tập luyện cũng khá lâu rồi... Tiền chú Lang cho Kathy đưa cho Nancy một nửa, nhưng Nancy không lấy, Nancy chỉ cầm một trăm và đưa lại cho cô bạn Kathy hết. Nancy rất yêu quý bạn Kathy và hiểu được gia cảnh, nhà Kathy còn khó khăn hơn nhà mình nữa...

Nhìn khách đi uống coffee vừa đến nhiều hơn. Họ từ bên billards sang. Và một số từ đâu lái xe tới. Hôm nay khách đến hơi muộn. Khoảng đã được 10 đến 12 người một lượt khá trẻ. Nhạc lại được mở to hơn xập xình hơn, nơi quán coffee này, thường là vậy tùy theo nhóm khách vào trẻ trung hay cao tuổi. Song có lúc lớn tuổi ưa những nhạc trẻ, thì shop coffee "Vắng Nhớ Gặp Vui" vẫn chịu chơi điều hợp phục vụ hết mình với nhạc theo ý "quý khách" yêu thích... Và nếu tuổi trẻ nhưng mê nhạc mùi, nhạc sến thì chủ quán vẫn ưu đãi cho họ hết mình thôi. "Vì khách là thượng đế mà ngành nào chả thế..." Và bổn phận hai đứa Kathy đang cùng Nancy đã chạy bàn phục vụ nơi đó...

Nói vậy thôi. Còn nếu không ai yêu cầu, thì cô chủ tự mở theo ý thích cô. Dòng nhạc hôm nay cô chủ quán đang mở lên là tình khúc của nhạc sĩ Ngô Thùy Miên, với những bài hay nhất được chọn lọc qua CD như Áo Lụa Hà Đông, Paris có gì lạ không em, Chiều nay không có em, Tuổi mười ba, Mắt biếc, Giáng Ngọc, Cần thiết, Niệm phút cuối v.v...

CHƯƠNG 3

Không bao lâu sau đó. Kathy đã bắt đầu tập dợt nhiều hơn nữa, rồi đi gia nhập nhóm hát của chú Lang, để đi hát trong các đám cưới. Sự có mặt của Kathy làm cho bộ mặt ban ca nhạc Hừng Đông nơi chú Lang bắt đầu khác hẳn ra. Ai vẫn muốn nghe giọng oanh vàng của Kathy điểm xuyến. Kathy hát đủ các dòng nhạc. Bolero, Tango, Cha Cha Cha, Rumba, Bebop, Pops, Rock, Valse, Slow...

Chẳng mấy chốc cô nổi như cồn và ai cũng mến yêu lối diễn của Kathy. Ở đời không phải ước mà có, cứ mong sẽ tới. Mà phần lớn là do phần số trời dành cho thôi. Kathy bỗng có tiếng hát thánh thoát như trời cho đúng dịp... Cô có một nụ cười khả ái thân thiện nữa, nét mặt kiêu sa mà gần gũi dễ thương, nên lấy lòng khán giả yêu thích nhanh. Có thể nói Kathy hát hay, nụ cười như hoa hàm tiếu sáng mai tươi đẹp vô ngần... Kathy cả thái độ diễn, và tư chất biểu cảm vừa hấp dẫn vừa trữ tình... Cô bé vui vẻ nghĩ rằng mình không ngờ có duyên với ca sĩ giữ vậy. Hoặc hay là cô nghèo khó, túng thiếu quá mà trời nghĩ rũ xuống tình thương cho mình, phải chăng đó sao? Kathy cũng từng nghĩ nàng đi fix cái răng khễnh cũng không phải một điều phí phạm. Mà giờ đây nàng bé cũng hay mỉm cười tươi tắn. Vì nó đã đóng vai trò xung kích phụ họa cho tiếng hát cô rất nhiều...

Ngoài thời gian đi hát. Kathy đi học và về nhà chung vui với mẹ. Mẹ của Kathy phải đi làm nơi một nhà hàng McDonalds. Bà làm về khâu clean up dọn dẹp rác rưới, còn phụ bếp khi rảnh... Kathy thương mẹ. Vì mẹ từng là chủ với ba Châu Lợi có ba nhà hàng lớn nhỏ, và vì ba Châu Lợi hư đốn, quậy, phá quá mà mẹ giờ này phải vất vả khổ sở, cần lao tủi nhục trăm bề... Xác thân mẹ hình như tàn tạ rã rời, dù nét đẹp mẹ vẫn còn đâu đó loáng thoáng. Tội nghiệp mẹ như một cái hoa bị vùi lấp...

Đi hát được tiền, và nhiều chốn mời. Kathy nghỉ bán

shop coffee "Vắng Nhớ Gặp Vui" nơi gần billards đó lâu rồi. Quán như heo hút chờ Kathy, nhưng nàng bé thì thấy đôi khi "mình heo hút quá khi ở đó." Thì làm sao nàng trở lại được chứ? Vì nàng còn phải tiếp tục học luật chính thức kia nữa. Thời gian không có cho phép, con người làm trong một lúc nhiều thứ. Mà tiền thì cũng kha khá dư dã rồi, coi như đủ đắp đổi cuộc sống... Nên Kathy lìa xa shop coffee "VNGV" hoàn toàn rồi. Thỉnh thoảng cô ghé về chơi, uống chút coffee với Nancy, và cô hay mời người bạn đi shoping hay đi long ngong chơi một tý, hoặc có khi đi ăn uống đâu đó một dịp cho đủ nghĩa tình. Rất tiếc là Nancy không biết hát nên Kathy không thể kéo theo được, nhưng tình bạn họ thì không kéo giãn ra xa, hoặc tách bến nổi. Mà họ vẫn luôn giữ được sự chân thành, nhớ nhau, sâu đậm, gắn bó, gần gũi, để chia sẻ buồn vui...

Kathy vừa đi hát, vừa có đời sống tập thể thao, leo núi, nhảy bộ, chơi tạ, bơi lội nơi hồ, ném bóng, thường nhất vũ cầu với mẹ nữa, nên dần dà cô phát triển một vóc dáng khỏe mạnh, xuân sắc, tươi vui. Với một nét, giọng hát thánh thoát cùng làn hơi dài, dẻo dai, mà lại nghe nhẹ như ru êm mỏng, lúc cần nhấn nhá Kathy thể hiện đẹp rất khó kiếm đấy...

Nhưng lúc gặp nhạc trẻ cô hát kiểu khỏe khoắn, mạnh, bốc, sôi nổi, thì cũng không ai theo kịp Kathy. Nàng đã ăn đứt tất cả các ca sĩ chuyên nghiệp ở đây, dù lâu năm hay mới mẻ, dù các tiểu bang vùng lân cận, hay chính tại tiểu bang nơi này. Cô là gương mặt, giọng ca dẫn đầu chủ lực phạm vi rộng. Sự nghiệp ca hát part time Kathy, như cô biết cách đi đúng, và khéo chọn từ đâu. Cô sáng lên là một tài năng ngôi sao hiếm có...

Kathy đi xa hơn nữa, được các casino mời biểu diễn. Và tiếp theo là được các đối tác khách mời tham gia biểu diễn Show thời trang của Á Châu tổ chức. Kathy vẫn cứ hên thắng giải liên tục. Và được các đối thủ phim Mễ tổ chức mời tham gia. (Kathy là dân gốc Việt trăm phần trăm, nhưng nhiều người cứ tưởng nghĩ, cô là nguồn gốc Mễ. Có người lại nhầm cô là dân Ấn Độ, vì đôi mắt to và chiếc mũi cô thẳng sóng hơi khác dân Việt Nam nhiều. Lại sai nữa! Cô chính tông là cha Việt mẹ Việt đấy mà.)

Tiếng lành đồn xa. Rồi các phim Mỹ lấy bối cảnh Việt Nam 1975 cô cũng được mời, Kathy tham dự đóng gắt, với các vai diễn tương đương chính, hoặc là một tư cách ca sĩ VN hát trên các tiền đồn, trong thời kỳ chiến tranh Việt Nam trước 1975. Hoặc một y tá trưởng cứu thương xinh đẹp giỏi giang, lanh trí, chịu khó v.v... Nằm mơ cũng không thể có như vậy. Mẹ Kathy đã biết vận may con gái lên dữ dội. Như diều gặp gió đưa, bởi trời thương ghé mắt vào thân phận họ... Kathy đã đem lại cho mẹ Hà My nhiều niềm vui, nên sắc đẹp tươi tắn mẹ như có lại, khởi sắc soạn lại rồi.

Tuy Nhiên đi hát đi đóng phim xong. (Kathy vẫn đi hát là chính, đóng phim là phụ khi có lời mời.) Cô ca sĩ Kathy vẫn phải về với cái căn nhà khu ở nghèo, có vẻ bê bối tàn tạ, thiếu trước hụt sau quá buồn thảm của gia đình, vì cảnh thiếu thốn của mẹ mình trước đây vẫn giữ nguyên... Có khi ở Mỹ mà nhà như bị nước lụt cuốn lọt vào, nước vô nhà đi "du lịch" thường xuyên ở phòng kitchen, và phòng khách quá gối, vì ống nước cứ có chuyện "problem" hay bể hư, nghẹt đột xuất khó ai mà biết. Tuy rằng chuyện này xảy ra không nhiều, nhưng bởi đâu có tiền sửa kịp, thành ra mỗi lần tái diễn, thì má con chỉ chờ nước rút xuống thôi. Nó xảy ra thì cứ xảy ra, má của Kathy phải lo ngồi chờ đến nước rút xuống, rồi đi làm sạch bằng cách lau lại. Với những vòi nước bà dùng (wash bowl) clean-up. Song Kathy vẫn đâu có ngại, thôi kệ ráng đựng chút mà má... Vì cô gái nghĩ tất cả nhà cửa chỉ là tạm thời. Phải đợi thời gian thôi... Thời gian không thể muốn mà gọn gàng có được mau như ý? Thương mẹ Hà My thì cố nhiên cô gái thương nhiều lắm rồi, làm sao nàng ca sĩ này đếm xuể tình thương ấy. Nhưng Kathy đã quan niệm trước hết mong tiếng hát mình lên ngôi, sắc vóc mình đẹp tươi thắm và an bình, cùng đức hạnh mình cũng lên ngôi luôn, lên hương vị hơn. Có ngày tiền Kathy nhiều hơn tý nữa, Có ngày tiền mình kiếm đủ, mình sẽ làm mới lại nơi nhà mà. Tất cả, là chuyện dễ ẹt thôi mà...

Còn hiện tượng gì cứ hiện tượng đi, những gì thua sút, cứ thua sút đi. Giờ nàng vẫn bỏ sau lưng chưa cần phải nghĩ nhiều? Cứ để cho nỗi nghèo thấm mệt, còn nằm đó đi. Mặc dù cho ai nói ngược, bàn xuôi, chê khen đủ điều, nàng nghe đấy chứ “người nổi tiếng sống hèn” “người nổi tiếng sao kỳ vậy?” “người nổi tiếng ngôi sao mà nhà cửa rất kỳ khôi…” Một số người thông cảm với cô vẫn có. Cô gái ca sĩ này thường quan tâm đến số người thông cảm yêu thương kia thôi. Còn ai bĩu môi cứ cho họ bĩu thoải mái đi, có chết thằng tây nào? Kathy này chẳng cần quan tâm đến sự tọc mạch chỉ trích, hoặc ganh tị thị phi nào đâu? Nàng vẫn biết “đời vẫn thế thôi em” “hơn thì ganh, thua thì cười, giỏi thì bị nhạo, và họ tươi vì người khác bị khổ, đời vẫn chốn thị phi vô cùng…” Thì nàng để lòng phải thắc mắc làm gì? Cô thường bảo mẹ:

- Mẹ ơi con sẽ thay đổi nhà cho mẹ nhưng chờ một thời gian tý nha. Con thương mẹ, bởi mẹ đã khổ sở nhọc nhằn quá.

- Không sao con ạ. Mẹ chịu đựng được mà. Mẹ chỉ mong con nhiều hoạt động giỏi hơn, thành công đến hơn thôi. Mẹ sống được. Cũ mới hư nát gì, cũng là một cái nhà thôi con.

Cứ thế Kathy đi biểu diễn khắp nơi, được tiền rất là nhiều, không thể tưởng nổi. Rồi một hôm Kathy từ trường quay của một bộ phim Mỹ hợp tác “Tuổi Trẻ Việt Nam Và Cuộc Chiến.” Phim mới nhất của Đạo diễn Victor Huy Lam làm. Cô tham gia với một số phận ca sĩ. Cô đi hát với tư cách vận động giúp vui trên các tiền đồn, và bị đối phương pháo kích, lỡ trúng thương rồi vào viện không cứu được. Cô chết đi với tuổi trẻ Việt Nam trong chiến tranh thật tội nghiệp. Nhân vật cô chết đi nhưng hình ảnh cô sống mãi, người ca sĩ cô sống mãi, ý tưởng cô sống mãi. Giới chuyên nghiệp, giới mộ điệu, giới khán giả rành phim, đều nức tiếng khen cô... Người bình dân coi cũng thích thú mến mộ cô. Hình ảnh phim đam mê cảm động, và thương đau, cát xê cô cao lên gấp năm. Có thể nói bộ phim gây được ấn tượng về sự chú ý là tiếng hát cô hay, cùng lối diễn cô được ca ngợi là mềm mại, tự nhiên, và giàu cảm xúc. Bởi có doanh thu lớn, mọi người yêu thích phải xem qua. Phim quá rộng mở về biên độ, nhiều nước đã mua bản phim và đăng ký - Phim chiến tranh Việt Nam, thân phận con người ở đó. Tốt với thời gian, Kathy đã tới thời điểm hái tiền ra như nước. Cô biết vậy...

CHƯƠNG 4

Những tiền cô gởi nhà bank (nhiều nhà bank.) Cô đi gom lấy ra một sáng mai trời đẹp... Cô ca sĩ Kathy muốn đem về cho mẹ thấy tiền mặt lần đầu tiên, cho mẹ giật mình chơi! Đúng vậy, một valise tiền đầy ắp, Kathy vui vẻ lái xe mang về thưa với mẹ. Nàng xách vào nhà để nó xuống floor và hớn hở kêu lên:

- Mẹ ơi, mẹ mở cái này coi đi.

- Gì vậy con?

- Mở đi mà, thấy liền thôi.

Mẹ của Kathy là Hà My. Bà mở ra ngạc nhiên đến nỗi phải tự động sáng đôi mắt lên, Hà My càng giương to đôi mắt nhìn lại nữa cho kỹ, bà phải vuốt ngực mình như nằm mơ, rồi mẹ Hà My lấy làm lạ hỏi:

- Tiền đâu quá nhiều vậy con gái?

- Tiền nơi con, chứ ở đâu má ơi. Kathy đã đổi tiếng mẹ kêu bằng má. Cô ca sĩ này thì thích gọi xàng xê vậy, vì cùng nghĩa với nhau thôi mà. Ai cấm được cô kêu đâu nhỉ...

- Nhưng ở đâu có mà nhiều thế? Hà My vẫn còn thắc mắc nhìn trân vào Kathy.

- Tiền đây là mồ hôi nước mắt của con. Tiền con kiếm được. Nhất định không phải tiền con ăn cắp mà má Hà My. Con sẽ cho má thấy một ít thôi, trước khi con mua nhà mới. Mình ở cái nhà cũ hư, bi đát hoài tội nghiệp má quá má ơi. Ông trời đã sinh ra má, má chịu hứng lấy nhiều bất công. Bây giờ ông trả lại hết, cho má hết đó. Qua con là sự kiện tốt mà...

- Thật vậy sao con? Má Hà My quá xúc động nhìn đứa con gái Kathy, hai giọt nước mắt từ đâu cứ rưng rưng chảy ra. Và sau đó má cười với những giọt nước mắt vẫn còn lăn tròn, như rưng rưng nỗi niềm hạnh phúc thêm đến. Có lẽ khi dòng nước mắt kia cả mừng vui lớn quá, cùng buồn tủi hòa chung trộn lại chăng... Rồi hai má con ôm nhau. Họ ôm nhau với bao xúc động sợ nói sẽ hết lời, hoặc không đủ lời để họ nói...

Im một đoạn cả hai má con còn xúc động. Hà My trấn tĩnh và lên tiếng:

- Con định mua nhà mới cho má sao? Trời ơi má ngỡ như mơ thôi con.

- Sự thật má ơi. Qua bão táp thì có mùa xuân đẹp mà... Không phải giấc mơ đâu, mà sự thật con sẽ mua nhà đẹp cho má ở...

- Thank con gái của má nhiều...

- Không còn lâu đâu có liền cho má đấy thôi.

Kathy mỉm cười và nhìn má mình đang im lặng, mà gương mặt bà đầy xao động, như đang có nhiều vui tươi phấn chấn hơn, khi trải qua nhiều nỗi buồn vạn cổ...

Không quá hai tuần đến sau đó. Kathy mua cho mẹ một căn nhà mới giá trị một triệu đô la liền. Nàng đã chuẩn bị mua lâu rồi, chỉ chưa có điều kiện cho mẹ thấy tiền và nhà thôi. Kathy thật sung sướng khi đã cho mẹ thấy được những khả năng nơi mình. Nàng cảm giác niềm đau đã đi qua, hạnh phúc đang đến mời. Hoa sẽ nở sau mùa bão tuyết...

Và nàng nghĩ đến cha Châu Lợi. Cô vẫn gởi một cái check là 500 ngàn đô la Mỹ.

Kèm theo một lá thư Kathy viết cho ba nàng rất đậm ý:

Ba Kính!

Con không biết lá thư con viết cho ba là con đang ở trong tâm lý vui hay buồn? Nhưng con biết chắc một điều là ba đã từng đối xử với má và con quá ư là tệ bạc. Má đã bị ba áp lực mà chịu đựng làm thinh. Và cả tiền bạc má cũng không cần, để cho ba thao túng. Phần con dù đã im lặng, nhưng phải đi chứng minh như hôm nay con có được đây.

Nhiều lúc con tự hỏi sao con lại là con của ba, để con phải buồn, phải trách, phải hận. Nhưng trời còn thương cho, mà để hôm nay con có tất cả. Đất dưới chân quý, cùng với thánh hiền trên cao xót xa, cũng nhờ Phật độ tấm lòng nữa chắc? Con nghĩ vậy, con đã làm nên cuộc sống diệu kỳ như huyền thoại. Con không nghĩ con có tài, mà con chỉ nghĩ Trời Đất đã đoái hoài tới con, và không bỏ con để vất vả ngược xuôi...

Ba ơi tiền bạc con có thể cho ba. Vì ba đã tạo ra con nên người, hình vóc. Vậy con nghĩ lại từng đó cũng quá đủ. Song nếu ba muốn ngồi ăn với con như lúc con còn nhỏ, hay khoảng năm con 11- 12 tuổi hẳn khó mà có ba ơi? Còn nếu rảo bước đi chơi với ba một nơi nào đó lại còn khó hơn? Ba biết vì sao không? Đơn giản là... Ước mơ đó không thể tồn tại, không có thể sống lại nữa ba ơi...?

Ba hay nói con hư, má hư. Nhưng hư như thế thì vẫn còn nên lắm. Giờ con chỉ cầu giúp ba, vì con giàu có con không thể để ba nghèo khổ túng bấn. Còn tình thân, nghĩa ái khắng khít hơn, chắc không còn nữa ba à? Dẫu gì con vẫn là con của ba. Con chỉ muốn tâm sự bấy nhiêu, kèm theo tiền ngân phiếu con gởi đến ba. Kính chúc ba sức khỏe. Con Kathy.

Nhận được thơ, check tiền của Kathy gởi, Châu Lợi ba của Kathy đọc qua đọc lại hai, ba lần lá thơ. Ông không biết nên vui hay buồn khi dư âm con gái nói cứ vang vọng trong ông. Nhất là đoạn cuối... "*Ba hay nói con hư, má hư. Nhưng hư như thế thì vẫn còn nên lắm. Giờ con chỉ cầu giúp ba, vì con giàu có con không thể để ba nghèo khổ túng bấn. Còn tình thân, nghĩa ái khắng khít hơn. Chắc không còn nữa ba à? Dẫu gì con vẫn là con của ba. Con chỉ muốn tâm sự bấy nhiêu, kèm theo tiền ngân phiếu con gởi đến ba. Kính chúc ba sức khỏe. Con Kathy.*

Châu Lợi vẫn còn muốn đọc mãi đoạn thơ này, với những dư âm của cô con gái. Ông cũng không biết vì lý do nào, tâm tư ông lại có ý thích đọc đoạn văn trên lạ như vậy?

**

Một hôm Kathy nói chuyện với mẹ. Đi ăn với mẹ tại một nhà hàng Nhật mẹ thích. Về rồi, nàng vẫn ngồi gần mẹ nơi giường căn nhà mới, nói chuyện vu vơ với mẹ Hà My nữa. Nhưng có lẽ đó là những câu nói nghiêm túc chứ không phải vu vơ, theo đúng nghĩa của nó chứ. Có thể như một sự chia sẻ của người thiếu nữ mới lớn Kathy nhắc lại với hàm ý:

- Mẹ ơi con nói thiệt. Con nghĩ mẹ nên tìm một người, một đối tượng để cùng vui hạnh phúc là hay hơn nhiều mà mẹ.

- Mẹ Hà My không cần, mẹ chỉ mong cho con thôi.

- Con trẻ thời gian còn nhiều lắm. Mẹ thì nên đừng bỏ lỡ cơ hội nếu có. Mẹ phải cần người gần gũi bên cạnh chăm sóc nè, niềm vui nỗi buồn, điều mà mẹ được chia sẻ đến nè.

- Mẹ rất sợ. Sợ lắm con Kathy à. Đừng nói thêm về điều ấy nữa con gái.

- Mẹ ạ tất cả thường được trả giá, theo sự cân bằng của vũ trụ. Mẹ ơi không nên sợ vì trong khổ đau, ta mới có hạnh phúc tuyệt đối. Đau khổ vẫn cho ta một bài học trưởng thành. Chân lý mẹ ạ... Xui đi rồi hên sẽ tới, đông qua lạnh lẽo hạ lại về nồng ấm... Con mong mẹ thấu đạt chân lý đó. Nếu ba không phải là ba, như vậy chưa chắc con có cái thành đạt như hôm nay? Đúng không mẹ nờ?

Mẹ Hà My không trả lời cùng Kathy. Bà đang nghĩ bâng quơ điều chi khác chắc...

Kathy cảm giác được mẹ như thế. Kathy bỏ đi qua phòng học một chương của luật. Quyển sách sao nặng trình trịch, cô nghe mệt từ đâu và cảm giác vẻ như ngán quá. Kathy lại đổi ý, cô muốn đi dọn dẹp linh tinh nơi giường nằm mình, và bàn trang điểm một chút cho gọn gàng ngăn nắp hơn. Xong cô đi tắm thay đồ định đi ngủ một giấc, vì với cô bé là giấc ngủ rất quan trọng để giữ làn hơi tốt, cùng tiếng hát hay, và còn có sức lực phải đi học nữa...

CHƯƠNG 5

Thời gian đi học, đi hát, đi đóng phim cũng có khi rảnh rổi. Bé Kathy vẫn hay đi chơi với mẹ phần nhiều, vì trong lòng Kathy không thương ai bằng mẹ. Mẹ Hà My vốn là nhất của nàng bé. Hôm đó đi biển với mẹ. Kathy vô tình lại bắt gặp thấy chú Nguyễn Lang và chú Thiện Khiêm. Khi gặp nhau giữa một lúc tình cờ, trên giao lộ họ đi bách bộ.

Kathy mừng rỡ vội kêu nhanh:

- Ô kìa... Chào chú Lang và chú Khiêm. Trời ơi hai chú ở đây sao...

- Vâng! À còn con đi nghỉ vacation đó à Kathy?

- Con dẫn má đi chơi. Ở nhà đánh cầu lông nhiều cũng thấy ngán chú ơi.

- Ha ha. Cái gì cũng ngán, nhưng nhất định đi hát cho chú là không phải ngán nghen. Chú Lang cười nhìn Kathy nói đùa.

- Má Hà My vui vẻ chào hai người bằng cái gật đầu. Sau đó Kathy hỏi chú Lang:

- Chú đi nơi này, còn thím và các em đâu rồi.

- Thím về Việt Nam vui lễ hội gì đó. Nên chú đi với chú Khiêm người chơi trống đây nè, cũng đủ vui rồi.

- À xin giới thiệu với má kỹ hơn. Đây là chú Lang chủ nhiệm của ban nhạc "Hừng Đông" con đang thường cộng tác đi hát. Và đây chú Thiện Khiêm người chơi trống giỏi, thiện chiến lắm... Và đây là má con tên là Hà My. Hai chú hay nghe con nhắc tới hoài. Má con hay mẹ con, vẫn là một người này thôi, hi hi.

- Hân hạnh. Chú Khiêm, chú Lang nói người trước người sau.

- Hân hạnh. Rất hân hạnh. Hà My cũng nhìn họ đáp lễ.

Cả hai bên niềm nở như giây khắc thiêng liêng. Kathy nói tiếp:

- Gặp nhau vui quá chú Lang chú Khiêm. Ta có thể đi ăn chung một chút được không? Cho vui đi. Con vừa đói bụng.

- OK thôi. Chú Lang nhìn chú Khiêm rồi trả lời Kathy.

Như vậy họ vào một nhà hàng gần đó ăn uống.

Chú Lang ngồi kề Kathy và chú Khiêm ngồi bên cạnh má Hà My, nơi một cái bàn bốn người. Một lát Kathy bất chợt nghĩ, cô khám phá nên làm một điều hay hơn khác? Thử nên không nào? Một thoáng nghĩ ra trong óc, cô lén lấy một miếng giấy nhỏ, của lốc giấy trong xách mình. Dùng bút Kathy viết gì đó nhanh. Ôi cô viết "we should leave here." Rồi đưa cho chú Lang. Kathy nháy mắt ra hiệu, chú đọc đi là vừa.

Chú Lang đọc nhanh hiểu như tín hiệu ý của Kathy mong. Rồi chú túm vò nhàu lại nơi tay gọn.

Họ đang thưởng thức, thức ăn đặc sản nhà hàng Nhật.

Chú Khiêm hay gắp cả món ăn bỏ vào cho má. Má rất ngạc nhiên và bẽn lẽn, nhưng chú Khiêm cứ quay bàn tròn chuyển gắp cho má của Kathy, mãi nhiều lần...

Sau đó Kathy bảo với má Hà My:

- Má với chú Khiêm ngồi đây nha. Con với chú Lang có việc bàn riêng tý với một người bạn con vừa trông thấy ở tín hiệu message phone, họ cũng có mặt gần đây. Chuyện ca hát đó thôi. Con và chú Lang sẽ quay lại nha. Kathy nói, má Hà My chưa kịp trả lời. Chú Khiêm chưa hỏi gì thêm. Hai người chú Lang và Kathy đã biến, họ rời bàn nhanh trong chớp nhoáng...

Kathy bỏ đi cùng chú Lang không trở lại khá lâu. Thiện Khiêm và Hà My vẫn phải vui vẻ thưởng thức món ăn và chờ đợi... Buộc nơi Hà My nóng lòng, và chú Khiêm cũng sốt ruột, Khiêm cứ đưa đồng hồ tay lên nhìn, như trông chờ họ trở lại, nhưng dễ gì họ quay về xuất hiện. Rồi cả hai phải dịu đi, họ phải thích nghi thôi. Họ phải ăn cho xong, và chung đôi với nhau nói chuyện... Tiền thì chú Thiện Khiêm dành Hà My để trả rồi.

Nơi xa kia, Kathy đang nói chuyện và sánh bộ với chú Lang:

- Con muốn mình đi, để có dịp má nói chuyện với chú Khiêm. Con nghĩ ra điều này. Biết, biết đâu duyên kỳ ngộ Chú Lang nè? Hôm nay không hẹn mà gặp đây. Họ vẫn có thể mến nhau, yêu nhau, hoặc thích nhau. Con đang cần cho má một người đàn ông tốt bên cạnh.

- Chú Lang nghĩ con có ý tưởng lạ mà hay vô cùng. Chú hy vọng hai người được như ý Kathy muốn.

- Thần tình yêu chỉ là một chút hy vọng, ta nên chắp cánh để bay hơn. Con cố tạo cơ hội cho họ đó mà. Không biết rồi sao đây?

- Ừa Kathy rất hay, thông minh có hạng nha. Khi chú nhìn mảnh giấy con gởi, mới biết một ý nghĩ nơi con. Con thật lanh trí quá sức tưởng tượng Kathy ơi.

- Con vừa nghĩ ra đó thôi. Có lẽ một định mệnh cũng có thể. Con và chú tạm lánh họ, để điều kiện cho họ nha?

- Được chú ủng hộ Kathy. Chú rất mong Khiêm có một người bên cạnh, cho quảng đời còn lại mà.

**

Hai người Hà My, Thiện Khiêm rời khỏi nhà hàng, đi bên nhau im lặng một hồi lâu. Khiêm chân tình gợi chuyện.

- Cô là Hà My, má Kathy đó sao? Tôi lấy làm hân hạnh lắm, khi gặp nhau không gian ở đây.

- Vâng tôi là má đẻ nó.

- Vậy Kathy có má sau nữa sao?

- Thưa không.

- Vậy sao Hà My cần chi giới thiệu má đẻ nhỉ?

- Tôi thích nói vậy mà. Hơn nửa Kathy luôn không muốn kêu ai là mẹ, hoặc má ngoài tôi.

- Vậy à. Thế thì cô hạnh phúc quá.

- Còn anh, anh có thể giới thiệu về mình cho tôi nghe luôn cho vui đi.

- Tôi tánh danh là Thiện Khiêm tay chơi trống cho ban nhạc "Hừng Đông" của Nguyễn Lang. Tôi biết nhiều môn nhạc cụ khác. Nhưng trống là chính, là chuyên nghiệp...

- Vậy à hân hạnh quá.

- Em chắc nhỏ tuổi hơn anh. Vậy ta xưng anh em cho dễ nghe, thân thiện hơn nhé. Hà My nhỉ?

- Cũng được. OK anh.

Hà My tự nhiên dần, họ nói chuyện khá vui vẻ:

Khiêm bảo, như tự giới thiệu vài nét về mình cho Hà My biết:

- Cuộc đời anh tóm tắt như thế này. Thiện Khiêm nhìn đôi mắt Hà My và tiếp tục bước, khi họ đi bên nhau và tiếp tục trò chuyện:

- Ngày xưa anh có vợ. Anh có tiệm thuốc Bắc. Anh một bác sĩ Đông Phương có bằng. Nhưng vợ anh bịnh, anh lo cầu cứu cho vợ. Song cô ta không thể kéo lại được cuộc sống. Cô ta từ giã cuộc đời này… Rời xa bỏ anh từ đó mấy năm rồi… Thiện Khiêm nói vô tình dĩ vãng kéo anh về, anh cảm động hơn chớp chớp đôi mắt.

- Vậy sao? Xin chia nỗi buồn cùng anh? Hà My nói và hất mái tóc, những cộng tóc gió cuộn đưa vào trước mặt cô.

- Vâng, đúng thế em à. Sau thì anh buồn và thích đi đánh trống, chơi nhạc để tìm niềm vui lãng quên. Rồi dần dà anh lại thấy thích nghi với nghề này. Còn về em, có thể kể kỹ hơn anh nghe được không? Ta làm bạn đi Hà My.

- Em cuộc đời ba chìm bảy nổi, chín linh đinh mà anh? Kể làm chi? Má Kathy, tức là Hà My nói không buồn mà cười vui sau lời mình thốt ra.

- Gì mà giữ vậy em? Thiện Khiêm có vẻ ngạc nhiên hơn.

- Nói chứ em có một người chồng ban đầu cũng hết lòng thương yêu vợ con. Nhưng rồi hư lúc nào lại không hay, sai lúc nào chẳng biết? Lại la cà bài bạc và quan hệ với gái ngoài, quên cả vợ con, quên gia đình. Và xa em từ đó. Rồi anh ta làm ăn cũng suy sụp đi vào tan gia bại sản… Nói đến đây Hà My mới ngấm buồn tý đỉnh.

- Vậy sao? Khiêm như không tin, anh nhìn vào Hà My như thắc mắc. Hà My thốt ra lời tiếp theo:

- Phần em. Em ở vậy với con. Kathy giờ đã trưởng thành khôn lớn.

- Lạ quá… Sao em lại chắc gan như vậy? Em có định đi bước nữa không? Em còn xinh đẹp trẻ kìa Hà My?

- Em chưa tính, mà chắc là không. Tình yêu thường làm người ta khổ, đúng không anh?

- Anh không nghĩ là vậy đâu em?

- Còn anh?

- Anh bị ế ẩm, không ai thương?

Khiêm nói và anh cười nhìn vào đôi môi của Hà My đang mọng ước.

- Em không nghĩ anh vậy đâu? Nàng trả lời trong lơ đễnh nhưng có hảo ý...

- Nói đùa chứ. Anh không nghĩ đến hôn nhân lần nữa. Anh chỉ còn muốn rong chơi trống gõ, chơi văn nghệ qua ngày tháng...

Khiêm nói và đưa mắt nhìn ngoài kia, biển xanh lơ đẹp quá. Tự nhiên làm lòng Khiêm xao xuyến, bâng khuâng... Anh mơ hồ điều chi xa xôi chắc.

Hà My cũng im lặng nghe sóng vỗ gợi cảm vào tim mình...

Hai người bước đi trước biển lòng họ cảm động mơ màng, nhưng hai trái tim vẫn trong luồng cảm xúc còn khác nhau... Cả hai vẫn giữ hồn cho riêng mình, lịch sự nhã nhặn, tư cách và tôn trọng... Mặc dù sóng trường của giao cảm thúc bách, họ đã quấn quít, và có chút mến thương...

Một đoạn Kathy và chú Lang tìm lại nơi Hà My, Thiện Khiêm đang bước. Hà My chất vấn Kathy một vài câu hỏi:

- Ô sao bỏ đi đâu lâu vậy con Kathy?

- À có chút việc về nghề nghiệp đột xuất. Má và chú đi tản bộ vui chứ?

Thiện Khiêm vui mà làm thinh, chỉ Hà My lên tiếng:

- Cũng tạm thôi con.

- Cũng tạm là OK. Con hy vọng nơi đây má vui và thích.

Thiện Khiêm và chú Lang họ lại ráp nhau đi song đôi ngắm biển trời nói một vài câu gì đó, họ để cho hai mẹ con Hà My và Kathy tâm sự thêm một ít điều...

Tâm cảnh Kathy trả lời tránh né sự thật. Song tâm ý Kathy thì chân thành lanh lẹ, nên nàng vẫn ăn nói lưu loát không hề bại lộ ý mình.

Nàng vẫn cứ nói với mẹ mình: Là nàng và chú Lang đi gặp một vài người bạn có việc cho ca hát, và đã xong việc.

Hà My nghe con gái nói, lại vuốt tóc Kathy trước gió

buổi sáng nhè nhẹ của biển... Hà My nhìn đồng hồ vẫn còn sớm lắm, chỉ độ hơn 10 giờ Am.

Sau đó thì họ, cả bốn người nhập lại, vui chơi một vài nơi điểm thú vị ở đây nữa... Họ có chụp hình để lấy một vài tấm lưu niệm cho họ.

Kathy cứ nói:

- Không hẹn mà gặp đâu có dễ như vầy. Quả là những ngày vui chơi holiday khó kiếm, thật đầy ý nghĩa nha.

Chú Lang như ủng hộ bảo:

- Chú có nằm mơ thấy con dẫn mẹ đi chơi. Chú mới đưa Thiện Khiêm đi hóng gió đó chứ.

- Nhưng con cũng nằm mơ thấy chú Lang và chú Khiêm đi chơi ở đây nè... Nên lên lịch và dẫn má đi theo đó chứ...

- Như vậy chú cháu mình nhận bằng giải một đều nha. Tuyệt vời quá, dù không ai hơn ai. Phải không nào Thiện Khiêm cùng Hà My nghĩ thử...

Thiện Khiêm hiểu và thích những câu nói đùa chủ nhiệm Lang, Khiêm cười như không biết nói gì hơn. Khiêm cũng thấy lòng sung sướng hơn một chút... Hà My lại nhìn hai người họ, cùng đứa con gái Kathy của mình, Hà My cười mim mỉm tế nhị, rồi lặng thinh, mà trái tim nàng tự nhiên vỗ nhịp mạnh hơn... Mặc cho rằng không ai biết điều đó trong nàng. Kathy thì vui vẻ nhìn chú Lang nói, nhìn Thiện Khiêm cười, và nhìn mẹ mình một cách đáng yêu, cô bé còn đưa mắt ngắm thêm sóng biển dào dạt đẩy nơi vô bờ kia nữa...

CHƯƠNG 6

Những ngày đi biển trôi qua, vacation hết (holiday mãn hạn.) Khi về nhà Kathy nói với mẹ:

- Mẹ ơi chú Khiêm được lắm đó. Mẹ nên ưng lấy chú đi. Chú thật thà một đàn ông tốt bụng đó.

- Con không nên khuyên má nữa có được hay không nhỉ? Má không muốn lập gia đình nữa đâu?

- Đừng má, đừng tuyệt vọng như vậy. Biết đâu chú sẽ đem lại cho má hạnh phúc, khi chú ăn ở chăm sóc, kề cận má. Má cứ thử đi.

- Trời ơi hôn nhân vợ chồng mà thử con? Thiệt cũng đã chết. Thử làm sao mà biết con gái?

- Má đã có chồng có con rồi thì giữ mình làm chi vô lý? Cứ yên chí sống theo một quan niệm mới đi má ơi. Mối tình đầu đẹp, nhưng không ai nói "vợ chồng ban đầu, là thứ vợ chồng thường đem lại hạnh phúc..." Đúng không má nè?

- Đừng hỏi má lòng dòng vớ vẩn quá.

- Hi hi. Con muốn mời chú Khiêm về nhà mình thăm.

- Thôi con ơi. Chi vậy con gái?

- Chú giúp đỡ con nhiều. Con thành công cũng từ nơi chú mà đi ra. Con mời chú đến thăm nhà mới con vậy mà? Má nên đồng ý nhé.

- Má không thích. Song thôi tùy con tính.

**

Một ngày Kathy đã đi đến nơi bán trống cô mua một dàn trống, và đến nơi yahama cô mua cây keyboard/ organ và mua thêm vài cây kèn, một cây violin, hai guitar. Kathy làm như mua cho ban nhạc lớn không bằng. Cô nhờ xe chủ shop chở về để trong phòng mình mời Thiện Khiêm đến chơi. Kathy có nhã ý sẽ biếu tặng chú Khiêm một cách bất ngờ.

Đúng vậy Khiêm nhận lời đến chơi, theo lời mời Kathy trong căn nhà mới của má Hà My, và Kathy đang sống.

Thiện Khiêm mừng rỡ cảm động xen lẫn ngạc nhiên với ý tưởng mới mẻ, nơi quà Kathy mến tặng mình, lại để ngay trong nhà cô bé. Khi ông nghe Kathy gọi phone báo.

Chỉ cách cuộc gọi có hai hôm thôi, Kathy đã lên giờ giấc hẳn hoi để chờ đón chú Khiêm tới căn nhà mới mình. Đúng vào một sáng sớm hôm ấy Thiện Khiêm lái xe tìm nhà họ. Khiêm cứ lái xe lang thang rồi tìm ra địa chỉ theo bản đồ ghi dấu tỉ mỉ, Khiêm chỉ còn lo đậu parking, để sải bước chân vào nhà theo lời mời của cô ca sĩ trẻ này, sao cho đúng hẹn. Trong nhà thì Kathy và má Hà My cũng chuẩn bị sẵn sàng đón vị khách mời. Thế là ba bên gặp nhau, chào nhau nơi cửa lớn. Khi mà chân Thiện Khiêm đã chạm qua đất thềm:

- Xin chào nha. Thiện Khiêm nhìn Hà My và Kathy ông cất giọng sốt sắng.

- Xin chào anh đến thăm. Hà My bẽn lẽn nói nhỏ nhẹ gật đầu.

- Xin chào chú Khiêm. Kathy bày tỏ chân tình, cùng một sự hiếu khách.

Rồi Kathy mừng rỡ cả trong giọng mình:

- Con mừng chú Khiêm đến. Con hân hạnh quá, chú đã đúng hẹn viếng thăm nhà con nha.

- Sợ sai hẹn con đuổi ra khỏi nhà thì sao?

- Không có đâu. Chú Khiêm nè, con có món quà cho chú để tại nhà con. Chú sẽ bất ngờ nhưng không có gì lạ với chú đâu? Chú cứ tiếp nhận cho con vui nha.

- Bày vẽ quá Kathy. Chú đến thăm chơi là hân hạnh, là vui rồi.

- Đâu có sao chú. Giờ thì ngồi lại ăn bánh uống nước, má con làm bánh để đãi chú cái đã nào...

- Ôi nhà đẹp quá Kathy chúc mừng con.

- Cũng thường thôi chú Khiêm.

- Hổng dám thường chút nào. Đẹp lắm... rộng lớn và đẹp thật.

- Dạ xin cám ơn chú khen.

Hà My chuẩn bị bánh theo ý muốn của Kathy, là Bánh Quế Hoa và Bánh Quế Cuộn Giòn, cùng có nước trái cây sinh tố xay. Và có pha cả trà Xanh Dịu để mời Thiện Khiêm dùng. Vì Kathy biết Chú Thiện Khiêm thích dùng trà... Cô đã nói với mẹ.

Cả ba đã vui vẻ ngồi ăn bánh, được Hà My dọn lên bàn ở phòng khách. Họ ngồi dùng chút bánh cả hai loại. (Ổ bánh Quế Hoa Hà My làm và cắt ra đẹp quá như những cánh hoa. Còn Bánh Quế Cuộn cũng không thua kém gì, mỗi kiểu đẹp mỗi khác hơn. Bánh Quế Cuộn Giòn đẹp từng cái một, mong manh và ăn giòn rụm của nó...) Rồi nơi đó họ cũng uống nước một vẻ rất tự nhiên, song đài cát.

Chú Khiêm bảo:

- Bánh Hà My làm ăn thật tuyệt. Ngon hương thơm. Ít đường nhưng không nhạt. Thật đúng tuyệt vời...Thanks.

- Má hay dùng honey thay một nửa đường đó chú Khiêm.

- Con không làm sao mà rành vậy ta?

- Có chứ. Má có chỉ dạy con rồi. Nhưng hôm nay má con độc quyền sản xuất để mời chú đó thôi.

Thấy miệng Kathy nói vui tươi lanh lẹ. Thiện Khiêm, Hà My chỉ còn cười bẽn lẽn thôi. Và họ nói một vài câu chuyện vui. Kathy, Khiêm nói nhiều hơn. Má Hà My thì chỉ nghe, ít nói...

Sau đó Kathy mới đưa má, chú Khiêm băng qua một phòng thư giãn tập thể dục của mình, đến một phòng riêng khác, cô bé giới thiệu cụ thể, bộ trống sáng quắc kiểu cách tân kỳ, đẹp như mơ kia, trước mặt hai người. Kathy bảo:

- Vâng đây là quà sớm của birthday năm nay chú đó. Cứ cho là như vậy đi. Chú có thể đến đây chơi hoặc đem về nhà chú tùy ý. Ở đây thêm là những cây kèn xasophone, trumpet con mua cho chú. Và đây là cây keyboard con cũng mua cho chú nữa luôn. Chú cứ vui chơi các thể loại. Khi nào rảnh con đến học chú Khiêm ơi...

- Hừm. Ố... ô... Làm sao quà Thiện Khiêm mà để đây lâu được chứ? Hà My lên tiếng hỏi nhìn vào mắt Kathy.

- Nhà mình rộng dư phòng mà má? Cứ để ở đây đi, linh hồn trống sẽ theo con. Con ca sẽ hay hơn. Kèn cũng thế đi theo con. Kathy hát sẽ dài hơi hơn, ca xuất sắc hơn. Và đây là keyboard đi theo con, con sẽ ca không rơi nhịp, lạc hướng, rời tông v.v... Kathy nói đùa mà thật đấy. Con ước vọng vậy mà. Chú có thể ngồi lên chơi một bản trống hay nhất, cho má Hà My và con nghe vui đi chú Thiện Khiêm nè.

- Thôi thôi trời ơi... Thiện Khiêm lên tiếng.

- Sao vậy thưa chú?

- Ái chà. Có nên không đây Hà My? Thiện Khiêm tiếp tục hỏi.

- Được tốt mà. Kathy nói hớt má.

- Sao em Hà My nhỉ?

- Cũng được thôi anh. Em đồng ý theo con.
- Má nói thế nhưng má thích nghe đó chú Khiêm.

Thiện Khiêm mỉm cười. Do dự một đoạn sau, Khiêm mới ngồi chơi một bản. Hà My lại cứ muốn dán mắt vào tay Thiện Khiêm đang biểu diễn kia. Hà My lắng tai nghe hết mình. Kathy thì khỏi phải nói rồi. Cô bé như muốn nhún nhảy theo điệu trống mới của chú mời gọi. Nhưng không, nàng bé bình tĩnh cùng về nơi mẹ lắng nghe thật sâu vào. Và Kathy nhanh nhẩu đi mở nhạc từ bàn keyboard đệm cho tiếng trống chú chơi nghe hay hơn, nó sẽ không thể đơn độc, mà để còn du dương hơn, âm hưởng sẽ được cộng nhập hơn nữa…

CHƯƠNG 7

Vài tuần sau đó Kathy tìm cách "gài độ" chú Khiêm và má Hà My cùng nàng rảo chơi vùng Stone Mountain Park. Chuyến này thiếu chú Lang, vì chủ trương của Kathy là mình đi với gia đình mình thôi. Chỉ cần mình, có má Hà My cùng chú Khiêm là đủ rồi. Kathy muốn tạo điều kiện cho má và chú thân thiện hơn tý nữa. Lần đi chơi biển kia, tự nhiên Kathy gặp chú Lang chú Khiêm ở nơi đó, chứ rõ ràng nàng không có hẹn, và cũng không mời mỏi gì trước. Nhưng nhờ đó mà dắt dây duyên nợ, cho đến ngày hôm nay đây…

Hai người ngồi Kathy chen vô dựa vai hai người, như làm con ruột họ không bằng. Cô nhờ những kẻ du lịch khác chụp. Kathy chụp cho má với chú Khiêm rất nhiều trên đỉnh cao của núi. Nơi ba người ngồi ăn chung một bữa pizza bình dị nữa. Hà My, Thiên Khiêm đã có nhiều cơ hội trò chuyện, họ bắt đầu quyến luyến nhau hơn. Tuy nhiên cũng chỉ là mức độ tình bạn chứ chưa hẳn là tình yêu. Hà My nghĩ như vậy. Họ như có được một cuộc picnic ngoài trời ở khu Stone Mountain park rất là giá trị, lý thú, và đáng nhớ…

Riêng Kathy thì cứ tưởng Thiện Khiêm là ngôi vị cha.

Và họ như là ba mẹ gia đình mình, đi chơi vui vậy.

**

Hà My có nghe những lời thiết cốt của Kathy lần cuối cùng tại nhà (Sau khi đi chơi vùng Stone Mountain hai hôm):

- Con thấy chú Khiêm người rất tốt. Sống trung thành và thủy chung nhưng chẳng may vợ chú mất. Chú lấy sự nghiệp làm vui. Giờ chú gặp má là mẹ của con, chú có cảm tình. Nếu má không nghĩ đến chú, thì công con như toi. Rồi má sẽ không có cơ hội, một người đàn ông nào được tài, mà tốt đức như chú nữa đâu. Má nên nghĩ lại.

- Hừm thật là má khó tính, khó chọn lựa quá Kathy à. Con tại sao muốn rườm rà cho má như vậy?

- Có gì mà rườm rà má. Con chỉ muốn má với chú là vợ chồng lo cho nhau.

- Trời trời... Má lạy con luôn đó.

- Nếu không thì coi như đây là lần nói chuyện "bản tình ca lần cuối cùng hai người." Con nói với má về chủ đề này.

- Con nên nghĩ hạnh phúc con đi, má thì thấy má đủ rồi. Chồng cũng có rồi, con cũng có rồi thì ước ao gì nữa Kathy?

- Con lo cho má xong, con sẽ an tâm mà nghĩ đến chuyện hạnh phúc của con. Nếu má không muốn hạnh phúc cho má, thì con bó tay @, a còng chấm com thôi. Con đành chịu... (Kathy nói và ra dấu tay của a còng chấm com luôn.)

Hà My vẫn làm thinh, là người mẹ chỉ còn đưa mắt nhìn vòng tay quanh quẹo điệu đàng của con gái Kathy thôi.

Kathy hớn hở nói tiếp:

- Con chỉ nghĩ đến má, thương má, và lo như vậy thôi chứ biết làm sao... Nhưng tùy vào má thôi.

Thời gian sau đó Kathy đi hát, các phòng trà lớn, đi hát đám cưới, đi hát các nơi lễ hội, và hát ở các casino, hát thu âm v.v... Đi đóng phim Kathy ít về. Nàng có vẻ giận mẹ cũng ít gọi phone về luôn...

CHƯƠNG 8

Hà My ở nhà một mình, lại nghĩ đến Khiêm là một người đàn ông không đến nỗi tồi. Thường thì Thiện Khiêm hay gọi phone giữa tuần và cuối tuần cho Hà My. Tuy đó là những cuộc gọi "nhút nhát tỏ tình" của Thiện Khiêm. Nàng hiểu được trái tim của Thiện Khiêm. Và Hà My cũng dăm ba lần đối diện, Khiêm đã đến ngôi nhà mình. Với lại nàng cũng muốn lấy phước trời mà đong, còn lại ta thử một phen... Sau vài tháng thì Hà My chấp nhận tình yêu Thiện Khiêm. Họ đi chơi riêng một vài điểm, một lần thăm ở nơi nhà lưu niệm của nhà văn Margaret Mitchell - Người phụ nữ viết văn nổi tiếng mà lúc sinh thời bà ở nơi đó. Hà My ao ước lâu rồi song chưa có dịp đến, đến một mình thì được nhưng có gì lý thú đâu? Hôm được đi với Thiện Khiêm, Hà My rất cảm động nhiều thứ vào tâm hồn lắm. Riêng Thiện Khiêm, Hà My yêu thích cách kiệm lời, ít nói của Khiêm, tuy nhiên đôi mắt ông là cả một bầu trời ân tình khó tìm...

Rồi họ tung cảm hứng đặt chân mỗi tuần đến với các vườn hoa. Ba khu vườn hoa đẹp, mang tên là Smith Rhododendron Gadens,, Atlanta botanical gardens... Spring in The National Rhododendrons Gardens (Tất cả cùng ở vùng tiểu bang Georgia) Rồi họ được yêu nhau tha thiết đậm đà hơn, và họ chịu cưới nhau. Tình yêu bao giờ cũng là duyên nợ, nhưng chính là nợ duyên nơi hai con tim biết cuốn hút thật sự với nhau... Đến một ngày lành tháng đẹp tại chùa Hoằng Pháp, cùng với cơ hội, có ba cặp khác nữa tổ chức chung dịp đám cưới. Ôi một đám cưới làm chứng chỉ đơn giản vậy thôi... Thiện Khiêm vốn không có nói gì nhiều với tuổi trung niên của Khiêm. Vả lại Khiêm cũng không có hoa miệng để gallant phụ nữ bằng lời êm đềm hay táo tợn. Nghiệt ngã như vậy mà là người chơi trống rất hay, rất xôm! Ông chỉ cần một lời trung thành, cho một lễ kỷ niệm để xác nhận tình yêu họ dưới đất trời mà thôi.

Thiện Khiêm đã nhìn Hà My xúc động:

- Nguyền sẽ yêu Hà My trọn đời còn lại, như lòng ước

muốn của tôi.

Và mẹ Kathy cũng hứa:

- Con tên là Lê Thị Hà My sẽ đi bên anh trọn đời như lòng anh mong đợi.

Với ba cặp kia (Ba cặp kia là thanh niên chỉ có cặp Thiện Khiêm và Hà My là trội tuổi hơn họ thôi.) Họ cũng nói lời yêu thương tương tự, trao nhẫn cưới cho nhau, tay trong tay sánh lễ.

Sau ngày cưới nhau Thiện Khiêm và Hà My được sống chung. Căn nhà mà Kathy mua cho mẹ mình Hà My đó. Khiêm hay chơi trống và mở nhạc đệm cho Hà My hát thật vui, thật ấm nồng trong căn nhà mới của họ. Mỗi khi anh không có chương trình đi diễn show ở đâu, thì chỉ là một ca sĩ Hà My và một nhạc sĩ, kiêm thủ chính tay trống là Thiện Khiêm này thôi.

Và hai người thường hay đi chơi ở các lễ lộc - Lễ Hội của Việt Nam: Trung Thu, Nguyên Đán, Lễ Phật Đản, Vu Lan, Chương Trình Việt Nam Tìm Hiểu Về Nguồn, Hãy Là Người Việt... Và một ngày kia ba ruột của Kathy, tức Châu Lợi có gặp họ. Ba Châu Lợi có vẻ chú ý về mẹ, ông có vẻ chau mày khó chịu về họ. Nhưng mẹ Hà My đã không còn chú ý về ba Châu Lợi nữa rồi. Trong tay mẹ Lê Thị Hà My chỉ hạnh phúc bên chú Thiện Khiêm. Họ như bản tình nồng ấm của tuổi trung niên, họ như đang thêu dệt bao mộng đẹp, của bách niên giao lão...

Đối với Thiện Khiêm thì như trung niên thôi, còn Hà My vẫn cứ như cô gái mới bước vào tuổi hơn ba mươi, duyên dáng lãng mạn, thơ mộng, để khởi sắc lại... Nàng đôi lúc còn trẻ con, và rất còn chút e ấp của trái tim - Một người phụ nữ Vn, như cố tình ăn sâu trong cá tính Hà My rồi...

CHƯƠNG 9

Một năm trôi qua... Bẵng đi một năm đám cưới sau đó. Kathy mua tiệm lại cho ba sau Thiện Khiêm một tiệm thuốc. Để cho Thiện Khiêm làm cái nghề vốn dĩ đã có của ông từ trước. Ông bắt mạch, làm thuốc, bấm huyệt, chuẩn đoán bịnh trạng, kê toa, hốt thuốc, bốc thuốc theo đơn v v…

Mẹ của Kathy, tức là Hà My bỏ làm clean up ở McDonalds lâu rồi. Nay đã về phụ cùng ba Thiện Khiêm bốc thuốc, bào chế ra sản phẩm thuốc men, kê đơn, kiểm chứng, phối hợp lượng thuốc, trang trải cân đong, phân chia trọng lượng thuốc, giúp Thiện Khiêm. Tiệm thuốc Bắc mà, rất nhiều thứ để làm, rất nhiều thứ cần Hà My hổ trợ. Kathy muốn mẹ giỏi lên nghề thuốc, một cái nghề để cứu người thoát khỏi bệnh đau, tìm về tràn đầy năng lượng, giúp đỡ loài người sự sống của họ trên trái đất! Một nghề có thể nói là quý giá loại nhất, Kathy cho là như vậy…

Dựa vào chỗ Thiện Khiêm đã có. (Một vài lần Kathy đã tâm niệm với mẹ như thế, khi Kathy quyết định mua tiệm thuốc cho ba Thiện Khiêm.) Song cũng có một điều Kathy vẫn thấy ngậm ngùi cho vợ trẻ trước của chú tên là Sao Ly. Một vị thầy thuốc không tệ, quá giỏi giang nhưng lại đành bó tay cho vợ hiền Sao Ly ra đi? Bởi con tạo hay lá lay, bởi cơn hiểm nghèo của người phụ nữ đau bịnh nan y hàng đầu là cancer nơi ngực vú. Nghĩ mà Kathy vẫn thương cho số kiếp con người. Bởi cuộc sống trời cho và trời lấy, dâng hiến và tận diệt, sung sướng hoặc khó khổ, nghiệt ngã và, bất đồng… Hoặc một sự lạ kỳ nào đi chăng nữa…

Mặc định thời gian trải qua như tơ trời bay đi đỉnh núi, như bóng mình thoáng in nhẹ trên dòng sông kia, như tiếng chim hót đau vọng về của mấy nẻo tàn thu. Nó nhanh lẹ khó nhìn. Nhưng rồi sự thể cứ hiển nhiên, cứ trôi qua, cứ đi tới, không thể che giấu được. Ba Châu Lợi biết sự làm ăn của Thiện Khiêm ở một tay con gái mình tạo dựng được. Kathy đi hát, biểu diễn thời trang, đóng phim nổi tiếng gây dựng nên tất cả, Châu Lợi đem lòng ganh tỵ, hờn giận đến cả hận ghét Thiện Khiêm. Ông đành tìm kế sau bao lần suy nghĩ, mưu mô.

Ngày ấy ông giả đò một vị khách mua thuốc tìm đến tiệm " Life and happy Phương Đông…" Nhưng ngộ là trong một đêm quá trình hình thành ở giấc mơ, sự kỳ lạ đã chỉ rõ Thiện Khiêm. Thiện Khiêm đã chứng kiến ông Châu Lợi đến đây như thế trong mục đích khác hơn, không phải Châu Lợi đi mua thuốc bịnh gì, mà là đến để kiếm chuyện hạ sát Khiêm như lòng ông dự tính. Rồi Khiêm liền đề phòng sau giấc mơ hão huyền với thực tế sáng nay. Khiêm tới gặp Châu Lợi, gõ nhẹ lưng Châu Lợi nơi đó mà rằng:

- Chào anh. Mua hoặc xem gì ạ. Hay khám bịnh chi không ạ?

- Xin chào ạ. Tôi đến để coi thuốc mua thôi.

- Anh cho tôi xét trong quần áo. Tôi rất ngại khách lạ vì không có hẹn.

- Trời ơi nơi bốc thuốc, bán thuốc, khám bịnh kê đơn, lại làm như sân bay phi trường, hoặc hải cảng nào, kiểu lục soát, kiểm tra, như thế là thế nào cha nội? Sao vậy ta? Ô hay! Trời ơi thiên hạ ơi...

- Sorry. Tất cả tôi điều hành, đều phải cách tân, phải cải cách mới hợp lý. Thời buổi giờ lại vô cùng nhiễu nhương. Để giữ an toàn chung, tránh nguy hiểm cho chủ, cho khách, cho chính anh. Thưa anh... đúng vậy ạ...

Thiện Khiêm nói và nhanh chóng tiến tới thực hành sờ, mó, thẩm lục, kiểm soát, mà hình như Châu Lợi không hề hay, Châu Lợi phỗng người ra như kẻ mất hồn, hay thả hồn đi đâu... Rõ là không thể chối cãi, Khiêm lấy được một cây súng nhỏ, kẹp trong túi quần hông bên trái của Châu Lợi. Khiến tay trống "Hừng Đông" giật mình hoảng hốt đến ngỡ ngàng... Thì ra trong mơ Khiêm thấy ông Châu Lợi tới đây không có mưu cầu mua thuốc, mà chỉ để mục đích ám sát Khiêm thôi. Sự thật như y chang trong giấc mơ. Rồi hai bên lại đi đến cãi nhau to tiếng, như không thể đầu đuôi ở đâu, không phân minh được ai đúng sai, họ thiếu điều muốn gây gỗ đánh nhau loạn xạ. Song sau đó vì luật pháp ở Mỹ, Khiêm cố nhớ và đã cố kiềm chế được mình. Ông muốn hạ nóng hạ nhiệt độ, giảm đi sự giận bốc lửa nơi ông. Điều Khiêm quyết định mới mẻ hơn là ông muốn gọi cảnh sát để thấy hiện trường, hoặc lấy khẩu cung làm bằng chứng. Rồi chỉ một phút Khiêm lại nghĩ ngay đến Kathy, Khiêm muốn gọi cho Kathy ưu tiên trước. Vì ông thương yêu, kính nể Kathy trên hết.

Thiện Khiêm cho biết tình hình nơi tiệm xảy ra: "Châu Lợi ba ruột của Kathy muốn ám sát ông bằng cách giả vờ đi mua thuốc, có cài súng nhỏ ở người. Và ông có lục lấy được khẩu súng ngắn ấy từ trong túi quần Châu Lợi."

- Trời ơi… Không thể tưởng vậy sao? Điều đó mà xảy ra, hã chú Thiện Khiêm?

Kathy nghe phone từ Thiên Khiêm gọi lại báo, thì cô bé giật mình phát kinh chỉ hỏi bấy nhiêu. Rụng rời tơi tả tâm ý. Đoạn rồi cô ráng giữ bình tĩnh, để cô giải quyết công việc này. Cô đã năn nỉ Thiện Khiêm với lời chân tình của cô:

- Con không ngờ chuyện xảy ra tày trời quá. Chú Thiện Khiêm kính mến của con. Chú hiện là ba sau của Kathy. Vậy chú hãy vì con mà tha cho ba ruột Châu Lợi của con. Bởi có lẽ ba Châu Lợi con thả nhầm ý niệm trong hoang tưởng. Sai lầm, trôi lạc đi một dòng cảm xúc khắc nghiệt. Ba Châu Lợi không kiềm chế được lòng đố kỵ, khiến ông đã điên cuồng vô lý đến vi phạm, để rồi muốn gây ra tội ác như thế. Nhưng con xin chú Thiện Khiêm đừng đưa ra luật sư và cảnh sát…

Khiêm lắng nghe làm thinh. Ông chỉ hình dung một khuôn mặt đẹp trong sáng của con bé Kathy, đang sa lầy vào nỗi đau đớn tội nghiệp nó quá. Một đứa con ông không sinh, không dưỡng, nhưng nó luôn cho ông nhiều tình cảm quý mến và quyền lợi.

Đúng vậy, đương nhiên ông cũng phải biết, ai cũng phải biết Châu Lợi ganh tỵ với Thiện Khiêm là vì Khiêm hơn ông tất cả nhiều mặt. Nơi Kathy đứa con gái duy nhất của Châu Lợi làm ra. Nó coi cha sau Khiêm những muôn điều kính trọng, hơn trăm ngàn lần so với ông… Kathy đối đãi với Khiêm "như bát nước đầy." Mà ông bà ta ngày xưa hay nói để ca ngợi tình cảm nơi quý báu, hoặc thiêng liêng nào đó. Và chính nơi đó tình yêu nó chưa bao giờ suy giảm với hắn. Mà sự thật ra kể từ ngày kết hôn với mẹ Hà My. Chính xác Kathy thương yêu thân thiết, rất mực lo lắng cho công việc Khiêm hành nghề, đầu tư một cách ưu thế, chu đáo và sáng lạng quá... Đó là lý do Châu Lợi tăng tốc cơn ghen như lửa, tức phừng phừng nơi gan nơi phổi, ông đã không kiềm được nơi ông. Tức nước thì vỡ bờ, tức giận tới ông chịu hết nổi. Nên Châu Lợi đem lòng làm liều, muốn ám muội Thiện Khiêm, muốn đi giết phách người đàn ông có cái tên Thiện Khiêm cho mình rảnh nợ nghĩ...

Sự kiện này, sau đó ông Thiện Khiêm năm mươi phần trăm vẫn muốn đưa ra luật sư, ông tố cáo Châu Lợi muốn gây hại ám sát ông. Đồng thời cũng răn đe những người khác có trường hợp tương tự, để tránh được hiềm tỵ nhỏ nhoi, mà muốn lấy đi sinh mạng một người đang sống! Nhưng vì Kathy năn nỉ lần thứ hai quá chí tình. "*Hãy tha cho cha ruột của Kathy. Hãy tha thứ cho ba Châu Lợi con. Không thì ba Khiêm ơi cứ hãy giết trước con đi. Cuộc đời con coi như đã phải chịu bất hạnh rồi...*"

Khiêm vô cùng bối rối, khó xử. Ông ráng mà nghĩ đến lời nói sau cùng của Kathy "*Không thì ba Khiêm hãy cứ giết con trước đi. Cuộc đời con coi như đã phải chịu bất hạnh rồi...*"

" Nghĩ mà thương con bé quá. Chẳng lẽ nào ông không còn nghĩ đến nó sao? Chẳng lẽ nào ông đem hận thù nơi Châu Lợi, để đánh mất tình thương giữa ông và con bé sao? Ông đang cân bằng và so sánh với tình yêu...

Hơn nữa có một điều mà Khiêm cũng phải nghĩ kỹ. Nếu Châu Lợi thuê luật sư giỏi, phản biện hay, nghề nghiệp cứng mạnh, thì sẽ buộc ông vào tội vu khống, vì mỗi cá nhân có thể phòng hờ, và được tự do mang súng... (Cần nói thêm bởi buổi sáng hôm đó tiệm off. Ngày nghỉ của ông, và cả Hà My vẫn không đến ngày thứ năm hằng tuần.) Ngày đó là ông làm việc riêng tư nếu có, chứ không tiếp khách... Hà My không đến, chỉ có một mình ông thôi. Khiêm tới để kiểm tra một số thuốc tồn đọng, và cần cân nhắc một số đang thiếu, hao hụt cần bổ sung. Cũng hôm ấy dăm ba người đến không có hẹn, ông đã phả tay cho họ đi hết vì ông bận việc cá nhân riêng. Gần ông, chính xác hơn có một nghĩa tử là Tony Sang phụ giúp làm việc dọn dẹp, ở trong đó kiểm thuốc ghi đơn linh tinh. Anh có thể làm chứng vô tư.) Nhưng sự kiện là sự kiện, còn luật sư vẫn thắng kiện nhan nhản. Dẫu ông biết rằng sự thật Châu Lợi muốn sang bằng mình, bằng một cái chết của khẩu súng nhỏ. Ôi thật là đau đầu khi nghĩ đến hành động gan góc, nơi ẩn giấu độc tố của khẩu súng Châu Lợi sắp dùng đó.

Nhưng trên hết. Vì Khiêm nể trọng và thương yêu Kathy như con ruột ông thôi. Khiến Khiêm đã nhượng bộ, chịu bỏ qua sự việc đem ra tòa, và cả việc đến luật sư để phát giác hành động Châu Lợi này...

Mấy hôm sau, Kathy tìm gặp chỗ ở ba Châu Lợi, để tâm tư với ông về chuyện này. Với một người con gái khi gặp người cha ruột. Cô nhìn ông và nói rằng:

- Con xin chào ba. Ba có biết con đến đây là lý do gì không ba?

- Làm sao ba biết được. Con cứ tự nhiên nói:

- Vậy thì xin, con hỏi ba. Tại sao ba lại làm như thế ba Lợi? Con không thể ngờ ba hành động như vậy! Ba biết không hã ba? Con rất tiếc là chuyện đã xảy ra như thế.

- Kathy nên hiểu sớm và khôn hơn trước khi có câu hỏi đó với ba được không? Con nghĩ đi nào. Ba là ba ruột, ba có cái gì to tát khi con thành tài nè. Ba là dòng máu tạo ra con, ba có gì khi tiền của con dư như nước lớn, như núi cao kia.

Im một tý như lấy hơi Châu Lợi tiếp tục phán ra:

- Và con nên biết là ông ta Thiện Khiêm có gì khi con thành danh đấy chứ! Ông Khiêm đã có tất cả mà, cuộc sống đầy đủ xa hoa, tiệm tung đắt đỏ. Vợ đẹp, con xinh quý trọng yêu thương... Hì con không thể ép ba trả lời câu hỏi đó Kathy?

- Ba nói vậy mà ba nói được. Tại sao ba không nghĩ rốt ráo? Tại sao ba không hỏi trước, chính nơi lòng ba đi.

- Ba không cần hỏi ai trước sau, không cần nói nhiều. Điều kiện lớn nhất ba cần con thức tỉnh. Con là con của ai? Giọt máu của ai mà con có mặt dưới trần gian. Ai đã tạo nên hình nên vóc của một Kathy mà con có được?

- Con là con của ba. Mà cái đó đã là quá khứ rồi. Tuy con vẫn còn đủ tốt với ba mà? Ba nên hiểu cho cuộc đời và số phận của con... Ba cũng không cần nghĩ đến nơi má làm gì nữa, vì ba đã quá muộn lắm rồi.

- Ha ha. Ba nên hiểu cho cuộc đời và số phận của con... Với má thì quá muộn lắm rồi. Hừm. Con dạy đời ba đó hã? Hừm khó lắm đấy. Ba không cần hiểu nhiều. Chính con mới cần hiểu nhiều. Chỉ cần con phải thay đổi thái độ với ba hơn, nếu không thì đừng trách ba vậy thôi.

- Ba nói thế nghĩa là gì? Ba nói sao con thấy khó hiểu?

- Ba không muốn nói gì hơn. Ba chỉ muốn đi đây.

- Ba có biết? Là không vì con, không nể con, chú Thiện Khiêm đã thưa ba tội muốn ám sát người ta đó? Và có bằng chứng, có súng hẳn hoi, vô tiệm họ một cách bất hợp pháp....

- Đừng nói nhiều nữa ba đi đây. Ba không muốn nghe con nói một lời gì nữa đâu Kathy. Ba chỉ muốn nhắc lại là con phải cần thay đổi thái độ với ba hơn. Không thì đừng trách ba vô tình vậy thôi...

Tại căn nhà Apartment riêng của Châu Lợi, ông nói xong tới đó, rồi toan khóa cửa nhà ra đi. Làm Kathy cũng phải dời gót cho ông khóa cửa. Con bé chỉ còn nhìn ông lắc đầu mà như mắc nghẹn nơi cổ một điều gì, nó chưa nói ra hết...

CHƯƠNG 10

Ngày tháng tiếp theo Kathy phải bận rộn đi hát khắp nơi với các hợp đồng, những contract cô được mời và ký kết với họ.

Vì tức, vì giận con, vì ganh Thiện Khiêm. Nên Châu Lợi ngông cuồng quá mức. Cái ngông cuồng thứ nhất thì còn có lý và còn coi được. Nhưng cái ngông cuồng thứ hai của ông Châu Lợi thì quả là vô lý, mà trông vào trời đất chắc phải đau lòng, kể cả rất ư là dễ sợ. Ông lại mướn thám tử tư để giết Kathy hoảnh đi, mà chính đồng tiền cô đi làm gởi về nuôi ba cô, nuôi ông người đã tạo ra hình vóc cô. Sự đời nhiều nghiệt ngã và cay đắng thật. Nhưng vốn dĩ cô hiền lành nên trời còn thương gây ra một sự tiết lộ, bại lộ này chăng? Thật là cũng đúng cách. Bị bại lộ từ phía chú Lang cho hay, cho tin.

Kathy nhận được tin chú Lang bảo rằng:

- Ba con Châu Lợi muốn có sự mưu sát giết con, mướn người lấy đi mạng sống Kathy. Nhưng kẻ giết người đã thương quý con, thương cuộc sống con, cứ để Kathy sống không nỡ hại con được. Người đó mướn người tiết lộ cho chú biết...

- Trời ơi có thật thế không chú Lang? Trời con không thể tưởng nổi một việc làm của ba.

- Làm sao mà không thật chứ con. Chuyện đời lắm nỗi xót đau mà.

- Dạ con xin cám ơn chú, cám ơn người cho tin chú biết. Và cám ơn người lưỡng lự từ chối giết hại con.

Nghe như một hung tin chưa từng nghe trong cuộc sống này. Kathy nghĩ buồn khủng kiếp, cô như không còn nỗi buồn nào lớn hơn nữa, trên thế gian này! Như một kẻ thất chí, vụng thời, đau khổ tột cùng. Nàng muốn hét to cho trời mây nghe thấy, nhưng đành phải câm lặng. Và Kathy hết muốn đi hát. Làm sao mà còn vui thú nào để đi hát được nữa chứ... Kathy đã nghĩ rằng. Cô phải nghĩ là, cô muốn trốn về núi ở ẩn thôi. Kathy mua cất một cái nhà, đúng hơn cái chòi lạ đẹp đơn sơ, nơi đó cô trồng hoa để ngắm còn hơn chăng? Và đúng vậy cô đã thực hiện như thế. Cô sống ở đó, sẽ cứ ngắm hoa, ngắm mây trời nghe chim hót, nhìn mây bay, cô sẽ như một tu sĩ ở ẩn, tự giam mình trong khiêm nhượng. Và rồi dù chim hót vụng về hoặc hay kích hoạt Kathy vẫn yêu tất cả... Dù mây xấu hay mây đẹp bay kia, cô vẫn là muốn ưa nhìn để thổn thức tâm trạng, để đau buốt con tim, mà ngỡ ngàng cho thế sự, cho gia đình và cho ngay cả người cha ruột với mình... Kathy lẩn thẩn dạo chơi nơi ấy, một mình cho lòng yên ả hơn, cho quên đi sự việc trái ngược đời kia. Kathy không ngờ ba lại mướn thám tử, cho người ám sát mình... Tại sao ba lại dám làm một điều độc ác tới đó... Nàng không có ý chí để nghĩ được một điều tan thương đến vậy, để đến nỗi, khó lường, lại có thể xảy ra đến thế sao? Trong lúc mình đi hát, đóng phim bỏ tiền ra nuôi ba, dù sao ba vẫn được cuộc sống lành lặn lại. Nhưng mà than ôi, nàng không dám tin điều ba làm là có thật. Vậy mà điều đó là một sự thật rõ ràng! Và hiển nhiên nó không phải là giấc mơ mà. Nó đang làm đau đớn não lòng, ráo riết bóp nghẹt trái tim của cô gái trẻ... Kathy không thể nghĩ ra "dự án" đã hoàn toàn có mưu lược, có tính toán từ phía ba mưu cầu sắp đặt. Ba Châu đưa tiền cọc đối với những kẻ ham tiền làm điều bất chính, nhưng họ có nghề kia, có sự diễn biến kia...

Lập trình của ba làm, ba mướn họ, ba nhờ vào đồng tiền mình. Trời ơi đau quá cho cuộc đời, ngán ngẩm tình cha con, thật thoái mạ cho nghĩa phụ tử... May mà cô được báo tin và thoát nạn. Bởi kẻ ám sát còn thương cô mà nỡ chưa dám xuống, chưa ra tay. Dù hắn có ham tiền song lại chần chờ, chần chờ mãi. Đã kéo thời gian sang nhiều lần sai hẹn, và cứ hẹn một thời điểm khác...

Ôi được chú Lang thông tin khi Kathy đang lưu diễn ở một casino lớn của Mỹ. (Hắn kẻ giết người đã có tình thương còn sót lại, thương quý một tài năng Kathy chăng? Hắn thương cho một cô gái lạc loài mang tiếng hát lời ca kiếm sống, và nghĩ lại tiếc uổng oan cho cô gái trẻ, phải bắt gặp một cảnh xấu số này chăng? Hắn mang trái tim vì tiền, nhưng không nỡ ra tay tàn độc sớm. Lạy chúa! Con người làm nghề hiểm ác đó đã tiết lộ bắn tin cho một kẻ khác, truyền tải cho chú Lang hay, để báo cho Kathy biết.) Dù sao nàng cũng nên cám ơn sự thối lui chậm chạp của hắn, của họ đó...

Kathy hay được việc này, cô buồn cuộc đời mình quá. Nàng tìm đến đời sống ẩn dật xa lạ, hắt hiu và thương cho chính mình. Nhưng rồi ở nơi đó quạnh quẽ, và buồn tẻ, cô đơn và dửng dưng... Nơi căn nhà đó không đủ làm cho Kathy lãng quên nỗi buồn cao ngất, đồng thời khó lãng quên tiếng hát nàng từng biểu diễn ở khắp chốn. Kathy lại nhớ tiếng hát và muốn trở về đi ca lại. Chắc là dù chết dù sống, nàng đã mang nghiệp không thể bỏ hát được…

Sau này Kathy bị ám sát một dịp khi giãn hát, trước cái sắp chết nàng vẫn chưa biết ai đã cố ý mưu hại giết mình? Nhưng điều đó chỉ là giấc mơ của một đêm nàng không trọn giấc say nồng và suy nghĩ đủ thứ. Ôi đời nàng sao mà mơ và thật cứ như đang rối, và cứ như trộn lẫn vào nhau nhỉ? Kathy đã yêu một người, anh ta đã cứu cô, và đem vào tận hospitol Center First World US. Cô sống lại như trong giấc mơ. Phải chăng Kathy sợ hãi quá mà biến thành trong chiêm bao của giấc mơ ư? Điều đó, để rồi khiến cô đem lòng thương thật anh. Có những cuộc tình từ giấc mơ khiến họ cảm thông quý mến, và đến với nhau bằng sự thật. Ôi sau nhiều lần của quá khứ, Andy tỏ tình. Kathy mãi khước từ là:

- Cô chưa biết yêu và cô không muốn yêu ai trong đời đâu. Cô chỉ yêu mẹ yêu ca hát, yêu đồng tiền, cô kiếm được mà thôi… Cô yêu khán giả mà thôi… (Anh, chính là diễn viên đóng cùng phim "Tuổi Trẻ Và Tình Yêu" đóng chung với Kathy. Kathy là một nữ y tá trưởng. Anh thủ vai một võ nghệ cao cường, vừa là một quân nhân… Sự hiểu biết nhiều về y học khi chấn thương, vậy mà vẫn không cứu được cô trong kịch bản phim.) Hiện tại Andy là võ sĩ xuất sắc, con của một võ sư nổi tiếng từ Việt Nam sang. Anh đang sinh sống ở Los Angeles California. Còn cô hiện ở Tiểu bang Georgia Atlanta.

Giấc mơ không là gì? Nhưng giấc mơ đó đã kéo hai con tim họ đến với nhau gần hơn. Sau này, sau một năm ấy, Andy là chồng thật của Kathy. Hai người sống hạnh phúc bên nhau. Cô và anh có dịp leo núi cô kể lại những câu chuyện. Cô dẫn anh vào núi nơi "lều chòi cổ xưa" để biết cô sống ở đó hơn ba tháng. Rồi cô cùng anh đi thuyền ra biển cả, ngắm sóng nước bao la. Họ đi đến những hoang đảo, và bao quần đảo đẹp - của những tiểu bang khác trên quê hương United States, và Mễ-Mexico… Điều mà sau tiếng hát, Kathy chỉ thích đi du lịch giữa những đảo hoang, lặng nhìn ngắm sóng nước trùng dương cuộn mình nơi biển lớn dạt dào, hoặc thả hồn trong những dải lụa mênh mông của những vạt nắng, khi chiều về cứ lung linh chiếu trên sóng nước, hoặc những bình minh ló dạng mặt trời lên cao, cô thích được dạo chơi và phơi mình trên những đụn cát bồi với người mình yêu... Cô ca sĩ Kathy không chuyên nhưng từng nổi tiếng, đã từng chỉ thích như vậy thôi...

Cô và anh chu du một kỳ vacation dài hạn, họ sự thật đã đi đến yêu nhau say đắm rồi. Anh như được chia sẻ đầy đủ từ nỗi lòng Kathy kể. Và họ thoải mái làm sao khi nhìn trời cao biển rộng. Hai trái tim đã được hòa chung nhịp điệu với đất trời...

Rồi cô chợt nhớ đến quê hương mình với câu thơ của má.

Quê hương ta đó có còn chăng nữa vậy?
Đất nước còn, nhưng lại sợ vong bản từ lâu.
Con ơi nghĩa nặng tình sâu
Đất Việt phải nhớ mẹ cầu mong con...

Cô nhớ má Hà My chép câu thơ này đưa cho cô, má bảo phải học tiếng Việt, và hiểu được tiếng Việt, bằng thơ Việt. Vì thơ vốn là thứ ngôn ngữ trong lành, những thâm sâu, phong phú, mà không phải dễ cảm nhận, dễ hiểu mau. Nếu ta không cố tình đầu tư và làm quen. Giỏi thơ con sẽ giỏi về triết, về cuộc sống uẩn khuất, cũng như sẽ giỏi về chủ nghĩa nhân bản v.v...

Thời gian không bao lâu, sau đó cô giải nghệ hết ca hát, hết đóng phim, biểu diễn thời trang v.v... Cô muốn đi dạy học tiếng English trên Việt Nam. Rồi Kathy đi đến thế giới, đến với các nước nghèo khó ở Châu Á, Châu Phi, Châu Mỹ La Tinh. Kathy và chồng Andy hạnh phúc với nhau làm việc. Mẹ và ba sau Thiện Khiêm cũng có được hạnh phúc tràn ngập bên nhau. (Họ có tiệm thuốc Bắc "Life and happy Phương Đông" hoạt động mạnh, tiệm chỉ làm việc trong ba ngày nhưng khách hẹn vẫn rất đông, làm không xuể. Những ngày nghỉ thường họ đi ra ngoài work-out với các môn như: nâng tạ, bơi lội, chạy xe đạp vô rừng đếm cây suông, nhìn nhịp thở thiên nhiên, nhìn lá vẫy gọi mơ màng, hoặc họ thâm nhập môn thể thao yoga... Hoặc đi nghe nhạc thính phòng, khi ở nhà thì Thiện Khiêm chơi đàn và Hà My hát, nấu những món ăn họ thích, hoặc đi nhà hàng những món họ ưa.)

Kathy còn trẻ đi làm việc xa, thỉnh thoảng hình bóng ngày xưa cô đi hát và đóng phim vẫn xoáy vào lòng ngực, cô như nhớ để yêu thương, để quý mến - Một thời khó quên...

Kathy lại nhớ một câu nói nổi tiếng của ai đó:

"Đừng tiếc thời gian trôi qua, mà chỉ tiếc thời gian trôi qua ta có làm gì hữu ích?"

HDT. Viết năm 2017---------

CHO MỘT NỖI BUỒN TÌNH YÊU

CHƯƠNG 1

Ngọc Kim Oanh hoàn thành viết xong hết câu chuyện. Nàng gởi bưu điện mang tới nhà xuất bản Linh Đan. Nhưng chờ một tuần cô nàng đến thì người chủ nơi Xuất Bản - Ban biên tập cho hay. Khi họ đối diện với nàng:

- Chúng tôi không nhận in được. Vì không phải một tác phẩm không in là dở? Mà bởi vì nó chưa đi đến chỗ phù hợp cho một nhà in đã có danh tiếng.

- Nghĩa là sao? Tôi khó hiểu. Kim Oanh nheo mắt hỏi.

- Cũng có thể là một lời từ chối khéo? Hay gì gì đi chăng nữa? Mong cô cảm thông. Cứ coi như việc đã rồi.

Như chén nước lạnh tạt vào mặt. Ngọc Kim Oanh không nói gì cả. Và cô lui ra nhận bản thảo trở về với chính mình.

Nàng không còn nghĩ phải gởi đi? Và nàng nghĩ chơi trò đi đến nơi nhà in luôn không cần gởi theo mạng, hoặc bưu điện để chờ đợi đến, chờ họ gọi báo như lần trước nữa... Nàng có thể thay đổi một vài kế hoạch thử.

Nhà xuất bản mới Hoa Đăng. Thì chủ biên tập bảo ngay:

- Mời cô ngồi. Cô có thể tóm tắt câu chuyện tôi nghe thử được không nào? Tôi có thể đọc sau.

- Vâng câu chuyện là viết về một cô gái đã đổi nghề. Từ một luật sư ra nghề thuốc dược y. Và cô đã thành công ở dược y. Vì cô nhìn nghề nghiệp luật dưới mắt cô thấy không còn chân chính ngay thẳng... Cốt truyện cũng đã miêu tả được mối tình đẹp của ba má cô ban đầu, nhưng về sau đó, họ đi đến giai đoạn đầy vẻ khốc liệt...

Nghe cô kể chắc là cô có năng khiếu văn học lớn. Chúng tôi nghĩ có thể sẽ xuất bản.

Sau 1000 bản in xong. Mọi người mua sạch. Câu chuyện là như vầy xin giới thiệu.

Ngày đó có hai vợ chồng nghèo sống bên xóm sông. Vợ tên là Trần Ngọc Kim Yến. Chồng tên là Nguyễn Du Bảo Chương. Họ yêu thương nhau tha thiết, mặn mà. Đi sớm về khuya, cơm muối ngày hai bữa, vợ chồng không rời nhau... Chàng làm nghề câu cá. Nàng làm nghề đưa đò, đưa khách sang sông. Đôi lúc nàng mệt, nàng ở nhà may chằm quần áo tươm tất cho chàng, khi rách bởi qua ngày tháng. Và chàng thay nàng chở khách luôn... Tuy thế cuộc sống họ ấm êm hạnh phúc, vẫn đẹp sao...

Nhưng chàng một hôm lại có ý định đi xa làm ăn, thay đổi cách sống.

Khi nàng mang bầu trong dạ. Đã được bốn tháng. Lại gặp cơn đau cảm mạo nặng. Chàng Bảo Chương chăm sóc nàng chu đáo. Chàng nấu cho nàng bát cơm, miếng canh ngon ngọt. Chương đem lên cho nàng ăn, bỗng dưng chàng nhìn vợ:

- Cuộc sống nơi này ấm êm, nhưng lắm lúc hà khắc, khó khổ quá em. Hay là em có thể cho anh đi làm ăn xa. Anh kiếm tiền hơn.

- Để coi em hết bịnh đã chứ anh?

- Cố nhiên anh hiểu điều này em ạ.

- Nhưng em buồn lắm nếu phải xa nhau. Em thật sự không muốn cho anh đi đâu?

- Ta tạm thời hy sinh để có một tương lai khác hơn. Hỡi người vợ cưng nhất của lòng anh mà.

- Nếu anh đi xa làm ăn. Anh nghĩ có thể xa em lâu không anh Bảo Chương?

- Không lâu đâu. Anh sẽ cố gắng, về rước em nhanh nhất. Chúng ta có thể có một cuộc sống mới khá hơn chăng?

- Em và con trong bụng không muốn cho anh đi đâu.

- Anh đi vì con chúng ta đó thôi em nên nhớ.

Nàng làm thinh buồn nhìn chàng và không nói nữa.

Hai hôm sau nàng bớt bịnh. Công việc chàng phải thả lưới giăng câu. Mấy hôm sau nàng khỏe mạnh nhưng chàng không cho nàng chèo đò nữa. Con thuyền vẫn đứng đó trơ trơ...

CHƯƠNG 2

Mọi chuyện đã quyết. Chàng Bảo Chương đã lên đường

về nơi thành phố lớn. Chàng xa nàng vào một buổi sáng sớm, sương chưa tan. Hai vợ chồng cảm giác bịn rịn vô cùng, thương nhau vô cùng. Song nàng đã cho chàng ra đi như lời đính ước. Và cũng chiều theo ý chàng. Bảo Chương ba lần rời lòng nàng và ba lần trở lại hôn nàng. Chàng nhìn trong đôi mắt nàng, mắt nàng như níu kéo chân chàng không đi được. Nhưng sự cưỡng bức của lý trí làm chàng thả nhịp bâng quơ, trông theo... Đường đi như một lối mòn vạch sẵn...

Chàng đã phải ra đi...

Nguyễn Du Bảo Chương đến tận một nơi thành phố sầm uất và nhộn nhịp. Với chàng mọi thứ trước mắt đều lạ hoắc...

Nguyễn Du Bảo Chương như người nhà quê lên tỉnh. Tuy là mặt mũi chàng có vẻ sáng sủa dễ coi. Bảo Chương đi nghênh ngang nhiều đường cửa, của thành phố, đói bụng chàng dừng lại vào một quán ăn, chàng kêu cơm loại rẻ nhất để dùng đỡ. Lúc này trong quán có một người ngắm Nguyễn Du Bảo Chương không chán mắt. Và anh ta coi như bị hút ngắm muốn quên mất phần ăn uống của mình luôn. Anh ta cứ nhìn trân vào Nguyễn Du Bảo Chương đang ăn. Thấy người con trai đàn ông ăn uống khác lạ: ăn chi có vẻ thô lỗ mạnh bạo quá, uống thì có vẻ tục tằn bẩn chật quá... Anh chàng lạ để tâm chăm chú, tên là Tường Lâm. Anh đến hỏi làm quen với Nguyễn Du Bảo Chương ngay:

- Này anh bạn từ dưới quê lên chắc? Trông anh ăn uống tôi thích lắm đó.

- Dạ tôi đang đói.

- Anh ăn uống hồn nhiên và tự do quá nhỉ? Có thể có người cho là thô lỗ, riêng tôi thì rất mến, rất thích lắm... Anh từ đâu đến đây?

- Xa lắm dưới sông quê.

- Anh định đi làm gì ở thành phố này. Xin lỗi tôi muốn làm quen với anh vài câu nói vui vui...

- Không sao. Tôi chưa biết nhưng ai mướn tôi sẽ làm, đó là bước đầu tiên.

- Vậy sao? Vậy thì anh theo tôi, có thể làm được không?

- Hân hạnh cho tôi đó chứ. Anh làm việc chi nhỉ?

- Tôi làm việc cho một cơ sở làm signs, kẽ bản chữ, cắt vẽ, cắt sắt, cắt dụng cụ v.v... Dọn dẹp, thu hồi, đồ thừa mứa, rất còn nhiều việc trong đó linh tinh lắm.

- Vậy à? Công việc có khó lắm không?

- Công việc nào khó, thì mình học cũng trở thành dễ mà. Tôi nghĩ anh bạn không tệ ở đôi tay đâu? Tôi thấy anh dễ thương quá đó. Có thể dẫn anh đi làm cùng tôi chắc là thú vị... Tôi thích đấy.

- Xin cám ơn.

- À mà cho biết quý danh đi để gọi thì hay hơn.

- Tôi tên là Nguyễn Du Bảo Chương.

- Ồ tên hay thật đấy. Còn tôi tên Tường Lâm.

- Tên anh vẫn đẹp mà?

- Tên tôi thì thường quá thôi. Anh có vợ con gì chưa nhỉ?

- Có rồi vì cuộc sống ở sông quê khổ quá tôi muốn đổi đời và sau này rước vợ lên.

- Trời ơi xa vợ... Anh gan quá. Tôi độc thân lo cho thân mình thôi.

- Mỗi người có một số phận trời định mà. Có vợ sớm cũng do trời cho thôi.

- Tôi hiểu.

- Nhưng tôi nói có sai anh cũng thông cảm nha. Tôi là dân quê mà.

- Không sao miễn là lời nói phát ra thật từ tâm thôi. Ồ vậy bây giờ đi đánh bida với tôi cho vui đi. Tôi sẽ gặp bạn bè để giới thiệu. Chúng tôi thì rất ghiền bida... May be gặp ông chủ nơi đó. Ông chủ cũng ham chuộng bida lắm... Hôm nay là chủ nhật chúng tôi đi chơi hết.

- Vâng cám ơn anh có lòng. Thật buổi đầu tôi hên gặp người tốt.

- À này, nhưng chỗ nghỉ anh ở đâu. Có chưa?

- Tôi còn đi lang thang chưa có ý tìm chỗ nghỉ.

- Trời ơi gan thật, vậy là có thể về cùng nhà tôi trọ. Anh

sẽ thay đồ tắm giặt nhé. Cái giỏ xách này trông coi không quá hai bộ đồ nữa đúng không?

- Dạ đúng. Chỉ có một bộ đang mặc, và một bộ này nữa thôi. Còn rách nát tệ tôi bỏ lại nhà.

- Vậy sao? Ồ chúng ta đi được rồi chứ. Nhường ghế cho khách mới nhé.

Không hiểu sao Du Bảo Chương đứng nhìn như lúng túng. Tường Lâm nói với người bạn mới:

- Ồ tôi có thể trả tiền cho anh phần cơm này đó nha?

- Thưa không tôi trả xong.

- Thế sao?

- Tôi có ít tiền nên kêu theo ý của mình. Nguyễn Du Bảo Chương nói và uống nốt ly nước sâm đá còn lại.

- Vậy Ok đi nha. Tường Lâm nói rồi nhìn anh bạn Nguyễn Du Bảo Chương.

Tường Lâm đi vào quày cashier trả tiền cho phần cơm mình. Anh còn mua thêm vài gói thuốc để dành hút, vì tiệm có bán thuốc lá. Quay lại, Tường Lâm nhìn bạn bảo nhanh:

- Let go nghen... Chúng ta đi thôi lên đường...

- Vâng!

Hai kẻ ra khỏi quán ăn bình dân Hương Cốm. Họ về nhà Tường Lâm. Tường Lâm ở một ngôi nhà trong hẻm, được ba phòng kể cả phòng khách. Anh chưa vợ và sống một mình. Nhà bày biện có vẻ bừa bãi. Hai người bước lọt vô nhà, Tường Lâm sốt sắng lên tiếng:

- Nhà tôi ở đây, cũng thuê thôi. Mình cũng ở dưới quê nhưng lên đây lâu rồi. Coi như dân phố lâu rồi. Anh đi tắm đi. Tôi nhường anh đi tắm trước. Dư một phòng anh cứ ở đi làm cùng tôi tự nhiên nha...

- Vâng cám ơn.

Nói rồi Nguyễn Du Bảo Chương đi lấy đồ đi tắm. Hai ngày không tắm, nước vô người thật mát và dễ chịu quá. Anh vừa tắm vừa cảm giác xúc động khi gặp một bạn tốt. Mặt mày Nguyễn Du Bảo Chương phấn chấn ngay cả khi đang tắm... Phần Tường Lâm thì ngồi nơi ghế, có đặt một chiếc bàn nhỏ gần đó nơi phòng khách. Anh mở nhạc buồn êm êm, ru ru, a ả để nghe.

Nguyễn Du Bảo Chương tắm xong. Chải tóc thay đồ. Ở lại nhà không đầy 15 phút. Tường Lâm chế một loại trà công nghệ mới, bằng hai cái túi lọc trong một cái ly, anh sớt ra, chia ra làm hai mời anh bạn mới quen dùng ly không có túi lọc cho kia lịch sự. Tường Lâm vui thân thiện:

- Dùng trà thêm đi nhé người anh em Bảo Chương. Trà này cũng đặc biệt đó.

- OK. Xin cám ơn anh bạn tốt, làm tôi cảm động lắm.

- Được rồi.

Cả hai bưng lên uống phần mình.

Tường Lâm định vứt túi lọc trà đi lấy phần nước uống thôi, nhưng không hiểu sao anh lại thích để treo như thế và bưng uống ngon lành. Bảo Chương nhìn anh thấy hay hay với con người Tường Lâm.

Sau khi uống nước trà thư thả, thì Tường Lâm dẫn người bạn Bảo Chương đi. Nguyễn Du Bảo Chương lại theo đến nơi bida để Tường Lâm tột bóng. Nơi đó cách nhà không xa lắm, mà không gần lắm. Hai kẻ cuốc bộ độ 10 phút là tới.

Tường Lâm vui vẻ giới thiệu cùng bạn bè tin mới kết:

- Tao có bạn mới tụi bay không ăn hiếp nha. Có chí và dũng cảm lắm đó.

Im lặng nhìn bạn bè tý. Tường Lâm nói thêm:

- Đi làm ăn kiếm tiền nuôi vợ ở xa đó.

- Ồ... Cả đám ngạc nhiên nói, họ há hốc nhìn quanh, rồi họ nhìn Bảo Chương, nhìn Tường Lâm luôn.

Một đoạn sau họ nhập cuộc, Tường Lâm chơi chứ Nguyễn Du Bảo Chương chỉ đứng nhìn. Mà Nguyễn Du Bảo Chương biết gì bida mà chơi? Muốn chơi được môn gì là phải học. Thiên tài đâu có dọn sẵn đường suông?

Nguyễn Du Bảo Chương đứng ngơ ngác nhìn anh thấy họ chơi rất ngoạn mục. Bảo Chương cảm giác đã nhớ vợ con, nhưng biết làm sao hơn. Khi anh có ý định đi làm ăn, không lý anh chạy về thăm? Anh hứa với lòng từ khi bước đầu tiên rời nhà kia mà! Từ khi rời ánh mắt nàng dấu lôi cuốn...

"Yêu thương chỉ để nơi lòng.
Anh đành bấm bụng khóc ròng một bên...
Ra đi quyết chí vững bền
Em là "hoàng hậu" tình vương nên lòng..."

"Cho vì tương lai ngày mai vợ, chồng thoát khỏi cảnh nghèo. Đáp đền ơn nàng... Nàng sẽ là một hoàng hậu không đổi ngôi nơi chàng." Anh trấn ngự bằng những câu văn anh đột xuất, mà nghĩ ra hay như thế. Nguyễn Du Bảo Chương biết dù nghèo anh vẫn có tâm tư lãng mạn, và thủy chung.

Một chốc ông chủ đến. Tường Lâm giới thiệu Nguyễn Du Bảo Chương cho ông chủ. Ông chủ vui vẻ trò chuyện với đám công nhân và group đánh bida này. Ông chủ Ngô Gia Tuấn thì còn khá trẻ, chỉ độ lớn hơn Nguyễn Du bảo Chương chừng năm hay bảy tuổi thôi. Ông đã tiếp cận và chấp nhận cho Bảo Chương vào cơ sở công trình design bản cắt, vẽ, dựng hình, tạo mẫu chữ, cắt chữ, tạo được cấu trúc hình tượng, của mình để làm việc nơi công ty ông.

CHƯƠNG 3

Từ đó Bảo Chương cộng sự làm việc nơi phụ giúp design của cơ sở Hợp Lực Connection Power, của ông chủ Gia Tuấn. Chàng rất có hoa tay, lại làm việc có sức lực, và nhanh chóng. Ai nhìn anh làm cũng đem lòng mến yêu, có vẻ nể phục hơn là ganh tỵ. Bởi vì anh hiền lành sâu sắc không hơn thua... Tường Lâm rất vui khi có một người bạn có nhiều khả năng trong công việc và chân thành. Bảo Chương làm rất hăng. Anh chơi bida cũng hăng luôn, đã lên tay chơi giỏi. Hai người như đôi bạn thân, chăm làm cả chăm chơi. (Chăm việc cũng chăm hoang đàng chơi bida! Thật ra bida là môn chơi giải trí nhưng dễ bị ghiền.)

Năm tháng trôi qua Bảo Chương làm lợi ra, giúp cho công ty ông chủ Ngô Gia Tuấn khá nhiều. Công việc anh rất mau thạo nghề, và trôi chảy. Hàng các sản phẩm được khách ùn ùn nối tiếp đặt đơn. Hổng hiểu sao từ ngày Nguyễn Du Bảo Chương đến làm, thì sự làm ăn của cơ sở Hợp Lực Connection Power lại vô cùng phát đạt, thịnh vượng bội phần. Người ta nghĩ rằng ông chủ Gia Tuấn có thời, nhưng cũng có số người cho là sự có mặt của Bảo Chương hên quá làm thay đổi nhiều, đến bất ngờ cho cơ xưởng. Ông chủ Gia Tuấn và những anh em công nhân mừng lắm. Mặt khác đáng chú ý hơn ở nhóm, đó là Bảo Chương đã có một vị trí chơi bida có tiếng. Chàng chơi rất đẹp và giỏi hơn những ai từng giỏi. Kể cả những đàn anh hoặc nhà nghề, gạo cội trước đây trong 3 đến 5 năm. Bảo Chương đánh bạt họ lại về ở phía sau. Anh như xông xáo vào hàng đầu. Anh như phục sẵn thần bida xuống thế! Nghĩ cũng lạ!

Cái gì vẫn thường có mặt lợi thì mặt hại của nó. Hổng hiểu sao xảy ra nhiều lần, Nguyễn Du Bảo Chương đam mê quên cả giờ làm việc. Anh làm giỏi nhưng hay đến trễ. (Đa phần dân lao động ở đây nghèo, ở xa công xưởng một tý thì đi bằng xe bus đến trạm, có thể một chặng hay nhiều chặng đường, rồi đi bộ rẽ vào hãng xưởng để làm. Ở gần hơn thì trực tiếp bách bộ đến làm thôi. Bảo Chương và Tường Lâm thì được hên hơn, nhà họ gần cơ xưởng. Nhưng điều đó đâu có cho phép trễ hoài.) Anh bị chủ Gia Tuấn mắng ngay trong bữa ăn cơm cùng các bạn đồng nghiệp, đồng môn. Bởi tánh ông chủ Gia Tuấn nghiêm ngặt và nóng sốt, mà Bảo Chương thì anh trễ hơi nhiều lần rồi... Gia Tuấn như đưa ra một kiến nghị:

- Nguyễn Du Bảo Chương có đủ khả năng, làm việc có tài. Rất tốt đó, có hoa tay, có năng khiếu lớn, song làm việc tới lui hay bị trễ nãi hoài vậy. Nếu cứ tiếp tục, tôi khó mà giữ lại nơi đây... Cơ sở nào cũng tuân thủ theo giờ giấc, hơn cả tài năng. Im lặng một tý. Ông chủ Gia Tuấn nói tiếp:

- Lạng quạng tôi có thể sa thải anh đó. Anh đừng trông cậy tài năng giỏi giang nha. Đừng học theo sự hiên ngang tự ý, và tự mãn. Anh được phước phần tôi nhận. Anh phải biết ơn chứ. Không đùa dai nha. Anh phải biết nhục khi la như thế này nhé. Anh nên biết chứ? Mình đang ở chỗ nào? Tôi xin cảnh cáo.

Nguyễn Du Bảo Chương ngại ngần đứng lên không nói năng chi. Anh bỏ đôi đũa và chén cơm đang ăn, anh chạy nhanh, rồi đi bộ qua các ngõ ngách, lội ngay về nhà, ngồi thừ ra, để tấm lòng Nguyễn Du Bảo Chương đang suy nghĩ những gì...

Cả đám công nhân nhìn theo anh ngạc nhiên cho đến khi anh hút bóng nơi cơ sở Hợp Lực Connection Power họ mới thôi. Và người bạn Tường Lâm đã nhanh chân theo anh phía sau. Tường Lâm về tận nhà khuyên:

- Có sai, có nói thì để làm tốt mà. Nguyễn Du Bảo Chương đi như vầy coi chừng không còn cơ hội làm ở đây? Anh không nên khinh lời nói một giám đốc, và là một ông chủ trẻ có tiếng... Gia Tuấn nói thế, nhưng trong lòng là người rất tình cảm đó.

- Tại sao Gia Tuấn không góp ý riêng cho tôi. Lại đổ xồ ra nơi đám đông như thế. Và nhiều người nghe thế...

- Cũng là bạn bè thôi. Không ai ghét anh cơ mà?

Nguyễn Du Bảo Chương làm thinh. Tường Lâm nói tiếp:

- Phải trở lại xin lỗi giám đốc, chủ Gia Tuấn để đi làm.

Nguyễn Du Bảo Chương vẫn làm thinh như án binh bất động.

Tường Lâm lo lắng cho bạn mà rằng:

- Phải trở lại xin lỗi giám đốc để đi làm lại. Nguyễn Du Bảo Chương ơi xin bạn nhớ cho.

- Thôi mình nghỉ, không làm lại nơi đó nữa.

- Vậy nghỉ bạn tính sao? Làm gì nào? Trời ơi...

- Mình chưa tính được, cho mình nghỉ vài hôm nha.

- Được thôi hồi tâm đi. Để bạn tìm cách đúng nhất nha.

- Đúng nhất...?

- Vâng!

- Đúng nhất? Nguyễn Du bảo Chương nhại lại tiếng bạn lần nữa, nhưng như hỏi lại Tường Lâm một cách lơ đãng trong anh...

Mấy hôm sau Tường Lâm đi làm. Cơ sở Hợp Lực Connection Power nhiều người bạn hỏi thăm Nguyễn Du Bảo Chương, nhưng chàng đã không đến.

Ở nhà một mình chàng nằm nghĩ thương vợ chàng héo hắt, trong cái tươi tắn còn tuổi thanh xuân. Nhớ nhất là lúc nàng đau bịnh chàng chăm chuốt cho nàng, nhưng ai khiến chàng đã buộc lên lời chia tay, để phải đi lo tương lai. Tương lai bây giờ là như thế nào đây? Và anh nhớ nàng chèo đò bụng mang dạ chửa, đôi mắt đăm đăm ấy đang hướng về chàng... Hình bóng đó đang lộng độ vào trái tim chàng! Tô thêm nỗi nhớ nơi chàng thật ngất ngây...

Chàng thật thương đôi mắt đó, chàng không muốn làm cánh chim trời giang hồ phiêu bạt. Nhưng chàng đã ra đi là tìm kiếm một cuộc sống mới cho họ hạnh phúc về sau... Câu khẩu hiệu nơi lòng Bảo Chương đưa ra "phải chịu hy sinh mà?" Nhớ mấy chàng cũng phải cắn răng lên chịu đựng, đi đem tìm ước vọng hạnh phúc. Chính chàng vạch ra. Vậy ước vọng và hạnh phúc đôi ta là gì hôm nay đây?

Nghĩ quanh nghĩ quẩn. Chàng tự ái không thèm ra cơ sở design của Hợp Lực Connection Power nữa. Chàng lại ra quán bida vui chơi giải buồn, và đánh theo cá độ ăn thua, lấy tiền làm vốn cho cuộc hành trình tiếp theo chăng? Buồn quá, nên chàng lại hóa ra liều lĩnh, nông cạn và vội vàng. Hình như chàng đã làm với hành động nhanh chóng, mà nhìn kỹ xét thì, quá sơ sài, để không nghĩ theo ý thức? Nguyễn Du Bảo Chương đi đánh bida xong, bạn bè nơi đó mời karaoke. Buồn quá chàng lấy tiếng hát làm vui có lẽ. Chàng hát mọi người nghe, họ cứ kháo theo khen:

- Hay quá, quá hay. Giọng ca để đời các bạn ơi. Để đời giọng ca đang lên. Ôi đời để giọng ca sẽ có ha ha. Ca không thua ca sĩ chuyên nghiệp nha. Ô la la, là lá la...! Ôi tuyệt vời, quá tuyệt vời! Các bạn nghe trầm trồ tán thưởng. Đã hay thì họ khen. Nhưng họ khen để được nghe cho nhiều lần nữa.

Chàng hát bài Thói Đời. Xin chép bài hát này vào đây.

Đường thương đau đày ải nhân gian/ ai chưa qua chưa phải là người/ Trong thói đời cười ra nước mắt / Xưa trắng tay gọi tên bằng hữu / Giờ giàu sang quên kẻ tâm giao/ còn gian dối cho nhau/ Người yêu ta rồi cũng xa ta/ Nên chung thân ta giận cuộc đời/ Đôi mắt nào từng đêm buốt giá/ Bên chiếu chăn tình xa nhịp thở/ Tiền đổi thay khi rủ cơn mê/ để chua xót trên lối về/ Rượu trần ai gội niềm cay đắng/ Những suy tư in đậm cuộc đời/ Mình còn ai đâu để vui/ khi trót sa vũng lầy nhân thế/ Có ưu tư muộn phiền lên xám môi/ Bạn quên ta tình cũng quên ta/ Nên trắng đêm thui thủi một mình/ Soi bóng đời bằng gương vỡ nát/ Nghe xót xa ngời lên tròng mắt/ Đoạn buồn xa ta đã đi qua/ Ngày vui tới, ta vẫn chờ.

Nhưng cuộc vui nào cũng tàn, cũng hết, cũng kết cuộc. Bảo Chương ra về, chàng muốn vào quán mua một thứ rượu đắng ngọt và về uống để ngủ vùi, cho quên đi cái khó khổ của chàng hiện tại. Nhưng nào ngờ những cốc rượu say ngủ dẫn chàng vào giấc mơ... Chàng bỗng tự nhiên thấy mình làm ca sĩ chính thức, ăn mặc đẹp hơn, đứng hát trên sân khấu lớn có giá trị... Ôi một giấc mơ thật lạ, chàng không thể ngờ...!

Còn Tường Lâm đang đi làm, Tường Lâm vô sở, anh đã tiếp xúc và năn nỉ ông chủ. Ông chủ Ngô Gia Tuấn nói:

- Tôi đồng ý cho anh ta đi làm lại. Nhưng chính Nguyễn Du Bảo Chương phải là người lên tiếng trực tiếp với tôi.

- Được xin cám ơn Boss. Tường Lâm sẽ về nói lại với Nguyễn Du Bảo Chương.

CHƯƠNG 4

Thế nhưng khi về nhà. Tường Lâm nói lại với Bảo Chương. Thì Bảo Chương lại không chịu. Du Bảo Chương có cảm nghĩ khác hơn của Tường Lâm. Anh cho rằng:

- Không. Mình không đi làm ở đó nữa Tường Lâm à.

- Bida không thể là nghề cho bạn sống? Còn vợ con bạn đang mong.

Nghe nhắc đến vợ Du Bảo Chương như giật mình. Và chàng chẳng dám nghĩ đến vợ để nhớ nữa. Chàng bảo tiếp:

- Tôi có thể đi hát kiếm tiền và chơi bida để sống.

- Trời ơi không được đâu.

- Mình sẽ thử cho bạn thấy.

Sau đó thì Du Bảo Chương lại đi hát trong các quán. Trên đời này không phải cái gì ai muốn, mà sẽ hình thành lên được. Không ai mong mà dễ có phần. Mà tất cả phần lớn phải nói do bàn tay tạo hóa ưu đãi, hay đặt để thôi. Đôi lúc ngang trái, và bất ngờ bởi phần số rủi may nữa? Con tạo thật lá lay, nhưng con tạo cũng đã làm nên biết bao huyền thoại cho con người. Khi mà cơ hội vun bồi có dịp, như huyền thoại nối tiếp cặp kè yêu thương, thì lịch sử cố tình, và hình như để giai thoại một lần chạm đến ngõ tay họ...

Và thời gian rất ngắn, chàng đã đứng đầu rất nổi tiếng, với một người tên ca sĩ Du Bảo Chương, hát ăn khách nhất hiện hành trong các thành phố, với bốn bài hát đó là: "Mười Năm Tình Cũ" "Thói Đời"... "Hãy Quên Anh" "Linh Hồn Tượng Đá" Xin trích một bài ở đây nữa để nghe văn vẻ lời ca. Bài Linh Hồn Tượng Đá:

Trên dốc đá tôi tình cờ quen nàng/ Ngồi bên nhau gọi tên nhau để rồi xa nhau/ Em đã đến và đã đến như áng mây/ Như cánh chim bay qua bầu trời/ Ôi hình hài một vài giờ vui/ Tôi muốn nói lên trọn lời êm đềm/ Kề tai em bằng con tim một người yêu em/ Trưa nắng cháy sợ gió núi xô sóng khơi/ Tan vỡ mau nên tôi nghẹn lời/ Nên cuộc đời trọn phận lẻ loi

ĐK:

Em ơi, em ơi thời gian gần gũi/ Nào được bao nhiêu/ Nào khi rời gót lòng đầy cô liêu/ Nên xa em rồi tôi nhớ em nhiều/ Em ơi, em ơi thà không gặp gỡ/ Thà đừng quen nhau

Đừng cho hình bóng, đừng nhìnnh nhau lâu/ Tôi không ôm ấp kỷ niệm đớn đau/ Tôi đứng đó như hình một pho tượng/ Chờ ai đây đợi ai đây và tìm ai đây/ Nghe nuối tiếc gào thét giữa muôn sóng khơi/ Nghe trái tim rung lên bồi hồi/ Mong gì gặp lại lần thứ hai.

Và chàng lại lấn sân đi coi vũ sexy. Rồi chàng copy nhảy sexy men đẹp nhất trong các nơi ấy nhanh chóng. Chàng trở nên có sức hút mãnh liệt, khó cưỡng trước cái nhìn từng trải của đôi mắt nhà nghề trong môn nghệ thuật này. Chàng như có được nhiều màu phép kỳ lạ trong thế giới riêng mình...

Nguyễn Du Bảo Chương bắt đầu có cuộc sống mới

như thay xác hoàn toàn, với cái tên ca sĩ Du Bảo Chương không thể hiểu nổi luôn. Và coi như cuộc đời chàng, một cuộc sống sâu bọ đã được biến thành vị trí bướm lạ đẹp vô ngần... Chàng khác thường, giá trị cao ngôi, cao chiếu rồi...

CHƯƠNG 5

Một thoáng 5 năm trôi qua cái vèo như mơ. Chàng làm lắm tiền, nhiều của. Và chàng gởi thơ về cho vợ. Và nàng đã cùng con thơ lên thành phố sống cùng với chàng. (Tất nhiên trong 2 năm đầu, sau đi hát bắt đầu nổi tiếng có tiền chàng đã về, và về thăm vợ hai lần, qua năm thứ ba chàng đã dẫn vợ con lên thành phố luôn...) Qua năm thứ tư Du Bảo Chương không còn làm ca sĩ nữa. Chàng đã không còn làm ca sĩ kiếm tiền nữa, chàng không còn đi vũ sexy cùng chúng bạn nữa. Du Bảo Chương có vốn mở một công ty buôn bán trà, rượu, coffee, thức uống xịn, để giải trí cho giới thượng lưu cao cấp... Có tiền tạo ra tiền. Sau đó thắng thế làm ăn, Du Bảo Chương học mở rộng lĩnh vực hợp đồng sản xuất rượu trắng, rượu vang đỏ... Sau chàng tách rời và biến thành công ty độc quyền của riêng mình. Chàng trở thành người giàu có nhất nhì thành phố, và chàng mướn nhân công, có Tường Lâm cai quản...

Cách đến với bida và ca hát và vũ điệu sexy như một sự thưởng ngoạn giải trí đẳng cấp, của chàng bây giờ. Chứ nó không còn là chàng phải đi để kiếm tiền, kiếm "kim ngân" từ các bộ môn này nữa. Cuộc sống Du Bảo Chương giờ xa hoa quyền quý. Bạn bè thân hữu Du Bảo Chương luôn dành sự trân trọng, và đối xử rất nồng nhiệt... Đời chàng đã rất hay, rất lạ, rất lên hương...

Riêng về vợ, Du Bảo Chương như không đạt ý lắm, chàng như thất vọng ở nơi nàng. "Một hoàng hậu chàng chẳng muốn đổi ngôi khi chàng lên điểm thang giàu có nhất, tiền tài và quyền lực, song sự đời lại quá trớ trêu, quá mỉa mai chọc ghẹo chàng nỗi đau này..."

Vì rằng vốn dĩ Du Bảo Chương hay mua quần áo tặng cho vợ dấu yêu - Trần Ngọc Kim Yến, bằng những đồ đạc sexy gợi cảm loại nhất, đắc tiền nhất… Nhưng ôi ngặt một nỗi Trần Ngọc Kim Yến vốn dĩ vẫn thích ăn mặc quê mùa chất phác, của thứ dân dã nghèo túng, thiếu trước hụt sau kia. Hình như lối ăn mặc đó, có lẽ đã cố tình bám lấy tận tâm hồn, huyết mạch nàng rồi… Nàng chỉ thích với những chiếc áo bà ba, áo vạt hò, áo thường cổ tròn, áo cổ kiềng, cổ chữ U dịu dàng, cổ lé sen, cổ thuyền rộng, từ thuở đó… Hoặc là những bộ đồ bình dị, vải vóc rẻ tiền hạ cấp, mát mẻ kia… Nàng yêu chuộng chỉ có thế thôi…

Kim Yến vì bẩm sinh, hay chưa muốn đến thời điểm để mà cách ăn mặc lột diện lột xác, khó ai mà biết? Chàng cứ mua tặng, nàng cứ gom bán. Nàng gom lại tất cả năm lần là như vậy. Chàng mua về, nàng bán đi. Hai người như rượt đuổi hai ý tưởng… Thật là hài hước hay đau khổ đây!

Nàng đem bán hết xong, Yến lại đem tiền cho từ thiện. Việc làm chi của nàng, Chương đều biết hết. Chàng đang theo dõi ngầm mà. Nhưng nàng cứ nghĩ nàng thích gì nên làm nấy. Mặc kệ nếu chàng biết và cấm cản thì đợi xem sao? Hay không nỡ ngăn cấm việc mình làm cũng có lý chứ? Ôi kệ ở nơi chàng xử mà thôi. Nàng chỉ quan tâm điều mình làm được là vui trước mắt đã…

Một hôm Chương hỏi vợ, anh như pha trộn giữa biết và không, rồi giả vờ bảo:

- Trần Ngọc Kim Yến. Em có điên không? Tại sao tôi mua đồ cho em, tôi thử em nhiều lần… Tôi đã cố gắng nhưng vô nghĩa… Em lại không mặc đi vứt hết, hoặc bán đi đâu rồi? Em có điên không thì nói đó? Tôi không muốn em cứ mãi như vậy được? Ôi thật là lạ lùng nơi em…

- Yến vẫn không thích hợp ăn mặc như thế, và Yến chẳng muốn mặc khác hơn. Anh cho em làm điều em thích đi.

- Điều em thích. Là điều gì? Em liệu tính đó nha?

- Có gì đâu anh? Là điều gì? Liệu tính chi anh Chương nhỉ?

- Có gì đâu anh? Là điều gì? Liệu tính? Hừm. Là tại sao em không thể thích nghi với cuộc sống mới, khi mình giàu sang phú quý mà trời cho mình chứ? Và em không phải nghĩ, mình từng đã tìm kiếm đó sao?

Im một chút chàng bảo tiếp:

- Ngọc Kim Yến hãy trả lời cho anh đi, đừng làm quấy và càn nữa nha. Anh không thích tư tưởng cùng thái độ của em đang hiện hành.

- Từ từ em thích nghi mà. Nàng nhẹ nhàng trả lời.

- Từ từ là bao lâu. Thời gian không bao giờ chờ đợi chúng ta. Em nên nhớ...

- Anh thương em. Thì có sao đâu. Em muốn làm những điều em yêu thích. Anh cứ làm những điều anh thích đi.

- Em liệu hồn em đó? Anh nhắc lại đó nha.

- Là sao anh? Nàng chớp mắt hỏi chồng nhanh.

- Yến hỏi sao trên trời đi.

- Hi hi.

- Không cười được với anh nha. Hiểu và nghiêm túc đi...

Sau đó chàng vẫn mua cho nàng lại, nhưng nàng cứ bán đi nữa, lấy tiền làm từ thiện, và mua đồ rẻ với phong cách để mặc. Hai người như cuộc chơi song hành chạy đua. Thật vô lý...

Một lần nữa anh lái xe từ cuộc đi chơi về, thì chàng bắt gặp nàng đang cuốn những bộ đồ đẹp nhất và chuẩn bị đem ra xe để chở đi bán. Gặp vợ tại trận để nổ máy đi. Chàng đã dùng một hệ thống như điểm huyệt, lốc máy không thể lướt bánh. Nàng vùng vằng và không biết lý do từ đâu, đang lúc khó xử. Du Bảo Chương đến gõ cửa xe, ngắm nghía nàng và thùng đồ phía ghế sau. Chàng thò đầu vào ôm thùng đồ ra và hỏi nàng:

- Em hôm nay mang đồ anh mua đi đâu, trông em có vẻ vội vàng và hấp tấp.

Nàng trả lời:

- Em đem cho một người bạn họ mượn.

- Người bạn em tên gì, ở đâu?

- Bạn em. Anh không cần biết để làm gì?

- Anh là chồng em. Chuyện chính đáng anh nên biết.

- Không cần đâu anh. Để em đi. Anh khóa xe em hã?

- Anh muốn em giải thích rõ ràng. Anh mới cho xe em

chuyển bánh.

- Không, anh đừng làm khó dễ với em chứ.

- Tất nhiên không khó. Nhưng anh muốn làm đúng.

- Thôi thì anh đứng đó nghen. Em vô nhà khỏi đi.

Kim Yến nói và nàng rời xe, bước vào nhà. Hôm ấy nàng cũng chỉ mặc bộ y phục bình thường trông khá hơn những lúc trước thôi. Chàng liền tay ôm thùng đồ từ xe vô bỏ giữa phòng khách và lên tiếng với nàng:

- Anh biết em không có giao du nhiều không có bạn bè thân thiết lắm đâu. Ngoài đứa con và người chồng này thôi. Vậy em nói thiệt em mang đồ đi đâu và làm gì?

- Em không mang đồ đi theo trai ngoài đường là được rồi.

- Em đừng ngụy biện và hãy trả lời nghiêm túc đi, chân thành đi.

- Trời ơi… Nói thiệt em chỉ muốn đi xe xịn cho an toàn thôi. Quần áo em không cần cao sang lắm anh à. Em có thể đi bán lại đâu đó họ mua thôi mà.

- Hết biết chuyện như thế mà em làm được. Anh không muốn lạy em, anh cũng xin lạy em đó nha Yến.

- Nữa, trời ơi văn vẻ quá nè.

- Chuyện thật chứ văn vẻ gì. Em với anh như thế thì khó sống chung đó nha.

- Mỗi con người là một sở thích. Mỗi cá nhân ôm những mộng mị khác nhau, cũng đâu có sao? Mình yêu nhau thì tha thứ cho nhau và cảm thông ý người khác sẽ tốt hơn mà.

- Anh không thể tha thứ và cảm thông lâu dài được nữa đâu. Em đừng quá điên dại, để buộc anh một cách vô lý.

- Thôi đủ rồi, đồ đạc anh cho em, sắm cho em là thuộc quyền của em rồi.

- Anh không hiền lành, và không giằng được cơn nóng giận. Hẳn anh cho em một trận đòn đau để em biết nha?

- Đòn thì chịu ăn thôi. Việc mình muốn thì cứ làm chứ.

- Em ẩu lắm, anh rõ chán luôn đó. Tức như hết chịu nổi. Khi có một người vợ như khùng khùng, như dở hơi thế này.

- Khùng khùng dở hơi cũng được có sao anh?

- Hứm. Nhưng em bán đồ để làm gì chứ Kim Yến?

- Em bán để lấy tiền tặng cho hội từ thiện còn hơn.

- Trời ơi làm từ thiện, anh có nhiệm vụ lo phần ấy. Anh đã làm nhiều và đủ rồi. Không cần ở nơi em đâu. Phần áo quần của em, là chỉ để cho em ăn mặc sang trọng thôi.

- Em đã nói em không cần điều đó mà.

- Vậy thì anh nghĩ em tư tưởng, chính là bị khùng đi mất rồi. Có thể anh không chữa nổi.

Nàng lắc đầu và cười giòn. Chàng cũng không thể hiểu nàng trong ý nghĩ phủ định, hay đồng ý những lời mình đang kích bác về nàng.

Chàng đành thôi nói, và chạy vô phòng riêng. Du Bảo Chương đấm tai đấm ngực, bức tóc, bức lòng không nguôi…

Nàng Kim Yến thì ngồi phòng khách rũ rượi và cố đi vào im lặng…

**

Một thời gian về trong lòng chàng thêm cay cú, thì chàng nóng tánh lên, và bực mình hết sức! Không dằn được từ đâu nàng lại có thể? Chàng có những lúc suy nghĩ về Kim Yến rất nhiều. Người vợ của anh yêu thương, không chịu nghe lời anh, khi anh đã giàu triệu phú. Thì nghĩa lý gì để anh tìm kiếm một tương lai, để anh phải chết buồn đây sao...?

Du Bảo Chương lại tự nhiên tức quá, tức lên điên cái đầu đi mất, bức xúc như khủng hoảng hừng hực đi mất, anh lấy bút quẳng đơn, phóng đơn viết ngay. Anh muốn làm đơn li dị vợ… Ai đã xui khiến chàng Chương nhỉ? Ông tơ bà nguyệt đã muốn chia cắt họ sao? Muốn họ quên đi những ngày mưa nắng có nhau, muốn họ quên đi những ngày chàng còn ao ước dưới tận sông quê, chàng dễ dàng, và nỡ nào muốn quên đi người vợ trẻ hiền hòa nhẫn nhục đó sao? Vâng, đích thực chàng làm đơn li dị, tố cáo nàng bị bịnh điên, chàng không thể sống chung được nữa. Và Du Bảo Chương nộp đến tòa án chờ một ngày tháng mới...

Thế rồi luật sư kêu nàng ra tòa. Thế là nàng triệu ra tòa lãnh án bị điên, bị tâm thần dù nhẹ nhưng người chồng quyết định phải li dị. Với lý do xuất đơn: "*Chàng sống không được với nàng, căn bản của ý thức vợ chồng đã mất... Nàng có những hành động vụn vặt điên rồ, chàng không thể nào chịu nổi.*" Kim Yến như người từ trên trời rớt xuống. Khi nghe được tin vu khống quái ác của chồng Bảo Chương đối với mình. Ngọc Kim Yến không biết vì đâu chàng lại vu khống nhanh lẹ đến như vậy. Nàng lại sốt lên, nóng lên thật. Hóa ra nàng cười to cho khắp thế gian hay... Và Kim Yến trở nên điên loạn thật!

Điên loạn nhưng kỳ thay. Từ đó nàng lại thích đổi kiểu ăn mặc. Nàng lại ăn mặc như ngày xưa chồng muốn, như Bảo Chương thầm mong. Nhưng bây giờ Ngọc Kim Yến tự động mua mặc chứ không cần phải do nơi Nguyễn Du Bảo Chương mong đợi, nhắc nhở, hoặc mua giùm... Ngọc Kim Yến ăn mặc sexy đẹp hết cỡ. Và còn hơn thế nữa... Nàng chỉ còn mặc chiếc áo ngực đen hay đỏ, tím, hay vàng, xanh hay trắng, có reng tủa hoặc không reng tua, còn quần sleep lót thì trắng hay xanh, nâu hay xám, cam hay hồng, loại model nhất nhất thời cuộc. Khi thì một chiếc áo lửng rất ngắn, hở ngực hoàn toàn thả sức, đong đưa... Ngọc Kim Yến ưa chạy nhảy tung tăng trên hè phố biểu diễn thân hình của cô. Từ con đường sầm uất đại lộ, đến quán xá, đến tận hẻm nghèo thưa thớt...

Nàng ăn mặc hoang dại như thế nhưng đẹp cực kỳ bốc lửa, với gái một con lộng lẫy vẻ kiêu sa... Người ta không biết lý do nào nàng lại điên lên một chuyện kỳ khôi. Hay Ngọc Kim Yến tự ước mơ, tự giả định để phơi khoe "hàng hiệu chính thức của mình." Ôi sắc nước hương trời của một cô gái hai mươi lăm tuổi? Nàng từ dạo đó sông quê, da chắc thịt đầm, mặn mòi nở nang, với những đường cong tuyệt mỹ? Đời thật éo le, lúc chàng muốn nàng lại không. Lúc chàng không đòi hỏi, nàng lại lên cơn tha thiết thời trang, vượt ngoài tầm độ biên giới chàng tưởng... Chỉ tiếc rằng tâm tư Ngọc Kim Yến sa vào điên loạn. Dẫu nét đẹp nàng muôn phần có hơn...

Trần Ngọc Kim Yến đã không còn nghĩ đến con nhiều.

Nàng đi lang thang là chính yếu, là nhiều... Nhưng lâu lâu nàng về ôm con mà khóc than rằng, trong lúc bé Kim Oanh đã lên sáu tuổi.- *Con hãy học hành lớn lên làm một luật sư trong trắng. Con tài giỏi để đánh bại bọn luật sư lưu manh, vì tiền và vì thời đại con nhé...*

Nàng chỉ nói thế đọc đi đọc lại hai, ba lần. Mỗi lần ghé về thăm con. Khi chồng vắng nhà. Và có một người ở, (sen bộc) mở cửa nàng vô. Thần thái Kim Yến rất ư là tỉnh táo. Mà nàng ăn mặc thế thôi. Nhìn phong cách Kim Yến không ai có thể nào bảo nàng điên loạn được? Có điều lớn nhất của nàng đã ưa ăn mặc khác thường, nàng đi loanh quanh không ngại ngần bất cứ ai nhìn ngó, chằm chặp, hay soi mói vào người mình đi nữa... Lâu lâu nàng ré lên như ma cười khóc rú bấn loạn. Với những kiểu ăn mặc kỳ lạ quá vậy, hở hang với mức tối đa, chạy long nhong nơi đường sá. Vậy điều đó thì không ai có thể gọi cho nàng là còn tỉnh táo được?

Sau khoảng thời gian không bao lâu vài ba tháng hơn, Trần Ngọc Kim Yến. Nàng bị bắt nhốt vì lịnh ý của Nguyễn Du Bảo Chương mướn tống tiền và đưa ra. Chàng Du Bảo Chương không muốn giới văn chương và báo chí săn lùng chỉ điểm tên chàng và nàng: " Họ sẽ nhất định ghi văn nhiễu loạn, phiến loạn về nàng nhiều, sẽ liên quan đến chàng, một người chồng triệu phú..." Theo chàng nghĩ, chàng muốn ngăn chặn, thắt miệng, chặn ngang, cấm cản họ bằng những tin đồn leo thang, xảy ra bốc lửa, ma quái, hoặc sự thật phũ phàng về nàng...

Và từ đó nàng ở trong tù. Cũng chẳng bao lâu nàng đã buồn ý và qua đời đột ngột... Ôi đời nàng Ngọc Kim Yến như giấc mộng hãi hùng ai mà nhìn vào lại chẳng thương tiếc, thương cho số phận hẩm hiu của nàng. Ôi một Ngọc Kim Yến dễ thương hiền lành, đạo đức chung tình, và sexy đã không còn nơi trần gian. Máu nhuộm dòng sông hay vùng biển đảo, cũng không đau hơn khi thấy nàng gục đầu chết lạnh lẽo nơi ngục tù giam hãm bịnh tâm thần ở nàng của một đêm.

Ngọc Kim Yến nhịn đói, nhịn khát không một người biết cho cái chết đau đớn bất mãn của nàng, nàng đã ra đi rời xa trần thế, đêm lạnh cổng chùa cũng mở ra để đoán nhận linh hồn nàng về. Vậy mà trong thực tế gia đình và xã hội đã thiếu sót để quên lãng nàng. Trước khi chết nàng vẫn buồn, vẫn mơ cho con thơ, và nói lên câu nói ngày trước gặp con đó. – *Kim Oanh ơi... Con hãy học hành lớn lên làm một luật sư trong trắng. Con tài giỏi để đánh bại bọn luật sư lưu manh, vì tiền và vì thời đại con nhé...*

Dầu đứa con gái kia nhớ mẹ Ngọc Kim Yến thường khóc vào giữa khuya đêm, nhưng giờ đã say giấc nồng, nào có nghe được dư âm nàng gởi...

CHƯƠNG 6

Thời gian cứ trôi đi.

Ngọc Kim Oanh con nàng đã lớn lên học tại một trường luật như nàng mong muốn. Nhưng rồi bé được chứng kiến câu chuyện: Có một luật sư giỏi, đức hạnh lại bị ám sát ngay trên đường phố. Báo chí truy lùng nhưng trở về con số không. Thật là quá bất lực và quá là đen tối cho những ai, những luật sư giỏi giang để đóng góp vào xã hội, tìm đến cán cân công bằng, giải trình và đấu tranh cho những lợi ích con người chân chính, mà nơi cuộc sống luật pháp luôn cần thiết để bảo vệ họ, những con người tốt. Nhưng cuối cùng luập pháp đã thất bại, nghĩa là không bảo vệ được chân lý pháp quyền. Kim Oanh đã nhìn thấy hoàn cảnh và sự thật, như thế làm cô tái tê, nhức nhối, trái ngược, mâu thuẫn không ngừng với luật sư trong cô...

Kim Oanh theo dõi thế sự và đã thay đổi ý định. Nàng bé cảm thấy như vô hồn với nàng, khi nghĩ đến nghề luật hôm nay phiến diện, giả trá, lương lẹo phần nhiều. Luật sư không còn tiếng nói nhân tâm, không còn tiếng nói của yêu thương chân tình. Nghề luật thật sự chỉ làm nàng tổn thương đau đớn... Và “vì rừng tiền bạc xâu xé” Họ có thể tấn công nhau, đúng đã trở thành sai, và sai trở nên đúng, họ trắng trợn với biện lý, lệch đi của nhiều hướng với những tội lỗi không ngờ...

Luật sư lại hành nghề phải chăng? Họ chỉ biết rằng

vì tiền đứng đầu. Hoặc họ truyền bá cái ngu dốt, cái bẩn thỉu, cái phi lý nhưng cứ thắng. Vì phe phía thuộc phần tiền nhiều của bạo hành, của mạnh mẽ chống án kiện tòa... Họ thua tạm thời đó nhưng họ chồng tiền nhiều, họ có thể thắng ở cái cuối cùng. Thời đại đồng tiền mở cửa mà. Cái gian tà lại thắng cái đức hạnh. Và cái lương thiện, cái hay giỏi lại có thể chết oan đi... Quan tòa thì vẫn phủ quyết, và đồng tình đi theo luật gia. Nghĩ như thế mà liên hệ tới mẹ, Kim Oanh thương mẹ vô cùng, xót xa cho mẹ vô cùng...

Chẳng bao lâu, biết bao thời gian suy nghĩ, và cũng trải qua bao thời gian cảm nhận. Ngọc Kim Oanh đã phải bỏ ngành học luật sư. Cô cho không còn hợp lý, và không đúng với tim óc cô đầu tư một cách thích thú, để sau này làm việc nữa. Nên Ngọc Kim Oanh đã chuyển thi và đi học dược... Thời gian với Kim Oanh là thách đố. Cô gái trẻ có những nỗi đau riêng, cô giam mình cố gắng học hỏi ngày đêm, với ba năm tiếp theo để cô phát minh. Và đúng thật Kim Oanh lập một thành tích kỷ lục, cô đã có công sáng chế ra nhiều loại thuốc mới, nhằm giúp ích cho con người, cho sự sống an toàn, linh lợi cho họ. Kim Oanh cố gắng tìm ra thuốc cắt giảm, sợ hãi, đau thương, lo lắng, quá stress. Trong đó có một loại thuốc đặc chế, trị được bịnh tâm thần mang tính ưu việt. Thuốc tên F- PER loại hạng nhất. Người dùng uống viên thuốc F- PER ... Sẽ đi đến dứt hẳn tình trạng điên loạn, thần trí rối rắm, trầm cảm sợ hãi, hư đốn thiếu nghĩ, hủy thân v.v... Có thể họ đi đến chỗ dứt bịnh hoàn toàn, thuốc đã hổ trợ cho họ trở lại sáng suốt, an nhàn, và vui vẻ tìm về cuộc đời...

Nhưng khi Ngọc Kim Oanh tìm ra loại thuốc đó, thì mẹ Ngọc Kim Yến đã qua đời vì cơn bịnh buồn đau quá sức, đã làm cho mẹ không thể sống tươi vui được. Bởi từ chỗ, hoặc nơi vu khống, khiến người mẹ thân yêu của mình không thể kéo dài sự sống lâu hơn. Nàng nghĩ và thương mẹ mình Trần Ngọc Kim Yến biết ngần nào...

Đó là chuyện một giấc mơ luật sư - Nơi một sinh viên...

HDT. Viết năm 2016________

TRÁI TIM NGƯỜI MÙ

Câu chuyện được cung cấp bởi một nhà báo nữ Thanh Mai phỏng vấn cặp vợ chồng An Nguyên, Lệ Quỳnh. Và đứa con trai 6 tuổi đã biết đam mê làm nghề ảo thuật một cách tuyệt vời. Câu chuyện được truyền cảm hứng cho một nhà văn viết thành truyện lớn hơn, đầu đuôi mạch lạc hơn. Xin trân trọng giới thiệu bạn đọc.

CHƯƠNG 1

Từ ngày cậu Thâm mất đi. An Nguyên đã ở lại đây ba năm. Một chàng trai đã trên hai mươi tuổi mà không biết làm gì ăn khác hơn, bởi chàng mù cả hai con mắt. Thế giới của chàng thật đau đớn vô cùng. Lý do thứ nhì nữa là, An Nguyên cũng thương cậu Thâm quá nên đi không đành nổi...

Tại sao cậu lại chết đi bỏ ta ở lại một mình thui thủi. Dẫu tuổi thanh niên nhưng chàng mù lòa tăm tối này, chàng có bao giờ mơ ước gì hơn? Hôm nay An Nguyên ngồi nhớ lại lời cậu Thâm kể. Nguyên ngồi trên phản gỗ mít cạnh chiếc bàn, người bào gỗ này chính là cậu Thâm. Cậu Thâm bào gỗ không mấy tài giỏi nên phản gỗ nhám sàm, thế mà lâu ngày cũng được bóng nhẵn nhỉ? Mà chắc chàng cũng không thấy chi là bóng nhẵn đâu? Chàng chỉ cảm giác qua đôi tay sờ soạng theo thói quen. Nhà nhỏ rách nát, phên dại, bên ven sông... An Nguyên đang loay hoay mò mẫm cất những chiếc giỏ, thúng, rổ rá, nia, dừng, sàng. Kể cả những chiếc mồm bò, dân nuôi bò ở đây đó họ tới đặt. Anh nghĩ mà thương con bò mất tự do, bị ràng buộc bởi cái giỏ mồm, vì họ cấm kỵ nó, không muốn nó ăn hoang đấy chắc! Anh thương chúng nó mỗi khi làm công việc này. Nhưng biết làm sao hơn khi họ mướn anh phải làm, và cũng vì cuộc sống, anh phải sống! An Nguyên từng nghĩ, hay là một ngày anh không thèm đan đát cái giỏ mồm bò này nữa đâu, thì sẽ từ bi hơn... Nó sẽ tốt hơn chăng? Anh mò mần xếp các mặt hàng với sự kiểm tra bằng thói quen, lòng suy tưởng mông lung…

Và trong lòng anh nhớ lại lời cậu kể. Cậu Thâm đã nuôi Nguyên từ hồi Nguyên mới 5 tuổi. Khi cha mẹ Nguyên, trong chiến tranh, họ đang chạy loạn, bị bom đạn đi lạc của pháo kích đã cướp đi cuộc đời họ. Lúc đó Nguyên còn tuổi thơ ấu lắm. Nguyên thương cha, nhớ mẹ không nguôi, anh khóc miết, khóc hoài mà đôi mắt mờ dần, rồi đến đui mù hẳn không hay, nên bây giờ như thế này đây? Nếu biết trước như vậy thì anh không đời nào dám khóc, để cho đôi mắt mình bị tật nguyền, khổ sở thế!

Xong công việc chàng ra sông ngắm con nước trôi theo dòng mà chàng không thấy được chi cả. Không biết sao cậu Thâm đã chọn nơi này để sống từ lâu. Chắc yên tĩnh, hoặc lối sống không tranh chấp nhiều và ông yêu sông nước là phải. Và Nguyên ước gì đôi mắt mình sáng lên để nhìn một tý. Rồi chàng chết đi cũng ưng ý. Nhưng ước mơ thật sự quá xa trong tầm mắt An Nguyên. An Nguyên chỉ nghe tiếng sét gầm đâu đó trên lưng trời thì chàng thêm buồn não ruột hơn. Mấy hôm nay trời xấu không ai qua sông, ghe xuồng chàng, ế ẩm để đó chẳng ai mướn… (An Nguyên đui mù không chèo lái được, nhưng khách mượn con thuyền anh đi qua, đi lại đã lâu năm thành thông lệ rồi, người ta cho anh tiền kiếm sống… Đôi lúc Nguyên gởi ít tiền cho khách mua gạo thóc, mắm cá, muối đường, tiêu tỏi, bột, hành ngò v.v… để anh dùng.) Vật liệu anh đan đát kia vẫn từ những khách quen biết, cung cấp cho anh. Họ cung cấp từ lúc cậu Thâm còn sống ở đây lận. Họ thương tình giúp chàng kéo thêm sự nghiệp của cậu Thâm ngày đó. Song cậu Thâm biết chèo đò, lái thuyền… Còn chàng hai mắt mù lòa, chàng chỉ sống cho họ mướn ghe thuyền, cùng với công việc An Nguyên bán được mặt hàng đan đát nhiều ít kia họ mua. Chàng mong như "xin" chút tiền nhỏ lê lếch qua ngày mà thôi. Vậy mà…

Khi chàng ăn cơm chiều một mình, rồi cứ hai tay lần lựa rửa chén bát cất lên trên thúng treo. Chàng lấy cây đàn nhị của cậu Thâm chơi tý cho đỡ buồn. Và chính đêm đó chàng mơ thấy rằng của một giấc mơ. Một người lay vai chàng:

- Nguyên ơi... Có một cô gái sẽ đến dòng sông này quyên sinh là tự tử. Xa chiếc thuyền nhỏ của An Nguyên chừng vài dặm, ôi chỉ nửa dặm về hướng Đông Nam. Cô có đi ngang qua nhà Nguyên. Hương tâm hồn cô sẽ bay trong không trung gởi lại một mùi hoa Quỳnh quyến rũ. An Nguyên con đi theo hướng đó. Và con phải xông xuống sông cứu độ cô gái đẹp đó ngay lập tức. Sau này cô ta sẽ vợ con, An Nguyên sẽ sống hạnh phúc với người đó. Người ta sẽ yêu thương con nhiều hơn con tưởng?

- Con mắt mù làm sao thấy đường đi mà cứu vớt cô ta?

- Lúc thần linh sẽ phù hộ cho con đôi mắt chập choạng, sáng lên một tý. Con nhìn được cô gái rồi, thì mắt con không được sáng lâu hơn. Mắt con sẽ mù đen lại. Nghe lời ta đi. Đó là duyên phận An Nguyên và cô gái...

- Nhưng cô ta đẹp thế sao mà tự tử?

- Con đừng hỏi. Đó là phương tiện là nghiệp dĩ, là điều kiện chứ không phải mục đích. Như kinh Phật dạy. Về nguyên lý vậy thôi... Đừng hỏi nhiều rắc rối. Hãy gắng làm việc hơn, chàng trai mến yêu, tên An Nguyên ơi...

Nguyên nghe chỉ bấy nhiêu, giật tỉnh cơn mê... Chàng như còn nửa say nửa tỉnh. Hoang mang Nguyên đang nghĩ lại. Chàng cảm thấy ngơ ngác, lạ lẫm theo một giấc mơ.

Ngủ không được nữa. Trời đã gần sáng chàng dò dẫm lo thổi cơm và kiếm công việc, làm thường ngày đan đát các loại giỏ để bán kiếm tiền sinh sống.

Bỗng trời như tối sầm. Trời như cảm động hay thương xót cho ai. Cùng lúc chàng lại nghe một mùi hương thơm như trong giấc chiêm bao, chàng vội chạy theo làn hương đó. Nghe một tiếng khóc nấc lên nghèn nghẹn. Sau một tiếng rên hừ hừ nữa, tiếp theo như một tiếng thong mạnh xuống dòng sông... Tức tốc Nguyên không đợi lâu, chàng chạy đến thong nhảy liền hơi xuống theo làn nước, rồi chàng sải hai tay ra bơi quạt mạnh hơn. Trong vòng không tới 10 giây chàng đã lặn nhanh ôm người con gái tự tử đó vào tay, An Nguyên bồng lên bờ. Chàng đã nhìn được cô gái như trong giấc mơ. Anh lẩm nhẩm như nói với chính mình: "Ôi cô ta đẹp quá, đẹp lắm, đi tự giận mà mặt đồ chi mỏng manh đẹp ác luôn..." Nguyên xúc động chưa nói gì nhiều, đôi mắt anh đã tối mù lại. Nguyên không nhìn ra chi nữa. Cô gái được vớt lên bàng hoàng xúc động. Cô mỉm cười ngạo nghễ mà rụt rè, có trong làn nước mắt dính quanh nhìn anh. Cô ngạc nhiên hỏi:

- Ông là ai sao không để tôi chết đi. Cứu tôi làm chi? Vì tôi đã không muốn sống nữa?

- Cô còn trẻ và xinh đẹp lắm. Cô không nên phí bỏ cuộc đời sớm như vậy.

- Ông đừng an ủi tôi. Tôi không thích sống nữa đâu.

- Tôi mù lòa hai mắt không thấy gì, tôi còn yêu sự sống. Thì cô không can chi nhảy sông chết uổng thân như thế chứ?

- Lại nữa ông cũng đã xạo với tôi rồi... Mắt ông mù lòa mà nói thấy tôi đẹp. Đàn ông thật là những thứ dã tâm lắm. Giờ thì tôi mới hiểu nhiều về họ...

- Không. Đàn ông đó không phải tôi. Mắt tôi có sáng lên để nhìn thấy cô một tý ty, rồi nó mù lại nguyên thủy đó chứ.

Quần áo ướt nhẹp Lệ Quỳnh chỉ làm thinh nhìn An Nguyên. Nguyên lên tiếng thêm:

- Thôi đừng nói nữa. Cô cứ ngồi trên lưng tôi cõng về nhà hơ lửa ấm, thay đồ kẻo lạnh nhiễm đau.

- Tôi muốn chết mà ông cứu làm chi?

- Đã nói tôi cứu cô vì nghiệp duyên chứ tôi có muốn cứu cô chi đâu? Nghe lời tôi đi. Tôi cõng cô về nhà tôi. Nếu cô muốn chết nữa thì ra chết lần thứ hai. Nếu như cô không muốn tôi cứu thêm...?

- Thôi chắc số tôi chưa chết. Thì để tôi đi theo ông, cõng kẻo ướt mình mẩy ông đó? Mà ông mù lòa làm sao thấy đường đi?

- Tôi đi thói quen mò mẫn từ hồi cậu Thâm tôi còn sống.

Nghe Nguyên nói Lệ Quỳnh không hiểu ất giáp gì. Cô cứ nhìn thẳng vào gương mặt chàng, sóng mũi cùng đôi mắt

Nguyên khá đẹp, lịch ghê… Trời sao nỡ bắt anh khổ sở mù lòa làm chi? Thật tội nghiệp cho chàng. Lệ Quỳnh như cố tìm và thẩm định điều chi ở gương mặt người này. Nguyên lại năn nỉ thêm nữa:

- Tôi cũng đã ướt hết rồi. Ướt cộng ướt có thể ấm hơn? Tôi mong cô để tôi cõng.

- Thôi để tôi đi cùng ông.

- Tôi còn trẻ cô kêu anh đi. Cô kêu tôi ông tôi lại bị buồn thêm, như có một đôi mắt thứ hai nào đó đui mù nữa.

- Con người có một đôi mắt chứ mấy mà ông kêu đôi mắt thứ hai nữa.

- Buồn quá nên tôi giả thuyết cho… Tôi muốn kêu cho trịnh trọng đó mà?

- Hứm.

- Kêu tôi anh đi, cho tôi sung sướng một chút với đời đi.

- Dạ được.

- Kêu đi.

- Anh.

- Ồ tôi sướng và đỡ tủi thân rồi đó. Chắc mặt tôi tươi rồi.

- Tôi thấy anh tươi sẵn rồi mà?

- Vậy sao? Cám ơn nhé.

- Nguyên nói đã nắm tay Lệ Quỳnh mon men theo anh về tới nhà anh.

Nhà thật trống vắng neo đơn bên sông. Lệ Quỳnh nhìn công việc anh làm thật cảm động. Và tại sao anh bị mù lòa mắt, rồi sống như thế này nhỉ? Lệ Quỳnh đứng nhìn với bao cảm xúc ùa vào lòng. An Nguyên đã đi lấy bộ đồ mình đưa cho cô. Anh bảo:

- Cô thay tạm bộ đồ này đẹp nhất của tôi đi. Đồ cô thay ra rồi giặt lại kẻo bị cảm. Xin cô đừng mắc cỡ. Sức khỏe và sự sống mới cần thiết hơn, xấu hổ e thẹn làm chi cô à?

Lệ Quỳnh nhìn bộ đồ rồi đưa tay cầm lấy. Cô nói khi nhìn anh:

- Dạ xin cảm ơn anh nha.

- Ừa…

Thay xong đồ, cô mặc pijama của anh. Quỳnh cùng Nguyên, hai người ngồi hơ lửa nóng. Chàng đui mù nhưng mò mẫn đi làm những thứ, cô phụ theo cùng anh. Cả hai thấy ấm áp tâm hồn... Dầu An Nguyên không nhìn được chi cô gái Lệ Quỳnh...

Sau đó anh loay hoay dọn cơm mời Lệ Quỳnh cùng ăn. Thấy anh làm thật tội nghiệp. Quỳnh thích phụ cùng anh dọn ra ăn luôn. Quỳnh ăn với anh một bữa cơm ngon lành, như họ có duyên kiếp gặp gỡ... Có lẽ cô cũng đói bụng hay thức ăn giản dị quê mùa, song đã làm cho cô tươi miệng ngon chén lắm. Hoặc chăng bao tử cô yêu thích lạ lẫm nữa. Cô cũng không hiểu ai mua cho anh những thức ăn này? Và từ đâu ai gởi đến cho chàng? Lệ Quỳnh tự hỏi bâng quơ. Rồi ăn xong nàng phụ anh dọn dẹp, rửa giùm cho anh chén, đĩa, bát. Lúc anh pha uống nước trà lá anh hỏi nàng:

- Em tên gì để anh gọi nhỉ? Em chưa giới thiệu cho anh biết.

- Em tên Quỳnh. Lệ Quỳnh.

- Tên đẹp quá.

- Còn anh tên chi?

- Anh tên Nguyên. An Nguyên.

- Tên anh cũng đẹp vậy.

- Tên anh thì thường thôi. Người thì cũng xấu nữa.

- Em thấy đẹp mà.

- Miễn em thấy đẹp là anh mừng, hớn hở rồi Quỳnh.

- Dạ. Nàng lại nhìn chàng một ánh mắt dễ thương lắm, mà chàng không thấy.

Chàng lại bảo:

- Em cứ uống trà xong lên giường nằm ngủ qua đêm nay. Rồi em muốn gì hãy tính. Muốn về đi đâu hoặc muốn ở, anh vẫn nuôi. Chắc hẳn anh cũng vui lòng.

- Dạ.

Cô nói và uống trà, Quỳnh cảm động và thầm khen anh có đôi tay hay, biết pha trà lá ngon dù là đôi mắt anh không nhìn thấy được. Cô dọn dẹp phụ giúp anh xong cô lên tấm phản nằm. Chiếm chỗ của anh. Nên Nguyên phải lót tấm áo đi mưa nhỏ kia thay chiếu, Nguyên phanh tròn nằm xuống đất. Nhưng rồi chàng không thích nằm phanh tròn kia chắc kỳ khôi lắm, chàng đã nằm dài và lăn mình ngủ sấp, song nàng đưa mắt nhìn An Nguyên thấy chàng thật tội nghiệp, và dễ thương…

Đêm đó Quỳnh không hiểu tại sao vì đâu chàng mù đui đôi mắt. Và tại sao chàng sống đơn độc như thế này. Trên tấm phản gần chiếc gối, có chiếc gương nhỏ thì ra chàng để, chàng mù lòa vẫn soi gương, hay chàng đặt đó cho mình nhỉ? Con gái nào không thích soi gương? Chắc chàng hiểu ý. Song chàng sắm nó tự bao giờ nhỉ? Nàng tự hỏi bao điều lẩn thẩn. Rồi Quỳnh lấy gương soi, tự nhiên nàng thấy mình đẹp hơn, tươi thắm hơn. Lạ thật, nàng không tin nước dưới sông có thần chi đấy? Nhưng thôi đó chắc là niềm vui cho nàng sau khi được cứu sống? Hay là thức ăn chàng có tiên bà giúp đỡ. Nên mình hơi khác, bị đẹp hơn đó chứ… Nàng không còn chua xót, mà tươi tắn vẩn vơ suy nghĩ mông lung nữa...

Còn phần Nguyên hết nằm co ro, lại nằm sấp ấy, nhưng rồi buồn ý chàng đi lấy cây sáo của cậu mà thổi, cho anh đỡ buồn. Ôi chàng đui mù nhưng tiếng sáo chàng hay quá. Lệ Quỳnh ngồi chồm dậy lắng nghe, nàng nhìn gương mặt chàng nữa, cùng với chiếc mũi, chiếc miệng, và đôi tay bấm đưa nhẹ nhàng thánh thoát. Quỳnh có vẻ thích thú khi nhìn chàng…

Riêng chàng cũng muốn đặt ra câu hỏi vì sao cô gái đẹp muốn tự tử. Song chàng đâu dám hỏi nàng về gia thế và sự nghiệp v.v… Thôi để một hai hôm nữa chàng hỏi vẫn không muộn.

Chàng cứ thổi sáo. Quỳnh nằm lại nghe, tiếng sáo như lời ru êm nhẹ và nàng ngủ quên mất. Quỳnh như đi vào một giấc ngủ dễ thương, huyền thoại… Còn chàng ước gì đôi mắt mình sáng lên, để nhìn nàng tý nhưng chịu thua vẫn còn tối đen mịt mờ. Tuy nhiên cái phút ban đầu cứu nàng lên bờ sông, vẫn còn ám ảnh trong tim Nguyên: Nàng có đôi mắt to và ướt át lắm, cùng với sóng mũi, làn môi, vóc dáng đẹp như tiên nữ. Giọng nói thì như chim họa mi hót buổi sáng, thanh và ấm áp... Ôi sắc đẹp đó, tính cách đó làm gì chịu ở bên mình, của giấc mơ kia chứ? Chắc một phần giấc mơ sợ bị nhầm đó thôi. Chàng nghĩ ngợi... Và chàng cứ buồn vui thổi sáo. Nàng vẫn ngủ ngon sâu, như một giấc mơ hoa...

CHƯƠNG 2

Bữa đó không xa với ngày Lệ Quỳnh được Nguyên vớt lên, nàng ra mé sông chỉ cho khách mượn thuyền của chàng, họ đi lại qua sông. Nàng lại nhận tiền cù lao của họ, và những gì họ mua giùm cho chàng Nguyên. Cuộc sống chàng khó, khắc khổ nhưng bình dị, giản đơn, đáng yêu quá. Nàng như muốn thích nghi...

Người ta chưa kịp hỏi nàng từ đâu đến? Và chàng chưa có dịp thố lộ. Chỉ Nguyên biết mình đã cứu Lệ Quỳnh khi nàng muốn tự tử bằng nước mà thôi. Rồi hôm đó trời cơn mưa giông ập tới. Quỳnh cùng chàng ngồi bên bếp lửa hồng bằng than có sẵn, chàng hay nhờ người ta mua dành dụm khi lạnh sưởi. Lệ Quỳnh bên chàng, kể cho chàng Nguyên nghe:

- Ba má em cũng vì chiến tranh mà chết trẻ vì trận chiến nổ ra, dân tình chạy loạn. Em được cậu mợ ruột nuôi. Sau 1975. Em lên 5 tuổi, em đã mê hát lắm. Chiều chiều theo mợ ra đón cậu đi biển về em nhảy trên cát, hát thật say mê. Tối về lúc nào ngủ, em cứ mơ mình lớn lên làm ca sĩ trứ danh. Cậu mợ về QN khu biển đánh bắt cá. Rồi mỗi ngày việc đánh cá được huy động, quản lý của tập đoàn nhà nước... Những người dân không vui khi quyền lợi họ, bị cắt xén, chèn ép, bị mất công bằng. Khu đất ở của dân chài chuyển đổi, theo quy hoạch vào khoảng năm 1982. Cậu mợ em cùng số người muốn dự định vượt biển, họ đi theo tiếng gọi mà họ cho là tự do hơn. Họ bất mãn chính quyền mới lạm dụng, họ muốn đi tị nạn bằng thuyền ra cửa biển, ra nước ngoài sinh sống làm ăn hơn. Lúc đó em lên 13 tuổi. Vào thời 1983.

Nhưng năm 1984 em đoạt diễn ca tốt múa hay, của thiếu nhi.

- Wow! An Nguyên xuýt xoa và cắt lời nàng.

Lệ Quỳnh cao hứng kể tiếp:

- Trước khi đi anh biết không? Cậu mợ đi ra nước ngoài... Lòng em không muốn đi... Nên em từ chối... Và quyết định đứng trước cậu mợ. Anh biết em năn nỉ:

- Cậu mợ cứ ở lại quê hương, con đi làm ca sĩ và có thể kiếm ra tiền trả ơn cậu mợ. Con cũng tỏ lòng báo hiếu với cha mẹ, con không muốn đi xa.

- Làm ca sĩ đâu có dễ con. Cậu mợ đã thắp nhang vái ba mẹ con rồi. Ta phải đi xa làm ăn kinh tế thôi... Cậu mợ đã phản đối Quỳnh...

- Vậy sao em? An Nguyên lại xót lòng lên tiếng.

- Dạ. Lúc đó em luôn luôn trả lời rằng:

- Con không đi xa tổ quốc quê hương. Nguyện vọng con muốn là ca sĩ trong nước VN này. Con sẽ có người thâu nhận... Còn việc làm ăn của cậu mợ hy vọng có ngày họ chấn hưng hơn, thay đổi hơn, công bằng hơn.

- Ai vậy? Ai nhận con làm con. Và còn làm sao mà có được sự chấn hưng chấn chỉnh chứ? Cậu em vẫn cứ nhìn em thắc mắc.

- Sẽ có mà? Em đáp gọn.

- Vậy thì phần con, coi như ở lại làm giàu cho chế độ họ đi. Cậu mợ sẽ ra đi thôi.

Sau đó cậu mợ em đã ra đi vì họ dự tính rồi. Buổi chia tay em khóc, nhưng giấc mơ làm ca sĩ em đành chịu, và muốn ở lại VN.

Em làm con nuôi của một vợ trưởng đoàn ca vũ nhạc kịch của thành phố NT.

- 15 tuổi em đoạt tiếng hát huy chương vàng thành phố. Và được đi trình diễn các nước Đông Âu.

- 18 tuổi em đoạt vương miện "tiếng hát chuông ngân quốc gia." Những bài em ca nổi tiếng là: Nha Trang Ngày Về. Mùa Xuân Trên TPHCM. Biển Hát Chiều Nay. Thành Phố Mang Tên Người...

Người yêu em, ngưỡng mộ giọng ca em rất là nhiều. Kỹ sư, bác sĩ, thợ vàng thợ bạc, công tử vương giả, lái buôn v.v... đủ hết. Rồi...

- Rồi sao? Nguyên nóng lòng nên thốt lên câu hỏi?

Lệ Quỳnh trả lời:

Nhưng em lại mê thích một họa sĩ lãng du, một tay làm thơ tình hay bá cháy. Phút cuối ảnh không cho em đi hát. Em vì có tình yêu với ảnh đã từ bỏ đi hát. Về chung sống làm người mẫu cho ảnh vẽ, là làm "nàng thơ" cho ảnh thôi. Tình yêu thật có sức mạnh vô cùng. Em sẽ kể như lượt, những giai đoạn chính, cho anh nghe nha...

- Anh đang nghe em thuật chuyện đó mà.

Đây là những lần Lệ Quỳnh kể lại cho Nguyên ngồi bên cạnh nghe.

CHƯƠNG 3

Nàng như lượt truyện:

- Lúc đó Quỳnh đã là 18 tuổi đang hát nổi danh trên các nhà hát thành phố HCM, Nha Trang, Đà Nẵng, Đà Lạt, Vũng Tàu, Cần Thơ, Vĩnh Long... Nhưng sân khấu chính nhất của Lệ Quỳnh vẫn là thành phố Phồn Hoa - Thành phố Sài Gòn HCM. Nàng đi hát ra cả vài chục người săn đón là chuyện thường. Đúng là Lệ Quỳnh là "Nữ Hoàng Ca Nhạc" lúc bấy giờ. Nàng hát hay thôi chưa đủ, mà còn xinh đẹp như thiên thần, biểu diễn rất ư là đa cảm, xuất hồn nữa... Những bản Quỳnh thường hát ăn khách hiện hành phải kể tất cả dạo đó là. Thành Phố Mang Tên Người. Mùa Xuân Về Trên Mắt Ai. Nắng Đã Lên Rồi. Nha Trang Mùa Thu Lại Về. Bài Ca Tết Cho Em. Hương Thầm. Huế Mộng Mơ. Chim Én Mùa Xuân.

Chính vì vậy mà ngày đó ba má nuôi của Quỳnh, một ngày má Trinh nhận cả mấy chục lá thư gởi đến. Sau đó gia đình ba má nuôi Quỳnh mua nhà Sài Gòn đổi chỗ từ Nha Trang. Má Trinh là vợ của Lê Minh, trưởng đoàn ca nhạc Tuổi Trẻ đã nhận nuôi Quỳnh từ hồi nào đến giờ. Đi hát rồi Quỳnh vẫn về nhà ba má. Quỳnh đi thưa về trình chu đáo nghiêm túc lắm.

Thường khi, và rồi hôm đó má Trinh nhận cộc thư các "vương tôn công tử" mê đắm gởi Quỳnh, bà đem vô nhà chỉ liếc nhìn cái tên chủ nhân. Trinh đợi chủ nhật bà sẽ rảnh coi một bữa cho thật thoải mái...

Hôm bà đang xem vào một sáng, thì Lê Minh hỏi:

- Coi gì mê say vậy em?

- Em coi thư các chàng si Lệ Quỳnh, thư tới tấp đó anh.

- Em làm như coi thư ai gởi cho em không bằng vậy? Chồng Lê Minh chọc vui vợ Trinh.

- Anh này nói chi lạ rứa? Trinh cười xòa liếc chồng. Cái liếc rất thương của vợ Lê Minh.

- Thì anh đùa, nhưng mà sao em lại coi thư của người ta gởi cho Quỳnh? Coi chừng em sai đó. Không được khui thư người khác. Không phải của mình mà em Trinh?

- Trời ơi Quỳnh con nó cho em coi mà? Nó ưu tiên em duyệt trước, kể lại nó nghe tóm tắt, chứ nó ít rảnh coi thư ai.

- Vậy sao?

- Nó chỉ mê tập hát và đi hát. Nó chỉ để ý thư một người thôi. Anh ơi... Và con nhỏ này lạ ghê nha.

- Để ý một người... Người nào? Ai vậy em Trinh?

- Tôi đố anh đó?

Lê Minh như không để ý câu nói của vợ. Mà anh bận tâm điều mình muốn nói:

- Ừa em. Con Quỳnh nhiều đối tượng say mê nó, nhưng anh thì muốn gả nó cho một nhà đạo diễn, hoặc nhạc sĩ nào đó nổi danh thì cũng nên em à.

- Hừm em chỉ muốn gả con ngoài nghề...

- Nghĩa là sao?

- Em thích gả nó cho bác sĩ, nha sĩ, công chức hành chánh tầm cỡ. Hoặc bên kinh tế kỷ sư, quản lý nhà đất, quản trị kinh doanh thì tốt hơn.

- Em cứ ham tiền chi? Tình yêu phải tương xứng và nó phải yêu họ là điều đầu tiên.

- Tiền không ham, ham chi anh? Trinh nói xong cười

xòa nhìn chồng.

- Mà có lẽ để nó tự do thì hay hơn. Anh nghĩ vậy. Lê Minh nhìn nụ cười của vợ Trinh mà trả lời như thế.

- Ồ anh. Em thấy nó cỏ vẻ chú trọng đến anh chàng họa sĩ và làm thơ kia hơn ai hết... Có thể nó yêu người này đó anh. Mà cậu ta làm thơ hay thiệt. Nó đang là "nàng thơ" của cậu đó rồi.

- Đâu em đọc một bài tôi nghe thử "hớp hít" không nào?

- Đây nè anh nghe chắc kết đó, chứ nói chi nó nghe? Ha ha. Tôi cũng thích vần thơ cậu đó. Nhưng tôi thích thơ thôi. Tôi không bị ràng buộc. Còn con Quỳnh thì lại khác hơn...

- Em đọc đi, nói nhiều quá. Tôi thì muốn coi tài nghệ làm thơ của cậu ta thử.

- Đây em sẽ đọc nha. Anh thưởng thức đi. "Tựa là có phải em là" ha ha.

- Hừm. Đọc đi còn câu giờ chi em.

- Ừa đọc chứ?

- Đọc đi nhìn anh chi Trinh?

Nhìn anh để coi anh chú ý tới đâu. Một hai ba đọc nè: Nghe đây

Có phải em là... Tên tựa dữ dội thật. Hi hi. Trinh tằng hắng cười, rồi nghiêm túc hơn Trinh đọc:

Có phải em là người yêu duy nhất của anh.
Là nàng tiên trong đáy mộng anh chờ,
Như bạn hiền chuốt rượu thiếu câu thơ.
Và anh bịn rịn như cây kia thiếu nước...?
Em không đẹp như một nàng Bá Tước
Mà riêng anh - Em Hoàng Hậu buổi Dã Quỳ.
Em ơi em... Ta gọi người trong tiếng nấc mê ly.
Xin em đừng lỗi hẹn, cho thành quách kia như đổ vỡ?
Và anh cắn răng mơn man từng nhịp thở
Bởi vì em... Em hãy là tất cả, sóng đền anh?

- Và đây nữa nè.

Đây Là Nàng!

Đây là ngực nàng- tiếng gọi của thanh tân!

Đây là môi nàng- tiếng thở của sóng thần?
Đây là tóc nàng- tiếng rên của liễu rũ...
Đây tất cả là nàng... say sưa quyến dụ.
Thu nào... Em nói chi, lời yêu dấu đã tràn đầy...
Thu đã về gởi mộng khắp nơi nơi.
Trong mắt biếc em... tưởng chừng đang biết nói...

- Chao ơi nó làm thơ khá quá, sexy, hấp dẫn quá. Lê Minh xuýt xoa trái tim cảm hứng...

- Thôi anh muốn thì coi đi. Mấy lá trước nữa đây nè. Em không đủ hơi đọc cho anh nghe đâu.

- Trời ơi em làm như hát, không đủ hơi.

- Ha ha. Nói đọc cũng cần hơi và hết hơi chứ anh nè.

- Mệt em quá lúc nào cũng muốn đùa và nhõng nhẽo...

- Vợ không biết nhõng nhẽo, là mất đi nửa phần của dễ thương.

- Em chuyển nghề diển giải, hoặc trang diễn đàn phụ nữ đi. Chắc có lý đó nha.

- Hi hi. Anh nói cho giữ. Trinh thú nhận, cười nịnh thêm.

Lê Minh đưa tay cầm những lá thư vợ đưa, anh lấy hơi đọc giọng êm ả thả như cảm nhận:

Nhị Xuân
Nhị thắm xuân tươi gió đã về.
Bên hàng dâm bụt vẽ đường quê.
Áo ai phất phơ màu tím nhạt
Mới biết kỳ hương lạ lắm ghê...
Son sắt làm sao ý nhị chàng
Bàn tay thánh thoát được trời ban
Nàng đi cỡi mộng... tìm mây trắng.
Ngước mắt nhìn quanh xuân ghé làng...?
Ngọn cỏ vui mừng nối chân xanh
Niềm vui tiếp ứng nối thị thành
Vườn rộng hân hoan bao tia nắng
Anh dựng thành trì trong mắt anh...
Mùa xuân tiên nữ em tiên nữ
Sương có khác gì sương cất giữ:

Vai anh em cứ tựa tình kiên cố...
Chắn cả mùa hoa... chẳng giã từ...

- Thằng này làm thơ khá quá. Chắc ru hồn con gái mình quá em ơi.
- Ai mà biết được hãy chờ coi tiếng nói của nó.
- Thì em vừa bảo nó cảm tình với tên này mà?
- Thì vậy rồi đó, nhưng giờ chót đổi mấy hồi.
- Trời ơi vợ tôi thông minh quá ta.
- Thông minh nhưng chậm hiểu.
- Ý dza mèn ơi hi hi. Vợ tôi lại cù nhây và ưa hài hước, song tôi cũng thích đó chứ?

Hai vợ chồng cười với nhau, họ lấy vui một buổi sáng tươi đẹp...

CHƯƠNG 4

Rồi lần đó, đêm đi hát về tại nhà hát Hòa Bình thành phố HCM... Đúng ra đó là xuất chiều chứ chưa phải là đêm. Biết bao xe hơi gò ra săn đón, mong nàng để ý tới mình, để được đưa đi chơi, được tỏ tình với Quỳnh. Nhưng Quỳnh đã chọn một anh họa sĩ, kiêm biết làm ảo thuật và kiêm luôn nhà thơ kia thôi. Cô ra đứng ngơ ngác tìm. Khi anh đến đợi ở điểm hẹn gần nhất với cây dream Nhật, hơi cũ màu đã chuyển sang tím buồn. Nhìn nó không sang trọng lắm, song nàng đã chọn và yêu hơn hết, nàng tìm ra cũng mau chóng lắm... Nàng đến gật đầu làm dấu hiệu, và nhẹ nhàng lướt tới kê mông lên yên xe chàng. Để chàng hiểu ý dọt lẹ, trong những ánh mắt quay cuồng nhìn nàng và chàng. Hay bao ánh mắt của người tò mò thất vọng vì ngưỡng mộ, hoặc của kế hoạch ai si tình liền bị phá tan, hoặc của những ai đến, họ thầm lặng đến săn đón nàng kia v.v...

Linh Ngọc là người mừng nhất. Anh mừng như thắng cuộc. Vì là người đứng đầu được nàng để ý và chấp nhận. Anh lái xe đưa cô lòng vòng, tắm trăng gió của hương hoa, của một buổi chiều, chiều như dần buông xuống chút, những chú chim non của thành phố cũng đang bay đi đâu lác đác kia, như chúng ngong ngóng tìm vào một tổ ấm... Thưởng thức cảnh trí động lòng cảm xúc, chàng một tay lái, một tay còn lại đưa tìm nắm lấy mân mê vòng tay nàng đang ôm hông bụng mình phía trước. Nàng hiểu ý và mỉm cười vì nàng cũng rất thích vòng eo nơi chàng thon thả, và rất chuẩn của nam thanh lịch với cái tuổi xuân phơi phới, đáng yêu kia. Rồi Linh Ngọc cũng nhanh lái về nhà mình đang ở trong chung cư. Hai đứa để xe dưới tầng dưới, rồi đi lên trên tầng cao. Nàng theo chàng biết bao cầu thang quanh quẹo nhưng nàng thích, và cũng đã đến nơi dinh thự của chàng...

Bước vô nhà Lệ Quỳnh còn rụt rè. Linh Ngọc vồn vã:

- Ngồi đi em nhà của mình mà mắc chi em mắc cỡ.

Lệ Quỳnh chưa nói gì. Anh nói thêm:

- Hay chê tổ ấm anh nghèo. Không xứng với một ca sĩ nổi tiếng như em.

Lệ Quỳnh chỉ lo nhìn hình tranh anh vẽ bỏ nheo nhóc, những đồ nghề cho ảo thuật, anh vứt lung tung dưới sàn nhà, và có cả các bức tranh trên tường thì được treo cẩn thận. Nàng vẫn chưa trả lời. Linh Ngọc hỏi thêm:

- Yêu anh không cưng? Nàng thơ của anh sao mà im lìm như chiều tà thế.

- Em đang coi hình. Và thích tranh anh vẽ nè. Không yêu anh làm sao em giãn hát ra xe, tìm đến anh và em lên yên xe anh ngồi, để cùng đi về đây?

- Vậy là anh cũng yên tâm được chứ nàng thơ của anh? Em có yêu cuộc sống anh như thế này nơi đây không? Hãy bảo cho anh biết đi cưng.

- Em yêu anh, yêu cuộc sống vất vả nhưng tài hoa của anh chứ?

- Cám ơn em, anh mới làm cho em một lố thơ tình nữa nè. Linh Ngọc nói, đi tìm xấp thơ mới nhất anh có vẽ hình nàng thơ anh làm, Linh Ngọc đưa cho Lệ Quỳnh. Bởi anh vẫn chưa gởi qua bưu điện cho nàng.

Lệ Quỳnh cầm lấy từ tay anh. Linh Ngọc lại nói:

- Cho anh hôn chút coi, em nằm xuống giường anh đi.

Quỳnh đưa mắt nhìn Linh Ngọc. Nàng cười hồn nhiên:

- Trời ơi anh xúi em hư hà. Hừm anh...

- Hư đâu mà hư. Sướng chết mồ mà em? Yêu nhau mà nhút nhát làm chi, khi thời đại đã như mở màn tiến bộ...

Chàng nói còn ôm nàng, đem để lại giường hôn lấy hôn để mà rằng:

- Hãy yêu nhau đi. Chúng ta của nhau em nhé. Em đã làm cho mạch thơ anh thêm dào dạt. Cho trái tim anh quay mồng mồng, cho tình anh thêm hứng cảm... Quỳnh ơi, sợ mất em quá anh làm mấy bài mới đó. Nằm xuống cho anh đọc nghe, rồi tính gì hãy tính nha em? Linh Ngọc nói xong thì đọc, giọng rất vui và diễn cảm.

Đăng hoa tình ái

Ta cười nói với người yêu
Cho lòng ta nắng cho hồn ta mưa
Yêu nhau biết mấy cho vừa
Núi cao ngất ngưởng vẫn thua mũi nàng.
Mũi nàng không phải mũi cao
Mà cao vì bởi cái ao mắt tình..?.
Một lời hương lửa ba sinh
Cho hoa biết khóc, cho tình theo trăng.
Mây trôi gió thổi chi bằng.
Đêm nay liễu rũ cơ hằng lả lơi...
Yêu nhau chưa kịp kíp mời.
Sợ chi núi lửa. đã đời phù hoa...
Không gian dối, chẳng tà ma
Nhốt trong địa ngục đăng hoa ái tình...

Nghe rõ hay không em? Và đây bài Giật Mình nữa nè.

Quỳnh chỉ gật đầu, vì trong dòng cảm xúc, nàng đang lắng nghe không thèm nói nhiều.

Linh Ngọc tiếp tục khởi xướng, hơi chàng đưa ra:

- Bài "Giật Mình" nha...?
Anh là một ánh sao Hôm
Em là một đốm sao Mai của trời.
Muôn trùng cách trở đôi nơi
Thương nhau chỉ để... chẳng vời vợi thương?

Lẽ thường ý chí can trường
Vẫn không trốn nổi lửa thiêng bủa về.
Não nùng hơi gió tàn quê
Giật mình mới biết chim chìa voi đau?
Nếu mà không cuộc bể dâu
Hôm Mai gặp lại địu câu ân tình...
Tình yêu bất biến thình lình?
Tình yêu muôn thuở đội tình chết chung...

- Thêm bài nữa nha. Chàng bảo nhanh.
- Vâng đọc đi anh. Em đang cuộn lòng nghe mà. Thơ anh tình tứ tha thiết cuốn hút quá, giết chết trái tim em như chơi.

-Vậy là anh làm thơ có chất lượng với em phải hôn em?

- Chắc vậy mà.
- Em à. Đây bài Ta Chỉ Ước nữa nè...
- Đọc đi.
- Đọc liền thôi. Hi hi.

Ta chỉ ước ta là thi sĩ
Viết bài thơ để tặng em ngàn đời
Dẫu bút ta không tả hết nên lời
Không đủ sức, diễn sắc hương em huyền hoặc...
Ta chỉ ước ta là họa sĩ
Vẽ tranh em một bức tranh buồn
Điểm đầu tiên khơi lấy cội nguồn
Là em đó cho hồn ta pha mực...

Ta chỉ ước ta là người tạc tượng
Tượng về em trên thế giới khắp nơi nơi
Em là cái đẹp cái đau khổ không rời
Quấn quyện nhau xuyên qua bao thế kỷ...

Ta chỉ ước ta là ca sĩ
Hát tặng em những điệp khúc tình buồn
Bay vút cao vượt mấy chặng mấy truông
Lên Cao Sanh để nói lời kiện tụng.

Ta chỉ ước đôi ta là loan phụng
Khi chiều về sương lạnh ấm tình yêu?
Ta ước em... ta ước rất nhiều
Em có chắc? mình yêu nhau muôn thuở...

- Bài này cũng xuất sắc lắm nè em, anh đọc nốt nha.

- Đọc đi em nghe, và em sẽ coi lại hết sau này chứ anh Linh Ngọc?

- Vậy nha còn gì sướng hơn khi mình làm thơ mà người yêu mình say đắm... Quỳnh ơi.

- Nhất định rồi...

- Một giả thuyết thôi nha. Thơ thì cần đòi hỏi nhiều kiểu mà em. Đó là tâm hồn phong phú, giàu xúc cảm, giàu tưởng tượng của anh nha. Không đa, không giàu cảm xúc thì không thể có thơ hay.

- Em hiểu, cứ cho là như thế đi.

- Vậy nghen cưng?

- Ừa.

- *Đây. Từ Độ Em Ơi...*

Ta đã xa nhau từ độ nào.
Kể từ sông núi vắng tin nhau.
Rừng kia mấy lượt thầm kể chuyện
Em ở nơi nào chẳng về mau?
Em biết? Tình anh mãi đậm đà
Hoa còn ghen mộng. Suối chân ca...
Người đi mấy nẻo không ngoảnh lại
Lửa tắt lâu rồi... Bản tình ca...?
Nếu biết là mình phải mất nhau.
Hàng thông chẳng khắc tên về sau?
Lưu luyến xanh... trời đành ly biệt
Để nỗi đau này, khúc cuồng sâu...
Biết nói làm sao nỗi đoạn trường
Ai dầm khúc nhạc... nước mắt tuôn.
Chiêm bao mấy lượt bồ câu trắng
Anh vẫn âm thầm... lệ đếm vương...
Yêu người một thuở vấn vương.
Yêu người một kiếp đoạn trường vẫn cam...

- Còn nữa. Cảm hứng quá anh đọc nốt nha. Lối thơ này chỉ hai câu là một ý tưởng.

- Oke anh. Quỳnh đáp. Chất thơ thật tha thiết anh ơi.

Linh Ngọc cười và đọc tiếp. Loại thơ hai câu:

1- Ta yêu đôi mắt của nàng
Mắt nàng là cả thế gian trữ tình...
2- Em cười tựa ánh trăng sao
Em buồn tựa một mưa rào tháng giêng?
3- Em về hái mộng cho anh
Hái hoa hái bướm trên cành cây khô...
4- Hoa kia chỉ nở một lần
Mà ta đã nở hai lần vì yêu...
5- Ta đợi mùa xuân như tóc nàng thả
Là đợi trăng về mưa thả... lối đi..
6- Em lúc ấy tóc dài buông thả lỏng.
Rộng đường ngôi... cho tình ý thênh thang...
7- Làm sao ta lái được thuyền
Khi không tay lái, hiển nhiên đợi chờ... ?
8- Vải này là của anh thương
Vải này xin tặng công nương của chàng.
9- Thương người mấy cuộc bể dâu
Trần gian mấy cuộc bể sầu chia hai?
10- Em ơi về lại nơi đây
Cho trăng chiếu xuống nhỏ đầy hồn trinh...
11- Dòng sông đó bao giờ cũng có tuổi.
Cuộc tình ta là tiếc nuối của đất trời...
12- Ta yêu nhau từ nhiều thiên niên kiếp
Đớn đau về khi cơn hồng thủy xiết vây...
13- Nghe đâu hơi gió thơm lòn...
Thì ra không phải, trăng tròn... môi em?
14- Phải chăng người đã xuống trần
Nương theo hoa nở giai nhân một thời.?

Linh Ngọc đọc thơ cho Quỳnh nghe một hồi thật lâu. Và chính nàng đang muốn coi lại, dò từng con chữ, từng bài. Chữ anh thì viết đẹp lắm. Khi anh buông nàng ra, anh đi đâu. Rồi một lúc Linh Ngọc trở lại hỏi:

- Thôi được rồi. Em ơi đói bụng chưa, ta đi ăn gì chút nha Quỳnh?

- Em đói mà thôi em muốn ở đây với anh, đọc thơ nhịn đói cũng đủ no vậy.

- Hi hi hi. Nàng thơ anh nói thật dễ thương. Thi sĩ không ăn làm thơ vẫn cứ hay. Nhưng ca sĩ không ăn sẽ không đủ hơi để hát đó.

- Ừm, hừm thiệt hã anh?

- Thiệt chứ.

- Sao thi sĩ giỏi vậy anh?

- Thi sĩ nhịn đói thì hồn mạnh viết hay, khổ cực chất thơ lại dồi dào khát vọng. Đúng không em?

- Em không biết nữa anh Linh Ngọc ơi.

- Hi hi. Anh đùa đó nhưng cũng trúng nhiều. Hàn Mặc Tử, Xuân Diệu, Nguyễn Bính hoàn cảnh họ đôi lúc khắc nghiệt nhưng thơ hay và hồn thơ họ đã bất tử.

- Anh yêu em, hiểu nhiều quá nghen.

- Làm thơ thì phải hiểu hoàn cảnh ra đời, của các nhà thơ tiền bối chứ.

Im một chút chàng lại nhìn nàng tình tứ hơn:

- Thôi nói về ăn uống đi, anh đã giảng giải đi hơi xa. Em nghe chi, làm khổ em bịn rịn lo lắng.

- OK. Anh nói giải thích hay mà. Nhưng mà anh có gì cho em ăn tại nhà há? Ra ngoài đường em thấy không tiện cho hai ta lúc này lắm.

- Ừa anh hỏi chứ anh đã làm đồ ăn cho em rồi?

- Vậy hã, anh làm cái chi? Sao không kêu em cùng làm.

- Để em đọc thơ, anh mần chút chứ mấy. Xong rồi. Mì tôm có thịt bò ướp cay, thêm ngò hành, chanh tỏi thế thôi...

- Trời ơi vậy đủ ngon rồi.

- Vậy thì ăn đi rồi nằm chơi nghen nàng thơ. Anh họa hình em trong nhà anh nè nha.

Quỳnh chỉ kể tới đó rồi làm thinh. An Nguyên bảo.

- Thì em cứ kể hết đi. Cuộc tình cũng đẹp và lãng mạn đó mà em. Anh muốn nghe, xem hết theo em kể.

Quỳnh như kể tiếp theo:

- Sau đó thì mỗi lần em đi hát chàng Linh Ngọc rước về phòng nhà chàng, dù xuất tối hay là chiều. Em ăn ở và vui chơi với chàng rất nhiều. Chàng giỏi linh tinh ba môn. Họa sĩ, thơ ca, ảo thuật… Cuộc sống kiếm tiền bằng hai môn họa sĩ và ảo thuật.

Nghỉ lấy hơi nhìn An Nguyên chút. Quỳnh lại tiếp tục chia sẻ.

CHƯƠNG 5

- Và em với chàng ta đi Nha Trang chơi tắm biển là thường. Đi Đà Lạt ngắm hồ Xuân Hương nghe thông reo cũng nhiều lần. Đi chứng kiến tận mắt Thác Cam ly đổ nước, thăm tận dinh Bảo Đại xa xưa hùng vĩ… Đi chơi về khách sạn chàng luôn làm ảo thuật cho em ngắm, em thích lắm. Ảnh làm rất lanh tay lẹ mắt, khiến em đoán sai không hà. Một đồng tiền trong ba cái ly ảnh chuyển và tráo… Phải biết dự đoán có trong một cái ly nào đó thôi. Ảnh làm ba cuộc em đoán đều sai hết, dù em cố gắng nhìn kỹ, và đổi ý giữa dòng… Hai cái tay không có hoa, nhưng sau ảnh múa máy, giơ cao đẩy xuống thấp, lại đưa lên có một bàn tay có hoa đẹp. Một nắm lá nhưng sau đó xòe ra là tiền hết. Rất là ngoạn mục em thích…

Nàng lại làm thinh nữa. An Nguyên cười môi anh rất đẹp:

- Tình quá còn gì? Kể thêm đi. Dù sao cũng quá hớp lúc đó mà.

- Rồi có lần đi chơi. Thì nơi nhà hát trông chờ, giám đốc nhà hát gọi em. Khán giả cũng đợi em. Em đòi về hát. Chàng phải cho em về diễn chứ. Chàng ta vẫn cố vui. Chấp nhận ý nguyện em lúc này…

- Chà tất là nhất rồi. An Nguyên chặc lưỡi khen giòn.

- Sau đó là chuyến cuối cùng em quyết sẽ đám cưới với chàng. Em thưa với mẹ nuôi Trinh cùng ba Lê Minh:

- Con đã yêu anh Linh Ngọc và muốn lấy anh ta làm chồng. Con sẽ đi hát rồi về với anh đó, nhiều hơn là về với ba má… Tụi con quyết định là....

- Trời ơi sao con nói ba má nghe như giỡn chơi Quỳnh? Nhưng không thể vậy được đâu con? Con có biết hằng tá đối tượng say đắm con. Con lại đi mê cái thằng "tâm hồn treo ngược ở cành cây." Mê cái thằng hội họa chẳng ra hồn, có cái nghề ảo thuật cũng dở hơi đó sao? Lê Minh thật sự ngạc nhiên, tâm trạng như khốn đốn, khi nghe con gái Quỳnh bảo như thế.

- Mình nói thế nhưng với con Quỳnh thì nó là hay, là nhất là siêu đó chứ anh? Thơ là cảm chứ không thể giải nghĩa hết. Phải hiểu như vậy. Nhưng thiệt ra tôi thấy thơ nó hay chứ tâm hồn treo ngược cành cây là gì anh?

- Xí, đồ bỏ hết. Em nói sai Trinh. Đừng nói ngớ ngẩn nữa em. À vừa rồi ba mới nói chuyện với nhạc sĩ Dương Tấn. Ba gả con cho người này. Dương Tấn cũng có làm một vài phim hay. Như vậy tài năng nó xứng với con hơn.

- Con không cần điều đó ba ơi.

- Má thì định gả con cho ông chủ trẻ nhà hàng. Trời ơi nhà hàng ăn ngon hết sẩy. Con làm bà chủ lo tính kiếm tiền thôi. Có tính mỏi tay thì má phụ. Hi hi.

- Trinh em không hài hước nữa, để anh nói chuyện nghiêm chỉnh với con nha.

- Em nói thật chứ hài hước đâu anh.

- Em dừng đi cho anh nói chuyện với con nè. Sao Quỳnh con nghĩ thế nào với hôn nhân con chứ, nói ba nghe.

- Thưa ba má hôn nhân con tự định đoạt, con yêu ai thì con muốn lấy người đó làm chồng, như trái tim con chọn...

- Trái tim con chọn?

- Dạ. Quỳnh vui vẻ gật đầu một cách đáng yêu và hồn nhiên như bản tính cô.

- Thôi chuyến này rối rồi, rối rồi. Lê Minh bảo.

- Sao rối ba? Thưa ba?

- Tao phải cà lăm khi nói chuyện với họ về con chứ sao?

- Mình cứ tự nhiên, như cuộc sống tự nhiên ba à?

- Dễ sao con? Trời ơi...

- Hóa giải được tất cả. Đơn giản ý thích con chọn mà ba?

- Mọi chuyện trên đời tưởng dễ, song không thể dễ như mình tính. Ba ngại rằng...

- Con chịu trách nhiệm khi lòng con quyết định. Ba không nên ngại?

- Ôi ba thấy mệt với ước mong. Ba có khác con?

- ... Ba?

Người vợ của Lê Minh là Trinh thì ít nói hơn, chỉ nghe chồng và con gái Lệ Quỳnh đang rắc rối giải thích với nhau ở mỗi cách nhìn về tình yêu của mỗi người. Trinh thì hẳn thương Lệ Quỳnh, nhưng Trinh cũng không muốn người chồng mất uy tín, hoặc khó xử ở tầm nhìn làm cha... Bà chỉ ngồi thừ làm chứng, cho những câu nói hai người mà thôi...

CHƯƠNG 6

Thấm thoát nhanh lắm sau đó, Linh Ngọc Lệ Quỳnh tự tổ chức đám cưới bí mật như Romeo Juliet. Họ không cần ai đông đảo, chỉ hai đứa nhờ cha xứ chứng nhận, làm phép thôi. Việc này cũng bại lộ, được giới báo chí phanh phui viết, để săn đón bạn đọc. Vì họ luôn đi khám phá cuộc đời chuyển hướng của các ngôi sao. Và định mệnh các người nổi tiếng...

Đoạn sau này thì thiệt tình Lệ Quỳnh đi hát và chỉ chờ Linh Ngọc đến rước về. Coi như anh rước vợ diễn show đi hát về thế thôi. Còn Quỳnh thì mê tình yêu hơn, thương quý cha mẹ nuôi kia rồi.

Chỉ được 6 tháng cưới nhau. Quỳnh đã tận lực mua cho Linh một ngôi nhà mới ở đường Lạc Long Quân, để chàng ở đó vẽ nghề, thực tập môn ảo thuật luôn... chiêu dụ học sinh, làm thơ nghe nhạc tùy ý chàng, và fans ái mộ muốn tìm đến tự do... Bởi Quỳnh thương chồng, cho chàng nở mày nở mặt. Tiền mình đi hát với những cát xê lớn để làm gì? Cho chồng, đầu tư cho chồng không phải là việc tốt nhất sao? Quảng cáo nâng đỡ Linh Ngọc chứ? Chàng đã làm ảo thuật tại nơi đây, không còn lăn lóc vào các trường cấp một, cấp hai, đi làm dạo kiếm cơm, hoặc tìm người ái mộ từ các học sinh như trước kia nữa v.v... Quỳnh vừa yêu chàng tài năng vừa yêu cuộc đời gian khổ bất trắc của chàng. Nàng quả có một trái tim lớn dành cho Linh Ngọc có một quá khứ, đầy khó khổ tội nghiệp. Nhưng chàng có tài và đẹp trai? Nên Quỳnh chuộng lắm!

Rồi một hôm chàng muốn đưa ra chỉ thị cho vợ Quỳnh:

- Thôi em ơi đừng đi hát nhiều nữa. Em đi hát hoài bỏ anh ở nhà buồn quá. Buồn như con mèo nằm teo téo.

- Thì đi theo em. Hi hi.

- Em hát người ta thương em, hôn em, tặng hoa cho em, anh chịu không được.

- Trời ơi khán giả ái mộ mà. Hơn nữa đó chính là khán giả không quay lưng em? Và còn kiếm ra tiền do tiếng hát em mà anh? Sao anh nghĩ gì tệ thế anh Linh Ngọc.

- Nhưng...?

- Đừng nghĩ gì xa hơn anh. Có được không nào?

- Khó quá em ơi.

- Không có việc gì khó. Chỉ sợ lòng không bền... Trời ơi anh sao vậy?

- Anh muốn... Quỳnh ơi...

- Hừm anh yêu?

Và đúng một năm sau khi làm lễ cưới Linh Ngọc âu yếm bảo vợ. Khi nàng vừa lưu diễn Cần Thơ về bên chàng trông đợi. Đang ở với chàng hai ngày, nàng quấn bên chàng hai ngày - cả ngày lẫn đêm, kỷ niệm ngày cưới. Nàng không cần quà cáp hoặc ai cả. Chỉ cần một mình chàng yêu nàng là đủ.

Linh Ngọc quá được nước nên mạnh dạn:

- Thiệt tình anh muốn em ở nhà. Anh chẳng muốn em đi hát nữa Quỳnh ơi.

- Vậy anh muốn em làm điều chi khi ở nhà?

- Anh muốn nói, ôi anh ngại quá miệng mở không được.

- Trời ơi em thương anh chuyện chi cũng chiều mà. Có gì mà anh mở miệng không được. Cứ mở đi, nói cho em nghe thử coi nào? Làm ơn đi!

- Vậy há. Anh nói nghen.

- Ừa. Nàng nhìn chàng mà mỉm cười tươi rói.

- Vậy thì nổi tiếng ca sĩ em đã nổi rồi. Anh muốn Quỳnh

em đi học nấu nướng, làm thức ăn thức uống đi. Nữ công gia chánh đi em...

- Trời ơi ăn uống thì mình tự biết chứ học chi anh?

- Cái gì cũng phải học. Anh thích em nấu ăn. Vợ anh nấu ăn ngon. Vợ chồng mình sẽ ở nhà nấu ăn ngon. Vừa tiết kiệm vừa vệ sinh. Anh thấy nhiều nhà hàng mất vệ sinh lắm.

- Hi hi. Anh nói thế, khác gì anh tuyên truyền xấu, cho các nhà hàng ế đó sao? Nhà hàng họ vẫn có chế độ thích hợp vệ sinh chứ anh? Coi chừng anh lẩn thẩn mất...

- Anh hiểu, nhưng anh muốn em đi học nấu ăn ngon, nên anh có nói xàm chút. Xin em thông cảm em yêu.

- Không sao. Em cho anh tự do nói lên nguyện vọng của anh mà.

Thật ra. Nàng nghĩ, lẽ ra nàng là bà chủ này bà chủ nọ. Kể cả bà chủ nhà hàng... Nhưng nàng yêu Linh, và muốn đi hát thôi, nàng buông tất cả. Bây giờ nàng lại phải thương chồng, lại phải săn sóc. Bây giờ nữa. Chàng muốn, nàng phải đi học nấu ăn để lo cho chồng... Thật ra một chủ đã xuống tớ rồi đây. Nhưng thôi nàng thương chồng phải lụy thôi! Cũng OK hết mà. Quỳnh đi hát thưa dần, nàng chỉ thường hát cho chồng nghe. Vẫn được đâu có sao? Hát lúc nấu bếp, hát lúc dọn cơm cho chồng. Nàng vẫn tự múa hát và tự thấy hấp dẫn sung sướng tuyệt vời, bởi tình yêu chàng. Rửa chén bát, thì chồng Linh Ngọc dành rửa rồi. Tuy nhiên Quỳnh vẫn vui, vẫn hồn nhiên... Quỳnh sau đó đã ít đi hát, như chàng bảo. Và nàng đặt tay ký hợp đồng giảm lần hơn... Song mỗi lần nàng xuất hiện là khán giả khó thể quay lưng với nàng. Họ như bắt gặp Quỳnh từ rừng xanh xao trở về cất tiếng hát...

Ấy vậy mà Linh Ngọc vẫn có ý tưởng như muốn mãi leo thang với nàng:

- Em ơi. Nếu thương anh thì thôi khỏi đi hát nữa đi. Dứt hẳn không còn đi hát, dù ít hay nhiều nơi nào nữa cả nghen em! Anh làm nuôi em cũng đủ rồi. Coi như em đã cho anh mượn vốn, anh bây giờ có tiền nuôi lại em mà. Mình hưởng hạnh phúc ân tình đi em. Hát xướng chi nữa em. Quỳnh biết: Người ta, nhà thơ tình Xuân Diệu có nói:

Thà một phút huy hoàng rồi chợt tắt
Còn hơn là le lói đến trăm năm.

Anh muốn em ở nhà. Anh đi làm về lúc nào cũng thấy em ở nhà chờ anh như thế này nè. Hạnh phúc hơn nè. Em đi hát là dành hạnh phúc cho người ta, chứ không phải cho anh đâu? Có lúc anh co ro ở nhà nhớ em. Sầu như tới tủy luôn...

Quỳnh làm thinh và ôm chồng. Nàng thông cảm lắm. Hổng hiểu sao Linh Ngọc như có bùa mê cột nàng. Sau đó mỗi cuộc gọi hợp đồng ca hát, Quỳnh luôn gọi lui lại từ chối. Nếu chàng bảo "không cho đi." Và nàng cứ ở nhà quấn mền chung vui bên chồng... Nàng chẳng còn chi mơ mòng ca hát cả. Nghĩ cũng lạ... Quỳnh đã thay đổi một cách nhìn... Nàng chỉ còn biết hát khi ở nhà, hát khi xắt rau ráng, hát khi xắt sả ớt, xắt gừng cay, xắt hành thơm, hát giã tỏi khô, giã tiêu hột, đâm nghệ sống, tán củ nén v.v... hát lúc làm đồ nguyên liệu nấu nướng, ướp thịt cá, tôm cua, lương chình. Nàng hát khi lo dọn dẹp nhà cửa, bếp núc, giặt đồ, xếp đồ, ủi đồ, cho chồng... Nói chung nàng như vui vai trò người vợ nội trợ nghĩ thích thú mà ca hát thôi. Và coi như trái tim hồng của nàng như chỉ còn biết vui nhộn, và trẻ trung trong tình yêu với chồng nàng thôi. Phải chăng trái tim hồng đó bị sức hút từ năng lượng của Linh Ngọc một cách quá lớn... Nàng bây chừ là một người vợ hiền ngoan, biết chu đáo cho chồng, và tiếng ca nàng không lọt khỏi bức tường nhà bên cạnh...

CHƯƠNG 7

Linh đi làm ở ngôi nhà mới nàng mua cho chàng đến thực nghiệm nghề. Quỳnh cứ ở ngôi nhà cũ của chàng, chung cư chờ chàng đi làm về. Và rồi chàng Linh Ngọc được một đạo diễn mời hợp đồng đóng bộ phim có ảo thuật, kiêm luôn nghề họa sĩ. Hai nghề như chàng đã có trong tay. Thế là chàng trổ nghề, lại chẳng may được cô gái con ông đạo diễn Việt Dân chú ý. Cô bé vừa tròn 16 tuổi đang muốn theo chàng học vẽ, lại say mê ba môn nghệ thuật của Linh Ngọc. Cô bé lại bất chấp chàng có vợ. Luôn bám theo chàng như đỉa đói, không tha nơi căn nhà mới, anh đang dạy họa và ảo thuật ở đó.

Linh Ngọc vẫn thương vợ tuy nhiên anh vẫn có cảm tình với cô gái này. Anh chân thành kể:

- Anh có vợ, vợ anh thương anh lắm. Lệ Quỳnh đó ca sĩ ngôi sao đó em, cô đã yêu anh và bất chấp chung sống với anh. Cô ta bỏ nghề vì anh yêu cầu.

- Anh để cho chị đi ca lại. Em hạp với anh hơn. Cùng nghề cùng sở thích. Cùng đủ thứ...

- Hừm em? Linh Ngọc nhìn qua cô bé Hoa Diễm Kiều.

- Không phải sao? Anh cũng ưa ăn diện, thời trang. Ưa ra đường, chứ vợ anh có ưa ra đường đâu. Ngoại trừ đi hát kiếm tiền. Vợ gì cứ ở trong nhà như bà xẫm...

- Nhưng mà anh yêu cái nết của vợ anh? Với lại anh ăn mặc nghiêm chỉnh đàng hoàng tý, chứ có gì diện đâu?

- Với em thì anh biết ăn diện rồi mà. Anh hợp với em hơn mà.

- Hừm. Anh còn yêu vợ anh lắm? em biết không? Anh không bỏ được.

- Yêu con khỉ mốc quên câu nói đó đi.

- Thiệt khổ cho anh.

- Khổ cái gì? Khổ là do mình tự lấy tròng vào thân thôi mà anh. Chị ra lấy thiếu gì người ưng. Nhiều nhạc sĩ, diễn viên, đạo diễn, đang đứng chờ chị đó.

- Nhưng Quỳnh là vợ anh rồi mà em.

- Trời ơi người tài thiếu gì người muốn lấy. Anh lo chi?

Linh Ngọc không nói được gì. Nhìn Diễm Kiều anh cười thêm.

Hoa Diễm Kiều đã làm người mẫu cho Linh Ngọc vẽ, và cô học vẽ chân dung từ nơi anh chỉ dẫn. Chẳng mấy chốc "lửa gần rơm" như bị cháy, hồn anh cũng bao lần chao đảo, như bị cô ta chiếm dần. Và mắt nàng cũng đã làm thao thức, xao xuyến nơi trái tim lạnh ban đầu của Linh

Ngọc... Chàng say sưa vẽ ở đó, và chàng cũng rất yêu nghề. Ngôi nhà mới chàng dạy khoảng 12 học sinh, đến khác giờ chúng được đăng ký thích học riêng. Có những trường hợp, khi trùng giờ theo lịch chàng cho thí sinh biết, thường thì chàng có quyền kèm một đến hai, ba đứa chung với nhau với mấy em lúc mới vô. Còn khá hơn rồi thì chàng phải kèm riêng để dễ biết thiên hướng của nó... Quỳnh thì tin tưởng chồng, không nghĩ rằng chàng có thể thay đổi, và không có ai hơn, để khác mình... Nàng vẫn tự học rèn nấu ăn, ca hát hồn nhiên vui vẻ, và chờ chồng đi làm về mỗi ngày... Cuộc sống bình yên tươi đẹp đó không thể kéo xa...

Và rồi một hôm, một hôm Linh về chàng ăn cơm cùng vợ Quỳnh. Bữa cơm nàng làm thật ngon nhưng chàng ăn không thấy ngon. Chàng nhớ nụ hôn nóng bỏng của Hoa Diễm Kiều mới rượi lúc chiều. Chàng thấy tội lỗi với vợ, song chàng thích và cuốn hút một phần bởi nụ hôn ấy... Rồi chàng cảm thấy đuối đũa, không muốn ăn... Chàng như bị gợi "giọt tình nhớ" đong đưa của một điều chi đó chăng? Lo lắng một điều chi đó chăng? Quỳnh đang ngẩn ngơ nhìn chồng... Anh thì đã thả đũa xuống nhẹ nhàng bỏ đi. Quỳnh hốt hoảng mời lại, nhưng anh từ chối buổi cơm sum hợp với vợ Quỳnh mong.

Và đêm lại đến, không biết trời vô tình hay cố ý trêu chọc trái tim hồng nhan đa trân của nàng. Chàng lại nhớ cô bé kia hơn nàng, nàng dù người vợ hiền lành gần bên chàng gang tấc. Rồi chàng tự ý đem bức hình ra mà nhìn.

Vợ Quỳnh lướt tới nhìn bức tranh ké với, chưa kịp hỏi. Anh lại chia sẻ với vợ:

- Em ơi có gái này đã yêu anh và...

Chàng ngập ngừng không nói được thêm.

Lệ Quỳnh hỏi nhanh:

- Và sao anh?

- Anh đã yêu cô ta lại.

- Hã anh nói sao?

- Vâng, anh lỡ yêu cô ta rồi.

- Anh có thể nói với em như thế sao?

- Đó là sự thật. Anh không thể dối em.

- Anh hết yêu em rồi sao?

- Cũng còn song anh đã chia sẻ cho một người khác. Hay là...

- Hay là sao anh?

- Hay là em thôi anh đi. Em có thể đi làm ca sĩ trở lại.

- Làm sao anh có thể nói với em một câu nói như vậy. Em không ngờ anh lại ác độc với em và phụ tình. Em, em...

Quỳnh nói và nhìn Linh Ngọc như một tiếng khóc không lời tiếp theo. Chàng đứng nhìn nàng cũng lặng thinh.

Nàng đã phải chạy trốn vào phòng. Như trốn một sự thật bẽ bàng cho nàng. Như giấc mộng cuồng phong... Nàng không thể ngờ chàng lại có thể đổi tâm đổi mặt, thay tánh thay nết?

Quỳnh làm thinh một tý, cô nhìn Nguyên rồi cô kể tiếp:

- Em không thể hiểu, làm sao anh ta có thể thay đổi hơn 180 độ như thế.

An Nguyên ngậm ngùi khi Quỳnh tâm sự. Anh thấy cần an ủi với người con gái đẹp, nhưng chẳng may bất hạnh này:

- Chuyện đời thật lắm thương đau như thế sao em? Thật không ngờ cho em. Kể tiếp cho anh chia sẻ cùng em với.

- Vậy đó. Ảnh đi theo tiếng gọi của một người siêu mẫu, mà đi theo anh ta học vẽ. Cô ta gia đình danh giá giàu có. Anh ta rồi lại cứ muốn kiếm chuyện, đánh đập và đuổi em đi cho hả dạ. Em cũng không hiểu thế nào mà ảnh hư đốn bội vong như vậy, lòng dạ kỳ quá... Rồi đến một giai đoạn anh ta say xỉn về bảo:

- Lệ Quỳnh. Quỳnh Quỳnh con mẹ gì? Chẳng làm ra thứ tiền nữa. Toàn là ăn bám thằng này. Người ta nuôi ta, chứ nào thèm nuôi một ca sĩ hết thời. Lệ Quỳnh, Quỳnh Quỳnh... Cái con khỉ khô...

- Anh đừng xài xể tôi. Tôi vì yêu anh và lấy anh, bỏ nghề theo ý anh, cho anh vui mừng, chứ tôi đâu là ca sĩ loại bỏ...

- Ý trời ơi thì đi lại hát đi. Thằng này giờ thì đã chả cần đâu. Đàn ông dù biết thay tình mới là đàn ông giỏi. Và người hùng mạnh… ha ha. Tôi muốn thay cô là một cô gái khác rồi đó. Cô nghĩ sao?

- Trời ơi sao anh lại nói thế. Anh đã tiến bộ một thói hư chưa từng thấy. Anh Ngọc nên biết cho rằng "Một ngày cũng nghĩa hai ngày cũng tình." Em đã ở với anh ba năm. Nếu tính từ ngày cưới thôi thì đã hai năm.

- Hai năm, hay ba năm, bảy năm giờ ta muốn bỏ là bỏ. Cô đi hát lại đi. kiếm bồ mà sống an nhàn.

- Anh say quá rồi Linh Ngọc.

- Làm sao mà say được Quỳnh. Anh không say. Anh tỉnh táo mà.

Lệ Quỳnh không thể tin nổi đó là những lời nói của Linh Ngọc. Chàng có thể thốt lên những lời nói như thế? Tại sao chàng rượu chè bê bết và nói ra những điều như muốn cắt đứt ruột gan mình. Sự thật chàng được phơi bày…

- Trời ơi chưa ai tàn nhẫn bằng anh, tôi đã hy sinh vì anh. Và tôi đã yêu anh để nhầm anh… Trời ơi cha mẹ ơi. Cha mẹ tôi chết hết rồi. Cậu tôi đã ra ngoại quốc rồi. Hu hu.

Quỳnh quá đau khổ và rên rỉ khóc than một bận.

Linh Ngọc dửng dưng phản ứng một cách như vô cảm:

- Chắc chết biển rồi, lâu rồi đâu nghe tin tức chi? Nếu không đi hát thì đi đâu khuất mắt ta đi. Kiếm chồng khác mà sống mà hưởng. Coi như duyên ta và em chỉ tới đó. Đành vậy… Linh này đã yêu một người mới khác rồi. Tin chắc một tin như vậy đó.

Nàng lại nghẹn lời. Nàng phải làm thinh.

An Nguyên nghe quá xót lòng, anh hỏi:

- Rồi diễn biến sao nữa em?

- Cú sốc lớn quá không kìm được lòng Quỳnh đã muốn tìm đến dòng sông để quyên sinh cho quên đời bội bạc. Em muốn đi tự tử ngộp nước chết thôi…

- Và gặp anh vớt lên, coi như hết ngộp nước chết. Hi hi. Thôi coi như chuyện xui qua rồi, em hãy vui lên đi.

Sau đó An Nguyên tâm tình thật với con tim xúc động:

- Quỳnh à nghe em kể thật đáng thương tâm bởi người

đời nói: "*Dò sông dò suối dễ dò. Nào ai lấy thước để đo lòng người. Con gái như hạt mưa sa...*" Mà anh nghe cậu Thâm anh thường hát. Im một chút An Nguyên lại nói tiếp:

- Nếu em không đi hát ở lại đây cùng anh. Anh em hẩm hiu có nhau, nương nhờ nhau em chịu không?

- Nếu mà anh không chê em. Em phụ công việc với anh, trong cuộc sống còn lại ở đây miết... Quỳnh vui vẻ trả lời.

- Anh hỏi thiệt em còn tiếc nuối cuộc đời ca sĩ thì em cứ đi. Lâu lâu về thăm anh, anh vẫn vui. Anh biết em còn tài năng, còn trẻ đẹp. Và anh không muốn chôn vùi đời em đâu. Em nóng nảy đột xuất nhưng em tỉnh lại, sẽ nghĩ lại, thì em nên nghĩ mình hơn...

- Dạ em hiểu. Anh nào muốn chôn vùi em đâu. Nhưng em chán kiếp sống, cho em một bài học khá đất rồi.

- Em đừng bi quan vậy. Đàn ông có năm, bảy loại. Lần sau em sẽ kinh nghiệm, đừng ham lời ngon tiếng ngọt quá mức nữa thôi.

Quỳnh cười nhìn anh. Cô biết sự nông nổi dại khờ... Giờ thì Quỳnh đã muốn thay đổi hơn! Cô như quên hết niềm đau của quá khứ. Khi bên cạnh Quỳnh, có một An Nguyên chân tình ấm áp, quê mùa nhưng thấu cảm...

CHƯƠNG 8

Cuộc sống Quỳnh ở lại nơi đây. Và An Nguyên tuy mù, mà chàng vẫn dạy nàng học đan đát, các kiểu đan, các môn bẻ, kéo, quấn, thắt, gút, tháo sai hư, sửa lại v.v... Chàng đã bỏ môn đan giỏ mồm cho bò. Vì Nguyên cho là anh được phước có một người con gái đẹp tên Quỳnh từ đâu đến ở bên cạnh mình. (Và Nguyên không bao giờ quên phút giây sáng mắt anh nhìn được nàng, của một ngày cứu nàng hôm đó, nàng đẹp vô cùng). Nên anh cần từ bi, bác ái với thú vật hơn... Một tư tưởng cá nhân bất chợt, tuy có vẻ ảo ảnh, nhưng là đúng với chính mình. An Nguyên ngẫm nghiệm nhiều về những gì đời anh mất, được...

Còn Quỳnh thì học lanh, làm rất khá. Nàng nhìn anh làm, anh nói chuyện, và anh chuyển tải lý thuyết dễ nhận biết qua đôi tay anh... Cô ca sĩ Quỳnh nổi tiếng một thời kia, nắm bắt lẹ, chẳng mấy chốc nàng đan nhanh và đẹp hơn cả chính chàng An Nguyên nữa. Cứ như vậy cuộc sống của hai người như một hạnh phúc trong cổ tích, họ tràn trề nhiệt huyết đáng yêu… Thỉnh thoảng có khách qua lại sông thì nàng tiếp thay chàng, Quỳnh lại chèo chống con đò đưa họ đi thay An Nguyên, Quỳnh vui vui, nhìn sóng nước...

Dân tình đi đò, họ vẫn cung cấp vật dụng cho hai người, như ngày xưa nàng chưa từng đến. Bây giờ họ còn cung cấp nhiều hơn, để mừng cho hai “vợ chồng» trẻ nọ sống trong hoàn cảnh khó khăn… Ôi mới thoạt nhìn tưởng đâu cuộc sống của hai vợ chồng lầm than, khó khăn khốn khổ. Nhưng không, họ đã có cả một trời hạnh phúc không đâu sánh bằng…

Rồi tiếng đồn lên về tới thành phố. Một người đạo diễn biết Quỳnh từ lâu, khi cô là một ca sĩ nổi tiếng, và cô ta khá đẹp, ông từng muốn cô ta làm phim cùng ông từ dạo đó, mà cô thì biệt dạng... Hôm nay sự tình ông đã biết ít nhiều... Ông muốn tìm một cơ hội để gặp lại Quỳnh. Ông bèn giả làm khách đi đò qua sông, và ngắm nhìn dung nhan của nàng. Xong nàng đưa qua, đưa lại hai lần. Vị khách vẫn không leo lên bờ đi hẳn, mà ông cứ muốn đi trên đò cô mãi… Ông như lúng túng bỏ quên bờ bên kia một vật chi… Quỳnh đưa đi và đưa lại theo ý tay ông chỉ. Nàng chẳng hỏi han gì? Lần thứ ba vị khách nói:

- Cho tôi vào nhà cô uống miếng nước.

Nàng hơi ngạc nhiên nhưng nhận lời:

- Dạ được. Quỳnh gục đầu kéo theo quai nón, tỏ vẻ như lễ phép.

Khi vị khách theo cô vào nhà. Ông mới cho biết ông là một đạo diễn tên là Lê Tiến Bình biết cô nổi tiếng từ hồi một ca sĩ mệnh danh “tiếng chuông ngân của thành phố.” Ông muốn cô trở về cộng tác cùng ông qua một bộ phim mới nhất của ông mang tên “TNNT” Và cần tiếng hát cô nữa… Nhưng nàng từ chối.

Sau đó vị đạo diễn Lê Tiến Bình cũng cho cô biết là

Linh Ngọc và Hoa Diễm Kiều người mẫu trong một cuộc chạy xe coi đua ngựa vượt tốc. Vì cảm hứng trúng độ vui sướng quá. Họ lái xe ẩu, thiếu cẩn thận đã bị xe lớn bương tông chết không kịp ngáp.

Nghe tin này Quỳnh không biết vui hay buồn. Nàng cảm thấy ngậm ngùi đi qua lòng một chút... Nhưng âu đó vẫn là duyên nghiệp số phận, và nhân quả. Cũng như lực hút của trái đất mang nhiều huyền bí khó giải thích vậy thôi. Quy luật và quy luật của vũ trụ không ngờ...

Quay lại sự việc chính nàng Quỳnh nói câu tiếp theo:

- Cám ơn ông đã cho tôi biết nhiều điều, và ông nghĩ đến tôi, đã lặn lội mời tôi về cộng tác. Song tôi thấy quá đủ với tôi. Và niềm hạnh phúc đó sẽ không bằng nơi tôi ở đây. Tôi nghĩ vậy...

- Bởi vì tôi nhìn cô có thể chuyển tải được, về chủ đề nội dung, cũng như tính cách nhân vật... Tôi mong cô... Tôi đến đây năn nỉ mà...

- Tôi xin nhường phần cho các diễn viên khác. Các diễn viên nhà nghề đều làm được.

- Diễn viên nhà nghề làm được là một chuyện. Riêng khuôn mặt thần thức, vóc dáng trời cho mới là điều quan trọng của chất tố đó. Xin cô đừng phủ quyết...

- Một lần nữa xin cám ơn ông đã chiếu cố kích lệ tôi. Song thú thật tôi xin nhường lại cho kẻ khác. Và tôi không...

Quỳnh và người đạo diễn nói chuyện thì An Nguyên ngồi gần nơi. Anh vẫn đan đát. Chàng mù đôi mắt không nhìn thấy, nhưng tai còn lắng nghe. Chàng tham gia phát biểu:

- Em có thể đi khi đạo diễn mời. Anh sẽ hy sinh. Rồi về thăm anh mà.

- Cám ơn anh, em không chọn cách đó. Anh đã là chồng em, em không bỏ đi xa anh được. Khó lắm anh Nguyên.

Im một tý nàng nói tiếp:

- Như vậy quá đủ xin không làm phiền đạo diễn ở đây lâu hơn. Và chắc tôi cũng cần làm một số công việc. Mời đạo diễn uống thêm chút trà trước khi rời nhà tôi... Cho vui và ấm lòng...

- Được tôi sẽ uống đây. Nếu cô không chấp thuận thì tôi không có cách nào khác hơn... Coi như tôi đã thua cuộc.

- Đạo diễn đừng nói như vậy. Thật ra tôi vì hoàn cảnh. Vì thương chồng nên không muốn đi xa thôi.

- Cô đi rồi về mà, hoặc giả anh ấy có thể đi theo cô.

- Không thể được. Thật sự chúng tôi không muốn làm phiền đạo diện như vậy.

- Không phiền đâu. Miễn cô chịu tham gia vai chính trong bộ phim là tôi vui lớn thôi.

Đạo diễn Tiến Bình nói cười trong lòng cả vui lẫn buồn. Ông nhìn Quỳnh và chồng nàng ngồi kia. Như một lời cầu cứu sau cùng của ông vậy. Nhưng Quỳnh đã quả quyết hơn:

- Thú thật không. Tôi trong lòng không muốn tham gia...

- Tôi đành chịu. Vì cô không muốn giúp, từ chối đó nha.

Nói rồi người đạo diễn Tiến Bình bưng chén trà uống một cách lịch thiệp để giã từ theo ý của Quỳnh. Quỳnh cũng như An Nguyên đang ngồi gần nhau không phản ứng gì nữa.

Cạn dòng tâm sự Tiến Bình muốn Lệ Quỳnh quay về thành phố đóng phim cho mình, mà cô một mực không lay lòng kiên định, nghĩa là cô không muốn tham gia. Đành lòng nhà đạo diễn Tiến Bình phải bỏ đi về thôi. Quỳnh lại nối gót ra đến cửa, tiễn nhìn đạo diễn. Quỳnh vẫn chân thành bảo:

- Chúc ông sức khỏe và thành công. Sorry tôi đã không giúp đạo diễn được.

- OK. Chúc Lệ Quỳnh yên vui hạnh phúc xinh đẹp. Nếu như em chọn, thì tôi phải thất thế nơi em. Bye bye em. Nếu còn có duyên sẽ gặp lại nha.

Quỳnh chỉ mỉm cười một cách ý tứ và khỏa tay tiễn chân nhìn nhà đạo diễn Tiến Bình đi đến khuất bóng. Nơi cây bạch đàn và vài cây cỏ dại lau lách ở đó, như nhờ gió đưa đẩy lúc lắc làm sao, gợi tả làm sao, có lẽ chúng muốn mở mắt, muốn nhìn sự chia tay của họ, với một niềm thương mến xa xôi, dù thế nào vẫn trông đầy hữu ái...

Rồi Quỳnh đi vào nhà mình với An Nguyên. Nàng như không còn nhớ gì ở người đạo diễn vừa nói. Nàng chỉ ôm Nguyên và hôn thật nhiều cái. Như bù cho chàng một cái gì? Nhưng không? Nàng có lỗi gì đâu mà bù chứ? Nàng yêu Nguyên quá đó thôi, tuy chàng mù song nhân cách chàng là một người chồng đáng yêu lắm. Chàng xứng với nàng hơn ai hết, chàng cũng đâu kém nàng. Nguyên siết chặt vòng tay nàng và dìu nhau vào giấc mộng ân tình... Họ không nói nhiều, nhưng mắt tim họ đã nói vạn lời yêu không dứt...

Những ngày tiếp theo sau đó Quỳnh cũng đưa đò thường ngày qua sông. Bên kia là một vùng đất trù phú, mà bà con thân nhân họ ở đó trồng điều, trồng mãng cầu, trồng dưa, mận, xoài mít, nhãn, sầu riêng, thanh long, trồng hoa quả, cả bắp đậu v.v...

CHƯƠNG 9

Từ ngày nàng tới ở âm đức như có hơn, vùng đất như thu hoạch khá, nên thân nhân quyến thuộc, lái buôn đến nhiều. Có hai, ba chuyến đò đứng dọc sông. Nhưng chuyến đò nàng được đông khách nhất. Bởi có lẽ vị trí thuận tiện, cùng với lòng thương hại khách đối với chàng Nguyên, và nàng đó chăng?

Khách lại đông mà nàng lái chèo còn yếu. Đôi khi khách, họ muốn đi cùng không đợi lâu chuyến khác. Nên Quỳnh muốn An Nguyên tập cho nàng mạnh thêm đôi tay để chống đỡ con thuyền lúc đông người... Và cũng luyện nàng thêm biết bơi giỏi hơn, nếu như xảy ra bề gì nơi một mình? Nàng sẽ tự ý xoay xở giữa con nước mênh mông, chẳng hạn...

Rồi một hôm nàng nói với Nguyên. Nàng biết Nguyên mù đui nhưng lại biết bơi. Chính chàng cứu mình đó mà. Nghĩ thế nên Quỳnh hăm hở bảo ngọt với chàng:

- Em muốn anh dạy cho em biết bơi giỏi hơn, cho em có thêm sức mạnh đôi tay. Và em tự chủ lúc gặp nguy hiểm, nếu có bị gặp sóng gió cuốn đi anh Nguyên à?

- Đừng nói xui xẻo. Nhưng em muốn thì được thôi, khi còn cậu Thâm cậu tập anh bơi, tuy anh mù đôi mắt.

- Em biết điều đó mà. Nếu anh không biết bơi thì anh đâu có cứu em?

- Quỳnh ơi em nói thật dễ thương như tấm lòng em. Anh hiểu...

- Tấm lòng anh cũng dễ thương hơn em nữa.

- Cám ơn em đã nghĩ...

Nói rồi hôm đó anh đưa nàng ra bờ sông anh tập nàng ở vùng cạn.

An Nguyên chỉ đứng trên bờ nói lý thuyết. Quỳnh xuống nước nơi bờ cạn. Một đoạn cô kéo anh xuống nước luôn. Quỳnh vui như trẻ con được quà, giọng nàng thật tha thiết ríu rít:

- Anh xuống luôn cho vui đi. Em thích anh ơi. Em thích mà. Anh hiểu chứ...

- Ừa được thôi.

Đúng là anh tập cho nàng đôi tay. Nàng lại hổ trợ cho anh đôi mắt, sau đó hai người cùng bơi. Khi nàng chọn điểm, cầm tay anh đứng lại một chỗ. An mừng lắm nói nhanh:

- Nếu một ngày anh sáng mắt, chắc sướng lên như điên dại nhìn em bơi há, Quỳnh há.

- Em sẽ biết cách làm việc cật lực hơn để dành có tiền. Em sẽ tìm cách giải phẩu cho mắt anh, sáng lại như anh muốn, lo chi anh.

- Ước gì ngày đó nhưng chắc mơ thôi.

- Mơ cũng sẽ thật như anh mơ thấy chiêm bao cứu em. Đã ứng nghiệm đó.

- Ừa cứ tin cho vui em à. Tuy cái mơ có, và có cái mơ không có.

Nàng dành nói hấp tấp luôn. Lúc hai người cùng bơi qua các vùng, nàng đưa tay đón chàng:

- Nè anh Nguyên... Anh xuống nước hỗ trợ tập em cho có bạn, là em vui như thế đủ rồi. Thôi anh lên bờ về nhà thay đồ đi. Em ở dưới nước nhiều thì mới chịu lạnh thôi.

Em tập tý nữa, rồi em lên bờ sẽ về cùng anh nghen...

- Anh thích em sẽ làm, và trở lại để đón em nha?

- Thì đúng vậy anh.

- Nhưng anh muốn ở đây với em, anh không muốn về đâu Quỳnh ơi.

- Về đi rồi ra, em muốn tự do một chút, vì em không còn quan sát anh, em bơi thẳng cẳng một hơi, em muốn thử sức một hồi. Một hồi thử mà anh Nguyên?

- Ừa như vậy cũng được. Nhớ bơi vùng cạn nha, đừng ra quá xa nơi vùng. Anh về rồi ra nha. Anh luôn chiều theo ý em.

- Dạ em hiểu điều anh nói. Ờ anh biết hướng đi về nhà chớ?

- Mờ mờ nhạt nhạt anh đi được mà. Anh đi theo thói quen nữa. Nguyên nói đùa vui, cười và bỏ đi.

Quỳnh ở lại cô bơi một hơi nhanh, đi xa lặn sâu như con rái. Vì nàng biết khả năng bơi của nàng rồi. Như nàng tiên cá xuất hiện nơi con sông này, nàng vui vẻ cảm nhận hài hước chút. Rồi cô ngóc lên để vô bờ. Quỳnh làm tiếp một lần nữa.

Không lâu lắm anh từ nhà ra đi, đến chỗ nàng. Nàng thì lên bờ. Thiệt ra Quỳnh cũng đã biết bơi từ xưa ty tý. Song nàng chưa phát huy hết sở trường của mình.

Nguyên mò mẫn đến nơi một cách dễ dàng như có thần làm phước hộ mệnh. Tới nơi anh đưa cho cô bộ đồ khô, anh đã lấy mang theo tay. Anh chưa kịp nói. Quỳnh lên tiếng:

- Em muốn cho người em chịu lạnh một chút đi. Em về nhà hãy thay nha anh.

- Tùy em. Coi kẻo lạnh em yêu.

- Không sao đang mát mẻ mà anh.

- Nếu thế thì tốt thôi.

Cả hai dìu nhau về nhà. Nguyên lấy tay sờ vào tóc nàng thì còn ướt quá. Và anh sờ vào mặt nàng, mũi nàng, cằm nàng, tai nàng, nhơn trung nàng, cũng lấm tấm nước. Anh cảm giác... Nàng đẹp lắm... Nhưng sao ông trời không cho anh sáng mắt nhìn nàng một chút để anh sung sướng hơn?

Quỳnh như hiểu được tâm trạng, lòng Nguyên bất chợt xa gần... Nàng hôn nhẹ anh rồi cả hai bước đi. Hoa dại, cỏ dại, gió kia nơi dọc đường cũng lung lay niềm thương cảm...

CHƯƠNG 10

Quỳnh vẫn thường làm cơm và đan đát. Hẳn là cô nấu ăn rất ngon. Thức ăn cô chế biến rất mát tay, mau lẹ, tài tình. Cô cũng đã nghề trong một thời gian "tự học làm nữ công gia chánh kia mà?" Nguyên cảm thấy hạnh phúc và thèm được nhìn nàng qua đôi tay, ánh mắt... Nhưng nào được đâu. Đôi lúc anh tươi lắm, rồi vẫn chợt có buồn, nàng biết điều đó. Nàng vẫn ưa hát cho chồng Nguyên nghe. Đã vậy Quỳnh còn biết làm thêm các món mứt gừng, me chua, chùm ruột, rim dừa, kẹo đậu phụng, bán cho khách thêm. Nàng khéo léo đôi tay lại chăm chỉ, chịu khó làm phụ chàng kiếm cách sinh nhai... Một hôm chàng nằm mơ thấy nàng đi hát. Khi nàng có một đứa con bên cạnh chạy loanh quanh phụ cho mẹ Quỳnh. Và chàng thì mù đui đánh đờn nhị ngồi đó. Tiếng hát nàng nhờ gió đàn đệm giữa không trung còn hay hơn... Khán giả ùn ùn kéo tới nghe. Chàng mừng trong giấc mơ...

Rốt cuộc. Rồi tỉnh giấc, chàng đem nói với nàng liền:

- Em ơi... Tiếng hát em còn hay lắm, anh muốn em được đi hát lại. Anh vừa nằm mơ.

- Cám ơn anh. Nhưng thôi em không cần. Em chỉ muốn ở bên anh, ta sống với nhau thế này hạnh phúc rồi. Anh mù lòa, em đi hát bỏ anh ở nhà tội anh lắm.

- Thì anh cùng đi, nếu như em biểu diễn đâu đó.

- Hay là nếu anh muốn... Em có một đề nghị với anh như thế này anh coi thử nha?

- Em cứ nói anh sẵn sàng nghe đây. Em nà...

Quỳnh vui miệng, nàng mang ra nói với chồng luôn.

- Em không muốn đi hát ở các thành phố lớn nữa đâu. Thi thố, cùng với ca sĩ ăn diện lụa là. Nơi dành giựt về hư danh đang lạm phát. Họ sẵn sàng thọc gậy, hoặc có thể chém giết vì lợi tức... Em chỉ muốn đem tiếng hát lời ca ở các bãi biển xa, các nơi ngoài trời. Để chúng ta trở thành, cùng khán giả hưởng tự do, khí hậu thiên nhiên của đất trời trong trẻo an lành... Và còn không tranh hơn thua nhiều với ai. Đó là như vậy anh chịu không?

- Anh chịu chứ. Một giấc mơ của anh y như vậy mà?

- Anh đừng xạo em nha? Quỳnh nói và cười tươi hồn nhiên.

- Anh chưa bao giờ xạo em, điều gì anh nói là thật cả đó.

- Nhưng thôi rắc rối cho em lắm. Cám ơn giấc mơ của anh. Thôi đợi ta có thời gian sau thử? Anh có giấc mơ cho em. Em cũng đủ vui rồi.

- Anh mãi mãi chiều ý em mà.

- Thanks anh!

- Anh thương em nhiều lắm Quỳnh ơi.

- Em biết. À anh ơi. Em ước gì anh sáng mắt hai chúng ta sẽ đi chèo thuyền trên sông nước, một chuyến lấy thú vui... Chỉ mình hai ta mà thôi, ôi một phong cảnh đẹp ơi là đẹp và trữ tình... sương mờ nhạt nhạt giăng giăng đưa lối. Ở đó chỉ có hai chúng ta trên một con thuyền nhỏ, em và anh sẽ êm đềm ngắm cảnh. Ôi thật là diễm tuyệt...

- Làm gì có được như thế em? Anh còn đui mù nghe thì tủi thân quá Quỳnh ơi.

Quỳnh nhìn anh cười tươi hơn nữa: (Mặt dầu anh không tỏ tường được nụ cười tươi sáng của nàng.)

- Em đang mơ mà. Ôi một giấc mơ đẹp của em. Ngoài những thì giờ mình làm lụng vất vả, em thay anh đưa khách sang đò kia? Em mơ thích như thế anh có vui không?

- Em thật là lãng mạn có tâm hồn ước mơ đẹp. Nói chứ anh đang mơ tưởng như lời em trao gởi đó mà. Anh như nhìn thấy một bức tranh đó Quỳnh ơi.

- Thiệt sao anh Nguyên? Nơi em đang mơ như thế đây nè. Thiệt ra Quỳnh đang như mở ra ký ức bức tranh đi thuyền tuyệt diệu, chiếc thuyền thì độc mộc nhỏ thôi nhưng chứa trong đó hai trái tim tình yêu họ lớn. Người mà lãng mạn có những giấc mơ đẹp, để đi thuyền của hai kẻ yêu nhau trên thế giới này là nàng đây. Đôi mắt và đôi môi nàng thật dễ thương, mơ màng trong cảm nhận con thuyền độc mộc lướt sóng chậm chạp, và cả những phút giây nhanh chóng... Chàng và Nàng tận hưởng được những không gian hữn tình...

Chàng vui vẻ nỗi lòng nói thêm:

- Vậy hai chúng ta cùng mơ giấc mơ cũng đủ sướng rồi em Quỳnh.

- Cám ơn anh cùng tư tưởng giống em. Em thật sung sướng và cảm động lắm anh Nguyên.

Cả hai lại hôn nhau. Quỳnh lại rạng rỡ hơn dưới nụ hôn đẹp và nồng cháy, dịu dàng mà pha chút cuồng nhiệt của người yêu, của chàng Nguyên. Nàng nhắm mắt hít thở tận tưởng hương vị tình yêu nơi chàng trao. Hai người như thêm tan loãng theo giấc mơ "du thuyền nhỏ" dưới lớp sương mờ giăng giăng tuyệt đẹp kia...

CHƯƠNG 11

Ba năm sau đó...

Thời gian thật thấm thoát nàng ở với Nguyên đã trên ba năm và sinh được một đứa con trai bụ bẫm tên là Nhật Tân. Đến một ngày kia nàng thấy mưa như sắp đến, mùa thu như sắp hết, và mùa đông như sắp về, kề cận nối tiếp đi theo. Nàng lại bảo chồng:

- Anh ở nhà giữ coi Nhật Tân. Em đi kiếm củi mùa đông này mình sưởi, con sưởi ấm. Bây giờ không ai cho củi ta nữa đâu, mà cũng phiền họ? Mình tự lo nha anh? Đôi tay em có thể kiếm được ở xa mang về lo anh à. Quanh đây hết củi rồi.

- Thôi mà. Em đi nguy hiểm đó Quỳnh ơi. Bữa nào anh ra nói nhờ khách họ mang tới cho. Họ cũng thương em mà. Không thì hai ta... Anh bỏ mua bằng tiền cũng được vậy.

- Tiền mình để dành. Em đi kiếm củi dễ lắm, em dự định rồi. Em nhất định muốn đi kiếm củi mà...

- Trời ơi Quỳnh.

- Trời đất nghe rồi lời anh nói đó...

- Em muốn là chắc trời muốn, làm sao anh cản song nhớ cẩn thận em nha. Có chuyện gì thì khổ cho anh và con em ơi.

- Bây giờ em biết bơi khá rồi sợ chi nữa anh? Em đi đó, hôm nay nhé.

Nói thế như báo cáo. Rồi Quỳnh lẹ làng kéo trì, lấy lôi chiếc thuyền nan ra, nàng định đẩy ra sông chèo chống đi xa. Chiếc thuyền nan này có người muốn tặng cho cậu Thâm từ dạo đó, nhưng cậu Thâm mất đi, họ lại mất dịp. Người ta lại chia sẻ trao lại cho Nguyên, nhưng Nguyên nào biết lái đi đâu. Bây giờ Quỳnh muốn lấy đi. Còn chiếc thuyền chở khách kia, thì nàng đâu có thể dùng cho việc đi kiếm củi gồ ghề, với những việc linh tinh, vì nó lớn hơn và bất tiện lắm. Chiếc thuyền nan nhỏ này thì tiện hơn cho việc nàng đang muốn. Quỳnh như nôn nóng không thể chờ đợi. Nàng hôn con và chồng trước khi kéo thuyền nan đi...

- Mẹ ơi mẹ đi rồi về mau lên nha. Con đợi mẹ về đó nha. Nhật Tân la lên nũng nịu, giọng dịu dàng của con nít.

- Mẹ biết mà không để con đợi lâu đâu. Con trai của mẹ yêu. Nhật Tân ơi.

- Đi nhớ về nhanh lên nghen em Quỳnh.

- Dạ em không để anh và con đợi lâu, phải khóc đâu nha. Đúng không? Hì hì. Quỳnh nói và cười rất tươi.

Và họ chia tay với cái nhìn, cái thương, cái gởi, cái đợi, cái chờ... Nàng nói thêm:

- Bye nha. Rồi Quỳnh có đem theo cây rựa, cùng một ít lương thực nước uống, cơm ăn khi đói. Nguyên nghĩ vợ anh thình lình làm việc, với những quyết định giống như những cuộc hành quân gấp, của lính tác chiến trong quân sự vậy. Nói là làm, báo là đi, xuất là kinh thế thôi. Đôi lúc ngày xưa cậu Thâm hay kể chuyện lính cho chàng nghe...

Quỳnh qua bên kia sông và hẳn lủi vào một cánh rừng nhỏ gần đó, có nhiều củi, cây cành, thừa khô ai chặt bỏ. Nàng dùng tay và rựa lẹ làng quơ lấy, chẳng mấy chốc hơn hai tiếng đồng hồ Quỳnh kiếm được khá nhiều. Được tất cả sáu bó. Nàng cột dây chặt chẽ, ngon lành, để đó. Quỳnh lại uống nước và ăn một chút cơm cho đỡ đói lòng. Xong thấy đủ rồi. Quỳnh lo loay hoay để về, trời như sắp mưa. Phần thương nhớ thằng con và chồng Nguyên, nàng đã xa họ gần ba tiếng, cả buổi rồi... Một vài con chim bay ngang vật vờ chia sẻ điều chi, với nàng niềm vui hay nỗi buồn nó, nàng cũng không biết. Nàng chỉ nhìn nó đến hút bóng... Quỳnh thương chúng kiếm ăn đó chắc? Nàng không có gì để cho nó. Quỳnh nghĩ ngợi chút rồi chợt nhớ, nàng chỉ tung ra một vài mớ cơm nguội đem theo còn đọng lại. Nhưng có lẽ nàng cho đàn kiến hay sâu bọ đâu đó là đúng hơn lũ chim kia. Chúng nó, lũ chim bay cao mất rồi. Quỳnh nghĩ như vậy.

Đoạn Quỳnh vừa vác củi xuống ghe, thình lình trời lại mưa to mỗi lúc một lớn nhiều. Quỳnh bị mắc mưa quần áo ướt nhèm. Nhưng nàng không thể trì hoãn, đành cho ghe thuyền lướt sóng trở về. Sấm sét lại tới hồi vang rền lớn thêm, như quốc ca trong lòng nước. Từ "quốc ca" này do Quỳnh chưng hửng nghĩ ra thôi, vì nó hùng hồn, thúc giục, mạnh mẽ quá, chắc cũng xứng đáng với cụm từ lóng, hoặc thuật ngữ nàng dùng đấy. Quỳnh cố nhìn cảnh vật chung quanh thêm nữa...

Quỳnh không thể ngại, đằng nào nàng phải về kẻo chồng, kẻo con đợi... Mà thiệt An Nguyên và đứa con thơ dại đang nóng lòng. Thằng bé Nhật Tân hỏi chàng:

- Mẹ về chưa ba ơi. Sao vậy ba?

- Chút xíu mẹ về. An Nguyên trả lời cho Nhật Tân.

- Ôi mẹ ở đâu lâu quá. Con trông mẹ về ghê nơi, trời đã mưa to ba ơi. Thằng bé nói và nắm tay ba Nguyên, đi ra hiên nhìn mưa.

- Ba cũng trông đó. Chuyến này mưa lớn hã con Tân?

- Dạ ba ơi. Mưa sẽ lớn lắm nhiều nơi đâu đó.

- Trời ơi... Quỳnh em đang chốn nào? Nguyên mơ màng gọi.

**

Cảnh Quỳnh đang dầm mưa trong thuyền nan có củi,

thuyền đò cứ lắc lư. Mưa ngẫu nhiên đem màu sắc xám xịt kéo tới... Nàng quyết tâm vững lái... Dù gì mình cũng biết bơi mà? Nhưng không, con thuyền tự nhiên bị mất thăng bằng, đâm ra nghiêng ngửa, rồi đến hồi củi đổ ngã lật nhào vài bó, rồi đến sáu bó cũng mang trôi theo chìm nghỉm... Quỳnh hốt hoảng, loay hoay, thì con thuyền lật tuốt. Nàng bị rời con thuyền và mất phương hướng đi. Dép cũng trượt cuốn rời khỏi chân đi mất. Mưa xối xả tuôn, gió thêm lớn ào ạt. Nàng như vì điên rồ, vì mất củi, mất thuyền, mất cây chèo lái. Quỳnh khờ ra điên dại mỗi bước hơn, như muốn lặn hụt kiếm những bó củi của mình nơi đâu, Quỳnh tiếc lắm. Quỳnh đã biết bơi khá và lặn giỏi mà. Nàng quyết dành lại kỳ công, những bó củi đã bị lưu lạc, ngập chìm đâu đó...

Đến một hồi trời như trút cạn những đợt mưa khổng lồ mưa mù mịt, tầng số mưa nhỏ dần và hết mưa, chỉ còn lăn tăn mấy hột. Quỳnh tìm lại đủ số củi và bánh lái, cây chèo. Sáu bó củi có đủ, Quỳnh đưa vào thuyền rồi, nàng lại cố lặn tìm cho được đôi dép cũng đã bị mất. Đôi dép nhẹ đâu có chìm nhưng Quỳnh quýnh lên như mất trí nhớ, niềm khôn ngoan còn đâu nữa, nàng cứ tưởng nó chìm và hì hục cất công tìm mãi. Một đoạn sau gần mười lăm phút theo ước tính, nàng lượm lên một cái nồi trong đó có chứa thêm một vật... Có lẽ khi đồ mất, dép mất, Quỳnh cứ nhặt lên cái gì là lấy đó cho đỡ tủi. Và có lẽ sảng quá vô tay cái gì nàng đều cầm lấy nốt, chắc vậy. Thì ra Quỳnh được một cái hũ đồng khá to bên trong... Quỳnh nhìn thấy ngồ ngộ, nàng mở nắp nồi, coi thấy mặt hũ vuông vức. Nàng tự cảm giác là lạ, hình như một thứ vàng ròng lóng lánh ẩn hiện, đựng bên trong hũ còn sáng quắc và thật là nhiều đấy... Quỳnh đưa tay vuốt ngực hồi hộp thở mạnh phập phồng. Và nàng nhanh chóng lẹ làng, hành động làm việc, hầu như là được khẩn cấp hơn. Nàng mang lên bỏ cùng với củi trên thuyền, để nàng lái về hướng nhà cách khá xa mười lăm dặm hơn mới tới. Lúc đó nàng đã biết đôi dép đi xa vì kiếm không được nữa rồi. Thôi nàng đành thoái bỏ nó...

Về nhà thằng con trai và chồng mừng rỡ. Thằng con

Nhật Tân la hét inh ỏi om sòm như mẹ chết sống lại. Nàng thì vui vẻ vác củi từng bó, để vào nhà chứa củi cho gọn gàng. Ai biết rằng quá khứ là một ca sĩ, nhưng Quỳnh làm việc như một phụ nữ nông dân trẻ thực thụ, mạnh mẽ tháo vát, cùng gọn gàng hết sức. Xong Quỳnh vô hôn con và chồng. Quỳnh đi thay đồ trước cho đỡ lạnh và chỉnh tề. Sau đó nàng mới nói với chồng. Giọng nàng vẫn vui và hối hả:

- Hình như em nhặt được vàng ở dòng sông xa anh ơi.

- Làm gì có chuyện đó em?

- Trên đời chuyện gì cũng có thể. Như em gặp anh nè.

Chàng Nguyên không sáng mắt để nhìn. Nhưng thôi Quỳnh biết đích thị là vàng rồi.

Thằng con trai Nhật Tân ba tuổi hơn thì không biết điều chi cứ xúm xa, xúm xít bên mẹ. Nó mừng khi mẹ về, và vui khi mẹ vui. Nó cười thật tươi, khi mẹ sẵn sàng cười tươi bên nó, thế thôi...

Một tuần lễ mới, Quỳnh đi chợ lớn của phố, đến tiệm vàng kiểm chứng, và nàng đã biết đó đích thật là vàng thật ai đã đánh rớt. Nhưng nàng biết ai mà cho lại. Chắc cũng là lâu lắm rồi? Có thể vài chục năm không chừng, khi giặt giã họ chạy loạn. Hoặc nhà giàu họ rơi rớt từ máy bay, nên họ cũng chẳng tiếc. Thôi thì mình cứ để đem ra làm từ thiện. Trước mắt có tiền. Nàng muốn sửa mắt cho chồng sáng lên. Nhưng thôi nàng sẽ có một kế hoạch trước tạm thời coi đã.

Quỳnh bàn với chồng An Nguyên như ngày xưa. Nàng không muốn đi hát ở các thành phố lớn, thi thố chi... Nàng chỉ muốn đem tiếng hát lời ca nàng ở các bãi biển, bến sông, bìa rừng, quán nhạc, sân khấu lộ thiên nơi ngoài trời... Hưởng cùng khí hậu thiên nhiên của đất trời... Dân chúng ai muốn nghe thì cứ đến tự do ngắm. Nàng muốn trao tiếng hát trong tim mà bao năm nàng chỉ lặng thầm... Hoặc chỉ hát cho chồng Nguyên và con nghe thôi. Bây giờ thì nàng Quỳnh muốn chuyển cuộc đời nàng sang, qua một bờ bến lạ hơn...

Quỳnh đã làm từ thiện từ số vàng nhặt được. Cô cho cất và sửa lại nhiều ngôi trường nơi nghèo khó trước kia.

Cất nhà chùa và một số bịnh viện, nàng góp sức chung tay với các nhà từ thiện, các nơi khác. Còn chàng không còn mù mắt ngồi đàn như giấc mơ. Mắt chàng, nàng lo chữa đã sáng hẳn. Vì chàng đâu phải mù mắt từ bẩm sinh mới đẻ, chàng chỉ mù lòa bởi tinh thể bị kéo mờ, vì áp lực lệ tuyến ứa, khóc lâu ngày chuyển sang tăm tối thôi...

Dự định. Nhưng hai năm sau đó nữa nàng mới thực hiện hoàn toàn đầy đủ được. Có lẽ nàng cũng đợi thằng con lớn hơn tý. Và chàng luyện lại tiếng đàn cho sắc sảo hơn. Đúng An Nguyên đã luyện tiếng đàn chàng như cất cánh giao thoa... Phần nàng bây giờ tiếng hát Quỳnh còn đậm chất hơn, tha thiết truyền cảm hơn, nội lực hơn. Đôi lúc nghe có gì đó cay đắng sâu nặng, da diết tải mạnh phần hồn hơn... Riêng thằng con Nhật Tân biết làm ảo thuật hay, nàng dạy cho nó vài trò ảo thuật đơn giản, song tánh cách nó dễ thương, có đầy chất sáng tạo, và lanh lẹ khám phá lắm, tay mắt khi biểu diễn thật tuyệt vời... Ai cũng thích bé biểu diễn đôi chim bồ câu từ trong cánh tay, bé cầu nguyện nó lại tung bay ra như huyền thoại. Một đôi dép biến thành hai đóa hoa sau đó, một trái chanh biến thành cái ổi và ly nước... Nó biểu diễn uống nước không phải cái ly cầm trực tiếp cho vào miệng, mà là được chiếc đũa nâng lên ly cao từ miệng, vượt qua trán nó, và ly nước từ từ nghiêng đổ xuống với thăng bằng đẹp, ly không rớt. Bé làm nhiều trò đơn giản song đủ khó và hấp dẫn, lôi cuốn người xem. Người ta không còn biết nơi đâu là ảo thuật, hay bùa phép từ tay con nàng Nhật Tân làm. Nhưng họ biết thành tích thằng bé tạo ra luôn đem lại cho họ vui vẻ, sung sướng, thỏa chí, thích thú mê ly nhìn ngắm nó...

Về nàng. Những bài nàng thường ca là. Câu Chuyện Đầu Năm, Qua Cơn Mê, Về Đây Bên Em... Chuyện Tình Trên Những Đồi Sim, Hoa Trinh Nữ, Lòng Mẹ... Hoa Vẫn Nở Trên Đường Quê hương, Đưa Em Vào Hạ, Đa Tạ...

Đi hát xong. Có thằng con biểu diễn ảo thuật đẹp, mạnh mẽ, lạ lẫm hấp dẫn. Nàng và chồng cùng đứa con thơ vẫn về lại với dinh thự mình. Bé biết làm ảo thuật khi nàng dạy.

Mẹ dạy một nhưng sức lanh của bé Nhật Tân biết hai, biết ba, bốn... và tới mười...

Một hôm Nguyên nói với Quỳnh. Vì chàng có sáng kiến mới.

- Quỳnh em. Còn một số vàng anh muốn cất khách sạn hay resort em tính sao?

- Thôi em không tính chuyện đó đâu. Cái đó nhiều người sẽ làm trong khái niệm kinh doanh. Em chỉ muốn lo từ thiện thôi. Em thật sự tâm ý không muốn nhúng vào việc kinh doanh, tánh em nghĩ vậy. Vả lại em phải làm chủ, vì để cho ai. Hoặc cả anh xen vô thì em mệt... Em sợ như lần trước hôn nhân em đã gãy đổ, bởi vì em chiều người phối ngẫu quá đáng. Em không thể là ưu tiên cho đức lang quân em nữa đâu. Biết đâu được, anh sẽ mãi tham ý, sẽ lấn lướt em...

Im hai giây nàng nói tiếp:

- Hôm nay em có kinh nghiệm xương máu qua bao lần nắng mưa để khôn rồi.

An Nguyên nghiêm chỉnh lắng nghe hơn Quỳnh say sưa. Nàng lại bảo thêm:

- Anh nghĩ sao? Và coi như chuyện mở khách sạn hay resort thì em không dự định làm.

- Anh nghe lời em. Em là nhất của anh. Sẽ nhất mãi mãi em ơi như thuở ban đầu...

Quỳnh nhìn chồng đôi mắt nàng sáng long lanh chớp chớp mà không nói nữa. Rồi sau nàng chỉ cười tươi nhìn anh, một người chồng hiền lành và dễ thương, tâm tốt với nàng...

Hai người lại ngồi đan giỏ hát cho nhau nghe như ngày nào. Quỳnh và Nguyên đã mua một căn nhà cho con để trước. Vì đó là phần thưởng nơi hai người dành cho đứa con trai Nhật Tân duy nhất của họ. Còn căn nhà họ thì vẫn chưa thay đổi gì. Bởi đó căn nhà mà họ cho là hạnh phúc nhất, duyên nợ nhất mà nàng đã gặp chàng... Dù trời cho họ bây giờ vàng của giàu có, nhưng hai người vẫn không quên thuở hàn vi với cuộc sống đan đát nơi đây, đã đem lại cho họ một cuộc sống thanh bình hạnh phúc và đứa con thơ dại chào đời. Rồi nó lớn lên mắt mũi khôi ngô và tâm trí mỗi ngày mỗi lớn mỗi thông minh hơn. Đó cũng là một phần thưởng quý giá lớn lao vô ngần, như không có gì để so sánh được nơi lòng họ nữa ...

HDT. Viết mùa xuân năm @2017

KỂ CHUYỆN NHƯ PHIM...

CHƯƠNG 1

Năm 1975.

Miền Bắc vào đầu mùa xuân, thế tấn công quân đội họ như vũ bão, bắt đầu từ Cao Nguyên Kon Tum, Phú Bổn và đến Ban Mê Thuột. Miền Nam như rơi vào thế bị động, nhưng còn gượng đánh trả, để tuyên dương tinh thần lính tráng của mình ban đầu. Chẳng bao lâu lính Miền Nam Cộng Hòa thời cơ của họ giống vẻ đã hết, họ như bị hết nhuệ khí, xanh máu, thất thế, và mất hết năng lực v.v.. Họ yếu ớt tháo chạy như muốn đầu hàng...

Những đợt súng của lính Bắc Việt và thành phần mặt trận giải phóng Miền Nam kia, cứ bắn phá trên các nẻo đường khắp nơi, như mưa giăng, như bão táp trút đổ vài nơi, và có cả những điểm cũng bắn tia tỏa cảnh báo để dành dân, để ca ngợi thế mạnh của mình đang huy hoàng... Thế của VNCH như xuống dốc mệt mỏi, và thua cuộc, bắn cho có bắn.

Tội nghiệp dân chúng chạy tán loạn, theo hai chiều, trên những tuyến đường từng đàn ngược xuôi, kẻ theo Cộng Sản người về Quốc Gia. Đùng một cái có một người chồng trúng đạn nơi cổ chết ngất không kịp ngáp trong hai giây. Kế tiếp người vợ trời xui, định mệnh trúng ngay mẻ đạn pháo trên trán, coi nhẹ như chơi, mà cũng mất đi mạng sống hẳn hoi. Cả hai vợ chồng ngã lăn trên đất như "thần chết" gọi họ. Còn một em bé ngơ ngác khóc. Mắt em buồn thơ ngây vẻ nai con. Hình như em chưa nhận ra cái đi vĩnh biệt của ba má, nhưng em đã biết có chuyện lạ, và mặt em thất sắc dần vô cùng ở nơi đó. Nhanh như chớp một bà già ốm yếu, độ trên khoảng trên sáu mươi lăm, bà nhanh chân chạy tới bồng em đi nhanh. Mặc cho hai cái xác người thân nằm kia, tay chân họ như không còn di chuyển nổi nữa. Họ mặc dầu còn nóng soãi trạng ra đó...

Bé lật đật vội vã nhìn lại, ngoái lại nhìn kỹ thêm. Nhưng

bà vẫn bồng bé cặp nách đội đạn, đội pháo mù trời mà chạy theo đoàn nhanh... Và những người cứ thế chen chân, chen bóng chạy. Bây giờ ở đây người ta nói là chạy giặc thôi.

Con đường là những máng rừng, xuôi, ngược, thấp, cao. Tình hình rất hoãn loạn. Họ vẫn chưa tường tận biết về đâu, khi hai bên phân tranh vẫn chưa kết. Phần nhiều họ bỏ chạy, tháo lui v.v...

(Cái viên đạn, mẻ đạn pháo của hai vợ chồng kia trúng có thể một bên của Miền Nam CH. Và có thể một bên của Bắc Việt. Cũng có thể cả hai đó là của VNCH, hay có thể là hoàn toàn thành tích thuộc về BVCS. (Bắc Việt Cộng Sản là tính chung cả mặt trận giải phóng miền Nam do Bắc Việt Cộng Sản soạn ra.) Vẫn không ai nhận được chính xác vào lúc này với hai mẻ đạn đó là của bên nào, gây ra tổn hại cho vợ chồng kia? Chỉ tiên đoán phần nhiều là pháo của BVCS thôi. Vì VNCH đã có như 85 % bỏ súng chạy hàng rồi.)

Tình hình chạy loạn tiếp tục. Nhưng rồi đã chấm dứt chiến thắng Tây Nguyên hoàn toàn. Quân của Bắt Việt Cộng Sản thắng thế, và Việt Nam Cộng Hòa là quân bại trận...

Và sau 1975, Người lượm bồng bé bà tên là Cô Đẩu. Cô Đẩu đã về quê hương ruột của bà để sinh sống ở Hoài Nhơn Bình Định. Khi hòa bình được thiết lập, theo quan điểm của Miền Bắc, hơn 21 năm chia cắt hai miền. Hai nền chính trị khác nhau kia: Miền Nam theo giặc Mỹ khối tư sản nắm quyền. Và Miền Bắc theo chế độ XHCN khối vô sản thống trị. Giờ đã xác nhập một, phải theo Miền Bắc chế độ XHCN thôi.

CHƯƠNG 2

Đêm đó...

Một đêm trăng non, song hôm đó trăng non sáng đẹp mơ màng. Cô Đẩu vẫn cái nghề như cũ trên Tây Nguyên sinh sống là nghề bán dưa muối... Các loại dưa dầm muối bà làm: cải dưa, hành hẹ, giá sống, cà rốt, cà pháo, đu đủ, củ kiệu, xoài sống, ngó sen, măng chua v.v... Thường thì bà lấy về từ chất tươi sống họ bán ế, hoặc dư thừa bà mua với giá rẻ, bà đem về với các quy trình bà biết, hình thức giàu kinh nghiệm muối dưa của bà có. Phải nói Cô Đẩu muối dưa chua thì thật tuyệt cú mèo rồi! Độ dưa mặn mà một cách vừa đủ, ngọt ngọt khi ăn sẽ dòn cáy, lại thơm nồng, ngon lạ hết sức. Tuy nhiên thân phận bà đơn chiếc - Sống một mình làm nghề để kiếm cơm, giúp dân nghèo. Bà đơn chiếc quá nên khi lượm Anh Phương về sống bên cạnh. Có Anh Phương thì Cô Đẩu vui hơn nhiều lắm. Cô bé mới lên sáu tuổi nên Anh Phương ít nói, và cũng chẳng màng hỏi han chi việc ngoài ký ức trẻ thơ. Anh Phương sống với Cô Đẩu bà cháu rất mực thương yêu. Cô Đẩu đang bưng cái đèn thắp sáng bằng dầu hỏa, nó nhỏ xíu như tầm một cái bàn tay phụ nữ, cô loay hoay, lụi hụi nơi nhà bếp. Cô sắp xếp các món hàng sao cho ngăn nắp gọn gàng hơn. Anh Phương bám theo, cô bé ngắm nghía đủ thứ. Cô Đẩu thoáng nhìn Anh Phương liền bảo:

- Con lên học hành đi vẽ viết gì đi. Bà làm xong. Đêm nay trăng non mà sáng đẹp dịu dàng quá, bà sẽ có một câu chuyện muốn nói thổ lộ bên con đó.

Anh Phương nhìn lại Cô Đẩu.

- Dạ. Con nghe lời bà, lời cô…

Bé lên nhà trên. Nhà Cô Đẩu chỉ có ba gian. Một gian nhà trên có chiếc giường bà cháu nằm luôn, kề cái bàn nho nhỏ nhưng đóng có vẻ cao ráo, và chỉ vỏn vẹn hai chiếc ghế ngồi. Trên vách một cái trang nhỏ, bà thờ đốt nhang, đèn thì lu tí tẹo nơi đó mỗi đêm về. Gian giữa thì bà để gạo thóc, nếp tẻ, củ khoai, đậu mè, gừng nghệ, hành tỏi, ớt tiêu chi đó v.v… Một bên quần áo của bà và Anh Phương với mũ, nón, dép, guốc mộc. Tất cả nó được đặt kê bởi một cái ghế dài ván thường như thế. Gian cuối là nối liền gian giữa bước đến, gian nhà bếp của bà. Gian này bà để linh tinh, phần lớn là các món dưa bà muối có sẵn, đợi khi ra chợ…

Bé lên ngồi lom khom và ũng ẽo vẽ trên giường. Bé vẫn thường vẽ và ham vẽ lắm. Cô Đẩu biết mà. Trong trí tưởng, bé vẫn nhớ vẽ lại nhà ba mẹ ruột mình khi xưa. Khi xưa ba mẹ sống trong căn nhà có nhiều tủ, nhiều ngăn thuốc, được đựng đẹp. Rồi bé vẽ nhà bà Cô Đẩu hiện giờ y chang, dù bé nét vẽ nghệch ngoạc, song đó là coi như những bản phác thảo khá trung thành...

Bé đang vẽ thì cô Đẩu bước lên ngắm một tý rồi. Cô Đẩu bảo:

- Vẽ đẹp quá nha. Ngồi lại trên ghế đây bà nói chuyện.

Cô Đẩu nói và kéo ghế ngồi nhìn ra bên ngoài. Liền tay đẩy cái ghế kế bên cho bé Phương cùng ngồi.

Anh Phương nhẹ nhàng bước tới, ngồi theo vẻ tự nhiên nhưng lễ phép.

Cô Đẩu cất giọng:

- Bà lượm con từ chiến trường Cheo Reo chạy loạn. Tội nghiệp bà đội đạn mà đi... Khi nhớ lại. Giờ thì hòa bình nhỉ? Hết súng đạn. Hết chạy giặc. Hết bom nổ. Bà về quê mang theo con về với quê gốc bà Hoài Nhơn đây. Đã gần hai năm rồi. Bà chẳng giàu có gì. Bà nói con nghe và hiểu không?

- Dạ con hiểu. Anh Phương chưa hiểu nhưng nói nhầm ý vì trẻ con thôi.

Cô Đẩu nói tiếp như muốn chuyển đề.

- Thấy con vẽ là biết con yêu quý và kính yêu cha mẹ lắm. Con có nhớ gì nơi, nơi ba mẹ con không?

- Con có nhớ ba mẹ sống trong hẻm một thành phố, có nhiều người qua lại. Họ mua thuốc ba con viết đơn, mẹ con gói thuốc cho họ. Và nhà nhiều tủ thuốc, nhiều ngăn hộc nho nhỏ đẹp. Thỉnh thoảng con nhìn mẹ lúc làm việc, thì mẹ hay nhúm thuốc Bắc chìa vô mũi con, mẹ cười... Và con nhớ chạy loạn mẹ ba con ngã quỵ, rồi bà chạy lại bồng con...

- Giỏi nhớ như thế là khá rồi, chỉ mới hơn sáu tuổi mà.

Anh Phương làm thinh nhìn Cô Đẩu. Bà nói tiếp:

- Thương con lắm. Đêm nay bà muốn tâm sự với con một điều có trăng non làm chứng. Bà sẽ cho con một cây, một thẻ vàng bà bán hết những chiếc nhẫn lẻ đổi hôm chiều qua. Để cho con cất giữ, vì bà có thể chết mất, bởi tuổi già không biết chừng. Vận đời lắm rủi ít may, vậy bà xin biếu con kỷ vật này. Vật này bà coi như "vật bất ly thân nơi con." Trong đời con hãy nhớ nhé…

- Bà ơi con không… Nghe đến đây Anh Phương như giật mình thảng thốt.

- Ôi chỉ nói "Vật bất ly thân" như thành ngữ vậy thôi, con để đâu, miễn con nhớ là được. Coi như bà thưởng giao của cho con để nhỡ khi, cho con một trách nhiệm quý nó, và bảo vệ nó thôi.

Anh Phương nghe đến đây xúc động hơn, không chịu ngồi im, nóng ruột. Cô bé đứng lên thưa tiếp:

- Bà ơi. Đừng nói thế con buồn. Bà sẽ còn sống bên Phương lâu chứ?

- Bà chỉ nói để phòng ngừa, vì trên đời này khó ai học hết chữ ngờ Anh Phương ạ. Con cầm lấy đi. Đêm nay thật sự bà muốn trao gởi cho con món quà đấy.

- Dạ con không cầm đâu.

- Cứ cầm đi nguyện vọng nơi bà đó mà.

Anh Phương làm thinh. Chỉ biết đưa mắt nhìn Cô Đẩu thêm. Phương ngỡ ngàng quá mức.

Cô Đẩu lại thúc bách:

- Cầm đi cho bà vui.

- Dạ con hổng biết cất nơi đâu?

- Con cứ tìm ra kế sách theo con nghĩ. Cẩn thận để nơi nào một mình con biết là đủ rồi. Bà năn nỉ con. Nghe bà đi.

Anh Phương lặng thinh. Bé nhìn bà với một cây vàng bà mở ra lúc này, nó được gói lại trọn miếng vải nhỏ bọc xanh trong bịch nylon mềm. Anh Phương nói tiếp:

- Con không lấy đâu, bà cất đi. Bà cháu sát bên nhau mà. Với lại bà còn khỏe bên con mà.

- Đã nói ở đời không học được hết chữ ngờ. Bà già nên bà kinh nghiệm con cầm lấy đi. Cho bà vui.

Hai bà cháu nhìn nhau một lúc cả hai làm thinh. Cô Đẩu như chờ câu nói của Anh Phương.

Và đúng thế Anh Phương xúc động lẳng lặng mở lời:

- Thôi được bà cố bảo quá, thì con giữ cho bà vui, nên con làm. Cho Phương một cái túi vải nhỏ con ghim cất trong người, trong quần áo cũng được nha.

- Ừa vậy tốt lắm. Bà có túi bỏ sẵn trong nylon này, có kim băng nữa rồi. Hay là ghim nơi quần áo con đang mặc để nhớ trước đi, thử đi.

- Vậy à? Con cảm ơn bà nha. Con chỉ lấy cho bà vui thôi.

- Được rồi cầm lấy, cất ghim làm như ý con đi.

- Phương thấy thật khó xử... Nhưng bà thiết tha quá, con phải làm theo ý bà... Con thật ngại...

- Có gì ngại, tốt đó mà... Bà vui đó.

Ngưng một tý. Cô Đẩu bảo tiếp:

- Thôi khuya rồi ngủ đi, sáng mai đi học. Bà coi lại con mèo, con chó phía sau, và vài con gà rồi bà ngủ sau nghen.

- Dạ. Anh Phương trả lời nhìn cô Đẩu.

Cuộc sống cô Đẩu còn nuôi thêm mười mấy con gà choai choai và hai chị mái đang ấp trứng phía sau nữa. Có chuồng gà cô Đẩu tự tay làm. Cô Đẩu nói rồi chia tay Anh Phương. Cô bước hẳn ra thăm đàn gà, thì con nào con nấy tréo cánh gật gù, như chúng đang ngủ ngon từ bao giờ. Cô nhìn xuống mé hông chuồng gà một con mèo, một con chó bên cạnh vẫn khò ngon giấc. Cô nhìn chúng chốc chốc, rồi quay vào vui vẻ vì thấy mèo, gà, chó, bụng con nào cũng có vẻ căng cứng no nê, hoan hỉ hết.

Anh Phương nghe lời cô Đẩu, đi cất vàng bà cho. Anh Phương ghim trong bộ đồ mình thử, "vật bất ly thân" bà nói mà. Cô nói vật bất ly thân vậy thôi, nhưng để đâu đó được hết, miễn là mình nhớ nhiều và không làm mất, hoặc tránh bị rơi rớt là đủ rồi. Thế nhưng mình cứ ghim trong người quần áo một thời gian cho chín được nỗi nhớ, phải giữ của chứ! Bé nghĩ và leo lên giường ôm gối, điều gì đó làm bâng quơ thoáng lòng của bé... Nhưng rồi tuổi thơ Anh Phương đã ngủ nhanh... Anh Phương nhắm mắt ngủ ngon lành của một giấc điệp trẻ thơ thật ngọt ngào...

Cô Đẩu uống thêm một mạch nước bình tinh, cô chế pha với đường phèn một tý cho ngọt dịu dễ uống. Rồi lên gian trên cô cắm cây nhang ở trang, như chúc mừng một ngày tốt lành. Đến lượt Cô Đẩu bắt đầu nhìn lại Anh Phương.

Con bé ngủ trông thật hiền lành và dễ thương quá mức. Cô mỉm cười. Xong cô ngã người nằm xuống giường cùng Anh Phương. Cô Đẩu nhắm mắt sau đó. Có lẽ chậm hơn Anh Phương nhưng cô cũng đi vào giấc nồng...

(Tối nào Cô Đẩu cũng pha bột bình tinh uống như thế. Anh Phương thì uống sau bữa ăn liền, theo ý bà thay thế nước. Nhưng có khi Anh Phương lại không uống. Phần bà thì pha để đó, trước khi đi ngủ bà dùng.)

Ngoài trời kia trăng non như cũng đã muốn xuống núi...

CHƯƠNG 3

Anh Phương học lớp một, tại trường tiểu học ở trung tâm của xã. Lớp một Anh Phương là đứng đầu của tiểu học vùng này. Giáo viên của Anh Phương là một đàn ông dạy. Hôm đó một hiệu trưởng tiểu học tên là Trần Ngọc Di từ trường Hoài Ân đến thăm trường. Giáo viên của cô bé Anh Phương và hiệu trưởng trường kia vốn bạn bè thân nhau từ hồi ra Bắc học trong chiến tranh. Họ bỏ học giữa chừng nhưng vẫn được chuộng. Và có nghề nghiệp để đảm bảo đời sống những học sinh từng ra Bắc, từng gặp khó khăn theo ưu tiên của chính sách họ...

Sau khi dự một lớp học, và coi buổi tập thể dục của lớp một trường điểm của trung tâm xã Hoài Đức. Trần Ngọc Di đã có những tư tưởng kỳ lạ. Ông miên man suy nghĩ về cô bé tên là Anh Phương lớp một trường điểm này. Ngọc Di từng nghe Nguyễn Cẩn kể sơ qua về hoàn cảnh. "Con bé xinh đẹp, học giỏi thông minh, năng khiếu nhất lớp, nhưng có lẽ không phải ở với cha mẹ ruột, mà ở với một người lượm nuôi nó... Cha mẹ ruột nó đã chết tại chiến cuộc."

Như vậy thầy liền nảy ra ý định muốn xin ngay cô bé Anh Phương đó về huyện Hoài Ân, và đích thực về thẳng nhà mình.

Một hôm Trần Ngọc Di và Nguyễn Cẩn bàn ở nhà của Nguyễn Cẩn.

- Tôi rất muốn món quà mầm non "Lớp Một" cô bé Anh Phương này về huyện của tôi. Và chính xác là nhà tôi.

Nguyễn Cẩn dễ dàng trả lời bằng câu nói, sau sự đòi hỏi Ngọc Di:

- Anh nói nghe đơn giản nhưng làm cũng khó lắm anh ơi.

- Dễ ẹt ổn hoàn toàn, không có gì khó, gia cảnh đó tôi nắm nơi tay thì phần thắng thôi... Và nhất định tôi sẽ thưởng cho anh một bộ bàn ghế lịch lãm Trắc, Gõ hay Cẩm Lai, Hương gì cũng được cả. Hoặc gì gì đó gấp mười bộ bàn ghế này... Hay cái chi chi anh muốn, tất cả đều phải có.

Nguyễn Cẩn chỉ cười khà khà như thích chí.

Ngọc Di thò miệng vào tai Nguyễn Cẩn, như nói điều vẻ bí mật đủ hai người biết. Chỉ lọt ra những chữ là "bí mật quân cơ thế đấy..."

Nguyễn Cẩn nghe lại thêm chút hoang mang, nhưng Ngọc Di cười hí hí hé hé, rồi cười hả hê như đắc thắng trong cảm nghĩ... Và Ngọc Di thêm khẳng định:

- Vậy thôi có gì đâu khó?

- Trời ơi nè, thôi thì anh làm gì làm. Nhưng tôi muốn nói... Nếu như anh không quyết từ bỏ ý định đó. Xin hãy không để lại một dấu vết để truy kiếm hoặc phát hiện được. Anh phải nhớ nha, nhớ nha...

- Đương nhiên là như vậy rồi chứ. Dại gì để dấu vết? Khùng quá vậy cha. Ha ha.

Hai người có vẻ hiểu nhau đi đến thỏa thuận mua bán nhân vật "Mầm Non Lớp Một" này. Trần Ngọc Di có một đứa con gái tên Anh Thơ cùng trang tuổi với Anh Phương, nên ông có tham vọng để đem Anh Phương về làm giả, trá cho bé là con ông, trong các kỳ thi. Vì Anh Phương học giỏi, có nhiều năng khiếu... Anh Phương sẽ mạo danh cho Anh Thơ đi thi cử, ông sẽ có cách "đạo diễn hay." Chắc chắn sẽ hoàn toàn không ai phát hiện được ý tưởng ông...

Một danh dự lớn cho gia đình mà chỉ có Anh Phương mới làm được thôi. Sau này ông sẽ dùng Anh Phương thay cho Anh Thơ đổi tên. Họ thì giống rồi khỏi đổi, cả hai thế mạnh cùng họ Trần. Tri thức thông minh, thiện lành thì Trần Ngọc Di không có. Nhưng tri thức lưu manh, đánh cắp, lương lẹo, xảo trá, ẩu bịp, thì hẳn đường đường, nơi hiệu trưởng Trần Ngọc Di vốn không thiếu nó.

Hai người lại tiếp tục trà rượu trong cuộc thăm viếng... Thời buổi này nhưng ở đâu họ vẫn có những chai rượu xịn, rượu nhập để nhấp môi, chia sẻ tâm tư. Họ khoái chí lắm. Trần Ngọc Di đã hát gõ nhịp bằng đũa trong mâm tiệc bài:

Thằng Bờm có cái quạt mo. (Mà anh đã thích nhất từ hồi đi học.)

Anh gõ nhịp song song. 2 và nhịp 2... 2/3 và 2/4. Đi với những câu lục bát cặp đôi...

Thằng Bờm có cái quạt mo
Phú ông xin đổi ba bò chín trâu
Bờm rằng Bờm chẳng lấy trâu
Phú ông xin đổi một xâu cá mè
Bờm rằng Bờm chẳng lấy mè
Phú ông xin đổi một bè gỗ lim
Bờm rằng Bờm chẳng lấy lim
Phú ông xin đổi con chim đồi mồi
Bờm rằng Bờm chẳng lấy mồi
Phú ông xin đổi nắm xôi Bờm cười...

- Đó nè vui quá nên tôi hát tặng Nguyễn Cẩn nghe một bài từ hồi tuổi thơ hai chúng ta ra Bắc đã thích. Hai chúng ta có một quê vợ như nhau mà. Bắc Kỳ ăn cá rô ky. Ăn nhầm quả mướp sáng danh Bắc Kỳ đó mà nè. Hi hi.

- Anh vui quá như say nè?

- Vui hí ha hí hửng thôi. Không say đâu, khó say lắm... Say bạc, say tình, say danh vọng, chứ ai say rượu bao giờ? Ha ha. Có say rượu gì một chốc cũng hết. Say các thứ kia thì hơi bị lâu đó Nguyễn Cẩn à?

- Vâng thế đấy! Được rồi, tôi hiểu rồi... Ai mà không say những thứ tiền tài, danh vọng, những lúc lên mây chứ.

- Hì hì. Cố nhiên thôi...

CHƯƠNG 4

Về nhà Ngọc Di bàn thảo với vợ. Vợ đồng ý. Vợ anh là giáo viên dạy cấp một, được nâng cấp dạy văn cấp hai và môn địa lý phụ. Nhà có một mẹ già cùng đứa con gái tên Anh Thơ. Nhưng cuộc nói chuyện Ngọc Di nơi buồng kín tuyệt đối với vợ nghe thôi. Anh đóng cửa không cho đứa con gái Anh Thơ và mẹ già nghe. Nhà Ngọc Di vẫn thờ phượng Phật Quan Âm. Mẹ già sáng, trưa, chiều, tối, hay ngồi ở đó, dù bà có phòng riêng của bà. Mẹ già Trần Ngọc Di người phụ nữ vẻ sang trọng, tri thức hơn ả con dâu. Thị Kim chỉ tổ đỏng đảnh, mập lì, và bủn xỉn kia...

Một hôm đó, Anh Phương ăn sáng xong với bà cô Đẩu rồi bé đi học. Bé mặc đồ đẹp ra đường. Bà cô Đẩu thì cũng chuẩn bị gánh hàng húng ra chợ...

Anh Phương thưa lễ phép:

- Chào bà nha. Con cất ghim trong ni nè.

- Cũng tốt đó nhưng kẻo rớt nha. Cẩn thận nhé.

- Con thử một vài bữa coi có rớt không? Con sẽ coi chừng, nhìn thỉnh thoảng mà?

- Được. Thông minh lắm, ngoan lắm. Bà yêu sự sáng dạ của con, Anh Phương...

Anh Phương hôn bà rồi ra đường tung tăng đi trước. Cô Đẩu nhìn bé thấy hay hay thích thích, bà cứ lắc đầu như thói quen của bà nhìn, nhưng bà như vui lắm...Trời vừng dương đã lên nhanh. Sương cũng tan dịu dàng, cây cỏ tươi mươi như những đóa hoa nở nụ hàm tiếu. Cảnh vật thơ mộng, cây như bắt đầu thả sương ngậm nắng gió, mọi người ai đó cũng bắt đầu một ngày mới... Phần đông họ ra đồng canh tác, làm cỏ bón phân, hoặc vào nương rẫy trông coi cây trái, hoặc xuống chợ buôn bán, mua vật dụng, mua thức ăn v.v...

Bé Anh Phương đến trường học như mọi khi. Đến khi về, có Trần Ngọc Di đã đón chờ nói nhanh:

- Thầy chở về nhà cho Anh Phương?

Bé lưỡng lự nhìn Ngọc Di lắc đầu:

- Con đi được. Cám ơn thầy.

Song Ngọc Di đã lẹ làng bồng xốc bé lên, bỏ lên xe máy mình và chạy.

Bé phụng phịu nói:

- Con không thích. Con không thích... í mà...
- Chú... thầy thích con... nên muốn chở con đi.
- Không được. Con không muốn.
- Chú chỉ muốn chở con về nhà đó thôi. Anh Phương?
- Trời ơi chú là ai vậy?
- Chú là người quen thôi. Không xa lạ đâu.

Anh Phương nhìn thấy không quen, bé nghi ngờ. Nhưng không hiểu vì sao họ chở mình vậy?

Ngọc Di đã không chở bé về nhà Cô Đẩu, mà chở mãi đâu xa. Anh Phương thấp thỏm nhìn cây lá dọc đường như tìm kiếm hướng nào, về lối nhà Cô Đẩu. Sao kỳ quá, mỗi lúc bé cứ thấy con đường và phong cảnh thêm khác lạ. Ngọc Di để bé ngồi phía trước lòng ông, chứ không phải ở phía sau lưng. Sau đó khá lâu lại tới một nơi vị trí xa lắc. Anh Phương biết đó không phải căn nhà của Cô Đẩu mình nữa. Mà nhà ai lạ hoắc lắm. Sợ Anh Phương hỏi bất ngờ nên Ngọc Di tính trước. Ông bảo liền, khi ông trụ xe trước sân nhà:

- Chú thích con, đây là nhà chú nè. Vì nhà chú có con gái trạc tuổi con. Tên là Anh Thơ. Chú muốn chở con về đây thăm vài bữa. Chú có hỏi giáo viên rồi. Chú sẽ chở lại nha.

Bé Anh Phương đứng xuống dẫm chân tại chỗ la lên:

- Không! Con thích nhà Cô Đẩu thôi. Con không chịu... chở con về đi. Bé không khóc to lắm, mà chỉ hai hàng nước mắt như rỉ ra oan ức, chảy dài nhiều...

- Thôi đàng nào chú cũng chở về tới nhà chú rồi. Con vào đi. Nghỉ chút chú sẽ tính.

- Không, con không vào nhà đâu, chở con về kẻo Cô Đẩu trông. Cô Đẩu nhớ con... Anh Phương lại khóc to hơn lúc nãy.

- Khóc gì con. Cô Đẩu. Cô Đẩu gì? Đã được người lo nói giùm rồi con yên tâm. Chú thương con và chắc chắn ở đây ai cũng thương con mà, thử đi nào. Vào đi nào...

Bé Anh Phương làm thinh lại. Đứng như phổng. Ngọc Di nắm tay rị đi, bé đành bước theo đến nơi cửa. Thị Kim, vợ của Ngọc Di đã đợi, đến chìa tay:

- Trời ơi... Vô đây con... Vô đây nào... Bé dễ thương quá... Nhà đây quý con nít lắm, và có con nít trang tuổi thì sợ chi? Tiếng của Thị Kim âm Bắc nhưng lai Nam phần nào. Tuy nghe trông khô cứng quá, và thô còn hơn tiếng guốc mộc nện dưới đất sỏi...

Vừa lúc đó bà nội của Anh Thơ ghé ra nhìn. Hổng hiểu sao bà che mắt như tựa che mặt trời để ngắm, rồi lẳng lặng đi vào không nói chi cả. Hình như bà sợ âm mưu gì của con trai bà cùng con dâu Thị Kim đây. Còn bé Anh Thơ thì nhìn bạn mới, lem lẻm cười, Anh Thơ vẫn bẽn lẽn lui gót...

Má Anh Thơ, Thị Kim lên giọng tiếp:

- Hai đứa đều nhát. Làm bạn đi con. Chơi vài hôm rồi chú chở trả mà.

Anh Thơ không nói gì lặng lẽ vô phòng mình thôi. Còn Thị Kim thì dắt tay Anh Phương từ nơi chồng trao cho Thị. Thị đem vào phòng Anh Thơ, cho cô bé vài con búp bê loại khá để bé nhìn. Tuy vậy Anh Phương có lẽ chỉ liếc qua thôi. Thời gian của bé đang hoang mang lo sợ, thì nhìn coi vật chi cho kỹ nổi? Có nghĩa gì với bé trong lúc này vật đẹp, hoặc sở hữu vật lạ, của xịn... tất cả là như dư thừa với Phương? Còn Thị Kim chờ chồng đi tắm xong. Sau bà dẫn Phương vào phòng tắm... Thị Kim có lấy đồ Anh Thơ cho Phương thay đỡ. Nhưng Phương tắm rồi, chỉ mặc đồ mình vào. Xin trả lại. Phương vẫn tỏ vẻ rất lịch sự:

- Con cám ơn, nếu ở khi nào con sẽ mặc. Hôm nay con muốn mặc quần áo con lại cũng tốt.

- Ừ. Tùy thôi đưa lại cho cô há.

Anh Phương đưa bộ đồ trên tay mình, hoàn lại cho Thị Kim. Thị Kim bậm môi, cười lẳng, vui vẻ bảo tiếp:

- Vậy nhé trước lạ sau quen... bình tĩnh. Không ai ghét con mà dẫn con tới đây làm chi? Nhà dư một phòng, cứ vào nơi đó kề phòng Anh Thơ ngủ, nghỉ cho thoải mái nha. Vào phòng riêng dư đó, con coi tý đi, nghe lời cô chú đi nghen... Ai mà hại, ghét con đâu mà sợ thế chứ? Vui đi rồi vài hôm về nhà...

Phương nghe Thị Kim nói và cũng bước vào phòng riêng thử. Cô nhìn búp bê để sẵn. Phương không buồn ngắm lâu, mà lại nhìn ra cửa, ra đường. Phương nhìn ra đường nơi đây thật khác quê nhà của Cô Đẩu nhiều. Vì sao họ bắt mình mà không cho mình, và Cô Đẩu biết trước? Mà cứ nói là thương yêu… Thật sự cô bé hoảng hốt làm theo như một cái máy hoạt tịch đi đứng thế thôi. Hồn vía Phương như bị bay đâu mất hết rồi.

Tắm xong vô giường riêng theo ý họ chỉ. (Tức là theo ý của Ngọc Di và Thị Kim muốn) Đêm đó Anh Phương cũng được ăn cơm với gia đình họ. Bây giờ Anh Phương nhìn Anh Thơ và bà nội kia, Anh Phương có vẻ ưa thích hơn, so với ban chiều một tý… Còn hai vợ chồng Trần Ngọc Di và Thị Kim, Anh Phương thấy họ có vẻ bí mật quá, khó đoán được ý tình hai người này là gì? Nhưng quy cho cùng Anh Phương đêm đó không sao ngủ được. Cô bé cứ nài nỉ:

- Chở con về đi, con nhớ Cô Đẩu lắm. Cô Đẩu cũng nhớ con đó. Cô sẽ lo lắng nhiều về con…

- Sáng mai hãy tính giờ tối rồi. Cả hai vợ chồng Ngọc Di, Thị Kim đều nói như thế. Kẻ nói trước, người nói sau như học chung một bản dịch không bằng?

Anh Phương vẫn ngơ ngác, lòng càng sâu nặng khi nghĩ đến Cô Đẩu. Bé cố giữ cây vàng thật chắc bên người. Anh Phương ghim bên hông quần thật kỹ, nhớ lời Cô Đẩu dặn… “Vật bất ly thân.” Ôi Phong ba bão táp nào đã đến với Anh Phương sao, chuyện gì mới kỳ lạ vậy? Tự nhiên bé phải xa nhà, ngủ một nơi quả là lạ hoắc, tuổi thơ sao chịu cay đắng, xa Cô Đẩu một đêm kỳ dị thế này…

Anh Phương nhỏ tuổi nhưng cô bé khá khôn như người lớn. Và thao thức những câu hỏi như người lớn. Anh Phương thơ ngây, hồn nhiên, vậy mà nặng trĩu phân vân, tức tửi khi mình có mặt ngôi nhà này. Và bé vẫn phải ráng để khỏi bật ra tiếng khóc nữa…

Sáng hôm sau, nhiều hôm sau nữa. Anh Phương không được chở về nhà. Rồi lại nghe được tin xấu về Cô Đẩu. “Cô đã chết vì một tai nạn kẻ cướp đốt nhà đoạt của.” Bài báo tỉnh viết phân gián sự kiện giải thích khác đi. Nhưng sự thật Trần Ngọc Di đã bố trí cho bọn côn đồ đốt nhà khóa cửa cho Cô Đẩu chết luôn theo. Mục đích để bắt Anh Phương ở lại gia đình mình dễ dàng, mà không một ai biết, hoặc kiện tụng chi được. Trần Ngọc Di muốn bịt đầu mối tất cả, để không ai còn cách, kiếm ra, chọc gọi, hoặc phá án… Luật pháp nào vẫn sẽ chào thua thôi…

Trần Ngọc Di đã bàn với Nguyễn Cẩn ngay trong mâm trà tiệc rượu hồi đó. Rỉ tai nhau là sắp bày mưu kế này. Trần Ngọc Di không khó gì biết bọn côn đồ, và ra tay mướn họ. Nguyễn Cẩn tìm nơi chỉ điểm cho chúng. Đúng giờ hẹn, ngay chiều Anh Phương bị bắt cóc chở đi. Trưa ở chợ về mãi đến chiều Cô Đẩu vẫn không thấy Anh Phương đi học về như mọi lần. Bà chờ ngóng mãi, bên khay trầu cau, bên cơm nước cũng nghẹn ngào nhớ, bà suy nghĩ nên lo ăn chả được, chờ đến chiều tối quá, thì bà buồn nằm co ro, mệt mỏi dần quên, rồi ngủ thiếp… Thế là kẻ côn đồ có đường dây "thuê phá chém mướn ấy" đã đến ngay phục kích, thi hành phiên vụ…

Chờ trăng lên, lặn xuống… Đêm đen hạ màn…

Đêm đó. Đúng 2 giờ khuya hơn, chúng phóng lửa đốt nhà bà cô Đẩu. Ngôi nhà cháy theo mái tranh, mái lợp lá dừa, cùng vách đất nên đi nhanh, tuôn đổ. Những con gà xao xác bay kịp, con mèo con chó bên ngoài phóng mạnh thoát thân, nhưng cô Đẩu đã bị hại. Có thể cửa cột xích dây sắt chặt quá, cô chạy không kịp, và phải chết cháy trong căn nhà mất. Đến tảng sáng ai cũng tưởng cô "bị kẻ cướp tham" lấy vàng bạc rồi hủy tang sự kiện mất dấu. Thật sự khó ai biết cô Đẩu đã chết vì một vụ mưu sát có tính trước. Là họ bịt đầu mối để cướp một em bé của cô Đẩu. Đời vô cùng kỳ lạ. Chiến chinh chạy nạn, chạy giặc cô Đẩu không bị chết. Cô đội đạn, đội bom đi dưới làn súng cứu người khác, cứu Anh Phương. Mà bây giờ cô lại chết với những kẻ lưu manh tâm địa. Con người khi trong chiến tranh đã khổ với súng đạn, tưởng là một điều bất hạnh. Nhưng khi chấm dứt chiến tranh, vẫn phải khổ vì nhiều thứ như: tranh giành địa vị, hơn thua quyền lực, đâm chém, đấu đá nhau, cướp đoạt tài sản, giết người lấy của v.v... Bản chất xấu xa, cướp bóc của con người còn lộng hành. Rất nhiều thứ để nói về kế độc, mưu tham, họ vẫn ra sức tranh chấp trên các giao lộ thị trường....

Trần Ngọc Di cố tình giải thích thêm cho Anh Phương khi cầm tờ báo trong tay:

- Con thấy đó. Cũng là một cái hên rất lớn. Nếu con ở trong nhà thì bọn cướp vẫn không tha cho con đâu. Nghĩ lại mà kinh hãi. Chắc bà có số phần, bà có một số vàng của chi đó, nên đánh động lòng tham, những kẻ cờ bạc nhìn ngó.

Anh Phương làm thinh không nói. Và không cần thiết khi nghe Trần Ngọc Di giảng nghĩa. Cô bé chỉ thấy thương Cô Đẩu mà thôi. Đoạn Anh Phương bảo như van lơn:

- Mai nay chú dẫn con về thăm Cô Đẩu được chứ. Lẽ nào cô Đẩu chết rồi sao?...

- Báo lên hẳn hoi mà con? Tất nhiên là đưa con về thì được thôi. Mà để chờ vài hôm sau, không thì nếu liên can đến bọn hung thủ này sẽ mệt lắm.

Anh Phương muốn nói gì thêm, nhưng chỉ gật đầu buồn bã. Rồi không nói, bé cứ đứng im luôn.

CHƯƠNG 5

Nơi quê nhà HN nơi chợ búa xã đã bàn tán xôn xao. Ai cũng thương cô Đẩu hiền lành chân chất sao bị chết oan, tự nhiên quyền sống bà như đã tước cạn. Rồi một bà Tiệm bán trầu nói với bà Nga hàng nón gần đó. Khi bà Nga quá bước sang hàng người quen thuộc kiếm miếng trầu, cái cau ăn và kháo chuyện. Miếng trầu ở đây khi vui cũng là để tâm sự, khi buồn vẫn là để giải cảm một nguồn cơn... Và mang nhiều ý nghĩa dân gian khác... *"miếng trầu quả đầu câu chuyện mà."*

Bà Tiệm đưa ra lời khi dùng miếng trầu quệt với vôi và cau sắp đưa cho bà Nga:

- Tôi đâu ngờ bà ấy lại chết thảm, bằng một cách bạc bẽo như vậy? Thiệt tình bã đâu có giàu có gì, kẻ nào tham tiền lẻ chi đâu? Mà ra sức hãm hại tội quá bà Nga hã?

- Tôi cũng nghĩ như vậy đó. Mà ông Nề tình nguyện lượm xương chôn cất nói chỉ thấy một sọ đầu, bà Tiệm ơi. Vậy con bé ở đâu ta?

- Vậy sao? Thiệt là tội. Biết đâu chúng cứu nó vì thấy nó nhỏ quá, nên ẵm bồng đi rồi…

- Thật khó hiểu, để họ điều tra tiếp. Nay mai không ra thì vài năm sau cũng biết hà.

- Trời ơi đó là dân có tiền, có thớ hà. Bà Đẩu neo đơn ai mà kiện cho? Họ sẽ cho qua theo ngày tháng bà ơi?

- Ừ. Nói cho ước mơ thôi mà bà, hay là nay mai tôi bà rủ vài người nữa đi thăm bã kẻo tội vong linh… Nghe nói ông Nề trong thôn, tự nguyện làm việc thiện, và chôn ở phía sau nhà bà luôn.

- Chỉ biết còn như thế là an ủi bà thôi. Bà gốc tích không phải dân ở mình… Ở đâu huyện Hoài Ân đó. Bà lên tản cư ở Phú Bổn Cheo Reo. Sau 1975 thì theo ai đó về quê, rồi không thích. Bà Đẩu náu lại đây xin đất cất nhà ra chợ buôn bán. Bà có nuôi con nhỏ đó, bà lượm nó từ khi chạy loạn...

- Ồ không. Bà quê mình chứ, nhưng ở xã khác thôi… Ở nơi này chợ búa làm ăn được, bà mến đất mến người nên xin ở đây thôi.

- Nhưng cha mẹ thân thích bã đâu?

- Bà hỏi tôi, rồi tôi hỏi ai bây giờ bà Tiệm. Trên đời này đâu phải không có người mồ côi, và mất hết ruột thịt đó sao?

- Tội nghiệp đáng thương bã quá. Mấy hôm nay có kẻ chợ mình lên cúng nhang đèn bánh trái hoài chứ.

- Ừ. Ở trong chợ này ai chả thương bã? Và cả khách chợ, những người đi chợ xa gần nữa. Tất cả mọi người đều thương yêu bã lắm chớ sao. Hàng dưa muối bà ta bán rẻ và ngon. Tánh tình chân thật không hơn thua với ai...

- Thì đó nghĩ mà tôi thương bà Đẩu quá, phải nói muốn đứt ruột gan thương luôn chứ. Hổng biết làm sao lý do nào mà tội nghiệp như vậy…

Vừa lúc có người mua nón đến gian hàng mình. Bà Nga nhìn thấy vội rời hàng trầu cau bà Tiệm. Bà hết ăn và hết "tám" chuyện đời. Bà Nga lau miệng lẹ hơn, rồi về hàng nón của mình. Hàng nón bà vẫn gần đó cách một dãy ngắn thôi, để bà bán nón cho khách. Chợ này nón cũng được đắt khách lắm. Họ đang tới nhìn mặt hàng. Bà Nga đang bí bô chào hàng với khách, kiểu vài câu cho vui và ngọt ngào quen thuộc...

Lại một vị khách mua trầu, đến hàng trầu cau bà Tiệm... bà Tiệm lại bỏ vội miếng trầu vừa ăn xong vô vật thải rác. Để bà lo tiếp khách... Họ "vừa lòng người bán phải lòng người mua." Chợ quê nhưng người bán rất tôn trọng khách, và hiếu khách.

Cái chợ tuy nhỏ nhưng cũng bán tương đối đủ hàng cho cuộc sống dân dã ở đây... Cách ba ngày họ nhóm một ngày, gọi là chợ phiên. Thành phẩm đặc trưng của chợ gồm có: đường, sửa, bột, trà, đèn nhang, kim chỉ, hoa quả, hành tỏi, nghệ gừng, mắm cá, tương ớt, rau quả v.v... (rau tươi, và rau được muối) gạo, nếp, mì, khoai, rổ rá, dừng sàng, nong nia, đũa con, đũa bếp, rổ bưng lớn, rổ bưng nhỏ, chày giã, củi nung, lá xông cũng khá đầy đủ... Chủ bán, và khách ở đây bình dân và hiền lành phần nhiều. Gạo có bán, tuy nhiên lúc phiên có, lúc phiên không, vì ở đây nông nghiệp trồng lúa là cây lương thực chính rồi. Nên hầu như nhà nào cũng trồng lúa để kiếm gạo nuôi sống cho gia đình, và coi như phần lớn họ đủ ăn. Còn nếu ai xa hoa hơn, "sang hơn" quần áo xịn, ly tách cao tiền, thì họ đi chợ huyện mọi thứ sẽ được đáp ứng hơn...

CHƯƠNG 6

Sau trên một tuần thời gian bàn tán trước cái chết của cô Đẩu đã lắng xuống. Trần Ngọc Di mới chở vợ mình và Anh Phương đi về thăm. Thị Kim để Anh Phương vào lòng, Thị ngồi phía sau ôm. Họ đến đây vào một buổi chiều ghé thăm nhà cô Đẩu như ước muốn của Anh Phương đòi hỏi.

Bóng chiều nhá nhem, gió như giật lấy bao cành lá đu

đưa trên các lối đường đi. Anh Phương nhìn nó, bé thấy thật buồn. Có lẽ do lòng Anh Phương buồn lắm thôi! Trần Ngọc Di muốn đi vào giờ nào là quyền của ông ta. Anh Phương đâu thể nào muốn ban trưa hay sáng sớm được? Ông lại cho xe đi vào một buổi chiều. Buổi chiều Anh Phương đã không vui được, Anh Phương càng thấy khó thở, một hoàng hôn về hắt hiu, ảm đạm giăng trước mắt trẻ thơ của bé, có vài con chim nào đó cũng mang đến một giọng hót thật xót xa thê lương, buồn đau cô đơn, sầu bi và tang tóc... Ngồi trên xe cả ba im lặng. Cả ba như có tâm trạng rất là khác nhau.

Trong hơn gần hai tiếng đồng hồ thì tới nơi. Trời tối dần không còn thấy ai. Đưa bàn tay ra nhìn như không thấy đường chỉ. Trần Ngọc Di đã dừng xe và lên tiếng:

- Đó thật thảm hại như hình trong báo. Ôi có ngôi mộ được đắp rồi. Ta vào thắp cây nhang để mà về chớ biết làm sao? Ông ta nhìn vợ bảo thế.

Thị Kim gật đầu đi theo chồng Ngọc Di không nói chi.

Riêng Anh Phương đi thì òa khóc nức nẻ gọi:

- Cô Đẩu ơi sao cô chết như thế này. Ai nỡ hại cô như thế. Con đâu có ngờ con phải xa cô, xa bà... Hu hu. (cô Đẩu thì thường xưng bà với Anh Phương. Nhưng Anh Phương thì hay thích kêu cô Đẩu nhiều hơn.)

- Thôi khóc thương cũng không còn con ạ. Bình tĩnh đốt cây nhang nơi mộ phần rồi về. Như con ở đây là con chết luôn với kẻ mưu cướp tàn sát này. Cháy thành tro bụi rồi.

Anh Phương như không để ý đến lời nói hù dọa khuyến cáo của Thị Kim. Cô bé đưa mắt nhìn nhà chỉ còn là bãi đất cháy, như một bãi tha ma nhỏ... Gà qué, chó mèo biến đi đâu vì toan sợ hãi, hay là cũng mất tích, chết hết theo luôn sao? Chỉ còn vài cái chum bằng sành, đau buốt tê dại không nói, lặng lẽ buồn đứng nhìn khấn trời mây kia... Bé nhìn cảnh vật vẻ ảo não khốc liệt quá, bé khóc tiếp, than thở như cũ:

- Cô Đẩu ơi sao cô chết như thế này. Ai nỡ hại cô như

thế. Con đâu có ngờ con phải xa cô, xa bà... Hu hu.

- Đừng than thở nữa để cô siêu thoát là hay hơn. Chỉ tâm niệm thôi Anh Phương ạ. Thị Kim làm bộ vuốt tóc trước trán Anh Phương bảo.

Trần Ngọc Di nói thêm với Anh Phương:

- Thôi đủ rồi cô chú đã cho con đi thăm, và cô chú cũng đã thắp nhang nguyện rồi. Coi như rủi quá lớn với cô Đẩu. Mà con như lại may. Giờ thì ta nên về để hồn cô siêu thoát...

Quay qua vợ Thị Kim, Trần Ngọc Di hất hàm:

- Em dẫn bé lên xe ta về gấp. Đi đường xa nguy hiểm nữa đó em. Đời vốn không ngờ đâu.

Những kẻ cướp người, cướp của tàn ác thì luôn muốn giấu nhẹm, bề mặt làm lanh để chạy trốn thiên hạ. Ngọc Di và Thị Kim là những người như vậy. Chính Thị Kim làm như cảm động, vờ vít lưỡi chạm môi:

- Dạ đúng đó anh. Thị Kim đáp và kéo tay bé Anh Phương rồi bồng lên xe. Phương vẫn như cái máy chết bị kéo đi. Khi Trần Ngọc Di đã nổ máy cúp honda 50 "tìm power."

Họ lên xe đi về theo lộ trình ngược lại khi đi hồi chiều. Anh Phương cứ bồi hồi thương nhớ căn nhà cô Đẩu. Chó, mèo, gà, qué, tan tát hết nơi đâu thật sự. Hay không chạy nhảy kịp cũng chết hết rồi, đi theo cô Đẩu rồi...

Về nơi nhà cô Đẩu thời gian ngắn quá... Phương chưa kịp ngắm chi, gặp chi, lòng bỗng nhớ miên man cô Đẩu, và nhớ chúng nó, những loài vật thân thiện trong căn nhà. Cả những chum sành sống mót, Phương chưa kịp nói lời giã từ. Bé cứ muốn nghéo cổ nhìn lại quảng đường đang chạy ngược, nhưng dần dần xa mất hút, lui mờ mịt... Bé chỉ còn nhớ nhung ghi dấu, tạc vào lòng tuổi thơ cô thôi. Và cả ba vẫn còn có lẽ, cũng ba trạng thái khác nhau. Nhịp đập tim thở hẳn cũng khác nhau... Giống như cả ba người đi trên một con thuyền mà mang những ước vọng, suy tư, riêng lẻ, đặc thù khác lối vậy...

Một tuần, rồi hai, ba tuần. Rồi qua giáp tháng Anh Phương nguôi ngoai dần nỗi nhớ cô Đẩu, và có nhớ Anh

Phương cứ để trong tim, mà ráng quên đi bề ngoài... Bởi vì cuộc sống, bởi nhờ có Anh Thơ hiền lành vui vẻ bên cạnh nữa. Vả lại Anh Phương vẫn sớm nghĩ một điều, nếu Anh Phương mà đau thương bịnh tật chưa chắc họ nuôi mình? Họ nuôi mình, vì mình khỏe mạnh, lanh lợi, tốt người. Ai thèm nuôi một đứa trẻ thơ yếu đuối, hư đau, bịnh tật chứ? Ngoại trừ chỉ một số người có lòng nhân vĩ đại, hoặc cao cả ngất trời gì đó, họ mới chịu thôi! Nên Anh Phương có buồn, cũng giữ vững ráng mà vui. Và có lẽ đó là chất trí chất dũng, chất mạnh, trong tâm của cô bé Anh Phương mới sáu tuổi này.

Thời gian không bao lâu nhà của Trần Ngọc Di lại được bộ bàn ghế mới không nhà ai theo kịp vùng này. (Trần Ngọc Di đã mua hai bộ như nhau, bí mật tặng cho Nguyễn Cẩn một bộ như lời hứa rồi.) Bộ gỗ hương, trắc bóng thấy mặt, thấy da người đi qua đi lại, cả nhà mừng lắm. Anh Phương cũng mừng theo. Một hôm Thị Kim dặn:

- Anh Phương phải giữ gìn ghế bàn nhé. Không được ngồi lâu và phá phách gây tì vết nhé.

- Dạ. Phương gật đầu đáp.

- Mày chỉ dặn dò tụi con nhà thằng Giang. Tụi con của em trai mày kéo sang nó phá thôi. Con bé Anh Phương này còn ngoan hơn Anh Thơ nữa, sạch sẽ hơn Anh Thơ nữa, mày dặn chi tốn công?

- Má già rồi cơm nước xong là tụng kinh đi. Tôi nói mặc kệ tôi có chi mà chen vào, lại binh nó như vậy.

- Tao nói lẽ phải thôi. Dạy học thì phải biết nói cách nào cho con trẻ đừng tổn thương hay buồn bực chứ?

- Má nhiều chuyện, dư công hết sức. Đây không phải là việc của má để chen vào mắng khéo tôi. Má vô phòng má đi cho tôi nhờ...

Lúc này Anh Phương đã vào phòng riêng, hôm nay chủ nhật vẽ hình và vui chơi với Anh Thơ, tại phòng Anh Thơ rồi. Cô bé không chú ý mấy bên ngoài phòng khách nữa.

Vừa nghe. Trần Ngọc Di hỏi vọng từ phòng ra:

- Chuyện gì, chuyện gì thế em?

Bà mẹ chồng Năm Sửu không muốn tranh luận chuyện không đáng. Nên bà đã đi vào phòng riêng bà và im lặng.

Thị Kim liếc nhìn qua phòng mẹ chồng rồi bảo với Trần Ngọc Di:

- Tôi mới dạy con Anh Phương tý mà bã nóng lòng, sốt phổi, chạm tim đau hơn cháu ruột. Hứm...

- Thôi em hơn thua chi với má. Tụi mình phải biết làm bề mặt với bã đã. Hứm em hư chi...? Bã còn nhiều vàng đó.

- Khó ưa mẹ già Trung kỳ này lắm.

- Em nên biết, bã đâu ưa em dâu Bắc kỳ sư tử Hà Đông đâu. Trần Ngọc Di nói và cười xả lả.

Thị Kim ra sức làm duyên ỡng ẹo, nói thêm:

- Tại anh mê em Áo Lụa Hà Đông này. Chứ em có thích gì cái xứ rừng núi xa lắc, xa lơ này đâu.

- Áo Lụa Hà Đông thì chỉ nói chiếc áo Xứ Lụa Hà Đông đẹp. Chứ em nào dự phần chi?

- Nhưng em là xứ Áo Lụa Hà Đông?

- Chẳng ăn nhập chi cả. Người ta nói vải vóc mà mình cứ tưởng mình đẹp. Ha ha.

- Vậy sao?

- Còn gì hỏi nữa?

- Nhưng anh đã mê em chứ.

- Vậy chứ không phải ai dâng cho tôi đó sao?

- Anh thiệt quỷ đó nha.

Cô nói và cười tình kéo chồng vào phòng riêng, thủ thỉ gì thêm...

CHƯƠNG 7

Chẳng bao lâu thì có cuộc thi "Họa sĩ lớp một, lớp hai, lớp ba, quyết thắng."

Ngọc Di có ghi tên cho cả hai Anh Thơ và Anh Phương cùng đi ở khối lớp một. Cả hai xuống huyện lỵ một ngày để thi đua vẽ tranh có chủ đề hẳn hoi. Thi kết quả được: Tranh vẽ của Anh Thơ đạt điểm 9, còn tranh của Anh Phương chỉ đạt điểm 6. Hôm đó Ngọc Di đem về khoe với hai đứa. Ngọc Di nói:

- Bài tranh con lên 9 điểm, bài Anh Phương vẽ chỉ đạt có 6. Ông nói và đưa tranh với số điểm cho hai đứa coi.

Anh Phương nhìn hơi buồn cho mình tý, nhưng rồi bé vẫn vui chung cho Anh Thơ. Vì tranh Anh Thơ đã trúng giải nhất huyện. Tuy nhiên Anh Thơ nhìn hình mình vẽ, rồi quay nhìn sang tranh Anh Phương. Bé Anh Thơ bảo ba rằng:

- Con thấy tranh hình Anh Phương đẹp hơn con mà bố?

- Không đâu, con nhìn khác người chấm nhìn khác chứ?

- Không thể khác bố ạ. Phải công bằng cho Anh Phương mới đúng chứ bố?

- Nữa, con đâu biết gì mà nói. Con mới là Mầm Non người ta đã là cao học, tiến học mà ly?

- Hứ cao học với học cao chi bố. Họ sai lắm con chả thích vậy...

Thấy con nói chuẩn và lanh lẹ như người lớn. Nhưng Trần Ngọc Di vẫn sửng sốt hỏi thêm:

- Vậy con không vui sao?

- Con vui chứ. Mà không vui... khi thấy Anh Phương điểm quá thấp, khi tranh Anh Phương đẹp như mơ...

- Hì hì con... Để vài chục năm nữa con mới làm được cái chức nghị luận đó. Thôi bố cho coi tý. Bố lấy lại làm tư liệu, thành tích cho trường.

Anh Phương đứng làm thinh mải mê nhìn hình hai bức tranh để đó, mà cô không nói gì cả. Anh Phương vẫn nghĩ ra điều Anh Thơ nhận xét nói đúng. Nhưng cô bé không có quyền ý kiến. Và cô cũng thương Anh Thơ hiền lành chân tình với mình, thương mình. Thì sá chi mình kìa ghẹ hơn thua tranh với Anh Thơ. Nên Anh Phương ngờ ngợ vui theo.

Không bao lâu thì có cuộc thi ở tỉnh điều hợp cho hoạ sĩ lớp một, lớp hai, lớp ba quyết thắng nữa. Lại có tên của Anh Thơ. Vì tranh chấm vừa rồi là thuộc về số điểm Anh Thơ cao nhất chứ không phải Anh Phương. Trần Ngọc Di lo lắng tìm cách, đối phó để mượn Anh Phương đi thi giùm cho Anh Thơ. (Vì họ chỉ coi danh sách tổng kết số điểm chứ không coi từng bức tranh đưa lên, để khảo sát kỹ... Họ làm việc rất chủ quan và thờ ơ, cứ tin tưởng với báo cáo đưa lên mà thôi, cái kiểu họ mọi nghành, mọi giới đang là như vậy rồi.) Về Phần ông Ngọc Di vẫn biết rằng Anh Thơ nói không sai. Nhưng ông luôn luôn thèm muốn con ruột mình đạt giải tối ưu nhất. Nó là niềm vinh dự cho ông và vợ ông. Hổng hiểu sao họ mang niềm ước vọng có phần gian xảo thấp hèn này. Song ông, vợ ông cưỡng không được. Nó như hình thành lên một giai cấp, một nề nếp thống trị toàn bộ tư tưởng con người ông Di và Thị Kim tự bao giờ...

Thật khó tỏ bày, vì mới hôm nào Trần Ngọc Di nói tranh Anh Thơ đẹp, vậy sao không để Anh Thơ đi thi mà phải mượn Anh Phương đi? Làm sao nói với con đây? Người ta nói giấu đầu lòi đuôi là như thế, mình đã như thế. Những việc này đây cần quá thì biết làm răng? Dễ dàng bẽ mặt khi láo xạo, tô son trét phấn với con đó chứ? Nó sẽ phản đối hoặc buồn giận... Con Anh Thơ này không phải là một đứa con gái, nói sao nó nghe vậy đâu? Còn chuyện phải mở miệng nhờ Anh Phương đi giúp giùm nữa? Ôi một bài toán hóc búa vô cùng mà mình phải làm cho được. Ngọc Di thảo luận với vợ hôm qua rồi. Vợ chồng đẫn đờ, như chó mèo gặp phải cơn mưa giông. Với Thị Kim cứ ráng cào lên:

- Thì anh nên mượn đại Anh Phương đi chớ còn suy tư gì cho mệt. Mình đem nó về đây là mục đích, nó phải làm thay cho Anh Thơ đem vinh danh về cho gia đình mà. Anh đã nhìn thấy điểm đó ngay từ đầu kia mà. Lại còn bịn rịn chi mất công thời gian?

- Anh biết là vậy nhưng khổ cái nỗi Anh Thơ không như mình tưởng, nó phản kháng, binh vực cho Anh Phương tối đa.

- Thì cứ liều thôi. Nó là con của mình chứ đâu phải mẹ mà anh sợ Trần Ngọc Di?

- Anh có sợ gì đâu. Mình bàn với nhau để thấu đáo tìm ra giải pháp thuận hòa nhất thôi, mà khó đấy chứ. Em phải hiểu cho anh chứ?

- Em hiểu rồi nói mãi hà, cứ tiến hành vậy thôi anh. Thị

Kim nói và đỏng đảnh bỏ đi. Ngọc Di chỉ còn đứng nhìn phía sau dung nhan người vợ...

Thị Kim không chia sẻ điều chi mà toàn là ở thế tấn công cùng ra lịnh. Ngọc Di cảm thấy chán ngắt. Ngọc Di nhìn theo vợ. anh như ngớ ngẩn ra điều chi. Mà sự thật Ngọc Di đang ngớ ngẩn với những âm mưu kỳ dị của mình cùng vợ... Đó là chuyện tối hôm qua. Còn hôm nay...

Hôm nay trong phòng khách nhà, một mình anh hút xong điếu thuốc, vứt tàn đi qua đi lại thật lâu suy nghĩ, ngồi xuống gõ nhịp mặt bàn mấy bận mà Trần Ngọc Di tìm chưa ra lối thoát, kiểu cách ngụy trang để đưa cho Anh Phương, thi thế cho Anh Thơ an toàn? Dĩ nhiên là tên tuổi Anh Thơ mà Anh Phương đi là an toàn rồi. Chỉ điều không an toàn là do con Anh Thơ không đồng ý đây! Thôi bài toán khó giải mới là hay. Bài toán dễ có gì là cao kiến nữa chứ! Trần Ngọc Di suy nghĩ điên đầu rồi tự an ủi mình câu nói như thế. Ông rút lui khỏi phòng khách và tiến tới phòng Anh Thơ gõ cửa. Cả hai đang vẽ trong đó, hôm đó vẫn chủ nhật cuối tuần.

- Ra đây ba có cách nói chuyện với con Anh Thơ, Anh Phương?

- Gì đó ba? Anh Thơ bỏ bút vẽ đứng lên nhìn ba hỏi. Còn Anh Phương chỉ bỏ bút xuống, lem lét đứng nhìn không dám hỏi chi.

Trần Ngọc Di thoáng nhìn hai đứa, một con ruột một con nuôi, ông cũng phần nào bối rối:

- Ra đây đi nào. Ông bảo chúng, và Ngọc Di dời gót. Hai con bé nhìn nhau, rồi theo sau ông.

Ra phòng khách Trần Ngọc Di chỉ ghế, và cố lên giọng ngọt ngào hơn:

- Ngồi xuống đi hai đứa nghe ba nói. Hai con nghe cho ba chút nha.

- Dạ. Cả hai đồng thanh một lượt.

- Ồ con có thể đúng như hôm bữa con lý luận và nhìn biết, Anh Thơ ạ! Vì sau khi coi tranh lại người ta thấy tranh Anh Phương đẹp nhất. Nhưng danh sách số điểm đã thành lập căn cứ bạ rồi, là con rồi. Đồng thời Anh Thơ ơi con à, con có tên đi thi "họa sĩ quyết thắng" Nhưng ba nghĩ để cho Anh Phương thi giùm. Con đồng ý chứ? Và Anh Phương bằng lòng chứ. Ông nói và lần lượt nhìn cả hai. Như ông muốn dò la từng ý nghĩ, ý tưởng của chúng.

Anh Thơ nghe nói mở tròn đôi mắt phản kháng ba Trần Ngọc Di liền:

- Không đâu bố ạ. Người ta có thể sửa lại được mà. Anh Phương xứng đáng đi thi, thì cho tên Anh Phương. Phần con chưa xứng đáng thì hãy để khoan đã. Con muốn đứng lên bằng đôi chân của mình. Con không thể cướp công Anh Phương bố ạ. Con không muốn điều gian dối đó.

Anh Thơ nói thế và lui chân bỏ trốn.

- Đứng lại đã Anh Thơ. Trần Ngọc Di như ra lịnh.

Anh Thơ đứng lại một góc nơi kia, bé nhìn ba Trần Ngọc Di. Song rồi nó lại bỏ đi vào phòng mình, theo ý của mình. Bé còn ve vẩy đôi tay ra dấu hiệu, là không đời nào con đồng ý...

Trần Ngọc Di như thấy và biết, thất vọng từ Anh Thơ, ông đưa mắt nhìn Anh Phương. Trần Ngọc Di cố bảo:

- Có gì đâu mà nói cướp công. Hai đứa như gà một mẹ, hai chị em rồi. Có chi thiệt hơn, con nghĩ sao Anh Phương?

- Dạ riêng con làm được cho Anh Thơ thôi mà.

- Anh Phương chịu là coi như xong rồi. Con đừng nhiều chuyện rối ren nha Anh Thơ. Ba đi đây...

Trần Ngọc Di nói, ông nhìn vô phòng Anh Thơ đang vui chơi với con búp bê của mình một cách ngỗ ngáo. (Bé tước chân tay đầu cổ ra, rồi tự ráp lại.)

- Vậy nhé Anh Phương giúp chú, giúp ba, giúp Anh Thơ nha con. Ông nói với Anh Phương vẫn còn nơi phòng khách.

- Dạ con sẽ làm. Cô bé trả lời và lấy tay sờ mấy cọng tóc bé vén qua hông tai. Tóc Anh Phương mới bảy tuổi nhưng dài và mượt mà, suông óng, và buông lỏng. Kiểu tóc này cả hai bé đều thích và chuộng lắm. Tuy cấu trúc tóc của Anh Phương thì dày và suông hơn... Tóc Anh Thơ chỉ kém anh Phương một chút thôi. Độ màu tóc, chất sáng, bóng lung linh thật là giống nhau...

Ông Ngọc Di đứng dậy bước đi, rồi ông quay lại qua phòng Anh Thơ gào lên, tuy âm thanh cứ nhỏ như dỗ ngọt:

- Tập vẽ tiếp đi, Thơ nên học ở Anh Phương.

Anh Phương nhìn ông gật gật cái đầu như hiểu điều chi, cô chạy vào phòng Anh Thơ. Cả hai lấy bút chì cọ ra vẽ, vẽ chung tiếp dòng sông đang gián đoạn khi nãy... Hai đứa là một bức tranh, bức tranh thứ hai là cả hai đang vẽ nơi một dòng sông mơ màng...

CHƯƠNG 8

Chỉ một tuần sau thì Anh Phương đã phải lên tỉnh thi họa sĩ tý hon "Mầm Non Tiểu Học Quyết Thắng" Mỗi huyện chỉ có 2 đến 3 em. Bài tranh của Anh Phương là cao nhất trên 40 thí sinh. Điểm 10 /10. Những tấm tranh lần lượt. Người thầy trưởng ban tổ chức xòe ra như con bài, rồi được lần lượt bốc ra tay giơ cao từng tấm một để khen.

Tranh của Anh Phương là tấm tranh đưa ra cuối cùng người dẫn điểm quán quân, tuyên dương với cái tên rất kêu Trần Anh Thơ - Hạng Tuyệt Xuất Sắc.

Anh Phương phải biết nhớ đó là cái tên của mình thuộc lòng nơi hôm nay đi thi... Cô bé hiền như cổ tích, nhưng có vẻ rất thông minh lanh lẹ, sáng dạ, cô chạy nhanh lên lúc ban giám khảo đọc tên. Và Trần Ngọc Di đã có mặt trong phái đoàn vỗ tay tán dương về tài năng và óc thẩm mỹ của những thí sinh trẻ thơ. Đặc biệt là Anh Thơ được ca tụng như "Thần Đồng Bút Vẽ Tý Hon."

Phần thưởng cho bé là 500 đồng. Còn nữa những con búp bê thời đó đã đắt tiền, hai cái mũ đẹp, hai hộp dụng cụ, gồm những bút chì, bút lông để vẽ. Một cái dù đi mưa rất dễ thương nữa...

Phần thưởng kêu tên, phụ huynh đứng kèm để lấy niềm tự hào cho con. Và phụ huynh vẫn nhận lấy thay thế cho thí sinh, để dễ dàng hơn. Vì các em tay chân còn bé bỏng...

Sau đó "cha con" là Trần Ngọc Di và "Anh Thơ giả" tức là Anh Phương cùng bao nhiêu người đi ăn uống, giải khát vui chơi do ban tổ chức đãi ngộ.

Rồi cuối cùng là Trần Ngọc Di cùng Anh Phương ra về. Tại bến xe khách ông nắm tay Anh Phương bảo:

- Con đã hoàn thành được một nhiệm vụ xuất sắc vẽ đẹp nhất tỉnh của tuổi thơ. Chúng ta thắng lợi an toàn. Hoàn toàn chúng ta đã mỹ mãn. Chú, ba cám ơn Anh Phương.

- Dạ con làm được mà.

Trần Ngọc Di không hôn Anh Phương, mà chỉ cầm tay con bé bóp bóp như có phần nào xúc động. Bé Anh Phương thì như có vẻ, thấy vui buồn lẫn lộn...

CHƯƠNG 9

Về lại nhà Anh Phương và Anh Thơ chơi thân lại với nhau. Trên ba ngày xa cách. Anh Phương lại chia búp bê cho Anh Thơ. Chia hai cái mũ đẹp, chia hai hộp bút chì bút lông vẽ. Cái dù thì để đó chắc đội chung rồi. Nhưng ở đây ít mưa. Tiền thì có lẽ ba Trần Ngọc Di đã đưa cho mẹ Kim rồi. Anh Phương nhìn bảo Anh Thơ:

- Của Thơ đó mình một nửa bạn một nửa.

- Của Phương thôi. Bạn là người vẽ trực tiếp cho bức tranh, cho đẹp mà.

- Nhưng tên của Anh Thơ.

- Tên không là gì cả. Bàn tay người vẽ mới quan trọng...

- Nhưng không có tên làm sao có bàn tay nhỉ?

- Tên không thật mà? Anh Thơ giận bố. Chuyện này...

- Thôi đừng giận nữa để chú vui nha. Anh Phương cũng vui mà. Cả nhà ta vui.

Anh Thơ lắc đầu:

- Hôm nay ta đi đánh cò nhảy dây, chơi thứ gì ngoài sân nha. Bồng búp bê hoài Anh Thơ thấy chán muốn khóc luôn nè.

- Ừa ta ra sân chơi nhảy dây, nhảy cò cò. Sẽ thích nghen...

Cả hai đứa đưa ra sân chơi. Một đoạn thì má của Anh Thơ đi dạy lái xe honda 50 về. (Hôm nay mẹ chơi sang, chứ xe máy thì cất để đi xa, ít khi mẹ lấy nó lái đi dạy học thường ngày. Đi dạy mẹ chỉ dùng cây xe đạp mini thôi.)

Hôm nay thì đúng là mẹ chơi sang, và hơi khác rồi.

Vừa vào trong nhà Thị Kim ngó ra. Thị Kim kêu liền:

- Vô đây vô đây con, hai đứa. Má có quà cho hai con đây.

Cả hai cô bé hông hiểu sao, lại mê chơi cò cò nhảy dây làm thinh. Thị Kim phải la lên lần nữa:

- Đã bảo mà vào đây, có quà thưởng cho hai thí sinh đây.

Nghe Thị Kim nói nhiều thế, Anh Phương không dám làm lơ. Anh Phương nhìn Anh Thơ:

- Vô nhà nha Anh Thơ. Má gọi kìa...

- Cũng được thôi.

Hai đứa bỏ chơi chạy vào. Thị Kim bày ra bốn bộ đồ mới, mỗi đứa hai bộ. Thị vui vẻ khoe khoang:

- Này là của Anh Thơ và này là của Anh Phương má mới dạy học xong lội về chợ huyện mua cho đó nha.

Thơ thấy đồ mình đẹp hơn, đồ của Phương thua kém quá, từ lúc nào nên nói ngay:

- Con thích bộ này nè. Má đổi cho con bộ này cho Phương đi. Bé nói cầm một bộ mình đổi tráo qua bên đồ Phương. Và cô cầm lấy bộ của Phương lại trên tay mình chưa để xuống. Thị Kim đành giật mạnh:

- Má mua cho đứa nào thì đứa đó có. Không được tự quyền đổi nha Thơ? Con hỗn ghê nha...

- Má không công bằng. Đồ của Anh Phương xấu oảnh hà. Thua kém hai bộ ni của con.

Thị Kim nhìn Anh Thơ rồi nhìn sang Anh Phương mở miệng để đó Thị tức lắm, vì giận Thị Kim chưa kịp nói.

Anh Phương thấy vậy lễ phép:

- Con sẽ mặc đồ má Kim mua thôi. Phương vẫn thích lắm mà, đâu có sao?

Cô bé ôn tồn nhìn Anh Thơ, nói tiếp:

- Anh Thơ ơi mặc cho má vui đi. Nghe lời má Kim đi nghen.

- Thấy chưa? Phương đã có ý thức lễ phép với ba mẹ, con nên nghe theo, noi gương nó...

Anh Thơ buồn bĩu môi không thèm nói, vì biết má mình dạy theo một cách giả tạo nơi lòng. Cô chạy vào phòng mình như kiến cắn chân.

Thấy vậy Anh Phương đành rút đi một chiến lược:

- Không sao đâu. Con nghĩ Anh Thơ sẽ mặc thôi má Kim ạ. Má đừng buồn chi.

- Được. Con sẽ nói với nó để cho ba mẹ vui lòng.

- Dạ. Phương trả lời, ôm cả bốn bộ đồ vào phòng Anh Thơ.

Bà Kim đã bỏ vào phòng mình ngồi thở cái đụi. Mà hai con bé không thấy thương hoặc tội nghiệp cho mình nhỉ?

Phương ôm đồ vô cho Anh Thơ. Miệng Phương năn nỉ:

- Hai ta mặc chứ, công má Kim mua. Cho má Kim vui đi Anh Thơ. Vậy nha? Đóng phòng thay đồ đi, rồi chúng ta ra trình diện cho má ngạc nhiên.

Anh Thơ làm thinh. Phương năn nỉ thêm:

- Xin năn nỉ mà. "Lẹ lẹ dùm. Có chuyện chi mà không chịu lẹ lẹ dùm."

Anh Thơ thấy tấm lòng Anh Phương ban trải nhiệt tình, và thích câu hát hề của Anh Phương mà cô vui vui đã gật đầu lại. Phương hiểu ý, bé về phòng mình thay đồ. Rồi nhanh như chớp hai đứa đã thay xong bộ đồ má mới mua đó, mở cửa tìm gặp nhau ngay giữa cửa phòng Anh Thơ. Cả hai nắm tay đi đến phòng má Kim. Trông cả hai như tập diễn đẹp điều chi…

Thị Kim mở cửa ra thấy vui vẻ, liền ngạc nhiên:

- Ô hai công chúa đẹp. Vậy mới là con ngoan chứ.

Anh Thơ trả lời:

- Hườm. Con vì Anh Phương mới mặc thôi. Má là phù thủy con chán lắm.

- Hứ nè nói bậy…

- Thì mấy người phù thủy không công bằng mà.

- Hừm con nói xấu má tệ vậy?

- Má cứ phù thủy, làm bà nội về nhà cô ba luôn rồi.

- Đừng nói má như thế không nên.

- Thì thật chứ, hôm bữa con nghe bà nội nói vậy mà.

Nghe bé Anh Thơ nói thế. Thị Kim tức quay người, vẻ giằng xóc mẹ chồng. Thị Kim thì thầm:

- Đúng là bà già Trung Kỳ khó ưa…

- Má nói gì thế? Nghe má lẩm bẩm nên Anh Thơ hỏi.

- Ừ không … Không má có nói gì đâu. Thôi đi chơi đi. Má còn làm việc. Thị Kim cố chống chế.

Anh Phương ít nói chỉ nghe thôi, và giờ thì nắm tay Anh Thơ tung tăng để cho má Kim vui. Bản chất Anh Phương luôn lễ độ làm hòa, hồn nhiên hiền lành như tiên con.

Má Kim thì vô phòng. Bà nội đi vắng. Đến bàn thờ Phật của nội, má Thị Kim chắp tay lễ Phật:

- Nam Mô Bổn Sư Thích Ca Mâu Ni Phật. A Di Đà Phật… Mô Phật. Di Đà Phật. Má Kim nói như kẻ vác gì nặng mới qua núi vậy. Rồi lại lẳng lặng qua phòng mình nằm thao láo mắt, như đang chờ chồng về để nói chuyện gì đó nữa…

**

Ngày, vào một buổi sáng mai, nhà sắp có ăn cháo lòng. Hai đứa đang thắt nơ trên tóc cho nhau ở phòng Anh Thơ. Má Kim đang dùng giá lớn, tức là muỗng lớn múc ra cho hai bé, mỗi đứa mỗi tô cháo, cỡ tô trung bình.

- Ra ăn cháo lòng đi, chủ nhật này tụi con. Thị Kim gọi. (*Cháo lòng tức là cháo lòng heo có huyết ở đây họ kêu vậy.)

- Dạ.

- Dạ.

Hai đứa lên tiếng "dạ" lần lượt. Anh Phương dạ mạnh mẽ trước, còn Anh Thơ không hiểu sao, chỉ dạ có vẻ yếu ớt theo sau. Thị Kim kêu một đoạn khi hai đứa cố thắt nơ tóc đã xong. Cả hai yên chí đẹp rồi mới bước ra. Nhìn Anh Phương, Anh Thơ tự làm tóc tai đẹp. Mặt mày trông trắng trẻo sáng láng như hoa. Nhưng Thị Kim không cần khen. Bà nhìn như qua quít rồi bảo:

- Ngồi xuống ăn cháo buổi sáng nhé.

Anh Phương, Anh Thơ theo dấu tay Thị Kim chỉ rồi ngồi vào bàn. Một đoạn Anh Thơ thấy tô cháo mình nhiều lòng, gan, phổi, ruột, cật, thịt nạc hơn Anh Phương. Anh Thơ dùng đũa chưa ăn để gắp gan, thịt, lòng, phổi ở tô mình bỏ qua tô Anh Phương, chỗ kề cận Anh Phương ngồi đó. Thế là nhanh như chớp, bị mẹ Thị Kim nhìn thấy. Bà nhảy mắng xả liền:

- Con đang làm gì thế, không được làm như thế nha. Mẹ là mẹ của con mà. Mẹ làm gì con cũng sửa lưng là sao? Tô nào vẫn vậy thôi, có chi san sớt. Mẹ biết con ngày càng hư lắm nha, mẹ chưa nói đó.

Anh Thơ buồn bực trả lời:

- Con nhìn tô cháo Phương không có gan heo, thịt lòng, tim phổi, lưỡi cật, thịt nạc nhiều như tô con. Nên con không muốn vậy. Má lúc nào cứ sai hoài. Làm sao con nghe? Con muốn Anh Phương và con như nhau mọi chuyện, mọi việc?

- Hừm. Thị Kim nói tiếng một và liếc xéo Anh Thơ.

Anh Phương chỉ ngồi bậm môi làm thinh.

Nghe ồn ào, chồng Trần Ngọc Di từ trong phòng ông. Ông la lên:

- Gì đó nè. Ăn uống cũng to tiếng cãi cọ là sao?

- Anh ra mà coi con gái anh nó muốn làm mẹ tôi, chứ nó không phải là con tôi.

- Gì nào? Gì nào? Sao vậy con? Ông Trần Ngọc Di đã đi tới nơi bàn ăn hai đứa. Như hiểu ý gì rồi. Ông đưa tay nhẹ để lên đầu Anh Thơ và giọng cũng nhẹ:

- Hãy nhớ rằng *"Cá không ăn muối cá ươn, con cãi cha mẹ trăm đường con hư."* Con phải biết thế chứ. Sao mà cứ mắc lỗi vậy con?

- Con không nghĩ câu đó đúng đâu.

- Hì này câu đó không đúng? Mà câu con đúng sao? Dại thế công chúa nè.

- Con thấy chả đúng hết thế đâu bố à?

- Anh Thơ à. Ôi chao ơi con cãi cả văn học dân gian truyền thống thế nhỉ? Không đúng sao họ dùng để dạy đời, dạy cho con cái khôn ngoan.

- Chỉ đúng phần nào thôi bố.

- Ứ... Cứ mà ưa nghị luận con?

Im chút ông Ngọc Di lại như phân tích:

- Ăn đi con kẻo nó nguội lạnh hết. Không nghe lời ba

má, tự ý làm quậy, là hư lắm đó. Ba má cảnh cáo con hoài con biết không? Con có biết chủ nhật má còn tranh thủ nấu cho con ăn vậy không?

Anh Thơ không nói và bỏ chạy vô phòng mình như không đồng ý bởi một cái gì nơi ba má, và không muốn cái cách quá áp lực dạy của ba. Anh Thơ thích tự do, làm theo ý thích. Nhất là lúc nào vẫn cứ ưu tiên cho mình, mà hạn hẹp cho Anh Phương. Anh Thơ càng phát ghét chuyện này. Bé thấy như nực nội, bực bội trong con người mình... Vì tuổi thơ nhưng Anh Thơ sớm theo đuổi ý thức tự do và công bằng. Mặc dầu bản tính cô bé tự phát, chẳng có ai rèn đúc...

Ông Di và Thị Kim chỉ còn đứng đó nhìn Anh Thơ bước đi đột ngột, bé lủi vô phòng một cách tự nhiên như mọi lần.

Anh Phương còn lại, Cô bé không vui không buồn. Thị Kim nhìn nói:

- Anh Phương ăn phần con nhé. Anh Thơ nó bướng bỉnh lắm. Nó ăn sau...

- Con chưa buồn ăn đâu, để con vào gọi Anh Thơ ra cùng ăn một thể, nha má Kim.

- Ừ được. Nó sẽ chịu theo ý Anh Phương đó. Vào bảo đi con.

Anh Phương gật đầu đi nhanh vào phòng Anh Thơ và dịu giọng:

- Anh Thơ ơi ra ăn cháo lòng. Kẻo ba má giận cả Anh Phương đó. Anh Phương ăn sao vẫn được. Anh Thơ đừng làm ba má mất vui. Chúng ta sẽ bất hiếu với cha mẹ nữa. Đừng làm thế Anh Thơ.

- Hứm thấy ghét ghê nha... Anh Thơ nói và đưa tay cho Anh Phương nắm miễn cưỡng. Cả hai lại bước về phòng ăn khi nãy. Hai đứa tự bưng lên tô cháo trên tay, của mỗi người họ, rồi để xuống như sẽ sắp ăn...

Hai vợ chồng đưa mắt, chỉ nhìn Anh Thơ, họ lắc đầu. Họ như không tin tưởng một cái gì đó từ nơi Anh Thơ. (Từ nội tâm trẻ thơ nó hôm nay, và cả một tương lai thách đố của nó về phía sau này... Họ tiên đoán có thể mệt với nó đó.)

CHƯƠNG 10

Tối một đêm Trần Ngọc Di cùng vợ Thị Kim soi đèn độ mạnh thêm thật sáng, trong phòng đọc một lá thư của một người phó ty GD tỉnh. (Danh từ mới là phó giám đốc sở giáo dục và đào tạo tỉnh.) Lá thư được viết như sau, vì hai người cố giấu, muốn thảo luận riêng. Họ nhất định không cho ai hay biết ngoài vợ chồng họ.

Thư gởi đến Trần Ngọc Di, cùng Thị Kim.

Tôi Lê Ngọc Thống muốn một chuyến về HA- Thăm nơi đó có chút chuyện gia đình, cùng thăm những trường điểm. Muốn ghé thăm hai vợ chồng và bé, đứa con gái ngoan của hai em. Tháng này, vào tuần cuối tháng. Có gì trở ngại thì cho anh biết. Thân ái, Lê Ngọc Thống.

Ngày... tháng... năm...

Đọc xong lần thứ hai. Ngọc Di nhìn vợ như chờ câu trả lời từ Thị Kim. Thấy Thị Kim làm thinh Ngọc Di hỏi.

- Em định làm sao?

- Anh định thế nào? anh nói em nghe trước thử?

- Thì cứ cho anh ta đến chứ làm sao, không lẽ chối từ?

- Chối từ tốt đó chứ. Hứm... Nói vậy mà anh cũng nói. Thôi ta không cần đâu, em không muốn ông ta đến, rắc rối lắm anh ơi?

- Em nghĩ mình chối từ bằng cách nào? Có dễ đâu?

- Dễ ẹt. Cứ nói là mình đi về Bắc có công chuyện trong tháng này. Hay nói đi chơi đâu đó Sa Huỳnh, Bồng Sơn, Đức Phổ, Quảng Ngãi v.v... Chẳng hạn vậy, nên không thể tiếp. Nói tóm lại là ta không tiếp là cơ bản. Còn nghĩ tính toán nhiều cách ở nay mai, có chi phải ôm đầu lo sớm cho mệt anh?

- Phải đó em thông minh, anh chịu em nghĩ ra cách đó.

- Nếu ổng ra thì ổng biết con nào là Anh Thơ thật. Mình bẽ mặt, và con Anh Thơ của mình dạy không được. Không ai bụm miệng nó được. Gặp má anh nữa, mình đi húp cháo rùa.

- Ừ em nói vậy cũng ổn, tốt rồi. Nói đi xa dịp này là ổn lắm. Nhưng mai mốt có ngày ổng đòi ra nữa em?

- Mai mốt tính mai mốt kệ ổng. Mình tránh vài, ba lần ổng chán lên kế hoạch. Sẽ hết muốn đi thôi mà.

- "Vợ ngoan làm quan cho chồng" là đây? Anh tạm nghĩ trong trường hợp này xài cũng có lý... Giữ mãi vị trí tốt cho anh nha. He he.

- Hứ. Anh mà làm giảng viên dạy văn như vậy. Là chuyên tu học sinh ngu dốt hết. Hi hi...

- Văn mà bỡn cợt lương lẹo cho vui thôi. Ý thâm sâu, thì ai mà nói treo ở đây hã em?

- Chọc anh thôi. Ổn rồi há. Để ngủ nha.

- Em nghỉ ngủ đi, anh sang phòng mẹ thử. Ba tối nay anh không sang hầu mẹ.

- Thời buổi cách mạng vùng lên mà hầu mẹ chi nữa anh?

- Thời nào không hầu mẹ em?

- Mẹ chồng Trung Kỳ thấy mệt.

- Làm rể Bắc Kỳ cũng sung sướng gì? Trần Ngọc Di nói và cười.

- Thôi một đều... Nhớ đi đi, qua mau về nha. Thị Kim có vẻ đỏng đảnh mơn trớn chồng.

Trần Ngọc Di không nói nữa, mà anh chỉ ra hiệu bằng một cái dấu tay đưa lên.

Ngọc Di qua bên đứng nhìn thấy mẹ nơi phòng đang lần hạt tụng kinh chi đó. Anh hé cửa phòng nhìn một đoạn, không hiểu sao anh lui gót... Mẹ anh nghe tiếng động bà nhìn, nhưng rồi bà chăm chú đến hồi kinh tụng. Vài con thằn lằn ở đâu, trên trần nhà, nghe mùi nhang chúng nó tuôn ra hít khói. Thường thì bà nhìn chúng vài giây, rồi để nó được tự nhiên, thoải mái làm gì làm, chạy đau chạy, vui đâu vui hoặc đi trốn đâu trốn. Còn Ngọc Di quay về phòng mình thả lưng nằm bên vợ, Thị Kim, không biết Thị đang thức hay ngủ mà im re không nói không rằng. Anh lại toan đi hút điếu thuốc lá, bởi thấy cảm giác hơi thèm thuốc, và có lẽ Ngọc Di muốn suy nghĩ riêng tư đôi chút...

Con bé Anh Thơ thì nằm một mình ôm búp bê, vuốt tóc

búp bê, mân mê mãi vầng trán và đôi mắt cùng tay chân của nó - búp bê. Bé không vui không buồn. Chỉ có điều bé ưng làm thế, mỗi tối chơi với búp bê trước khi ngưng học, và trước khi sắp ngủ.

Riêng đêm đó cũng là đêm đầu tiên Anh Phương suy nghĩ nhiều hơn. Anh Phương lên giường nằm gát tay trên trán suy nghĩ miên man, từ khi còn bé ở gia đình cha mẹ ruột mình. Khi cha mẹ thương yêu, khi ăn bé cũng được đút nhét cưng chiều. Ba mẹ làm nghề hốt thuốc Bắc. Khách vô nhà họ bắt mạch, coi toa, kê đơn, chờ bốc thuốc, mẹ cứ nhìn bé nựng hôn lấy trán bé, tóc bé, dù mẹ rất là bận rộn... Bé chỉ nhớ sự việc này lờ mờ, chút ít xíu xiu... Rồi bé nhớ rõ hơn là chạy giặc. Ba mẹ bị trúng đạn tử vong. Có cô Đẩu từ đâu chạy tới cứu bé... Rồi hòa bình đến chấm dứt chiến tranh, đa phần ai cũng về quê sống. Cô Đẩu dẫn Anh Phương về quê sinh sống, về Bồng Sơn Hoài Nhơn để yên chí ở. Và vào một đêm trăng non đẹp dưới hiên nhà. Bà cho quà, cho vàng Anh Phương. Bà ép, năn nỉ quá bé mới lấy... Rồi bé bị bắt cóc. Và từ đó...

PHẦN HAI - CHƯƠNG 11

Dù muốn dù không gì Anh Phương cũng đã ở với họ. Cô bé phải coi Trần Ngọc Di với Thị Kim là cha mẹ còn lại nuôi mình duy nhất. Rồi thời gian trôi qua. Thời gian đi rất nhanh. Anh Phương, năm đó thập niên 19.8... Hai đứa đã học lên lớp 8. Học tại trường AT-HA. Anh Thơ và Anh Phương là cặp đôi đẹp nhất, của trường nổi nhất nhiều mặt. Bao thầy cô giáo mến yêu, bao bạn gái ao ước được một chút như hai nàng...

Anh Thơ, Anh Phương còn là đối tượng biết bao cho các chàng trai mới lớn choai choai ngấp nghé, nhìn ngó...

Hôm đó thấy Anh Thơ, Anh Phương đi ngang. Du và Tự đang chơi vui ném trái vụ thì ngưng ngay. (Trò chơi này lúc bây giờ rất phổ biến dưới quê với những cậu choai choai chơi lấy làm thích lắm.) Ngoài trò chơi bắn bi chai, hoặc bắn bi bằng những hòn mù u tháo vỏ, hay vài viên ổi loại giống ổi sẻ, da bắt đầu hơi già và tròn trịa cũng được thông dụng lấy vào trò chơi bắn bi. Nhưng trò chơi đánh cù dụ là chuộng nhất, lại công phu nhất. Công trình mấy cậu phải đẽo cho được con vụ đẹp bằng gỗ, để nhìn tương đối hút mắt trước tiên, rồi hình có chóp đỉnh nhọn phần trên, và được cột một sợi dây nhỏ mịn, chắc ở phần dưới, đến khi quăng ra đánh, với một nội lực mạnh, vừa đủ nhưng chính xác, cốt để trúng vào con vụ của đối phương mà con vụ mình vẫn hùng hồn quay tít đẹp. Nếu nó quay càng lâu thì sự khẳng định nơi mình chơi vụ càng giỏi và đối phương phải nhường chỗ, thấp vế, phải thua trận. Người đứng xem cùng nể phục mình vì con vụ quay mãi... Bởi khái niệm về môn chơi này cũng lý thú và dài dòng lắm, chỉ có người viết văn khá, mới đủ sức diễn tả khéo léo, sự hấp dẫn lôi cuốn của nó một cách trọn vẹn hơn. (Ở đây chỉ nói tạm một chút.) Còn nói về hai cậu học trò kia. Hai cậu đang cuốn dây cầm ngoan con cù vụ trên tay, chỉ để là trốn vô một góc, tán dương bàn định cho thỏa thuê chuyện khác - Chuyện về Anh Phương Anh Thơ thôi... Vì đôi mắt hai nàng đã như xé tan bầu trời mỏng manh trong trẻo kia. Và nhất định nó xé tan hai trái tim choai choai thích ngắm những cô gái đẹp í a kia. Đó là Du và Tự hôm nay...

Đương lúc Anh Phương, Anh Thơ đi mua một cái gì vô ăn là phải? Có thể là me, hay mận, hay xoài, cốc, ổi, xí muội, kẹo ngọt chi chi đó. Đợi hai "tiểu thơ" vào lớp. Du và Tự bắt đầu tán gái sau lưng để khen chê. Mà chắc hổng có chê, toàn khen thôi chứ. Du, Tự đứng trên một góc của trường, tại hiên phòng của một lối đi, mé hông thư viện. Nơi được che giấu hơi khuất vào, vì gần một tàn cây phượng khá lớn tỏa rạp.

Du nói:

- Hai con nhỏ này đẹp thiệt. Hai chị em sinh đôi hay sao đó mày Tự ơi.

- Không phải. Sinh đôi gì đâu có? Bộ mày không thấy nó khác nhau hã? Tự bảo.

- Sinh đôi vẫn có thể khác mày ơi. Du nói thêm.

- Mặc dầu hai con vẫn đẹp. Nhưng chắc chắn hai đứa không phải sinh đôi. Nghe con nhỏ tên Anh Phương là con nuôi. Cha mẹ Anh Thơ lượm, hay sao đó mày ơi?

- Con lượm sao đẹp ác.

- Thường nó vậy mà. Em...

- Hi Hi. Mày kêu tao em hã Tự?

- Kêu cho vui mà. Tự có vẻ thích chí.

- Thôi được rồi. Nhưng nhìn nó như tiên tao thích. Tao xí nó đó. Vài năm nữa tao cua. Du ngon miệng bảo mạnh như thế luôn.

- Ở đó mà mơ. Nó học giỏi nó lấy kỷ sư, bác sĩ, tới giám đốc ngành, chứ lấy mầy chi mà mơ?

- Nhà tao cũng giàu. Tao nói ba mẹ tao đi hỏi cưới nó chứ?

- Ở đó mà mơ nữa. Coi chừng té dốc.

Lúc đó có vài người thầy, mấy cô giáo đi đi lại lại. Nhưng họ không để ý mấy. Du và Tự nhìn họ lấm lét, rồi cũng quay quất sang câu chuyện tán gái sau lưng. Vì là mình thời giờ ra chơi vẫn còn mà. Du tiếp tục sôi nổi:

- Với lại bây giờ tao học thường. Chứ biết đâu về sau tao học khá, cũng có thể vậy. Con gái thì dưới này lớp nhỏ học giỏi chứ đi lên trên lớp cao, là mang “cái nghiệp yêu” sẽ học dở ẹt mà, hi hi. Tao trông vậy.

- Thôi chơi tiếp đi, thấy nó là tay chân bủn rủn, hết chơi vụ nổi sao? Hè hè.

- Thì nghỉ tý, giúp cho con cù vụ nạp năng lượng chứ.

- Giúp cho mày có năng lượng thì có. Trái bông vụ vô tri do mầy điều khiển, làm gì có năng lượng mày?

- He he. Mọi thứ đều có năng lượng riêng, tự nhiên chứ.

- Mày lý luận tào lao, năng lượng cái con khỉ mốc. Hê Hê. Ê mày nè. Tao biết nhà nó, mầy không tin con Anh Phương con nuôi. Tao cá độ mày đó, tao với mày cỡi xe đạp chiều thứ bảy lội qua là thấy nó làm gì? Và con Anh Thơ không làm gì cả. Đi học thôi ở nhà con Anh Phương là người hầu. Còn con Anh Thơ là công chúa đó.

- Vậy sao. Tao thấy con Anh Thơ vẫn thương con Anh

Phương kia mà.

- Thì nó thương chứ. Nhưng ba mẹ nó bắt Anh Phương làm, nó chỉ đi chơi bên cạnh thôi.

- Tụi nó làm chuyện gì?

- Thì con Anh Phương nó quét rác trong vườn nhà, phụ chăm hoa, tưới nước. Hoặc rửa ly, chén tách chi đó chẳng hạn. Tao tỉ dụ vậy. Con Anh Thơ chỉ thơ thẩn bên cạnh thôi.

- Nhỏ xíu mà rửa chi ly tách mày? Mày đừng có xạo.

- Thôi cha ơi gái 13-14 tuổi là gần có chồng được. Nhỏ chi nữa cha nội? Mày khùng quá. Mày con trai nhà giàu như tư bản đỏ, chắc sướng thây nên mày đâu biết nhà nghèo vất vả từ lúc lên 5, cũng có ông hai à...

- Vậy sao. Vậy thì mày dẫn tao đi coi một bữa nha. Chuyện đó tao thích bậc nhất đó.

- Mầy nghe chuyện chi, có mấy ẻm là mày thích hè. Hi...

- Mầy chắc vẫn thế thôi, đừng giấu lòng.

- Tao hã không có đâu. Tự lắc đầu.

- Mầy không có ít, nhưng có nhiều phải không?

- Khỉ khô đó. Mày mê nó quá nói cứ xà quần nó miết. Chơi đi rồi tao sẽ dẫn đi mà. Coi như tao dẫn mày đi coi mắt vợ mầy thầm yêu.

- Cứ cho như vậy đi cho vui nhỉ? Ha ha.

Một đoạn sau thì hai đứa tiếp tục chơi đánh vụ thêm. Nhưng rồi nhác thấy hai ẻm và cả hai, ba nàng nữa, chúng là nữ sinh giang tay, cặp kè nhau đi ra mua hàng ở quán nhà ông Tư Thìn. Hai chàng choai choai Du, Tự không còn ham mê chi con vụ, đã phải đổ mắt về phía các nàng thôi, nhất là "hai chàng" đổ về Anh Thơ và Anh Phương. Buồn vui họ tan trong mây khói, chỉ có ánh mắt và dáng bộ các nàng đang chế ngự trong tim Du Tự mà thôi...

Sau đó hết giờ ra chơi, giờ tập hợp vào lớp. Ngoài hai chàng choai choai Du, Tự. Thì vẫn còn một số nam sinh cứ ngấp nghé mấy bóng hồng hàm tiếu đó. Nhất là Anh Phương là bị đổ dồn nhiều ánh mắt hơn ai hết, kể cả các nàng cùng phái choai choai cũng ưa nhìn Anh Phương...

- "Trời ơi Anh Phương con nhà ai mà đẹp thiệt nha..." Du cứ thì thầm chặc lưỡi khen hoài để tự sướng...

Rồi vào một ngày nọ thì quả thực, Tự đã chở xe đạp cho Du tìm đến nhà họ, nhà của hai cô gái ấy. Du ngồi Tự chở đi dù cây xe của Du mang đến nhà Tự. Hai người bạn trai trẻ để đi theo dõi, để tìm ra đáp án. Đúng là thần đất đã chứng minh rõ ràng. Hôm nay Anh Phương quét sân thiệt. Anh Phương lom khom nhưng dịu dàng cô bé quét rác. Còn Anh Thơ chỉ đi theo cười cười nói nói chuyện chi đó. Và họ dừng lại khi quét nơi sân... Lúc cả hai thấy một cánh bướm bay ngang thấp, rồi lượn vào không trung, lưng trời. Cũng vừa lúc đó, ngay lúc này hai nàng thấy hai chàng trai Du, Tự đang đi đâu len lén trộm nhìn mình kìa... Anh Phương, Anh Thơ bất ngờ ngơ ngác, hai nàng như thẹn thùng quá đỗi... Vì họ là những cô con gái quê còn quá trẻ mới lớn, cứ như còn mắc nợ với xấu hổ nhiều? Họ đâu có thể nào dạn dĩ được. Tiếp đó hai nàng lẳng lặng vào nhà nhìn, trốn qua khung cửa sổ mà theo dõi ngược lại hai chàng... Riêng hai chàng trai Du Tự đã cỡi xe chạy như bay, chạy về nhà nằm lăn ra cười... Miệng Tự cứ bảo:

- Nó biết hai mình đi nhìn nó đó. Đi nhìn trộm người ta. Hơ hơ là mày Du ơi...

- Thì có sao đâu. Không ẵm được nó về đây nha?

- Trời, mày nói bạo quá vậy.

- Thương quá nói cho đỡ thích đó mà. He he.

- Đi ra chơi trổng tý rồi học bài mày. Coi bộ mày mết nó quá rồi.

- Trổng triết gì? Ồ chắc thiệt tao về tương tư đây.

- Cha nội Du ơi thôi về học đi nhé. Học giỏi may là sau này nó để ý hơn.

- Tao học để thầy khỏi mắng vốn thôi.

- Bye mày nha, bye đừng tương tư chết sớm đấy.

- Đùa với mày thôi, thấy mặt nó là thích chứ yêu thì không có đâu, chưa đâu, không thèm thầm yêu đâu? He he.

- Thiệt không đó? Tự nhướng vai hỏi.

- Chắc mà. Du trả lời.

- Hãy đợi đấy. Tự đưa tay ra rồi bóp lại với một ý nghĩ mới.

- Hãy đợi đó OK. Tình yêu ai biết được trái tim độ nồng bao nhiêu ta? He he. Bye nha...

- Tao thua mày luôn. Mầy như quá nhiễm rồi còn nói...

- Cứ cho như vậy cũng đâu có sao. Du tiếp ứng lời cuối.

Hai đứa cười nhìn nhau và chia tay, như cam đoan cái gì trước khi từ giã. Đứa vô nhà, đứa ra đường ngước nhìn trời mây...? Tự vô nhà. Du tiếp tục lấy chiếc xe đạp mình, bỏ nơi nhà Tự đây. Giờ cậu lấy ra chạy, xe đạp bươn bươn về nẻo nhà mình. Miệng Du thì muốn huýt sáo vang vang... Cây lá các nẻo đường vui thay như cũng muốn gọi thầm đôi vai còn bé nhỏ của một chàng trai choai choai mới lớn, nhưng sung sức lái xe đạp đẹp, chạy xe thật là ngoạn mục...

CHƯƠNG 12

Bị từ chối nơi Thị Kim và Ngọc Di. Họ bằng viện lý lẽ đi chơi các điểm xa chưa về, đi nhiều bằng công việc nữa. Nhưng qua lần thứ ba và cũng khá lâu vài năm sau đó. Anh Phương Anh Thơ giờ cũng đã qua, xa cái tuổi mầm non xưa rồi. Họ đã bước vào tuổi 13, hay 14 cận kề rồi. Thời gian thật thấm thoát. Lê Ngọc Thống đã tự mò về thăm bất ngờ rồi biết sự thật...

Lần đó Lê Ngọc Thống ra thăm nhà Trần Ngọc Di trở về Quy Nhơn. Ông gởi thơ cho Ngọc Di phải vào. Hai người đi ăn xong tại một quán cũng gần bờ biển Quy Nhơn... Đi trên bờ biển đất Quy, họ bàn tán về việc. Lê Ngọc Thống nói:

- Tôi đã thích con nhỏ đó lắm. Anh ra gặp muộn, nhưng còn không muộn. Em phải nhường cho tôi. Em chuyến vô này là tôi muốn giải quyết điều đó trước.

- Nhưng hai đứa nhỏ Anh Thơ và Anh Phương thân lắm khó rời xa.

- Trời ơi ông nói như thiệt. Nó lớn rồi mỗi đứa một cánh chim một phương, không xa bây giờ ngày sau cũng phải xa? Người anh em nghĩ đi, đâu có thể nào nó ở mãi với em. Ngày sau nó cũng bay thôi.

Ngước nhìn người bạn, nhưng là đàn anh. Di trả lời:

- Ngày sau tính sau. Bây giờ nói thiệt khó lắm. Tôi khó đáp ứng được điều ông anh yêu cầu.

- Trời ơi ông tướng nghĩ đi. Tương lai cũng đi xa thôi. Hổng lẽ nó ở gần vợ chồng ông và con Anh Thơ suốt đời. Vậy sao cha? Đừng có tự coi nó một vỏ ốc. Con ốc vẫn cứ đi kia...

- Anh nói hay. Mà không được. Hơn nữa nó để giúp con bé tôi. Và có thể mang tên thi thế cho con bé tôi Anh Thơ mà.

Im một chút Ngọc Di nhìn Ngọc Thống nói tiếp:

- Không được thiệt đó anh. Chỗ anh em quen thân tôi nói thiệt. Xin đừng buồn.

- Thi giùm suốt đời à? Con bé Anh Thơ coi chừng nó kiện cả em, là mất mặt luôn đó chứ còn ở đó nghĩ nhảm.

- Khổ thật anh chưa hiểu ý tôi.

Lê Ngọc Thống nói và nhìn vào mắt Trần Ngọc Di lại, như dò xét hay thách đố điều gì hơn. Ông ta bảo tiếp:

- Giúp con bé em ăn thua gì? Tôi lo cho tất cả. An toàn gấp mười... muốn gì chả được. Tôi là phó ty, phó sở giáo dục đào tạo tỉnh. Anh tưởng bỡn sao? Phe cánh tôi còn tới đâu nữa đó...

- Tôi biết anh hơi nổ, nhưng vẫn có lý và sự thật ở anh chính đáng. Mà không được anh Thống à.

- Sao lại không được trời ơi. Hừm? Nè đã nói... Rất đơn giản tôi lo cho vợ chồng em hết. Anh sẽ cho có một biệt thự thứ xịn bí mật ở QN. Coi như tôi nói thẳng đó. Như tôi mua nó, rồi tôi bù ông đủ thứ.

Ngọc Di vẫn làm thinh nữa. Lê Ngọc Thống tiếp:

- Để nó về làm con nuôi tôi. Vợ chồng tôi chưa con. Em vẫn có con Anh Thơ rồi mà.

- Khó đáp ứng thiệt đó.

- Khó gì mà khó. Đi đào núi và lấp biển quyết chí vẫn làm nên mà. Chỉ cần niềm tin và hào hứng, với hào phóng của mình để thực hiện thôi.

- Khó thiệt một nan giải. Tôi nói thiệt 100%.

- Đã bảo không khó. Chuyện gì khó tôi lo vẫn được. Tôi là một Lê Ngọc Thống đường đường chức trách phó ty thanh tra GD tỉnh. Anh muốn gì chẳng xong. Với uy tín vinh dự, và phe cánh đủ đầy em à.

Lưỡng lự thêm một tý Lê Ngọc Thống giục nữa:

- Chịu đi. Tôi năn nỉ mà. Để chi mất thời gian như thế.

Trần Ngọc Di nhìn cảnh vật, ném cái nhìn bâng quơ rồi quay nhìn vào mắt Lê Ngọc Thống mà trả lời:

- Thì nè coi như chiều theo ý ông nha. Phải nhớ kỹ là bà xã có đồng ý nha? Không thì tôi vẫn sợ, những con vợ sư tử Hà Đông đó. He he.

- Họ chỉ nói tích sư tử Hà Đông cho vui thôi. Vợ có cao tay, thì chúng ta còn cao ấn hơn chứ lị. Ha ha. Đúng không hỡi người anh em từng chí cốt?

- Thôi được. Giờ hai ta đi coi phim thư giãn chút đi. Nghe nói có phim "Đám Cưới Chạy Tang" Có minh tinh Thẩm Thúy Hằng- Nam Việt Nam đóng đó. Mình nhân dịp vô đây muốn vào rạp coi.

- Coi phim thì coi mà. Phải ăn gì nữa đã chứ em?

- Thôi tôi chưa thấy đói.

- Uống gì thêm ở đây ngồi nghe gió hát tý.

- Nghe gió hát, anh lãng mạn thật.

- Đời không lãng mạn làm sao dệt câu thơ thành tứ, và sẽ mau già chết em ơi.

- Ô hay. Anh nói văn vẻ mà hay nha. Ôi tôi chưa thấy khát luôn. Đủ rồi anh. Nói chuyện là chuyện lớn. Ăn uống vẫn là chuyện nhỏ của hai anh em ta hôm nay mà.

- Thì đúng vậy. Nhưng anh lo cho cái bao tử và nguồn vui vật chất em, cả cảnh trí để hướng vào nơi em, để sảng khoái niềm tin yêu trước chứ.

- Cám ơn anh. Thiệt là anh chu đáo, song khá đủ rồi anh.

- Ừa thì vậy. Thôi được nha. Nhưng để tôi muốn dẫn ông đi xem một cái tivi nè, như tôi tặng ông em trước đã. Bây giờ điện đóm phát triển cao, không còn bóng ma tối đi vào các sân nơi mà. Ha ha? Vậy đi nha em...

Trần Ngọc Di chỉ còn nhìn Lê Ngọc Thống vừa vui vì những lời Lê Ngọc Thống hứa mạnh mẽ quá, còn hơi buồn vì sắp mất đi đứa con gái nuôi hiền lành, hiếu hạnh, sâu sắc và là quá thân với con gái ruột ông. Ông không biết rồi chuyện này sẽ đi vào đâu hên may, hoặc xui rủi đến...

Nghĩ thì nghĩ vậy thôi. Nhưng hiện thực vẫn là hiện thực như ban ngày... Nửa tiếng sau cả hai Lê Ngọc Thống và Trần Ngọc Di đến tiệm Hồng Phúc một tiệm bán đồ điện tử mạnh có tiếng Quy Nhơn, cũng gần đó. Họ mua ngay cái tivi màn hình trắng đen nhưng khá lớn dạng 36 in, tính tiền chồng đủ ngon xộp. Mua xong họ cứ gởi ở đó cho tiện. Và cả hai vui vẻ cuốc bộ đến rạp Lê Lợi để xem phim như ý. Và thật sự họ muốn đi bộ, để cởi mắt ngắm nhìn lên cảnh vật cho đã, những gì mà thành phố Quy Nhơn đem lại... Họ muốn chiêm ngưỡng chậm hơn. Khoảng 20 phút nữa, thì Ngọc Thống, Ngọc Di mới quanh co đến rạp... Và họ vẫn muốn được xếp hàng mua vé cho vui, song cũng lẹ không đến nỗi nào. Ngọc Thống, Ngọc Duy vào coi bộ phim được đổi lại không phải "Đám Cưới Chạy Tang". Mà là "Hồ Sơ MĐC"- Cũng là minh tinh Thẩm Thúy Hằng đóng. Bộ phim Thẩm Thúy Hằng gợi cho họ thấy cách diễn xuất của một minh tinh Miền Nam, khét tiếng nhập vai rất là khả ái, như tiếng đồn không sai...

CHƯƠNG 13

Sau khi chia tay Ngọc Di về lại Hoài Ân thì Lê Ngọc Thống gọi phone về phòng thư viện, ở đó đã có phone công cộng của trường, và nói chuyện với Ngọc Di. Hai người bàn tính:

- Theo mình nghĩ tiện lợi nhất sẽ về nơi trường để chở Anh Phương đi thôi. Tránh được nhà, khỏi rắc rối có Anh Thơ và bà già hả ông em Ngọc Di?

- Đúng rồi. Nếu anh đem từ nhà đi, sẽ làm ra màn bi kịch mệt lắm. Tốt hơn như bắt cóc ở trường một cách lịch sự, em cũng muốn thế đó.

- Ngọc Di nghe như thế này nhé. Khi Anh Phương đi

học. Lê Ngọc Thống đến thăm trường, rồi sẽ có cách nói dẫn Anh Phương về tỉnh. Nói là dự buổi thi nhảy cao, thi gõ trống chi nơi tỉnh. Và một trường chỉ chọn Anh Phương thôi.

- Hay lắm coi như thống nhất cương lĩnh trên há, vậy anh nha?

- Vậy đó. Chỉ có cách tối ưu thôi. Kế hoạch này là nhất.

- Nhưng chừng nào anh Thống ra?

- Anh thu xếp không xa đâu. Khi anh có mặt ở đó là em biết liền mà.

- Dạ anh Thống. Ngọc Di đáp.

Họ chia tay rời phone công cộng ở thư viện. Vào thời điểm này điện thoại công cộng vài trường đã có. Tùy theo trường có nhu cầu, và kinh phí "cho phép" chi trả. Ở đây hiện tượng điện lực đã mở rộng, được bốn năm rồi.

Hôm ấy trường cấp hai của AT-HA vẫn học. Học sinh tan ra như đàn chim vở tổ, tập thể dục thật đẹp... Sau khi nói chuyện phone với Lê Ngọc Thống, Trần Ngọc Di bước ra. Anh chống hai tay đưa vô túi quần nhìn đám học sinh đang tập thể dục. Một chặp Trần Ngọc Di lại lấy tay ra vuốt mặt mình, như đang vuốt một sự phiền lụy dửng dưng mà anh cố tránh... Nhưng hỡi ơi tay Di như đã trót dính chàm rồi... Anh nghĩ lẽ nào anh sắp mất một Anh Phương, đứa con nuôi vừa mới lớn đẹp xinh, lại vừa học giỏi, và tính tình không chê vào đâu được... Ngọc Di không còn biết là do mình ham quà cáp những thứ quá xịn. Hay là anh đang bị sức ép từ người bạn, đồng thời là người anh Ngọc Thống đã quá van nài...

Tập thể dục xong tất cả học sinh mỗi lớp, đều vào lớp. Ngọc Di đưa mắt nhìn Anh Phương và Anh Thơ trân trân, mà hồn anh như bỏ đi đâu. Bởi tâm anh đang phân tâm, tán loạn, ly khai tư tưởng...

**

Lúc bấy giờ nhà Trần Ngọc Di đêm đã có tivi hàng xóm kéo đến sân coi đông nghịt. Già trẻ, lớn bé, gái trai đủ hết. Họ ngồi từ trong nhà đến cửa và ra sân. Anh Thơ và Anh

Phương chỉ coi một tý. Bị ba má la lối có chỉ trích nhẹ:

- Phải lo học bài trước, sau mới trở lại coi nha hai con. Vui chơi không cấm đoán, mà phải thuộc bài, làm bài đầy đủ nghen.

- Dạ. Anh Phương thì nói tiếng " Dạ", chứ Anh Thơ thì chỉ tuân lịnh chứ không thèm nói chi.

Bà nội thì tích cực lắm, được nằm trên một ghế xếp bật dài, ghế mềm bằng dây nhựa êm, với một cách làm công nghệ mới, kỷ năng khá tiến bộ. Nhưng chẳng mấy chốc nội thèm ngủ quên, và mò về phòng mình ngủ cho ngon.

Thời gian đó Trần Ngọc Di bàn với vợ Thị Kim. Là Anh Phương được phó giám đốc nghiệp vụ thanh tra GD- Lê Ngọc Thống để ý khi đến nhà chơi, và giờ ý muốn xin đem Anh Phương về làm con nuôi tại QN.

Nhận được quà cáp tivi và hứa cho biệt thự bí mật QN. Cùng lại lời cam đoan sẽ lo cho Anh Thơ thì còn gì bằng, nên Thị Kim vui vẻ ra mặt. Chứ không còn sợ sệt như hồi ông Lê Ngọc Thống gởi thư ra nói đến thăm chơi lần đầu, mà vợ chồng cả hai toan lo tính đủ điều, đủ thứ. Tuy nhiên xét cho cùng bên cạnh, Thị Kim còn e ngại đứa con gái nó không ưa mình, nó phản trắc thưa kiện, nó ghi tố cáo "Ba lợi dụng chức quyền gian dối. Má đồng lõa mưu toan." Thì mình chắc không ai đỡ kịp... Hoặc nếu đỡ kịp, có ăn thắng đi nữa cũng bẽ mặt, xấu mày, sẽ xáo trộn trăm bề, chứ không đơn giản chút nào đâu? Thị Kim nghĩ. Bà rất ngán tính Anh Thơ gần đây không đứng về phía cha mẹ, mà nó tỏ vẻ ghét cuộc sống kiểu nơi cha mẹ đối xử - Ưu tiên cho nó, đối xử tệ cho Anh Phương, không công bằng cho Anh Phương v.v... Nó thường bảo thế và nhăn nhó suốt ngày với cha mẹ.

Người ta thì đang coi phim đông đảo nhưng hai vợ chồng ra phía sau hứng gió và bàn cho công việc mình.

- Thôi tôi cũng chịu chứ biết sao. Nó đi mình có quà và đúng như lời ông ta hứa thì, thì được rồi, chỉ sợ ở nhà con Anh Thơ quậy. Không biết phải tìm cách ứng phó ra sao với nó đây? Còn bà già nữa trông vẫn có vẻ thích con Anh

Phương nữa. Mệt ghê anh ơi.

- Có lẽ tới đâu thì tới. Giờ coi như nó mình đã bán làm con nuôi người khác rồi đó.

- Thôi vào coi tivi với họ đi. Được tủ, được giường, được tivi, được đủ thứ. Nhưng tiếc quá, nếu mình chưa mua bộ ghế to cao dài rộng bằng gỗ tốt kia. Chắc thể muốn gì, Lê Ngọc Thống cũng mua hết cho mình đó anh à. Thị Kim xuýt xoa, tham lam nói.

- Cái chắc rồi. Ngọc Di khẳng định.

- Uổng tiền thật. Thị Kim bảo.

- Em quá tham.

- Quà cho không đổ mồ hôi nước mắt, thì sướng hơn chứ anh? Con nhỏ này có mặt, thiệt thì lợi hại đó nha.

- Ừa mong sao trót mọi bề. Và mong nhất Anh Thơ đừng quậy, đừng cản. Bây giờ anh chỉ mong vậy thôi.

- À em?

- Gì nữa nè.

- Chắc anh đi nghỉ. Em coi TV với người ta đi nghen.

- Em cũng thấy trong người không được khỏe. Chưa chắc em xem.

- Tùy em. Ừ há. Anh chỉ còn van vái vậy về Anh Phương Anh Thơ là cho được kết quả tốt... Còn anh mệt quá anh vào đóng cửa ngủ. Mai hồi coi, đầu óc đang nặng trĩu đây em ơi. Trần Ngọc Di lắc đầu theo mệt mỏi.

- Tùy mình. Thị Kim trả lời. Cả hai đã đi hai hướng. Ngọc Di vào lối ngõ sau, Thị Kim đánh vòng đi về lối trước. Vào nhà Thị Kim bảo với mọi người:

- Tối nay chương trình không có gì đặc biệt. Chương trình dở quá về đi. Tôi ngủ mai mốt tới coi nghen...

- Được mà, ngủ đi... Chúng tôi coi. Hay mà, quá hay đó mà... Bà con bốn năm người nói như thế. Họ nói vẻ thiết cốt, vì tâm ý muốn ở coi, vì nhà họ nghèo không sắm được, nên phải lân la xem nơi nhà hàng xóm giàu có hơn mình, có tivi.

- Thôi tôi cần ngủ. Nói rồi Thị Kim tắt ngang tivi một cách vô lý, bà con phải đành xệnh xoạng nương ánh trăng bên ngoài, mà nhổ chân ra đường đi về. Đa phần họ bước đi chậm rãi, đi thua con rùa bò đêm, bởi họ như còn luyến tiếc đêm coi tivi ké nhờ nhà Ngọc Di...

Anh Thơ vội chạy lên, ra đứng trước sân la má:

- Vậy mua tivi chi má, họ không có coi nhờ. Má ngủ kệ chứ, họ xem ở phòng khách mà. Má chưa giàu mà ác nhân.

Anh Phương làm thinh đứng bên cạnh Anh Thơ và nhìn mẹ Kim, rồi bé cúi xuống nhìn sân những tàn lá chiếu rọi nhấp nhô, đong đưa xê dịch nàng cảm giác vui lẫn buồn trong cảnh tượng. Và Anh Phương cũng không dám nói gì thêm. Nàng lại thấy bóng mình dưới trăng quê được chiếu rọi, chân mình trông sao thật ngắn ngủn, nhưng dễ thương quá? Nàng bé thích lắm! Rồi Anh Phương quay lên nhìn Anh Thơ và má Thị Kim. Hai người còn tiếp tục cãi nơi:

- Con là con mẹ nhưng lúc nào cũng cứ muốn làm mẹ, làm má, và còn nói ẩu vô cùng, hỗn lắm nữa đó nha Anh Thơ. Chưa ai bầu con làm mẹ. Con phải biết điều đó chứ?

- Má ăn ở tệ thì con phải nói thôi.

Vừa lúc đó ba Anh Thơ Trần Ngọc Di bước ra. Ông không nói gì. Rồi cả ba cũng đi, rẽ theo về phòng mỗi người, không khí chưa yên nhẹ chút nào. Mọi người coi tivi ra đường, tan dần theo các hướng về nhà họ, cây cỏ và làng xóm mờ nhạt, dưới trăng soi...

Anh Phương không ngờ đêm đó là đêm cuối cùng nàng ở trong gia đình Trần Ngọc Di, Thị Kim...

CHƯƠNG 14

Sáng hôm thứ hai Anh Phương đi học, và cũng đang vào tiết học cuối cùng, nhưng chưa xong. Có một học sinh lớp 7B Thị Kim đang dạy địa lớp đó, bà nhờ cậu trai đầu bàn tên Nghiêm đến lớp 8A đưa một lá thư, và ngoắt mời Anh Phương ra cổng trường gấp. Dĩ nhiên có giấy mời và có phái học sinh đưa thư thì giáo viên đang dạy mới được cho phép em học sinh đó rời lớp bất cứ lý do gì, dù trở lại lớp, hoặc không tùy ở trường hợp. Anh Phương nhận được giấy coi sơ qua, và cái ngoắt tay của cậu học sinh Nghiêm đó.

Nên cô gật đầu xin chào thầy môn vật lý để bước ra ngoài... Thầy hiểu và chấp nhận với nụ cười nhanh của mình, như ra hiệu cho cô học sinh vừa xinh đẹp và học giỏi ra đi... Anh Phương liền bước lẹ ra cổng. Người ngồi trên xe honda nói liền:

- Là bạn thân của Trần Ngọc Di nhờ, Tôi đưa học sinh Anh Phương vào Quy Nhơn để dự thi môn nhảy cao, và gõ trống diễn hành nhịp bước...

Ông ta nói nhẹ nhàng vắn tắt. Cố nhiên là có Trần Ngọc Di đứng đó bên cạnh... Phương nghe và nhận tin này, lòng vẫn như dậy sóng lo âu, không biết thực hư như thế nào.... Phương đang do dự, nhưng Trần Ngọc Di lại nhủ:

- Không sao con à, vinh dự lắm con lên xe đi đi. Chỗ thân quen đưa con đi, thay ba mẹ và nhà trường này...

Trần Ngọc Di nói vài câu, rồi gục đầu thầm bảo, cùng đưa tay ra hiệu ví như cuộc đi an toàn và có mục đích hẳn hoi của nhà trường gởi. Anh Phương thì phải leo lên xe ngồi như ý ba Ngọc Di mong muốn. Nhưng mà đi dự thi sao mà lạ quá, không nói trước? Hay là đi kiểu, giống theo bắt cóc vậy ta? Phương cũng chưa phân định được là gì? Tuy thế Phương đã cũng bị rời ngôi nhà thứ hai, và ngôi trường thứ hai nữa rồi sao. Có lẽ như thế sao? Anh Phương cảm thấy buồn buồn, mặc dầu người này đã đến nhà thăm ba má Ngọc Di Thị Kim một lần. Nàng bé từng biết và nhớ cách đây hơn ba tuần. (Lần ấy là thơ gởi vô Trần Ngọc Di nói đi Quảng Ngãi xa, nhưng Lê Ngọc Thống vẫn cố tình "phục kích" mò về thăm. Biết bao dịp Ngọc Di và Thị Kim từ chối, cố né tránh. Song cuối cùng họ thì đã có một cuộc gặp gỡ mới mẻ, vui mừng nâng chén, nâng ly... Đương lúc vui vẻ quá, họ hứng chí kể chuyện cũ, khi mà họ đã không tiếp ông Lê Ngọc Thống bao phen trôi qua kia. Ông Thống cũng chả giận hờn gì, vì cuối cùng ông đã rõ, và ông là kẻ chiến thắng hơn. Anh Phương cũng đã vô tình nghe sơ qua cuộc hội ngộ bất ngờ, rồi nói chuyện rươm rả đầy vẻ lý thú của họ...) Và sao bây giờ mình coi như bị xúc, bị dí, bị mời lên chiếc xe honda kia... để như thế này... Và mình cũng chưa kịp nói gì với Anh Thơ đi đâu và làm gì, thiệt là kỳ khôi quá sức tưởng tượng... Anh Phương buồn bã suy tư thiệt hơn, với lời ba Trần Ngọc Duy phân giải và gởi gắm. Nhưng riêng Lê Ngọc Thống lặng thầm sung sướng đã hoàn thành một ước mơ, đã đưa cô bé học trò từ một huyện lẻ, đi vào thành phố biển Quy Nhơn. Thành phố biển có địa hình biểu tượng là nửa vầng trăng khuyết... Mà dân trong tỉnh và cả ngoài tỉnh thành đều mến mộ ca ngợi vẻ đẹp nên thơ của nó... Và việc thi hành của ông đã hoàn toàn đem lại cho ông tròn ý mộng, không khó khăn gì lắm...

Hai ba ngày sau không thấy Anh Phương, vắng mặt Anh Phương. Anh Thơ buồn rầu hỏi mẹ:

- Sao Anh Phương đi đâu ba má? Tại sao con không biết rõ ràng. Con nghĩ nơi ba má có gì đen tối không nhỉ?

- Nó đi thi thể dục. Thi gõ trống v.v... ở tỉnh...

- Cho ai hã má?

- Thì cho nó hay cho con gì đó.

- Trời ơi má nói kỳ ghê. Cho con thì để con đi chứ. Cứ tên con mà để Anh Phương đi không hà. Ba má làm vậy coi được không? Gian dối lắm.

- Sao không được nó cũng như con.

- Con là con. Hơi thở ai là của người ấy thôi. Làm sao sang nhượng và cấm ghép, để lận lẹo lên chứ?

- Con nên biết con là đứa con của gia đình duy nhất. Ba má lượm nó bằng tiền cũng vì con thôi.

- Ba má đừng nói như thế con nghe càng tởm lắm. Con ở trong nhà này... Con có ngày điên mất. Và có ngày con phải đi hoang mất... Im một tý Anh Thơ lại gào lên:

- Má như vậy nên bà nội hay sang ở bên cô Ba Lượng hoài. Có ngày chắc đi luôn.

- Trời ơi. Bà đi thì vẫn tốt. Ở chỉ tội tổ hết gạo, hao nước chứ được gì mà ham. Hứm. Đi thì đừng về. Cái bà mẹ chồng Trung kỳ khó ưa.

- Ghê chưa? Ba để má ăn nói như vậy thật con không ngờ. Má làm con dâu... Thật khủng kiếp khi ba má là những, những người mang kiến thức, tri thức. Trường giỏi, trường chuyên... Xạo, xạo hết trên đời rồi... Ôi...

- Con hôm nay là cha mẹ của ba má đó à? Con thật sự mất dạy nha. Thị Kim nhìn vào Anh Thơ xả những câu tức tối từ nơi Thị.

Trần Ngọc Di trố mắt nhìn Anh Thơ gào lên. Nhưng sau đó trững lại như tủi thân làm cha làm mẹ. Và ông cố che giấu đi một điều gì, sự hối hận đã đứng sau sự tham lam, bành trướng trong họ.

Trần Ngọc Di vẫn làm thinh xăm mình, chưa nói gì. Anh Thơ tiếp tục phát biểu:

- Ba nghĩ sao cũng được? Con không muốn ở trong nhà này đâu. Con nói thiệt. Con chán hết sức. Con thật sự không mong ba má, là ba má của con nữa đâu.

Hai vợ chồng Ngọc Di và Thị Kim đứng nhìn. Anh Thơ đã đỏng đảnh bước đi, một vẻ bực tức hết sức. Lòng cô bé từ đâu như bị một áp lực ngột ngạt vô cùng. Anh Thơ cảm tưởng kỳ lạ. Bạn có biết rằng không? Anh Thơ tâm ý nảy nở xinh đẹp cao cả, như thân thể nàng nảy nở, đã đồng lớn lên và hạnh ngộ...

CHƯƠNG 15

Một cánh thư Anh Phương gởi về.

Anh Thơ thương mến.

Anh Phương đi mà không từ giã gia đình... Và Anh Thơ.

Anh Thơ ơi, Anh Phương rất bất ngờ. Thật không hiểu sao ba má không cho mình ở trong căn nhà đó nữa. Chứ thật sự mình không có thi cử gì cả? Chiều nay nhớ nhà, nhớ trường, nhớ lớp. Nhớ Anh Thơ mình viết mấy lời. Anh Thơ ơi không biết mình có trở về không? Ở đây mình đang buồn lắm...Thương nhớ Anh Thơ nhiều. Anh Thơ nói với ba má cho mình trở về với. Nếu có lỗi gì, cho mình xin lỗi. Xin đừng đuổi mình đi xa. Thương cả nhà.

Anh Phương.

Anh Thơ nhận lá thư từ trường cầm đọc lòng đau như cắt trong chiều nay. Hôm nay khối lớp 8 lại chuyển sang buổi chiều... Đổi khối lớp 6 vào buổi sáng (Lâu lâu trường đổi do giáo viên bận bịu chi đó, nàng bé vẫn không cặn kẽ hiểu hết lịch trình chuyển đổi....) Anh Thơ đang nghĩ thật rối nơi lòng. "Như thế thật là tội ác." Nàng bé đăm chiêu nhìn ra khoảng trời xa. Với cái nhìn trong trắng, khôn ngoan chưa đong đủ đầy của người con gái mới lớn! Trong suy nghĩ, trong cảm tính của Anh Thơ. Song Anh Thơ biết chắc một điều: Ba má đã gạt mình và gạt Anh Phương để có một phiên vụ chi đây? Lợi danh, tiền tài? vinh hoa lớn chăng? Nàng suy nghĩ đến tiết học không nói với ai. Thơ vẫn còn lủi thủi không rời nhiều cách nghĩ. Cả trường biết Anh Phương vắng bóng nhưng họ cứ nghĩ cô bé đi thi cử chi đó thôi. Miên man ở cảm xúc mơ hồ. Thầy giáo gọi Trần Anh Thơ.

Một đoạn Anh Thơ mới đứng lên. Thầy giáo Việt văn, tên Văn hỏi:

Thầy đang nói gì với con Anh Thơ?

- Dạ thầy nói chi?

- Thầy nói chi?

Cả lớp cười xòa. Anh Thơ đỏ mặt, cả tía tai, má hồng lên vì mắc cỡ. Sau đó hết giờ thầy Văn rời lớp. Thầy ghé gần Anh Thơ chỉ hỏi:

- Hôm nay con sao lại thế kia? Anh Thơ?

- Dạ. Dạ...

Thầy giáo Văn. Dạy Việt văn lấy tay gõ đầu nhẹ nhẹ Anh Thơ, rồi thầy cười:

- Coi chừng có tâm trạng mơ mộng chi đó em?

- Ồ... Ha ha. Hai ba chàng trai có dịp cười thêm. Còn mấy cô con gái nhìn Anh Thơ thì đánh giá với nhiều nét, nhiều tâm trạng khác nhau. Và đến giờ này những cô cậu học sinh đó vẫn cứ tưởng là Anh Phương đi thi gì ở tỉnh. Chứ chưa ai nghĩ ra Anh Phương bị bắt cóc thứ thiệt. Nhưng sau đó Anh Thơ buồn quá phải khóc đỏ hoe mắt, và lấy thơ ra coi nhiều lần nên học sinh trong lớp đã biết sự việc hơn...

Đến tiết mục môn Sinh Vật, được báo cáo trên loa cô giáo Lan nghỉ vì bị bịnh đột xuất, không có ai dạy thay được. Thế là cả đám lớp 8A ùa ra sân như đàn chim vỡ tổ. Và xúm nói hành nói tỏi về Anh Phương phần nhiều.

Mấy cô gái thì tám:

- Con Anh Thơ vừa nhận được thơ của Anh Phương nó buồn khóc tụi bay ơi.

Đứa khác lại nói:

- Nó học giỏi xinh đẹp bị bán đi rồi.

Đứa khác lại hùa theo:

- Mày làm như Thúy Kiều vậy mày?

- Thúy Kiều thời đại. Hi hi.

Cả ba, bốn đứa cười hi hỉ. Rồi quay ra lại buồn rực vì có đứa bảo:

- Thôi đừng đùa nữa. Anh Thơ bị tổn thương đó. Im đi.

Cả ba bốn đứa, đứa che miệng, đứa che mắt, đứa trợn môi le lưỡi. Hết nói về Anh Thơ, Anh Phương. Rồi kết cuộc kéo ra quán mua hàng để ăn là phải. Không lớp nào nhiều cô nàng đẹp như lớp 8A. Nhưng phải nói ăn hàng vặt cũng là các nàng lớp 8A đứng đầu đó...

Các chàng trai thì đam mê theo phong cách chơi của mình. Đứa leo cây, đứa chạy trốn, đứa giấu dép bạn, đứa ngồi vẽ, đứa thổi sáo khoe tài. Duy hai đứa Du, Tự vẫn bàn tán gắt sau lưng về Anh Phương. Tự nhìn Du cho hay:

- Thôi từ nay còn nói năng chi? Chết mày rồi nha. Anh Phương về thành đô rồi. Hi hi. Du ơi còn gì mơ mộng ngày ta chung đôi. Và còn chi mơ mòng khi tình yêu ta lên ngôi. Hi hi.

- Ô sao mày biết?

- Bí mật gia truyền. Cái gì tao không biết mày? Thầy bói có nghề là tớ đây:

"*Người đi là nửa hồn tôi chết/ Nửa hồn kia bỗng dại khờ.*

- Dễ sợ hay mày cũng si nó. Du bảo nhìn vào đôi mắt Tự

- Tao chọc mày thôi si chi nó. Tao đâu có dại. Tự đáp.

- Làm sao mà biết con tim tình yêu. Khi yêu vẫn dại hết... Du làm như sành sỏi tình yêu, thành ra cậu ráng cắt nghĩa.

- Mày lậm nó chứ tao không có đâu.

- Tao chọc mày thôi. Tao đọc thơ tình này còn bá cháy hơn cho mày nghe. Nghe nè:

-*"Chim trời cất tiếng hát khan.*

Lòng tôi cất tiếng, xa nàng hôm qua."

- Thơ ai hay, nhiều ý nghĩa vậy mày?

- Còn nữa nhiều lắm. Chỉ đọc cho mày nghe hai câu thôi. Thơ của chú tao đó. Sử dụng quá tu từ mày có biết không?

- Tao chỉ biết thi vị thôi. Tu từ hay tu nghiệp tao chả hiểu.

- Chữ "cất tiếng" nhiều nghĩa, nhiều tầng đó mày không hiểu hã?

- Tao hiểu sơ sơ nhưng khá sâu. Nên tao mới phát minh, phát biểu câu nói đó chứ?

Im hai giây nhìn bạn Du diễn giải tiếp:

- Cất tiếng là cất xướng lên tiếng hát, tiếng nói, mà cũng là cất giấu không còn nữa. Tu từ ý hàm súc là vậy. Nhiều nghĩa trong một câu, hay là của một từ nào đó.

- Dĩ nhiên tao thua mày con nhà nòi. Văn học mày có chú lý giải, mày biết hết rồi mà Du.

- Vậy chứ...

- Chốc chốc sau đó từ loa phòng hiệu trưởng kế cận phòng thư viện dội lên tiếng nói:

- Thông báo thông báo: Cô Chình môn Địa lớp 8A đã vì con đau không đến được. Và cô Thái môn Hóa lớp 7B cũng bận gì không đến được. Mong các học sinh hai lớp ra về vì hai môn cuối. Cám ơn các em đã lắng nghe nhé. Xin cám ơn. Cám ơn nhiều.

Ông hiệu trưởng nói lập lại hai lần. Hai lớp tan ra những lối đi về. Các em học sinh nam nghịch ngợm hô vang:

- Cám ơn cám ơn, về thôi về thôi. Học sinh thông minh không cần học nhiều vẫn giỏi, vẫn giỏi nhất tinh. Ha ha ha. Ba bốn đứa lại cười giòn rộ hơn.

Một đứa lại kháo:

- Ông hiệu trưởng nghe được, nghĩ mày nhạo ổng, nhạo

cười cô giáo, chúng ta sẽ bị bỏ quỳ cột cờ đó em.

- Ha ha không có đâu. Cả đám thêm cười nói lộn xộn, và đuổi theo những đám con gái phía trước. Anh Thơ tự nhiên đi gấp trượt chân suýt té. Nhưng nàng gượng đôi guốc gỗ đã lấy lại thăng bằng, rồi ra tìm chỗ xe để nơi hướng đó, thói quen cô liếc nhìn yên xe, rồi leo lên ngồi cô lái xe đi nhanh, thật là nhanh nhẩu mà vững chắc về đến nhà. Hôm nay Thơ không đi xe đạp thường mà đi bằng cây mini trông rất dễ thương, cây này của má Thị Kim. Sao sáng nay nàng buồn buồn mà lại muốn đi ẩu phá má? Về tới nhà Thơ dựng xe vào phòng nơi để xe, kế nối gần phòng riêng mình. Thơ đi đọc tiếp thơ Anh Phương, cô cứ ngồi suy nghĩ mãi một đoạn... Thơ muốn viết lại lá thư cho Anh Phương ngay liền. Song cô bé chống cằm suy nghĩ chưa biết tập trung nhập đề như thế nào. Nên viết có mấy câu Anh Thơ lại xếp, lại thôi... Nhưng rồi nàng bé lại mở giấy ra viết tiếp.

Một đoạn má Anh Thơ, Thị Kim vào gõ cửa:

- Ra ăn cơm với ba má chiều nay.

Anh Thơ gấp xếp giấy vở nói vọng ra:

- Con mệt. Con muốn nghỉ một mình tý.

Một đoạn nhanh, cha Ngọc Di lại bảo thêm:

- Ba má muốn ăn cơm chiều nay với con đó Anh Thơ?

- Dạ con cám ơn. Con mệt thật sự để con nghỉ. Con năn nỉ mà. Làm ơn để con yên.

- Con nhớ giữ gìn, cẩn thận cho sức khỏe nha.

- Dạ con biết. Thơ trả lời và vẫn không mở cửa. Tay cầm cây viết, mắt liếc dòng thơ mình viết. Nàng coi thử, mình đã viết ghi gì cho Anh Phương.

Cả hai vợ chồng thấy bất lực với cô con gái 14 tuổi ngang bướng và đầy cá tính này. Cả hai vợ chồng đi về phòng ăn ngồi xuống mâm cơm. Thị Kim nguýt chồng:

- Nó nhớ Anh Phương đấy?

- Thì để coi nó từ từ nguôi thôi.

Vợ Thị Kim lắc đầu nhìn chồng, Trần Ngọc Di cũng lắc đầu nhìn vợ và nhìn ra ngoài trời... Trời bắt đầu vào tối, phong cảnh như mờ sẫm dần. Trong phòng riêng Anh Thơ tiếp tục nắn nót con chữ. Anh Thơ gắng viết thư cho Anh Phương. Bà nội thì từ ngày Anh Phương đi, bà đã bỏ hẳn phòng mình, về bên cô Ba Lượng ở luôn rồi. Phòng bà trở nên lạnh lẽo và tượng Phật Quan Âm cũng trở nên mất ấm cúng... Mặc dầu Trần Ngọc Di, Thị Kim vẫn siêng lạy Phật, còn nhang đèn mỗi đêm hôm, nơi phòng bà thờ phượng... Song sự thật là vẫn hắt hiu buồn thảm đến như thế...

Còn Anh Thơ cố gắng viết để hoàn thành lá thư.

Anh Phương mến.

Mình rất buồn và rất nhớ Anh Phương. Mình biết đây là mưu chước gì của ba má mình đây. Nhưng Anh Phương hãy về. Chúng ta sẽ chiến thắng họ, Anh Thơ sẽ tìm cách cho. Chúng ta còn có một bà nội có thể đứng bên cạnh. Hãy vững tin Anh Phương. Đừng để cái gian tà thắng thành thật. Mình hứa ba má không thể thắng mình, nếu mình có ý bảo vệ Anh Phương đến cuối cùng. Hãy về nha.

Nhớ Phương nhiều, Thơ.

Anh Thơ đọc đi đọc lại và nhìn lại mãi những dòng chữ hai ba lần rồi, cô tìm phong bì, tem dán để gởi cho Trần Thị Anh Phương theo địa chỉ số nhà. Số nhà 19... Đường TP. (Nhờ chú LNT chuyển.)

CHƯƠNG 16

Anh Phương đang ở trong nhà Lê Ngọc Thống. Một ngày, hai ngày, ba ngày... Rồi đến một tuần, hai tuần nàng vẫn chưa thi cử gì như lời hứa, và nàng chẳng chọn được gì nơi đây với thời gian đã trôi qua. Và một hôm Anh Phương được mụ vợ của Lê Ngọc Thống đã bảo như thế này:

- Mi là đứa con vợ chồng tao đã mua rồi. Coi như mi là con của nhà này, phải vâng lời và hiếu thảo. Nhưng mi không được chú tâm dán mắt vào các việc làm của tao và Lê Ngọc Thống nha? Quần áo mi tao đã mua cho mấy lố cứ lấy dùng hằng ngày, coi như con trong nhà nhé.

- Trời ơi nghe nói con vào đây để được đi thi cử gì đó mà. Tại sao như vầy con không thể hiểu nổi...

- Không có đâu. Không có thi đố gì cả. Họ đã bán cho vợ

chồng tao mày làm con nuôi ở gia đình này. Vì ông nhà tao thấy mày linh lợi, vẽ đẹp học giỏi, nhìn coi tướng tá cũng khá nên ổng thích, tao cũng phải chiều... Tao còn trẻ nhưng không con. Ông lại thích con nuôi. Mày phải biết cám ơn về với một gia đình danh giá như gia đình vợ chồng tao.

Anh Phương làm thinh. Mắt buồn ngấn lệ... Anh Phương như muốn khóc.

Vợ Lê Ngọc Thống Bạch Lan liếc nhìn thấy, bà lại la lên:

- Trời ơi làm gì muốn khóc sao con. Bộ vợ chồng tao không xứng để mày được làm con nuôi sao? Phải cám ơn đi đừng nên khóc lóc xui xẻo cho nhà tao, và mày khó lấy được sự lành lẽ nhá.

Anh Phương vẫn làm thinh lắc đầu im lặng. Bà Bạch Lan thêm bực tức la lên tiếp:

- Mày không có họng sao, cám ơn một lời đi không được sao? Còn đứng đó khóc vô lý vậy. Nếu mày ngang ngược thì đừng trách. Vợ chồng tao sẽ bán mày về một nơi chỉ để rửa đít cho họ, kiếm cơm ăn thôi. Hoặc vào nhà thổ lớn lên tý nữa đi làm gái thôi... Mày liệu hồn chứ muốn không tử tế với tao hã? Đừng quá dại con nhóc tỳ...

Anh Phương vẫn làm thinh buồn bã không biết gì để nói hơn. Vì nàng cũng đã hiểu thân phận mình hiện giờ bị bán ở đây, và biết đâu sẽ bị đẩy bán nữa...

Vợ Bạch Lan tiếp tục đanh đá:

- Mày nên cám ơn một tiếng để tao còn thương và lo cho ngon lành hơn. Còn tráo trở hỗn hào thì khác lắm. Nói đi, nói cám ơn, để chính tao nghe đi nào.

Giờ Anh Phương mới chịu cắn răng và sau đó nói tự nhiên như tấm lòng thành. Anh Phương đang thay đổi thái độ:

- Dạ. Con xin cám ơn. Dạ con xin cám ơn thật nhiều.

- Phải vậy chứ ngoan ngoản nhé. Giờ mày đi thay một bộ mới nhất tao nhìn có vừa không? Tao muốn điều đó. Đi liền đi tao bảo sao nghe vậy thì cuộc đời con sẽ sướng như tiên thôi mà.

Anh Phương đành chọn con đường phải nghe lời đi thôi,

biết nói làm sao hơn. Bà yêu cầu mình làm không xong, há sẽ bị hại thân này nữa. Thôi thì Anh Phương đi thay đồ theo ý bà, rồi trở ra thì phải lẽ hơn.

Một đoạn chờ Anh Phương trong phòng bước ra Bạch Lan nhìn trố mắt:

- Trời ơi vài năm chết trai thành phố này. Thôi được lo học hành, đọc sách, vẽ vời gì chơi đi. Đợi ba Thống mày coi trường nào ổng thích, sẽ chọn cho mày vô.

- Dạ con xin cám ơn.

Và một đêm, ngay trong một đêm Anh Phương thấy ông Lê Ngọc Thống đi đâu như mất tích. Bà vợ ông - Bạch Lan cũng vừa trang điểm xong, đón một vị khách có vẻ trau chuốt lịch lãm đến nhà. Ông ta ăn mặc rất là sang, đi giày bóng láng, đeo gương chính hiệu... Bạch Lan thì môi son má phấn hết cỡ, để che vài mãng chỗ tàn nhang trên mặt. Người ta bảo già mới có tàng nhang, không hiểu sao bà ta lại có sớm như vậy. Cả hai Bạch Lan và "người khách lạ" lên tận sân thượng ngắm vài lẵng hoa rời rạc nhưng đẹp ở đó, và ngắm thành phố Quy Nhơn lúc này về đêm. Đêm thành phố Quy Nhơn giờ phút lên đèn thật tuyệt đẹp... (Đẹp như thành phố cổ tích nào trong Hy Lạp mình đã đọc ở sách. Hi hi...) Và người đàn ông đó, chàng đến thỏ thẻ bên vợ của Ngọc Thống là Bạch Lan ngồi một chiếc ghế mây ở đó. Có một chiếc ghế nhựa đan cũng đẹp như ghế mây và vẻ mềm mỏng hơn nữa. Nhưng vị khách không buồn ngồi. Hắn chỉ còn đứng bên cạnh bà Bạch Lan, sờ mái tóc Bạch Lan, rồi tay kia mở gương đeo, ghim để ở trước ngực cổ áo: (Cần nói thêm là Anh Phương không hiểu sao ban đêm ông vẫn đeo mắt kiếng râm rất là sang, chắc là làm kiểu, hoặc che bụi, hay tránh né sợ ai phát hiện... Vì có lẽ ông cố thủ đôi kiếng râm vào ban đêm nữa, để khó ai nhìn ra mình được mau.)

Và chính ông bảo với Bạch Lan:

- Thành phố Quy Nhơn đẹp về đêm quá. Đúng là lãng mạn, nên thơ hấp dẫn lắm... Nhưng vẫn thua đôi mắt giai nhân em đây. Bạch Lan ơi.

Bạch Lan nhìn yêu người tình trả lời:

- Có không đó, toàn cho em đi tàu bay giấy không hà. Nhưng cái đó không quan trọng, và quan trọng hơn em phải lên chức ở một bộ phận thống kê, hoặc làm chi chi đó. Làm việc nhàn mà tiền nhiều hơn nha. Em muốn thế, anh giúp em đi nè... Được không anh...?

- Trời ơi... anh muốn là trời muốn. Dễ mà anh bao hết. Có tiền mua tiên vẫn được mà em? "có thế thì có kế thôi." Còn nữa "có thế thì có ghế nha." Thế thần anh thì em đã biết. Ghế nào em thích thì hẳn có thôi, nhưng nhất thiết phải có một cái ghế ngồi sát bên anh nè. Ha ha. Miễn là anh yêu em, và em yêu anh mãi mãi? Không bao giờ xa nhau vậy thôi?

- Hứm... Nói cho cố. Còn vợ anh thì sao?

- Vợ thì vợ ăn thua chi. Thời đại văn minh mà. Ăn vụng ta nên biết cách, đừng làm thiệt hại cho nhau.

- Anh quả thực lợi hại nha. Nhưng chỉ sợ khi nào anh chán em tìm những cô gái ngoan hơn đó chứ? Và anh sẽ kiếm những cái ghế ngoan cho các mỹ nữ khác.

- Nghĩ chi hư thế em nè. Không có điều đó đâu? Anh là thờ "con bài thủy chung với nhân tình đã yêu." Mà hôm nay ta nói chuyện hôm nay thôi. Em cưng à.

Người đàn ông kia nói và nâng cằm của vợ Ngọc Thống lên hôn vẻ sành điệu, như khao khát lắm, chờ đợi lắm. Và tiếp đến họ kéo hai chiếc ghế ngồi sát bên nhau để tình tự. Chưa đủ đâu, họ rồi cả hai đứng lên tựa vào nhau âu yếm, cho đúng cách tình yêu của phương Tây đang du nhập...

Anh Phương nhìn thấy và cô mất hồn vía phải ôm đầu ngán ngẩm.

Thật ra Anh Phương không muốn nghe chuyện tình của họ. Nhưng óc tò mò của cô gái 13- 14 tuổi làm cô dạn lên. Cô coi người đàn bà này có quan hệ gì với vị khách lịch lãm trau chuốt kia? Nên cô đã khẽ khẽ bước theo lên thang lầu rồi đứng lại nấc thang gần cuối, tính từ dưới lầu lên. Anh Phương đứng bậc nấc đó để lắng nghe. Một cuộc biết về họ đang say sưa vì đói tình, họ chu đáo cho họ, nên thời lượng họ không cần để ý, dầu ai có ở gần, hay hoặc sát bên cạnh, vẫn mượt kệ...

Nghe đến đó quá đủ rồi. Anh Phương bước về, bước xuống phòng mình. Nàng cảm giác thế giới yêu đương của họ thật lạ quá, lạ đến nỗi Phương cho là ở vẻ kỳ quái lắm...

Một đoạn sau bé còn nghe tiếng chân họ bước xuống thang lầu và vào phòng riêng của họ. Mùi nước hoa toa tỏa nơi hai người làm bé nghe có vẻ lạ sang, cũng đắc tiền chắc. Anh Phương nghĩ họ là thành phần giai cấp giàu của xã hội đang nắm, thì nên những con người này muốn gì chả có. Thượng Đế đã ưu tiên cho họ dù thời gian ngắn ngủi hay lâu dài, do ông xử lấy...

Và sau đó Anh Phương ở trong phòng mình không còn nghe thấy gì. Nhưng Anh Phương hình dung đó là tiếng nói của một phụ nữ lả lướt lẳng lơ, với một người đàn ông đang đoạt vợ người khác. Nhìn ông ta vẫn có vẻ thanh lịch, trang nghiêm tề chỉnh, đứng đắn, sao lại đi du hí với vợ một người, một đàn bà đã có chồng. Anh Phương nghĩ cũng không hiểu nổi con người đàn ông này luôn... Tuổi thơ cô đã chạm lằn ranh, nghĩ tới tình yêu khác phái chắc là muôn ngàn kiểu nơi thế gian này, chứ không phải là một trạng thể nào đâu. Trong tình cờ chốc lát mà trở nên cố ý, cô như được nhìn thấy một phần nào giữa những tình yêu họ khá lãng mạn. Nhưng đúng là một sự lãng mạn trông họ thật kỳ dị, đến kỳ quặc vô cùng...

**

Rồi một ngày khác. Anh Phương lại thấy cảnh này:

Vợ của Lê Ngọc Thống Bạch Lan đi đâu nữa. Ông lại đón một cô gái trẻ đẹp "rất mi nhon" vào phòng khách trước tiên. Và hai người tự nhiên coi như không có ai trong nhà. Hay nói đúng hơn. Họ như muốn quên bẵng rằng có một đứa con nuôi. Họ xin về trên ba tuần nay là Anh Phương.

Hai người vẫn vui thú với các câu nói tại phòng khách:

Lê Ngọc Thống nựng nịu:

- Em là hoàng hậu lòng anh. Trên đời này vũ trụ sẽ chìm hết trong sóng mắt của em, của giai nhân ưu tú. Em là giai nhân bất tuyệt, và em sẽ được là mãi mãi bài thơ danh bất hư truyền nhé em...

- Hưm, đàn ông các anh ghê lắm. Trăm mưu ngàn kế khen không mắc ngượng để chiếm đoạt. Xong rồi. Đến hồi thỏa thuê thì đường ai nấy bay, nấy đi. Nhìn nhau như không trông thấy mặt...

- Đâu mà tệ vậy em? Anh không phải là như vậy.

- Anh là loại tệ hơn nữa phải không? Hi hi. Cô gái nói và nhoẻn cười nhìn Lê Ngọc Thống, cô có vẻ làm duyên thêm.

- Đời nào có em? Anh cốt được là vác được. Cam đoan anh lo tới bến đó. Nhưng lo chi cho mệt em. Sống là hưởng thụ thế thôi.

- Em đùa thôi. Dại gì lo xa cho mệt anh nhỉ? Miễn là công tác em, anh cân nhắc cho khỏe em, và nhiều tiền hơn là được thôi.

- Khỏe mà nhiều tiền hơn hi hi. Đó là hiện tượng hôm nay mà em, ai cũng muốn thế thôi. Cái chắc là cho em phần đó rồi. Anh đặt lên hàng đầu rồi cưng ơi.

- Nhớ nghen. Mọi thứ phải ổn hết. Em mong vợ anh đừng làm xấu em.

- Làm sao Bạch Lan dám. Anh với bã đã ký hợp đồng sòng phẳng. "Đừng ai cấm ai" "Vì kế sinh nhai, là phải chung vai" "Có lợi chung sai..." Thế là mát tai mà.

- Vậy sao? Ha ha.

- Cứ vui ăn chơi, và phải biết khôn tý thôi em à.

- Vợ chồng anh đáo để nha.

- Thời đại hay dạy con người em ơi.

- Thời đại hay dạy con người? Wow! Câu nói ghê ghê mà hay hay quá nha. Hi hi. Cô gái cười lớn miệng.

Phòng Anh Thơ gần phòng khách nhất, nên những câu nói đó đã bay vô tai một cô gái hồn trong như ngọc, không muốn nghe, nhưng tự nhiên cũng phải nghe, như gió xuân cũng băng ngang đầu gành, phải hứng lấy...

Khoảng nửa tiếng sau hai người vào phòng riêng. Anh Phương không thèm để ý. Anh Phương vẫn biết đó là những cuộc tình vụng trộm, những ái tình của những kẻ ăn cắp, cưỡng đoạt để chiếm lấy tình yêu vì một lý do nào đó của họ. Họ không biết đâu là xấu hổ về nó... Và mình mẩy họ cũng tưới rải đầy nước hoa không khác chi, không khác gì vợ Bạch Cúc và gã đàn ông nào kia, nên hương nó cũng bay thoang thoảng... Nhưng sao Anh Phương cơ hồ cảm giác như cô bé ớn lạnh, ghê sợ mùi hương ấy, hơn là yêu thích mùi hương...

CHƯƠNG 17

Rồi một hôm cũng gần những ngày đó. Cách nhau hai tuần nữa tiếp theo. Bạch Lan vợ của Lê Ngọc Thống đi chơi với người tình. Anh Phương ở nhà. Cô đọc thơ của Anh Thơ được chuyển gởi vào:

Anh Phương mến

Mình rất buồn và rất nhớ Anh Phương. Mình biết đây là mưu chước gì của ba má mình đây. Nhưng Anh Phương hãy về. Chúng ta sẽ chiến thắng họ, Anh Thơ sẽ tìm cách cho. Chúng ta còn có một bà nội có thể đứng bên cạnh. Hãy vững tin Anh Phương. Đừng để cái gian tà thắng thành thật. Mình hứa ba má không thể thắng mình, nếu mình có ý bảo vệ Anh Phương đến cuối cùng. Hãy về nha.

Nhớ Phương nhiều. Thơ.

Đọc xong lá thư...

Anh Phương lòng buồn rười rượi chưa biết tính ra sao. Nàng bé trong người nóng toan lên... Phương nghĩ và lo lấy đồ quần áo để đi tắm.

Phương vào nhà tắm lòng vẫn quay cuồng tiếng thơ của Anh Thơ viết cho mình. Thơ của Anh Thơ viết thật dễ thương, tình cảm và hy vọng, dòng chữ đang gieo vào tâm tư Anh Phương một nỗi niềm khó nguôi. Phương đi tắm cứ suy nghĩ ân tình bè bạn mà Anh Thơ dành cho mình thật đáng quý. Một đoạn như thế... Thì lúc đó Lê Ngọc Thống đi đâu về. Ông chợt nghĩ ra một điều đã thấm ý, ông có những phút suy nghĩ táo tợn, bẩn thỉu nơi phòng ốc ông... Ông vội đi kiếm một vài chai rượu mạnh để nốc, để tăng chí khí "anh hùng bạo dạn." Ông đang toan tính, miệng thì tuôn đổ những câu sỗ sàng làm vui – Ô hay hôm nay ta phải làm thịt con nhóc này chứ? Có lý đấy chứ? Hôm nay bây giờ con phải thuộc về ta một tý nào. Chắc không sao cả ha ha ha - "Miếng mồi trong tay hôm nay còn để khi nào thì là rõ dại thế nhỉ? Rõ dại lắm nghen..." Lê Ngọc Thống nâng chai rượu lên ngắm nhãn hiệu ở vỏ chai, và ngắm xuyên qua chất rượu bên trong, rồi mừng và đọc thơ thêm rằng:

"*Nghìn năm một thuở dại gì cho qua/ Của này đâu dễ kiếm ra/ Một ngày như thế, không qua tay mình*? Seo... "

Ô hay hay. Hay đó nhỉ?

Lê Ngọc Thống đọc những lời ruột gan nơi ông toát ra cho thỏa chí, và ông đang biết nốc rượu chừng mực kêu ừng ực, ông nhìn chai rượu vui vẻ thêm, Ngọc Thống lại diễn tiến để yên xuống. Ông tự khám phá ra những câu lục bát lả lướt hay của mình mà thích thú vô biên. Ông đọc lại lần nữa rồi cười ha ha tiếp, nốc rượu tiếp. Một cuộc nhìn sung sướng, với những câu nói, loại nham nhở như thế. Ngọc Thống vẻ thích thú"hóng mộng thiên đường." "như giấc mộng con gà tía lên cơn nơi ông..." Ngọc Thống có chìa khóa riêng trong tay, nên ông nghĩ một hồi chờ đợi nữa, rồi cười ha hả một mình như lấy sung sướng lần nữa cái đã... Đó là nụ cười lần thứ ba của ông. Rồi họ Lê nhanh chân mở cửa xông vào "trận mạc" Ông tính hốt trọn "con nai vàng ngơ ngác Anh Phương." Lê Ngọc Thống vừa mở cửa mà thở, lại chuẩn bị sẵn một trận cười hô hố thêm. (Không hiểu sao ông lại cứ bị cười vào lúc này. Có lẽ là nụ cười của kẻ tham lam, vụng trộm, bủn xỉn và háo thắng, ông tưởng đâu dễ dàng khi ông sắp hành động...) Giờ khắc "thiêng liêng quỷ quái" nơi Chiêu Thống đã quá mời gọi. Ông đang đột nhiên phá lên cười lần chót, và đi đến tấn công, ông chụp lấy Anh Phương lẹ, miệng nói như soãi, nhưng sao cứ lắp bắp:

- Ôi ba thương quá con. Ôi đẹp quá Anh Phương cho ba nựng cưng tý nha. Ba thích con. Ba đã yêu con... Ba không thể nào chống đỡ nổi trái tim khao khát tình của ba. Ba Thống này không thể nhốt kín điều yêu thích trong ba...

Anh Phương chưng hửng nghe ông nói, như trời cao

giáng xuống, cô nghe như trời long đất lở. Không chờ Anh Phương thốt lên điều chi kịp. Vì nàng bé đang mất hồn vía mà. Lê Ngọc Thống nói tiếp nhanh hơn:

- Con ngoan nha... Con của ba ngoan lên sẽ muốn gì được nấy. Cho ba cái quý đó đi...

Anh Phương như không tin vào mắt mình. Nhưng cô bất chợt mạnh như thần thức gọi. Anh Phương một tay ôm ngực một tay giơ cao. Miệng quát nhanh:

- Đồ điên, ngu xuẩn lắm Lê Ngọc Thống. Ngươi đúng là đồ súc sinh ghê tởm, đồ vô lại, ông mà mượn danh làm ba tôi? Cút ngay đi, hãy cút ngay. Xéo ngay, đồ khốn kiếp vô lương... Cút nhanh đi, không thì tôi giết ông bây giờ.

Anh Phương nói, như có sức truyền thần huyền bí nào đó yểm trợ cho, cô bé đưa đến nhanh với lý trí chống trả. Cô không sợ chi hết nữa, Anh Phương giang tay cao, và thụt đẩy mạnh ông Lê Ngọc Thống một "cái phóc như quá đáng." Nghe tiếng "choảng" bất ngờ Lê Ngọc Thống lui ra té mạnh, ngã ngửa đụng xoáy đầu phía sau trán vô tường. Ông Thống mất thế, lạng quạng quay người nhìn bức tường làm đầu mình đau. Ông chưa biết trách ai? Nhanh hơn tia chớp, Anh Phương dù thở, vẫn cố dùng hai tay rì đầu ông tống vô tường tiếp, nhập nhả, nhập nhả kêu hị hị. Nàng bé làm mạnh như có vẻ rung chuyển bức tường cứng, Anh Phương tuy như ảo ảnh trong mắt. Nhưng nàng bé vẫn bậm môi làm cho tăng thêm sức mạnh... Và cô nhanh hơn lấy chân đạp lên vai ông, lên đầu ông ta mấy cái liên tục cho đáng đời thêm. Ngọc Thống làm bộ đau, hay đau quả thật kêu la lí nhí – "Ôi đau quá, đau quá..." Rồi ông Thống yếu thế đã phải ngã dài xuống, đến lụi xụi, hắn gượng lốp ngốt ngồi dậy than:

- Trời ơi trời, con nhỏ có võ ta, và hỗn chưa từng thấy ta. Mày sẽ chết dưới tay tao. Hắn rên la nhưng vẫn còn ngồi đó đi chưa nổi...

Anh Phương đã không có cách chọn lựa nào khác để dành cho kẻ vô lại. Cô bé thấy đáng đời cho hắn khi mình hành động. Tuy nhiên Anh Phương thì như hồn xiêu phách lạc trong người lo sợ. Anh Phương không nói, không thèm nhìn nữa. Cô bé hoảng sợ bỏ đi, bỏ chạy ra ngoài. Cô rời phòng tắm đã lấy áo che thân đàng hoàng, không phải bây giờ cô mới làm, mà cô che thân làm ngay từ lúc nghe tiếng mở khóa của Lê Ngọc Thống lận. Cô bé đã tự vệ khéo. Anh Phương mất hồn vía song vẫn mạnh mẽ quyết liệt, khôn ngoan và năng động. Rồi Anh Phương vội vã vô phòng mình ngồi thừ người nghĩ trong giây lát... Để mặc cho Lê Ngọc Thống xử lý sau khi bị té. Anh Phương tự thấy phát kinh cho sự việc. Khi Lê Ngọc Thống còn chấn thương đau ê ẩm, chưa kịp trở tay làm gì? Thì Anh Phương không thể chờ lâu hơn. Cô bé vào phòng mình đã có kế hoạch mới hơn, cô nhìn thông qua phòng khách với quyết định mới mẻ này. Anh Phương cần cầm hai bộ đồ cô đi ngay tức khắc. Cô ám ảnh và sợ tính nham hiểm càn quấy, thô lỗ bất lương của Lê Ngọc Thống sẽ quay trở lại tiếp diễn...

Anh Phương không thể chần chờ ai, không cần nghĩ ngợi để lâu hơn? Đúng vậy, chỉ cần hành động gấp thôi. Mình phải tự giải phóng "ra đi ngay tức khắc," như khẩu hiệu đã giăng trước mắt cô bé...

Còn về Lê Ngọc Thống, Anh Phương chưa biết hết hiện giờ. Chắc hắn cũng bị thấm rượu mệt nhoài, đau điếng chưa bước dậy nổi ở đó. Nhưng có thể là kệ hắn đi. Hắn chết bất đắc kỳ tử là cùng ... Cũng tốt cho hắn sự trả giá thôi.

Đêm lại chợt về đến. Anh Phương ra đi. Phương lang thang không biết về đâu. Dẫu phải ra đi. Cô xuống bến tàu biển, rồi đến bến xe, rồi vòng ra ngoài ga xe lửa. Cái thành phố Quy Nhơn thật sự không lớn lắm nên cô bé cuốc bộ và đi, vòng vòng đến những nơi đó, hoặc dù thành phố có lớn đi nữa trong cảm giác cô bây giờ nó đều nhỏ bé cả, để đôi chân cô chạy tới, giẫm đến và tìm nơi vùng lánh an toàn mà. Sau cùng, Anh Phương cảm giác an toàn và chắc ăn hơn nhất là khi trụ ở chỗ ga xe lửa Quy Nhơn. Đêm đó Anh Phương co ro một góc cô nghĩ nhiều về cuộc đời bất trắc của mình. Cô bé thảm thương không biết định hướng về đâu, một định mệnh cho mình? Ôi định mệnh cứ giày xéo tâm can nhỏ bé của Anh Phương... Thời gian chợt qua nhanh. Sáng tinh mơ hôm sau, chưa mờ sáng, khi mà đèn điện các trụ cây vẫn còn nhấp nháy lờ mờ. Phương thấy một phụ nữ... Và Phương theo người phụ nữ trạc trên 50 tuổi này. Phương liền đưa mắt thưa lễ phép:

- Cô ơi. Cho con theo về nhà ở với cô ơi.

- Con là con ai? Biết ta là ai? Tại sao đòi theo ta ở chứ?

- Dạ con mồ côi không có nhà cửa. Chỉ có hai bộ đồ này mang theo. Bị bố nuôi hành hạ. Con phải ra đi.

- Bị bố nuôi hành hạ. Con phải ra đi. Là sao con?

- Bố muốn hành động, xâm chiếm mất đạo đức, nhơ bẩn nơi làm cha.

- Trời ơi kỳ vậy, nghe thương tâm quá vậy? Ngưng nói và nhìn Anh Phương một tý, bà nói thêm như phân tỏ:

- Tôi định đi tàu nhưng thôi tôi muốn về cho kịp sớm, nhà tôi ở Gò Bồi. Vì chắc tàu chợ thì còn ngừng nhiều ngả, nhiều ga quá. Nên tôi mong kịp cho con tôi có lưới mới đi đánh cá... Ồ con tên gì?

- Dạ Anh Phương. Trần Thị Anh Phương.

- Tôi tên Cô Lựu, mà thường thì người ta kêu má Hữu Duyên. Vì con trai tôi tên Hữu Duyên.

Chưa nghe người phụ nữ này nói hết câu. Anh Phương đã nôn nóng đáp:

- Dạ.

- Tôi đi vào Quy Nhơn mua lưới rẻ hơn và đi thăm một người bà con đau bịnh. Bây giờ về đây chứ.

- Dạ. Vậy nghen. Xin làm ơn cho con theo về ở. Nhà dì đông không? Cho con vào ở ké đi. Cho con làm con nuôi của cô đi. Rồi con sẽ tính... Bé Anh Phương chớp đôi mắt đẹp long lanh, ngời sáng...

(Lúc thì Anh Phương kêu cô Lựu là cô. Lúc nàng bé lại thích kêu dì, hổng hiểu sao Anh Phương kêu xàng xê thế. Nhưng không có chi sai trật...)

- Nhà tôi chỉ có một con trai và một dâu thôi. Không có ai nữa cả. Người mang xách lưới bảo.

- Tội nghiệp con mồ côi. Dì thương con chút... nha dì...

Anh Phương đi kề sánh vai bên bà và kể, như van lơn thiết tha hơn...

Người đàn bà mang giỏ xách có mua lưới cá mới kia. Mặc chiếc áo bà ba vải nền xanh hơi đậm, vài bông cúc trắng nhỏ li ti làm Anh Phương thích nhìn. Bà thì có vẻ mềm lòng hơn, xúc động hơn. Bà cứ nhìn Anh Phương như có điều thương hại lẫn dò xét. Bà nói nữa:

- Ừ. Thôi được theo xe kìa, nếu muốn lên đi... Theo tôi chứ biết làm sao bây giờ? Xe này chắc chạy nhanh ít dừng đường đó. Lúc này hai người đã rời xa khu đất, nơi mà vào lãnh vực của xe lửa. Họ tiến dần ra đường nhựa xe khách.

Xe thấy hai người hướng tới vẫy tay, họ đi đến, nên xe lưỡng lự rồi nó dừng lại bắt khách. Người phụ nữ bước lên trước, Anh Phương bước lên sau. Người ta trông như hai mẹ con, và có lẽ Anh Phương là con út của bà.

Đi không đầy một tiếng thì họ xuống xe, đi tới nhà. Nhà họ ở dọc con sông cạn, cùng với các căn nhà lân cận, cất đơn sơ nhưng đẹp. Họ có vài cây lựu, vài cây cau được trồng phía trước. Một vài nhà có cây trúc xanh bên cạnh, hay vài cây chuối xanh non ở phía sau...

Con dâu tên Tiên chạy ra đón mẹ. Ngỡ ngàng khi thấy một em bé xinh xắn đứng bên mẹ. Người mẹ liền bảo. Có vẻ vui nơi con dâu, mà bà rằng:

- Má mới vừa nhận một đứa con nuôi, em gái tự giới thiệu đó. Má tin em nó không xảo trá. Còn gì ta tìm hiểu sau. Em muốn về cùng ở tạm con thấy sao?

- Dạ tốt mà má. Em dễ thương quá. Em tên gì? Cô con dâu hỏi.

- Dạ Anh Phương. Anh Phương đáp.

- Tên đẹp người đẹp nha. Chị thì tên Tiên. Lê Bích Tiên con dâu mẹ Lựu vui vẻ nói nhanh.

- Thôi vô nhà theo mẹ đi em. Con dâu Tiên cười tươi như hoa buổi sáng, mời mọc nhìn Anh Phương thêm.

- Dạ. Anh Phương vẫn đáp bẽn lẽn.

- Ồ má với em Phương có cần đi tắm không? Tắm chút

đi cho khỏe.

- Dạ được chị. Em xin cám ơn.

- Phương có cần tắm đi con. Má mới tắm nơi nhà quen trước khi về đây chưa cần đâu. Má Lựu nhìn Anh Phương hỏi dò xét, nhưng ngọt ngào đầy tình cảm.

Phương không nói chỉ còn gật đầu. Cả ba vô nhà. Phương đã theo chị Tiên để tắm người là trước hết. Phương tắm và thay đồ thật mát mẻ vô người. Một đoạn cậu con trai là Hữu Duyên về. Anh mang cá dính trong cái lưới rách về, và anh bảo khi thấy dáng mẹ ra trước sân.

- Ô má về. Má về có quà cho con không?

- Có vợ rồi làm như con nít. Thì ừ có quà lưới mới mua.

- Phải rồi, phải rồi con mê nó thôi.

Anh bước nhanh để nhìn mẻ lưới nó. Và vô nhà thấy một em bé gái xinh đẹp, mặc bộ đồ cũng thật xinh đẹp đứng bên vợ. Anh liền hỏi mẹ. (Cần nhắc thêm vợ Hữu Duyên là thợ may ăn mặc cũng gọn gàng, màu sắc đẹp sáng, và gương mặt thì khỏi phải nói, hiền lành và đẹp lắm cơ.) Anh hăm hở hỏi mẹ Lựu:

- Ai đây lạ vậy nè, má ơi?

- Con bé mồ côi bị sao đó. Không ở được nhà cha mẹ nuôi, bỏ nhà đi gặp má nó năn nỉ. Nó xin ở, nhà mình đó con. Chắc cũng là một cái duyên thôi.

- Vậy hã má. Có bé nhà thêm vui mà má ơi?

Người vợ tên Tiên lại nói:

- Ô cơm mới nấu chín xong ngon lắm. Vậy em dọn cả nhà ta ăn nha. Rồi chúng ta nói chuyện sau.

- Ừ em! Được thôi vợ ngoan.

Hữu Duyên nói và đi rửa mình, thay đồ, anh tắm sơ. Anh huýt sáo vui vui.

Hai mươi phút sau. Cơm đã dọn sẵn cả nhà ăn, một bữa ăn thật ngon lành hết sức. Anh Phương có vẻ ngại ngùng, vợ Hữu Duyên, Tiên lanh miệng liền bảo giòn:

- Ăn đi em có chi ngại em gái. Ngại thì sẽ đói bụng đó nghen.

Anh Phương trả lời:

- Dạ được cám ơn chị. Song đũa cô bé gắp còn dè dặt quá. Má Lựu và Hữu Duyên nhìn Anh Phương nói thêm.

- Ăn ngon đi con. Má nói.

- Ăn ngon đi em. Hữu Duyên bảo.

Họ ăn ngon những phần cơm của họ, trong chén họ. Anh Phương ăn một chút thôi. Song biết món cá hồng chiên thơm ngon dai, đậm đà, thanh dịu quá, nhất là cách pha nước mắm của chị. Anh Phương dù ăn ít thôi mà cảm giác ngon, thấy tê tới lưỡi luôn. Món canh chua chị nấu cũng tuyệt nghề, sắc sảo lắm ngọt ngào hương vị quá... Rau sống chị trộn làm cũng thật hấp dẫn mê ly. Ngoài kia nắng đã lên cao hơn, tia nắng như trong lành soi vào gia đình họ, một bữa cơm sáng thật tràn niềm vui, hạnh phúc...

Rồi một hôm đó mẹ Lựu như tiếc, bà đang ngồi chầm lại cái lưới cũ bị rách để dùng lại. Mẹ Lựu ngồi và nói khi Anh Phương đứng đó nghe.

- Con cứ nghỉ cho khỏe vài hôm, vợ thằng Hữu Duyên nó đi xin trường cho con vào học. Đẹp và thời đại này để dốt chữ uổng lắm nha con Phương.

- Dạ con xin biết ơn, cám ơn mẹ.

- Tự nhiên má có được đứa con gái nuôi kêu mẹ. Mẹ sướng vui lắm... Con biết không?

- Dạ con xin ghi tạc và biết ơn mẹ Lựu nhiều.

Vừa lúc nơi bếp sau, vợ Hữu Duyên bước ra nói:

- Em ở đây ăn học, khi nào lớn hãy đi lấy chồng nha.

Không hiểu sao Anh Phương buồn đáp, tuy vẻ ngoài cố tự nhiên:

- Em hông lấy chồng đâu, em đi tu hà.

Vợ Hữu Duyên vẫn tươi cười với chính mình, và cười với Anh Phương rất cởi mở. Rồi Tiên bảo rằng:

- Dễ gì, mai mốt thích có người yêu cho ấm cúng, thì chị không biết làm mai ai đâu nha? Hi hi.

Nhưng rồi vợ Hữu Duyên như bào chữa:

- Nói đùa thôi. Như em lớn thêm tý thì con trai cả làng theo đó chứ. Phải không em gái?

Phương làm thinh chưa biết trả lời ra sao cho phù hợp.

Hữu Duyên đứng cạnh góc bàn sửa chiếc đèn pin bên để soi sáng. Sao tự nhiên nó chạm chi mà mất sáng, anh liền nghiêm nghị với vợ Tiên:

- Em nói bậy không hà? Em nó còn nhỏ, em đặt điều chi? Vợ yêu?

- Em giỡn chút mà anh.

Phương cũng vui vẻ bảo vệ chị Bích Tiên:

- Chị đùa cho vui tý mà anh có gì đâu?

- Hưm... Không nên đùa như vậy chứ em.

Hai chị em Bích Tiên và Anh Phương nhún vai cười. Họ nhìn Hữu Duyên một cách cắc cớ... Phương thì cười một chút, vô tư thoáng qua. Bích Tiên thì cười nhìn Hữu Duyên lâu hơn và nàng muốn le lưỡi, không biết thấy lỗi nơi mình nói quá đáng chọc Phương? Hay là chính Hữu Duyên phản ứng, hơi xa đề hết ráo rồi...

CHƯƠNG 18

Hôm đó mẹ và Anh Phương ở nhà. Bà sàng gạo tìm thóc, có sạn đá nhỏ dính trộn nhập vào gạo, để bà lấy ra, cho khi nấu ăn khỏi phiền phức. Phương tìm giúp mẹ Lựu. Hữu Duyên đi giăng câu cùng vợ. Ngồi đợi trên thuyền độc mộc. Ngắm trời mây. Hữu Duyên đăm chiêu xa xôi đôi điều... Vợ Tiên nhìn sóng nước rồi nhìn anh:

- Suy nghĩ gì vậy anh Duyên?

Thình lình Hữu Duyên cười buồn buồn, lại tươi tươi. Trở lại thực tại, anh trả lời:

- Nghĩ cá chứ nghĩ chuyện gì em?

- Vậy mà em tưởng anh nghĩ đến cô nào? Hi hi.

- Bậy không hà. Cô nào được như cô này. Hữu Duyên nói và anh đi lại phía sau, ôm phía sau lưng vợ anh riết cái vai Tiên ngon lành. Và đưa tay kéo khuôn mặt nàng về phía mình, anh ngắm thêm con mắt mơ màng của nàng, và mái tóc đẹp đen tuyền vẻ hiền nhu, rồi anh hôn luôn liên tục... Vầng trán cô vợ trẻ để lộ, có hai vết nhăn nhẹ cấy lên một tý, nhưng ly kỳ, hấp dẫn gợi cảm quá, nó tỏa rộng trên sông nước mà anh thấy dễ thương, làm mê đắm trong anh, một tâm trạng người chồng với cảm hứng tình yêu từ đâu đến ngút ngàn thiệt...

Đúng là chiều sóng nước hơi êm ấy, con nước vỗ lập bập dưới chân thuyền. Anh thèm ôm vợ hôn mãi, hôn mãi. Hai vợ chồng lại âu yếm nồng nàn, yêu nhau trên sóng nước... Khi họ đang chờ những cần câu giăng khắp lối. Và thời gian họ mong, cá tôm nào ở nơi đây có cho đôi vợ chồng họ một ít công lao được đền bù, để xứng đáng niềm vui cho họ chứ!

Rồi một hôm. Chiều đó, là một chiều không bao xa tính từ ngày Anh Phương đến tá túc ở... Chiều đó là chiều má của Hữu Duyên cúng thổ thần một lít rượu đế, với một con gà mái tơ. Sau thì họ xé khoai ra ngồi ăn trong một gia đình bốn người. Anh Phương được ngồi bên mẹ, và vợ Tiên thì ngồi sát bên chồng. Nhưng rượu thì rót ra chỉ có mẹ Lựu và Hữu Duyên uống thôi. Hữu Duyên mời năn nỉ lắm chị Tiên mới uống một tý. Hữu Duyên có mời Anh Phương nhưng Anh Phương lắc đầu từ chối. Anh Phương lại được mẹ Lựu bảo vệ không cho nhấp môi luôn. Mẹ cũng chỉ uống một khoảng ít, một hai ly thôi. Còn lại Hữu Duyên uống phân nửa chai rồi đem cất.

Ôi chiều đó gia đình họ rủ nhau đi xem hát bài chòi nơi xóm ngoài. Họ đang ăn mừng đại lễ thổ thần nơi đó. Đây gọi là nếp sống, văn hóa phong tục địa danh của xóm làng họ. Họ vui với nhiều trò chơi giải trí ở đây như nhảy bao bố, kéo co dây, bịt mắt, bắt dê, (là trò chơi cổ xưa) nhảy cao, nhảy xa, ném bóng, (là trò chơi tân kỳ hơn) v.v...

Ai cũng muốn ghé mắt nhìn gia đình bà Lựu và có cô gái Anh Phương. Mẹ Hữu Duyên đã tự giới thiệu, con gái bà thất lạc nổi trôi vì giặc giã nay đã tìm về... Họ tin, hoặc không tin được kệ họ, quyền họ bà không màng. Miễn là bà có cách giới thiệu như thế trôi chảy là được rồi... Thây mặc họ, mẹ Lựu nghĩ mình giới thiệu "chả chết thằng tây nào" là xong chuyện thôi. Riêng Tiên và Hữu Duyên có vẻ thích thú lắm. Vì mình có một em gái lạc loài sắp trỗ mã tìm về gia đình đẹp như tiên sa...

Họ đi chơi về kể chuyện cười nghiêng ngã, về mẹ Lựu

quá đạt thành tích giới thiệu, một Anh Phương trong nhà. Mẹ Lựu còn lập lại khi khẳng định:

- Thì nó là em út thôi. Đẹp sẽ chim sa cá lặn như má hồi đó lúc nhỏ vậy mà?

- Má có xin phép thần linh thổ thần nói câu đó chưa má? Hữu Duyên cười đùa vui vẻ trách yêu lấy lệ.

- Xin rồi chứ, xin trước khi Anh Phương bước chân về nhà chứ. Con hỏi đố má hà. Hi hi. Thật ra má Hữu Duyên cũng khá đẹp, nói chuyện đôi lúc rất vui tươi, và hóm hỉnh nữa. (Má hay mẹ cũng một nghĩa, và đồng nghĩa lúc xưng hô nơi mẹ Lựu thôi.)

- Hoan hô má. Cô dâu Tiên nhìn vui với mẹ như đồng ý.

- Má tôi là nhất trên đời. Nghèo nghèo nhưng tôi yêu má tôi. Yêu nhất đó thôi nha. Cũng Hữu Duyên hùa vô bảo nữa.

Anh Phương nghe chỉ cười hồn nhiên. Với những câu bông đùa, ý nghĩa hiệp ái của gia đình họ...

Sau thì họ ăn bánh ngọt uống trà thường rồi chia tay đi ngủ. Hữu Duyên và vợ vào một phòng riêng. Anh Phương vào với mẹ Lựu, song bà không cho đã giải thích:

- Con về phòng ngủ cho quen đi. Tập đi cho quen con gái. Ngủ riêng sẽ thoải mái hơn con.

- Dạ. Con xin chúc mẹ ngủ ngon. Anh Phương nói lời như chấp nhận, song thái độ còn lưỡng lự.

- Được rồi. Mong con cũng thế. Mẹ Lựu bảo, nhìn Anh Phương thật yêu dấu. Bà đưa tay vuốt nhẹ tóc nàng bé.

Anh Phương gật đầu lần chót và lui gót sang phòng bên cạnh. Nhà không giàu có lắm, nhưng tươm tất được ba phòng, và một phòng khách riêng nữa.

Cả gia đình họ ngủ say sau một đêm cúng thổ thần và vui chơi. Ngoài trời trăng rằm vẫn còn soi bóng, soi rõ nhất là căn bếp nấu của họ. Được liên cư với áng nước bên ngoài trông thật đẹp, đẹp như một bức tranh cổ tích mềm mại...

Sau ba đêm, ba ngày tiếp theo. Họ vẫn còn trong tục lệ khấn nguyện thổ thần. Những ngày cúng thổ thần thì dân ở đây và gia đình Hữu Duyên ít đi làm hơn. Anh đi lưới cá một mẻ một tý rồi về, đi cho một sự lấy hên thôi, và anh cũng không đi trong hai ngày còn lại. Vợ anh may máy chỉ vài ba tiếng là nghỉ trong một ngày. Mẹ Lựu chu đáo, siêng chăm ba cây hoa rồi vào nhà sớm trong ba ngày cũng lấy hên kia thôi. Anh Phương thì chưa đi học, còn chờ đợi, nên bé vẫn còn quấn quít bên mẹ Lựu. Vợ Hữu Duyên lại nấu cháo cá lóc chiều đó. Họ quây quần ăn như mọi chiều vui vẻ và hạnh phúc, khung cảnh thật ấm cúng lắm nữa...

CHƯƠNG 19

Đêm đó, vào một đêm trăng mười tám trăng muộn. Mọi người đã ngủ say giấc nồng. Không hiểu sao Hữu Duyên lại đang ngủ bên vợ Tiên. Anh chợt tỉnh, anh suy nghĩ bâng quơ không rõ ràng chi cả. Rồi anh lại muốn, anh đi bỏ ngang phòng mình qua phòng Anh Phương thử ngắm...

Anh Phương đang ngủ ngon giấc, nàng trở mình mấy bận nhưng lại ngủ ngon dễ sợ. Hữu Duyên đứng nhìn thấy một đoạn, anh lặng lẽ người ngắm Anh Phương, tim anh đã đập hồi hộp, như kêu lên thình thịch anh cảm giác... Đêm nay anh không uống rượu mà anh lại say, say men tình ái gì đây? Lạ nhỉ? Điều đó sao có thể xảy đến với anh? Anh tự hỏi. Rồi anh theo dõi mình để cảm xúc tràn theo duy lý, anh như biến thành một người khác. Hữu Duyên thở hồi hộp thêm hơn. Tay anh như bắt đầu quờ quạng run run. Anh như hư hao, mơ hồ điều chi... Anh bấm bụng lao vào: "Anh ước vọng Phương là của anh. Anh sẽ yêu nàng đến chết lắm chứ." Và anh cúi xuống ôm lấy bờ vai Phương hôn say đắm, hôn mê man đột ngột, hôn vội vã cuống cuồng.

Phương chợt tỉnh như mất hồn vía cô la lên giọng như lạc: A... n... h. D... u...y...ên..! (Nghĩa là Anh Duyên)

Nhưng Hữu Duyên đã bụm miệng Anh Phương. Và anh kêu lên những tiếng nhỏ:

- Suỵt... em. Anh yêu em rồi em biết không? Phương nè?

Phương cau mặt. Không chờ Phương nói. Hữu Duyên bảo thêm:

- Anh yêu em. Anh yêu em Phương ơi! Em còn nhỏ anh sẽ đợi em. Chúng ta có thể ở đây hoặc trốn đi... Trên đời anh lại mơ ước có em bên cạnh thôi. Rồi má anh sẽ thương anh thôi... Anh yêu em ngàn đời...

- Trời ơi sao anh lại nói năng thế. Còn chị Tiên anh chi? đừng làm em xấu hổ? Anh ra khỏi phòng em đi. Trời ơi anh liều lĩnh quá... Anh... Anh Duyên... Hữu Duyên!

- Anh yêu em nên liều. Em có biết đêm nay giật mình tỉnh giấc anh lại muốn... Anh muốn chúng ta của nhau sau này. Anh van em hiểu anh. Anh là của em, và em là của anh nha...

- Trời ơi anh đừng nói lẩm cẩm như thế. Chị mà thức giấc vô đây là em không còn mặt mũi. Đừng điên loạn anh Duyên. Em chỉ coi anh như anh trai thôi. Trời ơi...

- Không thể là anh trai, em không thể làm em như cùng máu mủ anh được.

- Sao anh nói khùng điên quá vậy. Nếu anh muốn đứng trong này thì em ra ngoài. Hãy tỉnh táo anh ơi?

Hữu Duyên nghe Phương nói nhưng cố cầm chặt tay nàng. Hôn lấy tóc nàng. Và cúi xuống hôn vùng ngực nàng phập phồng thở nhẹ, Phương xô Hữu Duyên, và cô buông ra dần tâm mình, từng tiếng cô bảo:

- Trời ơi anh quá điên rồi sao, anh mù lòa quá rồi sao? Anh ẩu thiệt nha anh Duyên. Tôi không thể...

Hữu Duyên cố nắm lấy tay Anh Phương và ôm nàng vào sát lòng mình, anh như chụp lấy không nói gì cả. Anh chỉ ngắm Phương thôi, Hữu Duyên cũng thấy quá sướng. Nhưng Phương vội tự tung tẩy mạnh được như không, cô chạy nhanh ra ngoài bờ giếng thở dốc dưới trời ban đêm... Cô bé phải suy nghĩ miên man trong ba, đến bốn phút. Phương tự nhiên có hẳn được nơi trí khôn hơn, rồi xác nhập thêm dũng mạnh với ý chí nơi mình, tuệ minh từ đâu thêm phát sáng ở nàng bé, tâm tư cũng vào an ổn bình tĩnh, và định phần vào nơi trú ngụ kiên trung. Phương mọi thứ suy nghĩ hình như đâu ra đó, bé không bị xáo trộn hoặc rối rắm chi phối, dù tuổi Phương còn rất thơ ngây, rất non dại...

Lúc này Hữu Duyên lại ra nơi bờ giếng ngồi nhìn con trăng muộn về khuya lòng hỗn độn muôn chiều... Anh đã đổ về trạng thái trầm tư, và cũng chưa biết mình hư hay ai kia hỏng chuyện?

Riêng Phương ngồi đó nơi bờ giếng, khi Duyên đến ngồi, thì nàng đã vội chuyển sang đứng nơi gần áng nước, nàng biết phải làm gì bây giờ cho thích hợp. Một đoạn sau chỉ hai phút đến, thì nàng vào nhà cầm đồ đi luôn, mà không biết phải làm sao hơn! Phương đã tính trong não bộ rồi, chẳng lẽ nàng còn ở đây, để chờ đợi sự phán quyết đau lòng của chị Tiên. Đời nàng sao quá nhiều gian nan? Phương đành chấp nhận mà không kịp nói lời từ giã ai thì đúng hơn thôi...

Phương không muốn để lại một vết nhơ nào của Hữu Duyên cho ai được biết? Nàng chỉ mong anh thức tỉnh và yêu thương vợ chị Tiên thôi. Phương tự hỏi. Rồi lại tự trách mình gây ra tội lỗi cho thế gian này chăng? Tại sao nàng cứ vấp phải những thế cuộc. Nhưng không, nàng khẳng định nàng trong trắng, thanh khiết, tốt đẹp nhất định kia! Nàng là cô bé chẳng dính vào lớp bùn nhơ. Phương đã chứng minh được mà? Không còn cách nào khác hơn để tránh sai lầm cho Hữu Duyên và mình. Phương chỉ lặng lẽ rời khỏi ngôi nhà này. Có ai hiểu nổi chữ ngờ trong đời cô bé quá nhiều...

Phương thật không ngờ, nàng sinh ra để một Phương phải khổ, và phải chịu nhiều bất hạnh như thế này!

Anh Phương vụt nhanh ra đi, đón xe về lại bến xe Quy Nhơn để trốn và tìm một giải pháp mới khác. Nàng lang thang, khập khiễng suy nghĩ chưa đâu là đâu.

Đầu óc bây giờ cứ rối tung. Cô lang thang một buổi trưa qua xế chiều, nắng Quy vàng hoe nhưng chưa chịu dịu, như còn có hơi gắt tý đỉnh đọng lại đâu đây... Anh Phương cứ nhìn dòng người bước đi trên các góc phố. Rồi nàng bỗng thấy một Ma sơ (Soeur) Nàng có ý định theo người đó. Anh Phương chạy tới cung kính thưa:

- Ma sơ ơi, hãy rủ lòng thương cho con đi sống với... Con muốn theo Ma sơ, sống với Ma sơ. Con không có cha mẹ...

Ma sơ bước đi bỗng khựng lại khi nghe một em bé đang trỗ mã léo nhéo phía sau lưng mình. Rồi chững chàng Ma sơ ngắm trời mây làm dấu thánh một phút. Sau như định thần Soeur trả lời:

- Con biết ta là Soeur? ta đâu có nhà mà theo về ở. Ta chỉ ở trong nhà thờ thôi.

- Con sẽ xin vô nhà thờ mà ở. Vì thế gian tội lỗi, làm cho con sợ hãi, và con không muốn để làm cuộc đời con ô trọc? Xin Ma sơ. Soeur vui lòng đón tiếp, ghi nhận con giùm.

Im một chút chưa chờ Soeur trả lời Anh Phương nài nì thêm:

- Đừng thả trôi đời con Soeur ơi... Con không còn nơi nào mà nương dựa cả.

- Tại sao con có nỗi lòng như vậy. Thấy con có nhiều bức xúc ta nghe thật sự động tâm. Nhưng ta?

- Cuộc đời con khổ lắm Soeur ơi. Con mồ côi, và ở với mẹ nuôi. Mẹ nuôi chết. Những con người đã đem con ra mua bán, đổi chác. Thật đáng sợ... Và người anh nuôi cũng không giữ được mãi chữ trong trắng nơi anh em... Thành ra...

Soeur chỉ nhìn Anh Phương chưa kịp nói.

Anh Phương hấp tấp thưa thêm:

- Khi theo Soeur về nhà thờ con sẽ kể đầy đủ hơn.

- Thôi được. Ta nghe thì buồn quá và thương quá. Thôi tội nghiệp cho con, còn quá trẻ. Vậy con cứ lên chuyến xe lam này đi với ta, mấy phút thì về đến nơi nhà thờ. Soeur có thể sẽ tính tiếp cho con, những bước tới cho con đi...

Phương vui mừng quá, gật đầu theo Soeur, nơi góc công viên chạy ra, và lên hướng chuyến xe về phường Đống Đa.

Trên xe mọi người hết nhìn Soeur lại nhìn Anh Phương bên cạnh. Họ không biết Soeur và Anh Phương quan hệ chi nhưng nhìn cặp mắt Soeur có vẻ bao dung rộng mở, lại kín đáo chi đó. Họ nhìn qua cặp mắt Anh Phương thì có vẻ buồn hơn vui, như ánh mắt nai tơ thiếu mẹ…

Một chặp hai người đã đến nơi, xuống đoạn phường Đống Đa. Họ phải rẽ vào một ngõ quẹo bên phải, đường còn dài hun hút để đến một nhà thờ, gần giáp ranh quả núi nhỏ. Thánh địa này họ cất như vậy... Hai người đi non bảy phút mới đến đó. Họ đã vô một nhà thờ.

Còn xe những hành khách khác lại đi tiếp, vẫn rong đua, đi nối đuôi nhau nhiều chỗ, vẫn những nơi thay thế, người lên kẻ xuống… Cũng có hai người thế vào hai chỗ ngồi, của Soeur và Anh Phương vừa rồi.

Soeur Mai đã dẫn Anh Phương về nhà thờ và xuống phòng mình. Soeur Mai đưa cho Anh Phương một bộ y phục Soeur của cô khi còn trạc tuổi Anh Phương. Soeur Mai vẫn còn để dành ngăn nắp trong một valise đem ra cho Anh Phương. Soeur bảo:

- Con tên gì? đầu tiên ta muốn biết để gọi.

- Dạ con tên Anh Phương. Trần Thị Anh Phương.

Phương hãy mặc vô đi và coi như là ở một nhà dòng khác đến thăm Soeur Mai cho ổn. Nó sẽ không bị rắc rối, khó xử cho ta trước tiên. Còn những gì từ từ Soeur tính cho con nha!

- Lạy chúa con mang ơn Soeur. Con có, có số vàng này trả ơn cho Soeur.

Anh Phương nói và đưa ra tấm thẻ vàng sáng chói mang tên số, bốn số 9 (9.9.9.9). Nhưng vị Soeur này chỉ nhìn và sờ vai Anh Phương một cách bình thản:

- Hãy cẩn thận cất đi. Ta không cần phải đổi lấy to lớn vậy đâu. Giúp con thôi. Mà sao con có số vàng lớn vậy. Khi Phương nói là con mồ côi?

Khi nói xong câu nói, thì cả hai ra phòng khách theo định lối của Soeur Mai. Soeur đã ngồi và ra dấu cho Anh Phương cùng ngồi xuống, để tâm sự. Vị tu sĩ lòng thương bảo là:

- Hãy yên vị trên ghế đó, hãy bắt đầu câu chuyện tóm tắt chính nhất, cho ta nghe về con. Con cứ tự nhiên đi nào. Ta muốn lắng nghe một sự thật của linh hồn…

Anh Phương ngồi xuống chia sẻ:

- Dạ. Anh Phương ngập ngừng rồi kể tiếp:

- Ngày đó lúc con hơn 4 tuổi chạy giặc trên tuyến đường nào đó của năm 1975. Ba má con chết vì đạn pháo tỉa. Có một mẹ già thấy con, dẫn con về nuôi. Sau đó hơn một năm thôi. Khi con gần 6 tuổi bà cho cái này là vàng thẻ. "Bà bảo con vật bất ly thân"

-Vậy sao? Lạy chúa.

- Không bao lâu bà chết vì kẻ cướp đốt nhà. Lúc đó con bị bắt sang một nhà khác. Và sau đó con tiếp tục bị bán đi cho một nhà khác. Những nơi đó đời con thật đáng tủi nhục, khổ sở đủ mặt... Nói cho cùng con vẫn có hai người mẹ nuôi thương con hết mực. Và có một người bạn cùng trang lứa vẫn quý con hết dạ. Nhưng mà còn nhiều khe đau đớn lắm Soeur ơi. Con nghĩ khi khác con kể nhiều hơn. Phần chính con đã nói lên rồi. Xin Soeur hiểu điều con nói là có thật. Hỡi Soeur kính yêu của con.

- Thôi ta hiểu rồi. Con đi nghỉ đi, ta cũng nghỉ ngơi tý đây. Đừng nên tắm vì mới về, cơ thể còn nóng nhiệt khoan đã! Chờ chừng 15 phút sau nha, cho mồ hôi chân lông ra hết hãy tắm. Và khi nào ta có dịp, muốn nghe tiếp cuộc đời con cho đến hôm nay ta gặp con. Ta nhất định sẽ nghe kỹ và nhiều hơn nha.

Im một chút Soeur nghĩ gì rồi nói tiếp:

- Ôi có thể sau nửa tiếng đi tắm trở lại. Hoặc chiều nay con kể tiếp, ta muốn biết sự thật tình tiết hết về con nha. Vì đó là bổn phận ta phải làm. Soeur Mai nói với vẻ xúc động bởi Soeur cảm được nỗi niềm ưu tư, từ Anh Phương vừa báo.

- Dạ. Con rất cám ơn. Anh Phương trả lời.

Soeur Mai nói và dời gót bỏ đi. Khi chỉ cho Anh Phương vào một phòng khách nghỉ nơi đó. Soeur không muốn Anh Phương tiếp xúc với nước nhiều liền, nghĩa là đi tắm liền. Nói về Soeur Mai là vị nữ tu dòng chính, chính là một bác sĩ trị liệu bịnh ngoại cảm giỏi, và sử dụng thuốc Bắc Nam, Đông Y có tiếng. Soeur chỉ dẫn cho phép cơ thể đi tắm khi tâm bình, nhiệt độ ổn. Để cơ thể không bị sức nóng đột nhập lạnh theo phá hại con người, vì rằng sợ nó sẽ tấn công, làm dễ nảy sinh ra các loại bịnh khác. Đời sống con người chúng ta luôn ảnh hưởng từ khí hậu, nhiệt độ thời tiết làm nên, tạo ra bịnh tình, hoặc khỏe mạnh, đó là những yếu tố luôn làm chúng ta phụ thuộc môi trường chung quanh. Soeur Mai cố quyết loại trừ những tình huống xấu cho sức khỏe, và ngăn chặn những bất lợi, thiệt hại sai lầm cho sức khỏe, hoặc những tổn thương xảy ra đáng tiếc. Soeur đã học hỏi để trị được những loại bệnh đơn giản nhưng quan trọng...

CHƯƠNG 20

Thời gian này Anh Thơ quyết liệt trình bày với ba má Ngọc Di và Thị Kim. Anh Thơ quyết ra đi tìm Anh Phương để đưa về. Ba má ngăn cản, nhưng làm sao giam khóa được ước vọng của một cô bé tên Anh Thơ nơi lòng. Và cô đang muốn xúc tiến bằng hành động.

Điểm đầu tiên là Anh Thơ lấy quần áo, tiền bạc đến một bãi xe, đi xe khách một ngày đến nơi thành phố Quy Nhơn. Cô bé tìm đến ngay địa chỉ cô cầm trên tay 19... Trên đường TP. Ngày xưa Anh Phương đã gởi thư ghi cho mình. Và nàng bé cũng không lạ gì phó ty, phó giám đốc giáo dục Lê Ngọc Thống này.

Anh Thơ mướn xe xích lô đạp loại thường chạy tới, rồi thả cô vào một chỗ gần đó nhất. Anh Thơ biết đích số nhà, cô đi tới bấm chuông ngay không do dự.

Người trong nhà ra mở cửa là Bạch Lan vợ của Ngọc Thống, bà ăn mặc kiểu đầm dài diêm dúa, tóc mới gội thả suông, nhưng với Anh Thơ bà trở nên phản cảm hơn là hấp dẫn. Cô bé nghĩ vậy. Còn ông chồng chắc có lẽ ông đi đâu rồi. Anh Thơ đoán thế và cô bé nhập đề liền:

- Xin lỗi đây có phải là nhà của chính Phó ty - Phó giám đốc sở Giáo Dục và Đào Tạo Lê Ngọc Thống không? Tôi muốn vào nhà để thưa có chút việc cần.

- Vâng nhà tôi. Chồng tôi. Còn cô là...

- Tôi tên là Anh Thơ, con của Trần Ngọc Di. Tôi muốn biết Anh Phương hiện giờ ở đâu? Bà có thể cho tôi biết rõ.

- Ngồi xuống đi. Tôi nói chuyện.

- Tôi không thích ngồi, chỉ đứng đây hỏi những câu hỏi.

- Trời ơi nó ra khỏi nhà tôi lâu rồi. Bộ nó không về nhà sao? Làm gì mà cô phải đến đây hỏi?

- Lạ quá nha. Bà đừng giả vờ. Nếu có Anh Phương ở nhà thì tôi đâu vô đây? Hay bà đã bán một nơi nào. Ông bà độc ác lắm. Anh Thơ đã quá giận trong lòng, khiến nàng bé thả ra những câu nói chẳng làm vừa lòng chủ nhân Bạch Lan mà có thể gây khó chịu cho bà. Nên bà Bạch Lan điềm nhiên phản công:

- Tôi độc ác ư, ha ha. Có thật như thế không nào? Bạch Lan còn trẻ nhưng cười ngửa mặt, sống sượng như một mụ bà đã ngoài sáu mươi và không còn giữ ý tứ. Trong lúc bà chỉ ngoài ba mươi mấy. Bà nói tiếp:

- Thì tôi cũng như má cô thôi, muốn tiền thì phải "khôn khéo léo lận và tìm cách, thóc mách, cầu leo, để trèo..." Ôi xã hội hôm nay vậy mà. Cô còn trẻ nên khờ lắm. Cô đừng giận sảng, với tình bạn nhóc con, của cô với Anh Phương mà cô tới nhà tôi hạch sách? Phá rối tôi là không được đâu. Chúng tôi không thể nhu nhược... Chồng tôi chức có, có quyền được. Hiện là Phó ty, phó giám đốc giáo dục tỉnh nhà đó. Chức danh là trưởng kế hoạch thanh tra GD đào tạo đó. Cô biết rõ chứ con gái cưng ông Trần Ngọc Di ơi.

- Tôi biết chứ. Phó ty, trưởng ty, phó ràng, phó trác với tôi đồ rác hết, chẳng ăn thua gì? Tôi muốn đi tìm sự thật, công bằng cho cuộc sống tuổi trẻ. Lý do chính đáng mà? Tôi mất một người bạn tôi yêu là Anh Phương. Bà biết chứ.

- Người bạn tôi yêu quý, ha ha. Biết thì tao biết chứ. Nhưng hứm... trẻ con cứ mà làm ranh? Mày thấy nhà cửa, uy thế vợ chồng tao rồi. Tại sao mày đi quá trớn. Nó không có ở đây nữa.

- Quá trớn à. Không quá trớn đâu. Hứ nhà cửa uy thế. Chức trách, chức danh. Đồ rác hết... Anh Thơ nói cô ngước nhìn trần nhà và liếc nhìn chung quanh như để kết luận một điều gì đó chăng? Cô bảo tiếp:

- Tôi không phải thích kiểu nếp sống lợi dụng, quá bẩn thỉu này đâu. Tôi đến đây để tuyên bố. Nếu không có Anh Phương ở đây. Tôi bắt đền bà về Anh Phương...

- Trời ơi cô trở về đền ba má cô đi. Cô tưởng cô là ai? Không nể con của Trần Ngọc Di tôi đuổi cô ra khỏi nhà ngay rồi. Hứm. Nó không thích ở thì trốn đi rồi thế thôi...

- Ông bà làm sao Phương tủi nhục nên mới trốn đi chứ? Còn tôi nhỉ? Bà không đuổi tôi vẫn đi. Nhưng tội ác của bà và chồng bà rửa không sạch. Nếu Phương đã chết đi đó nha.

- Ra khỏi nhà tao đi. Mày chết đó chứ nó, anh Phương mà chết.

- Cô đừng có nói như vậy có được không, cô rủa tôi à?

- Tao nói vậy mày làm được gì tao con ranh?

- Thì tôi nói bà ngu và hàm hồ nha.

- Hứ đi đi. Con ông Trần Ngọc Di thật là mất dạy.

- Ba tôi cũng như bà dạy toàn cái ngu, cái bậy vô não tôi. Rất đầu độc, hư hại. Tôi không chứa được. À. Tôi xin chào một gia đình trí thức của thời đại! Tôi tuyên bố sẽ đi tìm cho ra Phương và nếu không... Tôi bắt vợ chồng ông bà đền tội.

- Trời ơi con nít ngông cuồng và nói sảng quá nhiều. Mày có biết mày nói sảng khi đứng đây bao lần rồi không nhóc nhỏ?

- Tôi nói không sảng đâu. Không có lần nào là sảng cả.

- Tao nói mày về bắt tội ba má mày ham tiền tài, danh phận trước đi. Và ham cả nơi tương lai của mày đó chứ? Mong ông Ngọc Thống bao kê tất cả, để mày vịn chỗ dựa sau này nên nghiệp tiến thân đó mà. Mày có biết không?

- Tôi không cần. Có thể tôi muốn sống trong sạch và không còn thèm về với ba má tôi nữa đâu. Nếu tôi không tìm ra một Anh Phương. Và bà không giúp tôi...

- Thôi đủ rồi đi đi. Nó không còn trong nhà này là mày biết là đủ? Đi đi, cút biến đi cho tao nhờ.

- Khỏi phải đuổi. Gặp bà nơi một dịp khác nha.

- Khỏi cần, tao không thiết. Đủ rồi đi đi cho tao nhờ. Làm ơn, làm ơn. Hứm...

- Đi chứ ai thèm ở chi cái nhà bà. Bề mặt nhìn đẹp đẽ nhưng chốn chiều sâu, tâm can gian xảo, thối nát bẩn thỉu nơi bà, cùng chồng bà. Tôi đây đáng sợ, ghê thật.

- Đi đi, đừng nói nữa.

- Đi thì đi thôi. Nhưng mong bà biết những điều tôi vừa cảnh báo. À há... Chào đồ bẩn thỉu nha...

- Ối trời...

Chờ cho Anh Thơ ra khỏi nhà, hoặc đi lang thang bên ngoài góc phố. Bạch Lan gọi ngay cho chồng lúc này, ông Lê Ngọc Thống đã xài phone di động rồi. (tức là cell phone rồi.) Bạch Lan cũng khó mà hiểu những lời nói bóng nói gió của Anh Thơ. Nhưng tác động cho bà thấy xấu hổ, mắc cỡ lắm.

Bà cầm phone gọi thì ông Thống đang đi chơi với nhân tình ở Nha Trang. Ở biển Nha Trang mát lành, cảnh vật nên thơ, hùng vĩ, lạ lẫm. Gió kia vẫn lộng mênh mang, như ân tình xa xôi nào vẫy gọi...

Giật mình Lê Ngọc Thống cầm máy bảo:

- Gì đó em?

Bạch Lan bô bô nói:

- Anh đang ở đâu vậy? Anh Thơ con của Trần Ngọc Di và Thị Kim nó vào đây mắng vốn tôi và anh. Còn nói bắt đền nếu nó không tìm ra Anh Phương?

- Trời ơi anh đang đi kiếm chéo các trường chứ đi đâu. Mà sao em lại sợ một đứa con nít thế kia?

- Ủa đi kiếm trường mà sao nghe như có sóng, gió thổi ở biển vậy anh?

- Trời ơi em giàu liên tưởng. Gió ở đâu không vù vù như sóng mới lạ nha? Để anh về lo, nó sức mấy dám đối đầu với anh Lê Ngọc Thống này? Anh chấp nó đó. Con nít mà muốn làm loạn gia đình ta nổi sao? Trứng mà cứ đòi khôn hơn vịt à. Em Bạch Lan ơi, em thiệt là ngây thơ cụ.

- Con nít nó sáng dạ lắm anh. Anh đừng coi thường. Mình biết đâu lú lẫn hơn nó đó chứ lị.

- Em yên chí ăn no ngủ kỹ đi. Đi về anh thưởng, còn lo cho em toàn bộ. Nếu em muốn gì? Em là thỏ đế quá không được đâu. Thôi bye nha anh có chút chuyện bận rồi.

Lê Ngọc Thống nói và cúp phone máy trước.

Bạch Lan đứng lẳng lặng nhìn máy. Có vẻ tức ông chồng cắt phone đột ngột, nhanh chóng quá. Bà cất máy rồi leo lên giường nằm suy nghĩ về những lời Anh Thơ mới mắng vốn. Bạch Lan muốn yên chí vẫn không được. Ruột gan bà như ai đang cào xé, tan nát phía bên trong...

Lê Ngọc Thống vẫn vui chơi, thoải mái để hưởng cái hạnh phúc bên cô nhân tình... Ông ta đọc một đoạn thơ, bài thơ "Ghen" nổi tiếng của Nguyễn Bính để chọc "nàng yêu của mình."

Hỡi cô nhân tình bé nhỏ của tôi ơi/ Tôi chỉ muốn môi cô chỉ mỉm cười/ Những lúc có tôi và mắt chỉ/ Nhìn tôi trong lúc tôi xa xôi/ Tôi muốn cô đừng nghĩ tới ai/ Đừng hôn dù thấy cánh hoa tươi/ Đừng ôm gối chiếc đêm nay ngủ/ Đừng tắm chiều nay biển lắm người... Tôi muốn mùi thơm của nước hoa / Mà cô thường xức, chẳng bay xa/ Chẳng làm ngây ngất người qua lại / Dẫu chỉ qua đường, khách lại qua.

- Anh lại thuộc nhiều thơ hay quá nhỉ?

- Anh là chúa, là vua mê thơ hay mà em. Tuy rằng anh không làm được thơ hay.

- Khỏi cần anh làm thơ hay. Anh yêu em hay và chiều em hết mực là coi như hay, coi như nhất nhất rồi thôi.

- Ha ha... Câu nói quá có lý em ơi. Anh nguyền như thế cho em thôi.

Hai người lại tiếp tục hưởng hạnh phúc bên nhau của họ. Tay trong tay, mắt trong mắt, và họ ôm vai, ôm đùi nhau để say đắm ái ân một thủa... Họ như hưởng qua một thế kỷ, thế giới nơi tình yêu riêng của họ...

Sóng và biển trời ở đây rất bao dung, nhân ái, rộng lòng. Dầu rằng hai người đang mắc phải những lỗi lầm nơi gia đình và xã hội, họ đang vụng trộm sẵn sàng lấn chiếm chuyện nghịch thứ của hôn nhân. Họ không phải là đối tượng để cho sóng và biển ngưỡng mộ họ, thích thú họ, khuyến dụ họ yêu thương... Tuy nhiên sóng cùng biển vẫn đối xử ngọt ngào và bình thản trước bao cảnh vật, và vẫn mềm mỏng, thân ái với họ kia, và những ai ai... Và có lẽ chỉ ông trời chưa muốn cho họ biết, là lòng họ chưa nhìn ra chính mình mà thôi.

CHƯƠNG 21

Phần ở Anh Thơ đi ra đường thì lại có một trận mưa đổ xuống. Mưa rào, nhưng lại đổ nặng hạt và dai dẳng. Làm cho một thành phố Quy Nhơn rơi vào ảm đạm, mất hết sinh khí. Thật buồn với phố xá...

Anh Thơ đi ngang qua gần nơi công viên, nơi góc phải tính từ đường Trần Hưng Đạo vào. (Tính trước 1975 là góc đường của Gia Long vào.) Nàng thấy có một người già ăn xin đang ngồi co ro trên góc đường. Anh Thơ liền đi tới và ngồi lại nơi đây. Thơ lấy chiếc áo mưa của mình đem theo. Cô bé đã biết trời hay mưa nắng thất thường vào lúc này. Nên Thơ mang theo để phòng thân là như thế. Thơ lấy ra nhanh chóng, choàng nhẹ cho bà rồi hỏi:

- Thưa bà. Bà lạnh không tại sao ngồi như thế này. Trông bà rất tội nghiệp.

- Dạ tôi ăn xin nên đành chịu màn trời chiếu đất. Cô là ai tại sao thương tôi, nhìn tôi.

- Dạ cháu đi đường gặp thôi. Bà cứ ngồi bên cháu. Hết mưa cháu mới đi.

- Con nhà ai tử tế quá. Lúc này không phải không có người tốt, nhưng kiếm hơi bị khó... Bà lão nói giọng hơi run vì nhiễm lạnh không khí và thời tiết.

- Dạ. Cháu muốn làm phước. Là con người với nhau mà. Anh Thơ mỉm cười hồn nhiên nhưng có chút buồn trả lời thế.

Một chốc khoảng ba phút trôi qua. Nàng nhìn vào mắt bà ươn ướt lại nói thêm:

- Bà thấy đỡ lạnh hơn không?

- Được lắm, ít lạnh hơn rồi... đỡ hơn lúc nãy.

Bà nói, bà nhìn Anh Thơ với một đôi mắt biết ơn.

Hai người lại im lặng ngồi ngắm mưa rơi tiếp, những giọt mưa rơi trong trẻo nhưng sao có chút não nùng, Anh Thơ cảm nhận. Một tý Anh Thơ chìa những ngón tay hứng lấy không gian, như để khám trời còn mưa không?

Mưa vào trạng thái như nhỏ hạt hơn. Thơ muốn dìu bà, ra dấu hiệu cùng qua công viên ngồi. Bà biết và cảm động đi theo cô. Rồi Thơ tỏ bày hơn nữa:

- Tại sao bà đi làm nghề này trông bà thật tội quá. Đáng thương tâm quá. Cháu thấy rất xót lòng...

- Nhà tôi nghèo nên tôi phải xả thân đi xin thôi. Cuộc sống mà thôi, trên đời này đói khổ vẫn phải đi tìm một miếng ăn lót dạ chứ...

Anh Thơ nghe bà nói thêm xúc động hơn, bỗng dưng cô đưa ra nhã ý:

- Thưa bà cháu lại muốn theo bà về ở được không?

Nhìn cô bé có đôi mắt tròn và to sáng. Bà bảo:

- Hứm lạ không? Cô có vẻ con nhà giàu. Làm sao mà thích theo tôi sống chứ?

- Dạ cháu nói thật đó nếu bà cho. Sau này cháu kể rõ hơn. Hết mưa cháu có thể mời bà đi ăn cơm. Rồi ta đi ngắm gì một vòng. Rồi cháu có thể mời bà vào phòng trọ nằm cho ấm cúng hơn.

- Tôi làm phiền cô quá... Ngày mai là cuối tuần tôi về nhà tôi rồi.

- Vậy à cho cháu đi theo. Cháu vẫn thích cuộc sống đâu đó nghèo mà tình cảm. Cháu không thích cuộc sống tô son trét phấn bên ngoài mà đạo đức bên trong không có. Cháu chán lắm. Cháu muốn xa gia đình đi tìm...

- Sao mà có tâm sự gì lại chia sẻ với bà già nghèo này.

- Chuyện chắc dài lắm thôi... Cháu kêu tạm xích lô quèn kia bà cháu mình đi. Ăn cơm rồi bảo người ta chở đi đâu đó chơi cho đỡ buồn bà nhé.

- Nếu cô tốt bụng ta vào đâu đây, gần ăn vẫn được. Nghe nói bụng tôi đói mất. Bà già nói có vẻ chân thật, thân thiện.

- Cháu biết bà đang đói mà.

- Ừ thấy cháu chân thành, tôi thiệt tình luôn. Còn xích lô chi gần cũng tốn tiền cô? Ăn xong đi xích lô xuống nhà thờ tham quan. Đi lòng dòng rồi ta làm tạ lạy ông trời như thế thì đúng hơn. Tôi thích thì nói vậy không đúng cô miễn chấp nha.

- Đúng mà hay. Vậy nhé, bà muốn sao cháu vẫn chiều.

Anh Thơ đã dìu bà vào một quán ăn gần đó. Họ ăn cơm tấm bình dân cá nục nhỏ kho mặn, và canh khế cá khoai ngọt, dưa cải… Rồi sau đó Anh Thơ kêu một chiếc xích lô bình thường, để chở hai người tham quan một vài điểm nổi bật trên những con đường. Nhà thờ nhọn Quy Nhơn, Sân vận động Quy Nhơn, Chợ Lớn, Bãi Trứng Quy Nhơn v.v… Thành phố Quy Nhơn không lớn lắm. Đi lòng vòng cũng nhanh thôi, Anh Thơ đi du lịch với người già này. Vì thật sự nàng không đến đất Quy thường xuyên lắm. Hôm nay đi với người ăn xin như một kỷ niệm đẹp, họ quen biết nhau bất ngờ trong một trận mưa rào. Âu đó cũng là định mệnh, ý bề trên? Anh Thơ chợt nghĩ thương lấy hoàn cảnh mình và bà già ăn xin… Và nàng động lòng cảm thấy nhớ bà nội, nhưng nội thì tiền bạc đầy đủ, sống sung túc nên nàng bé cũng ít lo…

Anh Thơ có số tiền nơi túi nhiều, vì mỗi năm dịp kỷ niệm ngày sinh, và tết bà nội cho. Với mỗi lần ăn sáng ba mẹ cho. Cô ăn hàng vặt không hết khi đi học. Cô lại đem bán năm bộ đồ chưa mặc, nên cô có tiền sẵn sàng, chi tiêu thoải mái khi quyết định ra đi. Đó là chưa kể Anh Thơ đem theo hai đôi bông tai, và vài chiếc nhẫn xuyến mẹ sắm cho mình. Nàng cất sẵn lúc cần sẽ bán. Anh Thơ đã chuẩn bị thách đố cho cuộc đời xa nhà của mình. Nếu như không tìm ra Anh Phương nàng không trở về. Nàng bé không muốn sống với bố mẹ mình, tâm trí họ có nhiều ác độc.

Tận nhà mẹ Anh Thơ, Thị Kim đang chống cằm ngồi tại bàn khách nói với chồng Trần Ngọc Di. Ruột gan Thị Kim nóng lên như sốt:

- Anh có biết tin tức con Anh Thơ nó giờ ở đâu không?

- Làm sao tôi biết.

- Thiệt chán cho con. Mình không thể ngờ. Bà ngậm ngùi làm cho khuôn mặt Thị Kim càng tệ hơn.

- Thì ai mà ngờ hết được. Đúng là người ta nói tham là thâm, mình là đang mắc bị trong trường hợp Anh Thơ và Anh Phương này.

- Tôi không biết phải làm sao thật buồn. Anh biết không? Nếu nó bỏ nhà ra đi biền biệt.

- Làm sao mà nó dám cả gan đi hoang chứ em?

- Con nhỏ này gan dạ, và cá tính khác lắm anh.

Trần Ngọc Di buồn theo vợ, nhưng anh cố nhìn ra vài cây cau mẹ trồng khá lâu dáng cao dong dỏng, tàu lá thì mảnh mai xanh mướt phất phơ, tuy là ra trái chẳng mấy được sung sai... Mà rồi Trần Ngọc Di bảo vợ như cố tìm một lời an ủi:

- Bất lắm thì. Thôi em còn trẻ, sanh đứa khác.

- Em không dám sanh nữa đâu. Biết đâu nó ra đời còn coi mình tệ hơn. Thị Kim nhìn chồng không còn thân thiết nữa. Lo sợ điều chi khiến Thị có thái độ hầu như lạnh tanh như đất đá...

- Đành thôi. Biết làm sao.

- Mà chưa chắc em sanh được, đã bao năm mình đâu có kế hoạch gì?

- Ừa thất bại kế sách với Anh Thơ, Anh Phương. Thì anh nói liều thế thôi...

Cả hai vợ chồng thấy rắc rối, ngồi đứng lo lắng không yên. Họ hơi buồn, và suy nghĩ. Vì đâu. Vì đâu? Nhưng họ chả tìm ra đáp số là Anh Thơ và Anh Phương đi về đâu.

Đã bao lần gởi thơ vô Bạch Lan, Lê Ngọc Thống đều gởi trả lời. "Anh Phương không trở lại. Anh Thơ cũng không thấy xuất hiện nhà ông lần thứ hai." Thơ của vợ chồng Ngọc Thống gởi về chỉ có thế thôi. Điện thoại vẫn chỉ là như vậy.

Lúc này thì Anh Thơ đã đến nhà bà già xin ăn gặp mưa giữa đường kia. Cô ở trong gia đình họ. Nhà họ là khu kinh tế mới của tỉnh, tại DT... Anh Thơ bây giờ mới biết người già xin ăn chính là người mẹ của người đi lính VNCH cấp bậc thiếu úy đi cải tạo xa chưa về. Vợ ở nhà nuôi ba con không đủ. Bà muốn đi ăn xin, bán giấy số để đỡ phần nào nhọc nhằn cho con dâu. Cuộc đời mà, buộc bà phải làm thế. Các cháu nội bà toàn là đực rựa hết. Đứa lớn nhất thì mới lên 8 tuổi đứa thứ hai lên 5 tuổi, và đứa thứ ba chỉ lên 2 tuổi.

Anh Thơ chưa được gặp người con trai bà. Chú thiếu úy tên Minh Mẫn kia. Lúc đầu thì họ tha không gọi đi cải tạo, họ cho rằng chú mới ra trường độ vài tháng chưa có nợ máu, chưa có nợ nần gì với cách mạng Miền Nam. Họ ưng chi thì làm nấy, luật lệ thay đổi như chong chóng quay, họ thích được vậy, họ cho là phù hợp với quan điểm, với chế độ, với hiện hành v.v... (Ý là chú vượt qua danh sách không đi cải tạo, sau khi chiến tranh kết thúc 1975. Nhưng mà thời gian trôi qua gần 8 năm sau.... Vậy mà chú đã phải đi vì theo lịnh mới cấp đòi...)

Ôi gia đình có những đứa cháu nội thật đẹp tướng tá và ở đôi mắt, dù gia thế họ đang rơi vào nghèo bần. Anh Thơ nghĩ đôi mắt có lẽ giống mẹ. Vì con dâu bà, Ngọc Trâm có đôi mắt đẹp sáng ngời, lại trong trẻo lắm, lại có thêm một vẻ rất thanh nhã, hiền hậu nữa. Tuy làm quê ăn mặc lam lũ, nhưng thím ấy vẫn toát ra một cái gì, tinh khôi và thánh thiện. Anh Thơ nhìn rất là thích...

Anh Thơ vô nhận là "chị hai" các em bà nội bảo kêu thế. Và cả Ngọc Trâm, mẹ chúng cũng bảo xưng thế cho đúng, cho tiện. Anh Thơ thường giúp họ trồng rau. Cô bé chưa bao giờ biết lao động tay chân nhiều. Song chấp nhận làm con nuôi một gia đình nghèo, Anh Thơ phải cần mẫn làm việc... Cô phải mang vào hạt tâm lao khổ, thử thách để trưởng thành. Đâu thể nào cô là con bup-bê được cất chưng nơi tủ kính, hoặc được bao bọc kỹ để chỉ ngắm... Thực tế là vậy. Cô bé Anh Thơ đã không ngại thực tập làm lụng khó nhọc vất vả... Tuy nhiên cuộc sống họ trong sạch, nàng bé mến yêu vô cùng. Anh Thơ thích, hạp, và chuộng lắm... Cô không buồn bực chi cả.

Hôm đó theo mẹ nuôi trồng dưa leo cắm chái. Cô bé

Anh Thơ rất là vui khi làm. Cô cắm lẹ làng bên Ngọc Trâm chỉ dẫn. Nhận thì con nuôi, nhưng Anh Thơ cứ muốn xưng hô chú thím, và với các em dễ dàng như vậy thôi.

Hôm ấy Ngọc Trâm khen:

- Anh Thơ giỏi quá không ngờ. Không biết ngày nào hết giận gia đình Anh Thơ sẽ về nhà nhỉ? Đi rồi là cả nhà nhớ lắm đó nha Anh Thơ. Thím không bao giờ quên con. Dù một ngày hay một bữa đi chăng nữa... Vẫn có lẽ nhớ suốt đời.

- Dạ. Cám ơn thím. Nhưng không, có lẽ Anh Thơ ở lâu đó thím ơi. Con không về bố mẹ ruột con đâu. Hai bên đã hứa. Khi Anh Phương về. Coi như đăng báo coi được, con sẽ về. Còn không thì thôi. Con hận ba má con làm điều gây ra tội ác, con không thích ở chung với họ, dù ba mẹ đã sinh ra con...

- Vẫn mong cô Phương nào đó về, để con về lại với gia đình. Nhưng về có dịp ghé lại nhà này thăm nha Anh Thơ... Thím chỉ mong vậy nhất trên đời với Thím về Anh Thơ đấy.

- Dạ. Anh Thơ đáp vẻ cũng xúc động.

- Thím mong vậy lắm nha. Anh Thơ hiểu được ý thím nghen? Ngọc Trâm muốn nhắc lại lần nữa ý nghĩ của mình.

- Dạ con hiểu. Thím à, chuyện gì rồi cũng có số và có bề trên, trời đất thượng đế. Con chưa biết về hay không? Nhưng con thương bà, thương thím, cùng mấy em lắm... Con chỉ nhớ nội con, mà nội cũng ra đi không còn ở nhà ba má con nữa. Nội đi trước con. Bà nội sang luôn nhà cô Ba Lượng ở rồi. Tuy cô Ba Lượng con nghèo hơn ba má con.

- Con có trái tim nhân ái lắm. Thím rất cảm động và thương mến quá đi thôi. Trên đời này hiện nay người tốt rất là khó có. Mà con trẻ, lại tâm đức phi phàm... Thiệt là ngọc quý...

Họ vừa làm vừa nói chuyện.

Xong cắm chái cho dưa leo. Hai thím cháu ăn một món bánh ướt đem theo và ăn vài trái chuối sứ nấu tráng miệng. Ngồi uống nước, hai người nói chuyện tâm sự thêm. Ngọc Trâm đôi lúc nhìn vào ánh mắt và nụ cười hồn nhiên nhưng hơi buồn của Anh Thơ. Ngọc Trâm thấy thương vô hạn cô bé. Con nhà ai thật là hoàn hảo, tại sao cha mẹ lại nỡ không thấy một tâm hồn đáng quý như thế, và nỡ gây ra rắc rối, để hủy diệt những tính cách tốt đẹp của Anh Thơ. Thật là trên đời mang nhiều nỗi đau của nghịch lý.

Sau đó họ lại thay đổi một việc làm khác, hai thím cháu đi làm cỏ cho đám mì non mới lên. Những cây mì thật dễ thương ít cỏ, lá non xanh rờn mơn mởn. Giờ họ chỉ xới đất thêm thôi, có lẽ Ngọc Trâm siêng làm hồi nào nên mới vậy, Anh Thơ cảm tưởng thế... Nhìn cây và lá mì rất là mượt mà đẹp bóng, gió đưa quét nhẹ những lá cành mỏng dính, trông dễ thương, có vẻ đẹp thuần khiết ghê... Đất thì như tơi xốp nhẹ hều, mịn màng, sạch sẽ soi đọ vào làm êm ái, như mát cả bàn chân ai bước đi qua... Anh Thơ mường tượng, tựa hồ giống như thím Trâm mới làm cách đây một tuần, nên rõ sạch... Hàng mì sao mà thẳng băng, như dây giăng khéo thật...

PHẦN BA - CHƯƠNG 22

Anh Phương học Soeur đi theo đạo Kitô giáo. Theo sự hướng dẫn của Soeur Mai, đem đến ước mong Anh Phương hằng ấp ủ. Cô đã có những thành tựu như ý. Thời gian thật thấm thoát...

Không ngờ Soeur Mai lại là một nhà hiểu biết về y khoa, làm thuốc. Anh Phương cũng được học theo. Anh Phương trở thành đệ tử giỏi nhất của Soeur Mai trên hai lĩnh vực; Ý thức của một Soeur nhiệt tình, lại tài hoa là một người biết chữa bịnh giỏi nữa. Bằng chứng bịnh tật cô giúp cho bao người được thuyên giảm. Người đi đứng khó khăn cô hướng dẫn cụ thể để thực tập, chuyển tiếp lành mạnh, bước đi khỏe khắn nhiều. Tiêu chí của cô là làm thuốc, thực nghiệm, và nguyện cầu...

Thuốc men và đức tin đều ngự trị nương theo trái tim người mong đợi, Soeur Mai giáo độ đem lại sự sống chuyển tiếp... Anh Phương đã học nơi Soeur Mai nhiều thứ, ở tâm hồn thanh cao trong sạch, thánh thiện, và đi phụng sự lý tưởng cho nhân sinh.

Không ngờ sau này Anh Phương đi sang Mỹ theo diện tôn giáo công giáo. Có hội lớn, có tổ chức đoàn thể bảo lãnh nhanh.

Và ai nào ngờ Anh Thơ lại ở trong gia đình đó, rồi được định cư sang Hoa Kỳ ở diện H.O.

Đời không thể ngờ như phim. Hai cô bé Anh Phương và Anh Thơ đã đến xứ sở Cờ Hoa America. Nhưng họ chưa bao giờ biết tin tức nhau cho mỗi người, và chưa bao giờ gặp nhau lại... Quả đất to tròn vẫn dễ gặp nhau, nhưng quả đất to tròn cũng khắc khe khó gặp nhau, đều là có lý cả...

Thế đó như định mệnh chờ đợi sẵn. Rồi một ngày, một ngày nơi một thư viện nọ ở một tiểu bang. Anh Thơ vào tìm sách đọc ở đây có cả sách tiếng Việt. Thì cô lại bắt gặp một quyển sách mang tên "Kể Chuyện Như Phim" và hình vẽ Anh Phương thật sự khi còn bé ở với mình. Anh Thơ lật ra vài trang còn ngạc nhiên như không tin được việc này? Tuy nhiên Anh Thơ mừng rỡ cơn thở cứ gấp gãy, dập dồn mãi, cô lại nghĩ hấp tấp mượn luôn quyển sách về nhà để đọc kỹ.

Đem về nhà mà Anh Thơ cũng không tin nổi là một quyển sách viết thật sự của Anh Phương như vậy?

Về với home của mình, cô vội vàng ngồi đọc. Anh Thơ đọc một mạch, nàng đọc thật lẹ nhanh xong, nhiều lúc đói bụng, hoặc khát nước khát nước, Anh Thơ cũng không dám bỏ lỡ trang sách, vì sức hấp dẫn lôi cuốn của nó, mỗi trang là một điều lạ, cùng lời lẽ như điệp khúc mà nàng bé muốn tìm hiểu khám phá, thông cảm và chia sẻ vào tim mình - Với một người thân của mình đã từng coi như mất tích từ thuở ấy. Rồi nàng bé nghĩ phải quyết chí đi tìm, phải đi tìm ngay về Anh Phương thôi. Bởi nơi trang sách có ghi địa chỉ của tác giả, tác phẩm.

Anh Thơ không cần gọi phone sớm, đã biết bao lần cầm phone lên định gọi, nhưng người con gái Anh Thơ ráng giằng lại, không bấm con số cuối. Để đó nhìn số chưa đủ, nàng như hoang tưởng một hồi rộn ràng, lo âu cả mừng rỡ. Cứ như thế đã xảy ra rất nhiều lần trong tâm trí của người con gái mang tên Anh Thơ ...

Nhớ thì nhớ quá, thương thì thương quá rồi. Nhưng Anh Thơ lại kìm cố xóa đi nỗi niềm nhớ, không thể gọi. Sẽ đợi chờ thôi, ý tưởng này hay nhất thôi... Có lẽ nàng chỉ muốn háo hức gặp trực tiếp mặt thấy mặt, tim trong tim, tay trong tay, mừng trong mừng thôi... Hơn bao năm trời xa cách nhau, tính ra ông trời vẫn còn động lòng xót thương hai trẻ, hai đứa Anh Phương và Anh Thơ. Anh Thơ càng nghĩ càng thấm sâu mật độ thắm thiết, biết nói sao hết cho vừa lòng nhau đây...

Ký ức mãi như hiện về vẫy gọi bao ngày nhớ nhung. Một ngày họ được gặp lại nhau đối diện, sau lần chót quyết định, "phone mở ra" để tìm kiếm nhau như một giấc mơ đẹp, đã đến với họ. Anh Thơ đã gọi phone trong nỗi vui mừng và hồi hộp khôn xiết. Anh Phương có khác chi? Làm sao trên quả đất này đã hồi sinh những gì của con người, của mơ ước. Anh Phương mừng quá không thể tưởng nổi khi nghe tiếng nói của Anh Thơ trên đường dây, ôi một người bạn sống chung nhà thời thơ dại.

Rồi họ được nói chuyện và hẹn gặp gỡ... Cả hai không thể tin mà là có thật hết... Trên đời này biết bao chuyện không ngờ lại cứ xảy ra như thế? Lạ lắm bất ngờ đến hấp dẫn, và li kỳ không thể tưởng nổi, nhưng sự xác thật đã trao về nơi hai con tim đáng yêu này... Và biết bao là cảm xúc tuổi thơ đã ùa vào lòng họ. Sống dậy trong họ mạnh mẽ, vì họ đã gặp được nhau mừng mừng tủi tủi vì nhau như giấc mộng đêm trường. Mà là cố nhiên không phải giấc mộng đêm trường nào cả, chỉ là hiện thực đem đến cho họ...

Anh Thơ kể lại chuyện mình đi tìm Anh Phương. "Cô bỏ nhà đi hoang từ đó. Cô nhận một gia đình khác xin làm con nuôi. Ở với gia đình họ, rồi lại có dịp đi theo họ ở diện chương trình H.O. Qua xứ sở America rộng lớn này."

Chính phần sau Anh Phương nghe Anh Thơ kể lại sự thật nơi cô nàng Anh Thơ. Để rồi Anh Phương xúc động nhiều hơn viết thêm cho đầy đủ, tình tiết kỹ hơn. Đó chính là tác phẩm "Kể Chuyện Như Phim" mà chúng ta đang đọc hoàn hảo hơn. Với hai nhân vật chính. (Anh Thơ và Anh Phương!)

Xin trân trọng chân thành cám ơn các bạn theo dõi câu chuyện.

HDT. Viết ... 2016

ĐƯỜNG BAY MỘT TÌNH YÊU

Câu chuyện kể lại được hư cấu thêm bên văn chương. Một người mẹ tên là Dạ Thảo đã mất. Nàng để lại quyển hồi ký với người chồng Nguyễn Hoàng còn sống. Nàng để tâm sự cùng đứa con gái chung của hai người tên là Mỹ Ngọc. Và Mỹ Ngọc viết lại toàn bộ câu chuyện này.

Đường Bay Một Tình Yêu

CHƯƠNG 1

Số là Dạ Thảo có một tình yêu khi mới lớn khi cô sinh sống trên một làng quê đó. Người yêu cô vì gia đình ý thức hệ đã phải xa cô đi lấy vợ. Rồi cô cũng phải đi lấy chồng một người Hoa Kiều giàu có. Cô rời khỏi đất nước Việt Nam. Cô định cư tại Mỹ, không bao lâu người chồng trong chuyến du lịch lại chết đi bên tận Úc Châu. Cô giờ thì đã có gia sản nơi chồng để lại khá giàu. Cô không mua bán bất động sản, không mua bán nhà đất như chồng, mà cô chỉ mua bán Mỹ phẩm trên online lấy làm vui. Nhưng cô là người mê văn học, thi ca, điện ảnh, âm nhạc và ưa tìm hiểu bên ý thức hệ về chính trị.

Cô lại quen biết với nhiều hhhhhh nhà thơ, nhà văn của cộng sản VN hiện thời. Cô quen biết như một sự tìm hiểu về tình người và quan điểm của họ.

Rồi câu chuyện Đường Bay Một Tình Yêu được hình thành.

Số là bốn tuần nữa thì Dạ Thảo sẽ đón vợ chồng Diệu Hoa và Nguyễn Hoàng sang thăm con họ đi du học tại Mỹ và họ có hẹn đến thăm nhà Thảo. Bốn tháng bốn tuần rồi sẽ đến một ngày, bốn giờ, bốn phút, bốn giây v.v... Thời gian như thế thật lẹ.

Dạ Thảo đã đón họ, welcome họ thật là một điều ngoài ý tưởng của nàng. Thảo chào mời họ vì tình cảm con người, và cơ hội mình biết thêm về con người viết văn có đầy tính chất ý thức tuyên truyền này. Nghĩa là ý thức hệ, họ đối với Thảo thì như nước với lửa rồi, Thảo là người yêu chuộng tự do, không ưa ca tụng lãnh tụ, và tuyên truyền phóng loa để làm ra những huyền thoại giả tạo, và rồi gieo rắc những định ý sai lầm, hoặc đi xa trong ảo tưởng. Thảo chỉ yêu một nền tảng văn học nhân bản và có trái tim nhân hậu thật sự là đủ. Và nàng như còn chút ít mờ nhạt, hận mối tình đẹp của nàng bị ý thức hệ phá dỡ kia mà.

Thế rồi Diệu Hoa và Nguyễn Hoàng đến Mỹ thăm con và rồi đến nhà Thảo thăm người phụ nữ này.

Chiều đó mưa bay bay, họ không đi chơi ngồi nhà uống coffee nói chuyện thì ra Dạ Thảo lại hỏi hai người:

- Diệu Hoa và anh Hoàng có biết người tên Lê Nhật Hoàng làm thơ không. Anh ấy hình như ở SàiGon.

- Dạ biết chứ. Anh ấy cũng quen biết với chúng tôi. Diệu Hoa cười trả lời.

- Ô vậy sao? Nguyễn Hoàng cũng ngạc nhiên.

- Em thích thơ anh đó.

- Vậy à. Chồng Nguyễn Hoàng hỏi luôn.

- Khía cạnh em thích thơ anh đó không phải là tình yêu hiện giờ, mà là khác hơn nói về Đất Phương Nam. Nói về những con người Phương Nam tài hoa một thời.

- Ồ cậu đó cũng giỏi lắm về thơ ca văn lý, nhưng cậu ấy nói thật về lý lịch không tốt. Nên bao lần phấn đấu cũng bằng thừa. Cho một sự tiến thân khó khăn lắm.

- Ý anh nói sao em như không hiểu rõ. Em xin lỗi, xin phép được hỏi lại.

Diệu Hoa bảo:

- Anh trả lời cho Thảo đi. Em đi nhìn mưa bay ngoài khung cửa tý đi, ôi mưa đẹp quá nè. Nói rồi Diệu Hoa nhấp miếng coffee ly mình và bước đi.

- Xin lỗi Thảo vợ tôi thích nhìn mưa lắm, nhất là mưa ngâu. Ta cứ nói chuyện đi, tự nhiên thôi mà.

- Dạ. Ôi nhà văn tuyên truyền mà cũng giàu cảm xúc quá chứ?

- Vẫn là con người nhưng mà cô ấy mê mãng đề đó thôi.

- À không sao. Anh kể tiếp đi về Lê Nhật Hoàng em nghe.

- Ồ cha cậu đó là đi theo Cộng Sản Trốn Núi hồi đó gọi như vậy. Sau 1965 ông về chiêu hồi cho bên quốc gia. Và cậu đó được sinh ra sau này.

- Wow. Tự nhiên Dạ Thảo ngạc nhiên đến sửng sốt.

Nguyễn Hoàng tiếp tục tâm sự:

- Cậu vẫn chưa vợ suốt ngày viết lách làm việc đôn đáo. Song bầm dập cuộc đời.

- Tội nghiệp cho ảnh quá. Nhưng mà XHCN là vậy mà. Như em đây anh Nguyễn Hoàng biết không?

- Là sao em?

- Em cũng học 12 xong lớn lên em yêu một anh chàng tên Nguyên Đông từ hồi mới lên lớp 9. Mà rằng ba mẹ anh không chịu, anh Đông lúc đầu chống cự ba mẹ, nhưng sau cũng bị họ thuyết phục. Anh phải đi lấy vợ gia đình lý lịch tốt theo cách mạng đi ra tập kết ở Bắc về. Và rồi chúng em phải xa. Em vào Sài Gòn học may thì lại lấy chồng... Anh ấy chồng em là người gốc Hoa... Ôi chuyện em thì dài lắm.

Nguyễn Hoàng uống ngụm cà phê rồi kể:

- Anh cũng là người hồi đó còn bé theo cộng sản xúi giục, nhưng giờ nghĩ lạ nha, không ưa họ. Vì có nhiều lý do lắm.

- Bây giờ tư tưởng anh như thế nào nhỉ?

- Anh đã cho con qua Mỹ học là em biết rồi.

- Thiếu gì người cho con qua Mỹ học mà ý thức họ thì nằm bên kia khác, họ chống Mỹ. Họ hai lòng, khó biết lắm.

Diệu Hoa đứng nhìn nghe mưa, và nghe câu chuyện tiếng được tiếng mất của hai người. Nàng lẻn trốn ra đường đi trong mưa bay nhè nhẹ để ngắm cảnh bên ngoài và ra chợ Walmart một chút, vì nhà Dạ Thảo không xa nơi đó.

Hai người vẫn ngồi trên hai chiếc ghế quay người uyển chuyển được. Dạ Thảo thích kiểu ghế cao như vậy, nhìn giống trước quày bar đẹp, chứ không phải ngồi bàn nhỏ của nhà.

Họ để tiếp tục nói chuyện. Nguyễn Hoàng bảo:

- Nhưng cuộc sống cần tiền thì họ phải như thế em à. Em thử nghĩ lại như vậy có đúng không?

- Em nghĩ không nên như vậy nếu ý thức hệ mình theo ai thì mình nên phục tùng thôi. Một là mình trung thực với lương tâm. Hai là mình không nên nô lệ đồng tiền. Ba là mình nên xác định mình cho thiên hạ nhìn vào biết.

- Khó nói lắm. Thật sự mà nói anh thì rất muốn sống ở Mỹ, được vào Mỹ luôn. Nhưng vợ anh Diệu Hoa thì cứ lơ lơ lửng lửng. Đam mê nhiều cái không giống anh. Nhiều lúc anh cũng muốn đau đầu với cô ta luôn.

- Cô ta ý thức hệ bên nào? Em xin lỗi anh trả lời thật đi hình như cô đi ra ngoài rồi, mình nói lén một chút cũng không sao. Mà thôi để khi nào em hỏi cổ cũng được.

- Có gì đâu anh trả lời được mà. Cô xàng xê lắm anh không rõ dù là vợ. Muốn danh phận mình ở Vn. Mà lại bảo con sống ở Mỹ.

- Ồ thôi chuyện Diệu Hoa hôm nào em hỏi cổ. Em cũng biết cổ sơ sơ rồi. Tâm tánh người ở Mỹ thì hay thích trung thực và tự do anh biết nha? Em muốn hỏi về người con trai tên Lê Nhật Hoàng kia.

- Cậu đó đeo đuổi chánh sách. Mong họ vị tha cho cậu nhưng không đời nào có đâu. Ngay cái vô đảng cậu xin vô bao lần đâu có được chấp nhận? Vì họ khắt khe bám vào lý lịch cha cậu. Anh và cậu đó coi như đối nghịch ý thức. Anh hồi nhỏ mang AK xuống đường, giờ thì chán họ hơn cơm nếp nhão. Cậu ấy thì cha bỏ về bên quốc gia mà cậu lại ưa danh phận bên phe phía cộng sản, ngược lại vậy đó.

- Em thích Lê Nhật Hoàng. Nếu anh ta muốn danh phận phục tùng cho XHCN và vì muốn kiếm tiền từ họ. Thì em sẽ bảo lãnh anh ấy sang Mỹ anh ấy sẽ có một cuộc đời ung dung thoải mái, vui khỏe phóng khoáng hơn gấp trăm triệu lần.

- Để anh về cổ vũ cho cậu ấy. Nhưng em có thể liên lạc trao đổi cho vui vì thời đại internet mà.

- Nhưng cần anh phải mai dong thêm nha, ha.

- Chắc chắn rồi. À cuộc sống em thường làm gì Thảo?

- Em mua bán Mỹ Phẩm trên online thôi, rồi hay làm thơ viết truyện, coi phim ảnh. Thời gian đi lẹ lắm anh tính một ngày qua vội và một tháng qua nhanh đáng sợ luôn.

- Song chắc là em làm được nhiều việc tốt.

- Dạ đúng vậy.

Khoảng 20 phút sau Diệu Hoa quay lại bước vào nhà. Tay cô cầm một hộp dâu tây tươi và một hộp kẹo socola. Chủ yếu Diệu Hoa muốn dạo sơ chợ ở đây, và đi ngắm cảnh thôi.

Dạ Thảo liền hỏi:

- Trời ơi đi đâu vậy Diệu Hoa?

Diệu Hoa cười:

- Đi ngắm mưa bay nhẹ và dạo cảnh gần đây thế thôi.

- Nhà văn mát xít mà cũng cảm xúc quá ta ơi.

- Mình cũng phải học thôi mà.

- Cảm xúc thì tự trong máu có chứ học gì.

- Thứ gì cũng phải học chứ bạn Dạ Thảo.

- Thảo cho rằng nghề nghiệp thì học chứ cảm xúc không thể học được. Cảm xúc học là một thứ công thức giả tạo không thể có thật từ trong tâm hồn. Dạ Thảo nói và vẫn cười.

- Cả hai người đều có thể đúng và có thể sai phần nào. Vì sự trau dồi cũng khá cần thiết, nhưng không thể gọi cảm xúc là học em à. Thôi nhá cứ nói chuyện, thảo luận với Dạ Thảo vài điều cho vui đi Diệu Hoa. Anh đi edit lại những bô hình cho đẹp hơn nhé. Cái gì cũng cần thì giờ chỉnh đốn tý sẽ khác hơn, như ý hơn.

Nguyễn Hoàng nói rồi đi. Diệu Hoa đã ngồi vào cái ghế thứ ba nơi ấy. Là cái ghế nàng bỏ đi ngắm mưa, đi Walmart về ngồi lại, song mà chưa kịp nói với chồng điều chi. Cô cũng hiểu anh nhường phần cho mình và Dạ Thảo.

Dạ Thảo ngụm chút coffee hỏi Diệu Hoa:

- Cuộc sống ở Mỹ bạn đã nhận ra điều gì? Và sao ra chợ có thấy người Việt nào không nhà văn. Có miêu tả được gì chứ?

- Dạ Thảo hỏi đơn giản nhưng thiệt ra rộng lớn quá. Coi như nợ đi, khi nào Diệu Hoa trả lời. Còn bây giờ hỏi Thảo nè.

- Hỏi đi gì nào?

- Người đẹp như thế còn trẻ quá, để ở một mình không nên. Hồi nãy thấy hỏi Lê Nhật Hoàng, nếu kết không nhỉ? Anh ta cũng đẹp trai đó. Nếu thích mình xin làm cầu nối cho, ha ha.

Dạ Thảo mỉm cười chưa nói. Diệu Hoa bảo tiếp:

- Người từng viết văn phải là dạn dĩ rồi, vì không gan dạ không thể viết văn được, giới chấp nhận mọi khen chê mà. Sao mà nhát được phải không? Lại còn mua bán mỹ phẩm nữa, miệng lưỡi như xuất thần thôi mà.

- Không có đâu. Viết văn thì mình âm thầm tô điểm tác phẩm. Còn bán mỹ phẩm online mình chỉ làm cho vui.

- Ok mình hiểu, được rồi. Bây giờ muốn Dạ Thảo hát một bài ca nghe sướng hơn. Vì rằng trong mọi lĩnh vực tài nghệ hát hay và nhan sắc diễm lệ, là Diệu Hoa nhìn thấy gần nhất. Đúng không nào?

- Sai hết rồi, nhưng Dạ Thảo cũng thích hát thật. Vậy ta hát Karaoke nha, bài gì nhỉ?

- Chiều nay thấy trời mưa bay bay muốn Dạ Thảo hát bài "Tôi đưa em sang sông/ Chiều mưa rơi âm thầm/ Để thấm ướt chiếc áo xanh/ Và đẫm ước mái tóc em...

- Thế thì Diệu Hoa hát bài đó đi. Dạ Thảo chắc không thuộc bài hát đó.

- Diệu Hoa hát không hay. Muốn Dạ Thảo hát cho mình nghe tại nhà Dạ Thảo đi.

- Thôi thì Thảo hát bài ruột từ nhỏ nghe. Được không?

- Được. Mà bài gì Dạ Thảo?

- Bài Ngại Ngùng của nhạc sĩ Quốc Dũng.

- Vẫn OK thôi.

Hai người đã tự động rời ghế cao, ghế xoay trục xoay người vẻ lãng mạn như quày bar nơi uống coffee, họ nhanh nhẹn chuyển lại ngồi vào ghế mềm sofa. Dàn Karaoke cũng gần nơi góc đó thôi mà.

Và Dạ Thảo cầm micaro có sẵn trên chiếc bàn nhỏ kia nàng bật tivi lên, cô say sưa tìm đến bài hát đó để hát. Dù là thuộc nhưng nàng cũng thích nhìn lời ca như một thói quen rồi. Còn không thuộc thì Dạ Thảo ít có can đảm hát hơn. Xin trích lời bài ca hay:

Em đã biết cong môi từ chối những điều anh muốn nói.

Em đã biết xa lâu thì nhớ, lần lựa chi mắc cỡ.

Ôi nụ cười mắt liếc chua ngoa.

Ta về nơi ấy buồn ba bốn ngày. Buồn ba bốn ngày.

Em đã biết phố đông nhiều ngõ, đường yêu đương trắc trở. Ai lắc léo chi từng câu nói, cho ngày sau nên nỗi.

Để bây giờ chim cá bặt tăm.

Ta về bên ấy buồn năm sáu ngày. Buồn năm sáu ngày.

Xưa đội nắng chung đường lá đổ, tim trai tơ nín thở.

Biết bao giờ gặp lại em yêu, lòng bất chợt buồn thiu.

Chuyện tưởng đã nhiều năm xa lắc, bỗng tràn đầy trong mắt. Xào xạc đưa chiếc lá bay xa, ngồi mà nhớ người ta. Ngồi mà nhớ người ta... Anh đã biết yêu đương từ đó, mà ngại không dám nói.

Để bây giờ chim cá bặt tăm. Ta về bên ấy buồn xong vẫn buồn. Buồn xong vẫn buồn.

Sau đó Dạ Thảo hát luôn bài Những Đồi Hoa Sim là bài ruột của nàng luôn. (Cần nói thêm đó là hai bài ca ruột nàng thường hát cho người yêu đầu đời nghe theo yêu cầu của chàng thuở nọ.)

Diệu Hoa nằm kê gối nghe, và đã ngủ trên ghế sofa. Chỉ còn một mình. Dạ Thảo say máu hát tiếp bài Hoa Trinh Nữ.

Nàng như vậy hát xong ba bài ca ruột của mình. Nàng cứ để bạn tự nhiên ngon giấc. Diệu Hoa cứ nằm nơi đó phòng khách- living rom, như nghe nàng ca trong cơn mộng mị. Còn Nguyễn Hoàng thì kiểm tra các mẫu hình chụp xong, chàng cũng đã đi vào giấc ngủ ngon trong phòng nơi lầu cao, chàng đến nghỉ tạm nơi đây, của một chiều mưa bay bay bên ngoài vừa dứt hẳn. Phần mình Dạ Thảo đi tìm những tác phẩm, cô dò đọc lại những trang văn chương mình đã viết, đã ghi...

CHƯƠNG 2

Lá thư Nguyễn Hoàng gởi Dạ Thảo.

Anh và Diệu Hoa về Sài Gòn rất là nhớ em. Nhất là anh. Thời gian anh qua xứ sở cờ hoa này, anh học hỏi thêm nhiều điều nơi đất lạ đó. Hai con anh đã lớn và trưởng thành trên đất này, công ăn chuyện làm cũng như tư tưởng nó đã ổn định. Anh cũng đã an vui không cần đầu tư cho nó thứ gì nữa. Anh rảnh rỗi để đọc những trang văn em viết. Em viết tiểu thuyết chuyện tình thật hay nhé. Anh Hoàng không thể tưởng nổi bộ óc và trái tim em. Câu chuyện hình thành, bố cục tình tiết, nội dung phân đoạn, kết cấu lạ lẫm, cứ làm anh tưởng em đang viết lại ngôn ngữ của một bộ phim nào đó thật tuyệt vời. Nhưng không, chính em là chủ của tác phẩm chứ không có bộ phim nào trước đó. Anh Hoàng phục đầu óc em thông minh trữ tình, và lãng mạn lắm. Anh có thể ngồi hằng giờ đọc coi tác phẩm em mà không biết ngán. Mỗi tác phẩm là một khám phá mới về tình yêu trong xã hội nơi em biết cấu trúc dàn dựng khác hơn. Nhưng em vẫn chính là em là người phụ nữ mang nhiều mỹ cảm cho nghệ thuật văn chương nói chung và góc độ điện ảnh nói riêng, thêm vào đó làm nên âm nhạc trong tác phẩm hữu lý, đậm đà và đặc sắc lắm.

Dạ Thảo mến thương. Cho anh được kêu như vậy. Diệu Hoa cả một đời viết văn trên 20 năm, nhưng anh chưa có sự đồng cảm nào được, chưa thấy niềm mỹ cảm văn học, như dù một trang văn ngắn gọn nơi em, mà anh bỏ thời gian thưởng thức đáng giá quá.

Anh nói như thế không phải là anh chê Diệu Hoa không có tài năng văn chương. Nhưng anh cũng thấy tội nghiệp cho cô ta, vì cô ta không chịu mở mang tầm duy tư khác hơn, chân lý hơn, sâu sắc hơn. Thôi anh nói chuyện này sẽ mất hay. Khi em nghĩ là anh so sánh để mà nịnh em, nhưng thật tình anh có cảm nhận duy tư, là chất tố cần có để phân tích, của một nhà đạo diễn em à.

Dạ Thảo mến thương. Anh nghĩ là anh sẽ qua Mỹ sống. Ở xứ Việt một nền điện ảnh đang giãy chết và anh không còn yêu vai trò đó. Thà anh qua Mỹ sống cuộc đời cần lao chẳng hạn như chạy Uber vẫn hơn sống trong nô lệ nhiều thứ. Nếu Diệu Hoa không đi anh vẫn phải đi. Vì mỗi con người là một cá thể phải có nhu cầu riêng.

Vài lời cho em biết tin khi anh về lại đất Việt và nơi thành phố Sài Gòn em nhé.

Chúc em giữ mãi xinh đẹp, tâm hồn cao thượng và viết ra nhiều tác phẩm hay hơn nữa nhé.

Anh của em Nguyễn Hoàng.

T/B. Còn về Lê Nhật Hoàng nhà thơ nhà văn kia, anh có đưa thư và nói cảm tình em dành cho nó, nhưng cậu cười cười, vẻ không thích qua Mỹ lắm. Vì khó nói lắm em, vì sự chọn lựa cá nhân không phải ai cũng giống nhau hết được. Em có thể viết thư, gọi điện, hoặc message, hay FaceTime với anh ta để rõ hơn thái độ và tư tưởng Lê Nhật Hoàng em nhé.

Vậy nha em Dạ Thảo. Anh Ng Hoàng.

Viết lá thư đến bưu điện gởi cho Dạ Thảo xong, vì Nguyễn Hoàng cũng muốn một lá thư làm kỷ niệm sâu sắc hơn là tin nhắn message vài dòng, hoặc FaceTime vài phút, điều này có khi khó gặp nhau nữa, và khoảng thời gian đôi lúc ai đó bận rộn một người rảnh thì người kia chưa chắc rảnh. Còn thư thì hôm nay ai không coi mai mốt coi cũng OK thôi.

Chỉ khoảng một tuần sau tiếp theo nữa, Nguyễn Hoàng lại gặp Lê Nhật Hoàng tại hội nhà văn, Nguyễn Hoàng sốt sắng bảo:

- Sao thế nào có chuyển đổi tư tưởng gì không? Cô ta là một phụ nữa trẻ góa chồng lâu, lại xinh đẹp giàu có nữa. Quả là anh phước phần lắm. Tôi có muốn cũng không được.

Lê Nhật Hoàng cười cười đáp:

- Em không thích qua Mỹ. Em tiếng Mỹ không rành. Vả lại cô ta nói chứ có yêu mình thật không nữa. Em ở đây làm cu li ăn đồng lương mình thì hay hơn. Và từ từ em tiến thân.

- Em lo chi xa vậy? Ở Mỹ đâu phải người nào cũng rành giỏi tiếng họ hết. Thì có gì mình học từ từ thôi. Và cô ta mở lòng thì tất nhiên không hẹp lượng cho em đâu. Hơn nữa trường hợp em nên đi, vì em đâu có vợ con gì dính líu để bận bịu.

- Dạ chắc em không đi đâu.

- Hay có nàng thơ nào ở đây nên không đành rời VN.

- Đâu có vậy anh.

- Em thì đẹp trai đó, có nàng nào xỏ mũi chưa cho anh hay với.

- Ha ha không có đâu. Em thích độc thân đã, mưu cầu sự nghiệp trước. Quen là chỉ quen cho vui thôi các em thôi mà.

- Em đừng đặt nặng sự nghiệp lắm. Khi nó đến là tự nhiên nó đến thôi. Mình mơ chưa chắc được, ước vọng chưa chắc thành. Anh nghĩ em nên sáng suốt nhìn lại toàn cuộc hơn. Anh muốn ra nước Mỹ nhưng điều kiện anh chưa cho phép.

Một đoạn thì Diệu Hoa đi tới chào:

- Ồ chào… Chào người hào hoa và may mắn nha. Từ bên Mỹ quốc mà người ta mê cái tướng đẹp trai và viết văn làn nhàn như cậu đó.

Nguyễn Hoàng chêm vào:

- Chắc nhờ vào đẹp trai độc thân thôi. Văn chương thì không theo cô đó nổi đâu.

- Dạ bộ anh không muốn ở lại Vn cùng chị Diệu Hoa sao?

- Không Diệu Hoa muốn ở thì cô cứ ở phụng sự, còn anh thì suy nghĩ khác hơn rồi.

- Chính anh muốn xuống đường cho họ hôm nay, khi anh còn là cậu bé mà Nguyễn Hoàng?

- Nhưng anh hối cải và không thích nữa khi tai mình nghe mắt mình thấy quá nhiều sự việc. Và chính anh họ cũng đã phế truất thẩm quyền nhiều vai trò. Xã hội đảo lộn, có nhiều phe phía tranh giành hơn thua anh chán lắm.

Diệu Hoa lườm chồng cô không nói.

Lê Nhật Hoàng nhìn Nguyễn Hoàng cười tươi:

- Anh cũng đẹp trai quá mà có thua ai đâu.

- Nhưng tất cả là duyên phận, hơn nữa anh có vợ nên Dạ Thảo không thèm nghía đâu.

- Có phải thật vậy không chị Diệu Hoa.

- Thôi hai anh em nói chuyện riết hồi coi như khùng luôn. Có gì nói nữa không, hay ta đi coffee cho nó vui hơn.

- Em bận chút hai anh chị cứ đi đi.

- Chị mời em để thuyết phục em cho nó đàng hoàng hơn thôi, ủng hộ Dạ Thảo thôi. Còn chị và anh cần gì ngồi coffee nữa.

- Đó em thấy không? Diệu Hoa chê anh không cùng tần số rồi đó.

- Chị ga lăng em thôi. Lúc nào cũng theo anh như sam mà làm bộ.

- Vậy là em lầm rồi. Diệu Hoa đang phụng sự lý tưởng chứ coi anh thường lắm cơ. Bảo anh đi Mỹ được cô cũng chấp nhận mà. Cô còn hoan hô nữa nghen.

- Thiệt không chị Diệu Hoa?

- Thiệt mà. Diệu Hoa mỉm cười, lắc đầu vui vẻ đáp.

Sau đoạn thì Nguyễn Hoàng lái xe đưa vợ về nhà vì anh cần gặp một người nơi đây cũng đã xong. Còn Lê Nhật Hoàng muốn ở lại hội tìm kiếm ông thư ký hội, để anh có chuyện chi thêm.

CHƯƠNG 3

Một tháng sau đó Lá thư Diệu Hoa viết cho nàng.

Đã hơn bốn tháng mình về lại Sài Gòn, nhưng mà chưa viết thư cho Thảo. Vì lo việc bận bịu quá Dạ Thảo à. Nhưng tin chắc anh Hoàng viết thư cho Dạ Thảo rồi.

Dạ Thảo mến! Đến đất Mỹ chỉ ghé thăm Dạ Thảo có bốn ngày thôi, nhưng Diệu Hoa rất lấy làm sung sướng và hạnh phúc lắm. Vì Dạ Thảo đã đưa đi thăm những nơi nổi tiếng của vùng đất Dạ Thảo ở; Như Stone Mountain Park, khung cảnh của nhà văn Margaret Mitchell, thăm nhà hoạt động dân chủ của Mục sư Martin Luther King. Nơi lưu niệm nhiều hình ảnh của vị Tổng Thống Jimmy Carter v.v...

Và đặc biệt tại ngôi nhà Dạ Thảo ấm áp tình người. Nơi không bị ràng buộc một cái gì, rất là tự do thoải mái, những khi ăn, khi uống, khi ca hát như người nhà.

Dạ Thảo là người phụ nữ trẻ giàu có, tôi biết chắc là như vậy, nhưng bản tính giản dị chân thành và chỉ mang những ước mơ rộng lớn cho xã hội đó là một nhà văn viết hay, xuất sắc mà thôi. Điều này tôi đã biết từ khi quen nhau trên facebook chứ không phải qua gặp Thảo tôi mới có thể nói lên điều đó. Tôi tin Thảo có đủ năng lực mà vì rằng Thảo sống và dành thời gian cho nó hơn những gì, hoặc ai ai. Thảo sẽ là một ngôi sao tâm hồn và là một ngôi sao viết văn tuyệt vời.

Dạ Thảo mến thương. Hai con mình đã chọn sống ở Mỹ, anh Nguyễn Hoàng cũng mong được ở bên đó, nhưng mình thì hình như chọn ở VN. Vì con mình về VN là thua kém hơn. Nhưng mình chọn ở VN thì vẫn thoải mái và danh phận có hơn. Tiền bạc mình kiếm từ các sự kiện cũng dễ dàng, và tiếng nói mình có giá trị, chỉ riêng anh Nguyễn Hoàng thì không thích họ, và anh chán họ, đôi lúc anh chán luôn cả mình, nhưng mình biết làm sao chọn lựa hơn. Vì muốn tiền là phải làm theo họ, vì muốn tiền là phải nhắm mắt phóng loa, muốn tiền thì phải viết văn rao giảng tuyên truyền, với những điều sai trái và cũ rích đó. Xin nhà văn Dạ Thảo hãy lượng tình bạn bè và tha thứ cho mình.

Thảo mến thương! Anh Nguyễn Hoàng về Sài gòn nhắc đến tên Thảo hoài. Và không ngớt đọc văn Thảo khen ngợi Thảo. Thú thật ảnh còn muốn qua Mỹ sống thích hơn. Nếu có thể cuộc sống Thảo thoải mái và nhà rộng lớn quá. Thảo có thể cho anh Hoàng share ở một phòng rồi anh em luận bàn văn chương cũng hay đó. Anh Hoàng nói qua Mỹ nhưng ảnh không thích ở bên con cái. Chỉ lâu lâu đi thăm chúng mà thôi. Xin lỗi Thảo về điều này, Diệu Hoa đã bức xúc nói thật trong cánh thư này. Có gì không đồng ý. Xin Thảo lượng thứ bỏ qua cho nha.

Còn chuyện Lê Nhật Hoàng mình cũng có đôi, ba lần

gặp gỡ nói chuyện nhưng anh ta không chú tâm lắm, có thể mặc cảm là mình nghèo hơn, hay kém tài hơn, hay là lý do nào nữa, Nhật Hoàng chưa trả lời cho bọn này rõ. Hoặc là chỉ để tình yêu hai người, hai con tim đủ biết, đủ hay cho nhau mà thôi, bọn này cũng không thể xác nhận được đâu nhé. Chúc bạn vui, cứ mạnh dạn nói thật những gì cần muốn nói cho cuộc sống trở nên dễ dàng dịu ngọt hơn. Nghĩa là bạn có thể phá bỏ những nghi ngờ, nếu thiếu thông tin chính xác nhé.

Bạn của Dạ Thảo, Diệu Hoa.

Sau ba ngày nhận được thư của bạn Diệu Hoa. Dạ Thảo đọc xong suy nghĩ trăn trở, nàng không để bạn đợi lâu hơn Nàng liền châm thơ hồi âm.

Lá Thư Thảo gởi về Diệu Hoa

Diệu Hoa mến. Cám ơn Diệu Hoa đã gởi thư cho mình. Tuy rằng bạn cũng tất bật công việc để kiếm tiền nơi ấy dẫu đối với bạn cũng dễ, nhưng không phải tự dưng mà họ chi tiền cho bạn, mình hiểu điều đó. Còn về chuyện Lê Nhật Hoàng, Dạ Thảo có gởi thư như Diệu Hoa biết đấy, và một đôi lần nói chuyện với anh ta. Song chẳng đi vào đâu với con người Lê Nhật Hoàng này.

Diệu Hoa mến. Với Dạ Thảo từng có một người yêu, hai người đã từng yêu nhau như sóng với biển, đẹp như trăng với hoa, và nguyện cầu sống chết bên nhau mà vẫn phải xa, thì trên đời này Dạ Thảo cũng khó mà còn quý báu tình yêu lắm. Hơn nữa Nhật Hoàng đã chọn cách đó thì mình hết ham rồi. Thiệt ra Dạ Thảo yêu thích Nhật Hoàng vì biết anh ta bị rẻ rúng, khinh khi bởi lý lịch giống như mình, vai trò người cha trong ý thức hệ, nhưng anh ta không cùng quan điểm như mình. Không có cách nhìn như mình. Thôi thì coi như chuyện mình và ảnh không có duyên phận.

Diệu Hoa mến. Còn những điều Diệu Hoa khen tặng và anh Nguyễn Hoàng khen ngợi thì Dạ Thảo vẫn vui mừng, mà rằng Thảo nghĩ mình còn kém xa lắm. Nhất định phải trau dồi hơn.

À Diệu Hoa còn chuyện anh Nguyễn Hoàng thích vào

sống ở Mỹ. Và muốn cư ngụ nơi nhà mình thì Dạ Thảo chắc còn do dự lắm. Nếu có gì nên chờ đợi thời gian một chút nhé, nghĩa là vài, ba tháng. Để mình suy nghĩ chín chắn sẽ trả lời cho hai bạn hay nhé.

Bạn của Diệu Hoa và Nguyễn Hoàng.

Dạ Thảo.

CHƯƠNG 4

Sau khi nhận được lá thư của Diệu Hoa làm nền móng. Và cũng hàng chục lần gọi điện nói chuyện cả Diệu Hoa và cả Nguyễn Hoàng thì Dạ Thảo mới chấp nhận. Nàng cũng báo với người con trai Bách Điền ở Hong Kong. Và người con trai đã lên 15 tuổi đó đã trả lời qua phone:

- Mẹ có khả năng cứ tự ý quyết đi. Con nghĩ có thể cũng tốt cho mẹ khi bầu bạn. Như mẹ nói chú đó là một nhà từng làm đạo diễn thì cũng là hạng có tri thức rồi. Mẹ giúp một người tốt, thì cũng nên lắm chứ. Còn mọi quan hệ có gì khác thì mẹ cũng từ tâm hồn quyết định thôi.

- Còn con trai mẹ có nghĩ về Mỹ không? Con có bạn gái chưa? Dạ Thảo hỏi con trai.

- Con đấy à? Bách Điền cười rồi nói tiếp:

- Con cũng đang bầu bạn cho vui thôi. Con đang học, con nghĩ là con lập gia đình ít nhất cũng 10 năm nữa. Ở Hong Kong hay Đài Loan. Japan Nhật gì cũng tốt như Hoa Kỳ mà mẹ. Nhưng mà con muốn gần nội ở Hong Kong chắc vậy.

- Nhưng con phải về thăm má chứ.

- Thì con mới về cách đây ba tháng bộ má quên rồi sao?

- Con về không đầy một tuần lại đi. Má quên là phải rồi.

- Má viết văn, nhà văn sao má mau quên vậy ta?

- Đùa với con thôi, sao mà quên được.

- Nhưng má à con muốn nói...

- Gì nữa Bách Điền con trai đừng nhõng nhẽo nghen?

- Ồ biết đâu ngày đúng tuổi con sẽ đi lính. Con thích đi lính. Con sẽ góp công để bảo vệ hòn đảo của xứ dân chủ và tự do này.

- Con làm như con giỏi lắm sao?

- Con và tất cả những người trai tráng cộng lại sẽ làm nên chứ má, chúng con sẽ giữ vững nền độc lập cho Đài Loan thân thương.

- Con trai của má còn trẻ con, mà hiểu biết lắm rồi đó, Nhưng thôi má không thích con đi vào quân đội đâu.

- Mặc đồ quân phục đẹp và oai phong mà má, con mê lắm.

- Má chỉ có mỗi mình con nha. Má chỉ thích con đi theo ý tưởng ông bà nội thầm mong.

- Con hiểu chứ. Nhưng con muốn nói lên một khát vọng thôi má ơi.

- Được rồi. Ồ còn ông bà nội khỏe hết chứ. Cho má có lời hỏi thăm.

- Chuyện đó thì con luôn luôn nói rồi.

- Vậy là má nhắc lại con vui vẻ đồng ý cho người đàn ông bạn bình thường của má, đến share ở trong ngôi nhà mình nha.

- Con đã nói chịu 100% mà. Biết đâu sau này là ba sau của con thì sao. Ha ha.

- Bậy quá nè. Con trai má đừng nói như thế.

- Con giỡn với má thôi. Con đang đói bụng đi lục cơm đây.

- Bye con, hôn con trai Bách Điền.

- Thank má yêu.

Con trai đã cắt phone. Dạ Thảo đang thẩn thờ những điều con trai nói giỡn vui với nàng.

CHƯƠNG 5

Mới đó mà thấm thoát trên 2 năm Nguyễn Hoàng đến Mỹ rồi. Chàng phải nói cám ơn thượng đế đã cho chàng đến với miền đất hứa. Và cám ơn Dạ Thảo - Người phụ nữ trẻ có cái tên giống tâm hồn nàng rất là nhiều... Dạ Thảo đã cho anh cư ngụ nơi nhà nàng. Nhà nàng rộng lớn, thoáng và nhiều phòng ốc, cách trang trí đẹp cả bên trong và bên ngoài, cây xanh hoa lá nhìn ôn hòa và dịu dàng. Tuy nhiên đây là căn nhà thứ ba của nàng khi đến xứ sở cờ hoa này. Ngôi nhà thứ nhất, là nàng sống cùng với Chấn Kiệt khi anh mất đi. Dạ Thảo buồn bã sang bán. Nhưng nàng cũng đã ở đó trên năm năm sau, khi Chấn Kiệt rời xa sự sống, một cách oan uổng. Ngôi thứ hai con trai nàng đồng ý thích mua vì có hồ bơi đẹp, diện tích còn rộng rãi vô cùng, có cả luôn máy bay cá nhân đậu được. Song nàng đâu cần những điều ấy. Vả lại chỉ một năm, nàng nghe người ta nói có người vợ trẻ sống nơi đó tự vẫn, nàng sợ bởi ám ảnh lại kêu con trai Bách Điền đồng thuận bán đi. Ngôi nhà thứ ba này là nàng trụ cũng hơn 4 năm rồi. Nguyễn Hoàng đã nghe Dạ Thảo kể lại như vậy.

Dạ Thảo coi Nguyễn Hoàng như một người bạn không hơn không kém. Nàng chỉ giúp anh nơi ăn chốn ở như một việc làm lương thiện của nàng. Nguyễn Hoàng cũng khó mà định nghĩa người phụ nữ trẻ đẹp này. Nàng không phải là một phụ nữ sống khép kín. Nàng vẫn vui vẻ giao du, đi du lịch thường. Nàng qua con trai bên Hong Kong, và cha mẹ chồng bên đó. Đi thăm Đài Loan. Đi Châu Âu. Đi Thái Lan, Singapore, Mã Lai, Về VN. Song hai năm rồi nàng ít về VN. Từ khi Lê Nhật Hoàng không thấu đạt được tình yêu nàng dành cho chàng như một định mệnh đó. Nàng cũng đã quên chàng nhanh, vì rằng nàng đã từng có một tình yêu say đắm, họ cùng thề non hẹn biển, rồi cũng quên mình vì ý thức hệ. Thì có gì để Dạ Thảo lưu luyến của mối tình này chứ, thật sự nàng đem lòng thương hại, và chàng Lê Nhật Hoàng có một chút điển trai mà thôi. Thế mà chàng đã không biết trái tim nàng vì chàng nhiều… Tình yêu thường đem đến tàn khốc và nghịch chiều. Nên Dạ Thảo đành lãng quên mau. Và nàng cũng không cần về VN, để tương hội cùng chàng cho tốn thời gian vô ích. Cố nhiên nàng còn nhiều chuyện để làm khác hơn.

Dạ Thảo cũng thường kể cho Nguyễn Hoàng nghe.

Ở nơi này Nguyễn Hoàng đã làm nghề chạy Uber chàng kiếm cũng khá tiền. Rảnh rang không chạy xe ở nhà chàng đọc sách nàng viết, chàng coi lại cho kỹ hơn, để thấm đậm phong cách nàng viết hơn. Thỉnh thoảng nàng đưa chàng đến các tụ điểm ca hát nhảy đầm của người Việt, người Đài Loan, người Singapore hoặc đi chạy bộ, đi bơi lội trong các cơ sở tập thể dục thể thao của xứ Mỹ v.v... Nhưng tuyệt đối nàng không rung động nơi tình yêu ở chàng Nguyễn Hoàng. Tuy nhiên nàng có rủ chàng đi Hong Kong hay về Đài Loan thăm con trai nàng đang có công ty hùn vốn ở đó. (Do ông bà nội thích Bách Điền đứng tên hùn vốn cổ phần ở đó thôi.) Có một lần nàng bảo Nguyễn Hoàng:

- Em nhìn anh giống giống Tưởng Giới Thạch ghê nơi. Lúc ông ta còn trẻ khoảng 45- 50 tuổi.

- Em biết nhiều về lịch sử Trung Hoa quá chứ nha?

- Tất nhiên rồi. Em là vua mê sách. Sách bốn phương thế giới về lịch sử và văn học. Nhưng em thích nhất là khám phá lịch sử văn học của Hoa Lục. Dĩ nhiên Vn mình là em đã thấm nhuần tất cả.

- Thế em có thích về Tưởng Giới Thạch không?

- Cố nhiên là em thích và ngưỡng mộ ông ấy.

- Hình như ông ấy cũng nhiều vợ mà em.

- Có lẽ như vậy. Nhưng ông ta đối với em là một người phong độ và anh hùng.

- Anh ước gì anh giống ông ấy một chút. Anh cũng ngưỡng mộ ông ấy lắm chứ. Nguyễn Hoàng nói và mở hình Tưởng Giới Thạch trên iPhone theo Google mà nhìn, mà truy.

- Giống lắm anh à. Buổi đầu gặp anh em ngờ ngợ nhưng sau đó em tìm ra trong não em, anh giống ông ấy thật nhiều. Em đã từng qua Đài Loan về Đài Bắc và đến nơi Đài tưởng niệm của ngài. Và biết đâu anh có bà con mấy đời gì không? Hihi.

- Không có đâu. Anh là người Việt hoàn toàn mà.

- Người Hoa qua đất Việt mình sinh sống mấy đời thì cũng có thể mất gốc rồi anh.

- Em nhiễm và trân trọng người Trung Hoa Dân Quốc nhiều quá. Anh nghĩ em là người vợ đáng quý của Chấn Kiệt.

- Em dầu sao, em vẫn có con với anh ấy. Và anh ấy đã cho em cảm nhận đầu tiên khi trở thành vợ. Song tất cả là do, tâm hồn em nhìn thấy những sự thật thôi.

- Cám ơn em, anh hân hạnh lắm được giống một vị thiên cổ anh hùng.

- Chính xác giống ghê luôn. Dạ Thảo kết luận.

Và những lần sau đó họ thích bàn luận về Võ Tắc Thiên, Từ Hi Thái Hậu đến vua Càng Long, và đến Mao Trạch Đông gần nhất. Còn nữa họ không dám bàn.

Đến một khi Nguyễn Hoàng vẫn nhận định:

- Anh nghĩ là chồng em người Hoa nên em thích nghiên cứu hiểu biết về họ.

- Không phải vậy đâu. Vì lịch sử họ hay, nhiều điều éo le vẻ lạ kỳ. Nhân vật họ dù chính nghĩa hay phi nghĩa, có đạo đức hoặc không đạo đức, diện mạo cũng mang nhiều dấu ấn sắc sảo, nên em coi để giải trí thôi mà.

- Wow. Nhưng cũng học hỏi được nhiều thứ chứ em.

- Chắc là như vậy rồi, em đồng ý quan điểm anh mới nói, mới đưa ra.

- Vậy em thử nhận định một góc về chủ nghĩa cộng sản và chủ nghĩa tư bản anh nghe thử coi Dạ Thảo nè.

- Thôi cái này đụng chạm lắm, em để trong lòng em thì hay hơn.

- Em ngại chi anh đến và muốn sống trên đất nước xứ cờ hoa này là em biết rồi.

- Ồ anh đã ở xứ cờ hoa này, thì em và anh luận bàn về xứ cờ hoa này một chút nó sẽ hay hơn. Những chương trình quốc tế hay thế giới mình tạm gát qua một bên nhé. Anh trả lời cho câu hỏi em đi Nguyễn Hoàng.

- Với anh đấy à? Anh thì thấy nó khỏe con người không bị ràng buộc đầu độc tinh thần chi cả khi ở xứ cờ hoa. Tự do thoải mái con người sống có ganh đua nhưng không ganh tị nhỏ nhen, có ấu đã gì cũng có luập pháp chân chính can thiệp. Nhưng có lẽ góc nhìn anh chưa đủ, chưa hoàn hảo như em, phải không em.

- Nói về nước Mỹ những điều hay và dở của nước này

thì chúng ta tựa như viết một quyển sách không thể mỏng, hoặc không bao giờ mỏng. Nhưng chúng ta có thể hình dung rằng cuộc sống con người được bình đẳng hơn. Chính phủ họ nâng đỡ cho tuổi trẻ nhiều hơn. Em tỉ dụ như một mẹ già nghèo khó đủ ăn, hoặc nghèo ăn trợ cấp food stamp vẫn có thể nuôi con ăn học thành: bác sĩ, kỷ sư, nha sĩ, dược sĩ, luật sư hay trưởng cảnh sát, nghị viên thành phố hay có tên nghị viên trong quốc hội chính phủ, là điều hết sức bình thường trong đất nước này.

- Ý em muốn nói có thể tổng thống luôn phải không? Nguyễn Hoàng chen vô nói và cười.

- Đúng vậy nàng trả lời, và tiếp tục đưa ra dòng suy tưởng:

- Mọi thứ đất nước này được tự do và phát huy tư tưởng cá nhân. Ở Mỹ, họ chú trọng dạy cách viết, bố cục một bài văn (cả nói và viết) và thực tế hơn là phân tích bình luận tác phẩm sâu xa chưa cần. Trẻ em được rèn cách tư duy tự do, phản biện độc lập từ bé mà ta quen gọi là academic freedom. Ví dụ sau đây là đề văn lớp Ba ở Mỹ: "Con thích viết bằng bút chì hay bút mực? Tại sao con lại thích loại bút đó?"

- Wow em nói hay, có lý và thực tế duy tư cá nhân lắm.

- Còn nữa. Đây là đề văn lớp 12 ở Mỹ: "Theo em, nước Mỹ có nên dựng bức tường ngăn dòng người nhập cư từ Mexico như lời đề nghị của ông Tổng Thống Trump không? Tại sao?" Và nếu như không được cũng tại sao? Ý em phản biện. Hoặc: "Nếu có thẩm quyền làm gì đó tốt cho người Da Đỏ, em sẽ đưa ra chính sách gì? Tại sao? Họ không có quyền áp đặc cho mình cái nào là đúng, nơi đâu là sai. Vì mỗi cách nhìn của con người khác nhau, và cần sự tự do cho đầu óc có quyền duy tư độc lập, nhận định nhiều cách trong suy luận. Còn nói chung, nhìn chung đi đánh giá tác phẩm, ở Mỹ và Tây Âu, người ta không chú trọng phân tích tác phẩm văn học đúng sai, hoặc đề tài, mà chỉ chú trọng cách hành văn, bố cục, cách duy tư tình tiết, cùng thể loại của nó.

- Wow, em lý luận sắc sảo quá ta.

- Dạ Thảo có thể đưa ra cụ thể hơn nữa nè: Ví dụ hai tổng thống tranh cử. Họ có thể nói lên chính sách họ khác nhau không phải họ sai. Mình thích người nào với vai trò chính sách đó mình có quyền lựa chọn. Tổng thống vẫn không thể áp đặc cho người dân. Họ ra lãnh đạo thì họ nghiêng về cái ban đầu họ tuyên bố. Chứ không có nghĩa là ca ngợi lãnh tụ ngàn năm điểm sao, như Vn hiện giờ đâu. Vì con người mà ai cũng có cái hay và cái nhược, cái đúng và cái sai chút đỉnh. Đó là con người tất phải có. Làm sao để mà ca ngợi suông, đánh bóng tuyên truyền mãi cho được? Còn mỗi cá nhân thì có quyền yêu thích ai là chuyện riêng của họ. Nếu những Tổng Thống nổi bật hơn thành tích hơn thì được ca ngợi hơn tý thôi, nhưng họ cũng xét rà lại làm gì lợi ích cho dân, cho nước bao nhiêu phần trăm chẳng hạn. Chứ không có chủ đích rao giảng ca ngợi tuyên truyền độc tôn.

- Wow anh thật ngạc nhiên. Anh không ngờ em là người viết tiểu thuyết tình yêu, tình cảm hay, lại có thể viết những trang chính luận không thua ai. Dẫu biết rằng anh em ta đàm luận cho vui một góc nhìn thôi mà.

- Đúng vậy anh em ta chỉ đàm luận một góc nhìn nhỏ thôi anh Hoàng.

CHƯƠNG 6

Một ngày đẹp trời mùa thu năm ấy. Nguyễn Hoàng đọc xong tác phẩm Tiếng Còi Năm Xưa anh bỗng nhiên thấy thích nhân vật cậu bé, và Nguyễn Hoàng nhìn ra ngoài trời qua khung cửa sổ, lá vàng như sắp xuất hiện, lòng anh cũng xuyến xao nôn nao một cái gì. Anh vội đi lấy đồ đạc đi tắm sáng như thường ngày cho thân thể khỏe hơn.

Dưới phòng khách living room. Dạ Thảo đang buông lời ca, Karaoke như một ca sĩ. Nàng đang dợt bài hát say sưa Nếu Chúng Mình Cách Trở (Xin ghi lời bài hát vào đây:)

Nếu lỡ chúng mình hai đứa xa nhau/ Nhìn mưa trên phố anh có thương sầu. Có nghe cay mắt chiều mưa đổ/

Có nghe lòng xót xa đau/ Hay anh vội quên ngày đó/ Nếu lỡ chúng mình hai đứa chia phôi/ Đời em con gái đã lỡ yêu rồi/ Vắng anh em biết còn ai nữa/ Những khi hờn dỗi xa xôi/ Còn ai đưa đón trong đời/ Vẫn biết yêu em yêu nhiều lắm/ Nhưng tình ta mãi còn trái ngang/ Anh ơi đừng nói làm em sợ/ Và rủi mình cách trở/Em để tang anh suốt đời/ Nếu lỡ chúng mình hai đứa hai nơi/ Làm sao ta sống khi mất nhau rồi/ Vắng anh đôi phút là nhung nhớ/ Chỉ yêu và biết anh thôi/ Thề yêu anh yêu mãi muôn đời...

Nàng lại say sưa bỏ hồn trong bài ca thứ hai. Ai Cho Tôi Tình Yêu. (Cũng xin ghi lời bài ca hay vào đây:)

Ai cho tôi tình yêu/ Của ngày thơ ngày mộng/ Tôi xin dâng vòng tay mở rộng/ Và đón người đi vào tim tôi/ Bằng môi trên bờ môi/ Nhưng biết chỉ là mơ.../ Nên lòng nức nở, thương còn đi, yêu thì chưa đến/ Tên gọi tên tình chưa đỗ bến, nẻo mô mà tìm?/ Nằm nghe cô đơn, thoáng bước trong hồn/ Giá buốt về tim, sao rơi cuối đêm/ Nhà vắng mang nhiều cay đắng, xua hồn đi hoang/ Ai cho tôi tình yêu, để làm duyên nụ cười/ Tôi xin dâng tình tôi trọn đời/ Người ơi người, xin đừng e ấp/ Làm tim nghẹn ngào...

Tắm xong thật thoải mái trong người, Nguyễn Hoàng ăn mặc, chải tóc, xức chút nước hoa đàn ông và soi gương, chàng thích mãn nguyện với chính mình, rồi bước xuống lầu đứng một góc lắng nghe, và tập trung hết sức bài hát ở tâm tình nàng. Chàng vẫn biết Dạ Thảo hát hay, và coi như bài nào nàng vẫn mang một cái hồn riêng gởi đến bài đó. Nhưng không thể để thì giờ trôi qua nữa, nàng dứt bài ca. Anh liền tới bảo nàng:

- Mê hát quá ta ơi, xứng đáng là tài năng nhiều lĩnh vực nha. Dạ Thảo nè anh muốn nói một điều đây.

- Chuyện gì hã anh? Nàng ngạc nhiên hỏi.

Nguyễn Hoàng đáp:

- Chắc là anh muốn làm cho em một bộ phim của tác phẩm Tiếng Còi Năm Xưa. Anh thấy nhân vật và bối cảnh trong đó hay em à. Anh có thể làm được lắm.

- Ô em viết văn là để giải tỏa một tâm hồn giải trí có

tính chất giáo dục. Nhưng em nghĩ sẽ in ở một ngày cho ai tìm đọc, hay một người nào họ thích sẽ đọc lên trên trang mạng để nhiều người ưa chuộng thì nghe thôi. Làm phim em thích nhưng kinh phí, nhân vật, kỷ xảo, mọi thứ khó lắm anh Hoàng.

- Em đồng ý anh sẽ làm được. Anh có thể liên hệ đến nhạc sĩ Trúc Hồ tìm giúp cho anh vài nhân vật đủ khả năng. Nhạc Sĩ Trúc Hồ có thể tìm ra. Kỷ xảo anh cũng nhờ thêm Trúc Hồ tìm kiếm. Hoặc anh có thể tự tìm kiếm nhiều đối tượng mê làm phim sẽ cùng hợp lực. Và có thể anh sẽ lập ra một trang Webside để anh tìm kiếm nhân tài. Chỉ cần em đồng ý là mọi chuyên sự để anh lo thôi. Anh đã từng làm đạo diễn phim truyền hình tư liệu mà em.

- Kinh phí là hàng đầu, em không muốn anh khổ và phân tâm nhiều thứ tội nghiệp anh. Anh có lòng em cám ơn lắm thôi.

- Bộ phim này không quy mô lắm đâu. Chỉ khắc họa hình ảnh cậu bé nghịch ngợm láu lỉnh nhưng khôn lanh, và thay đổi tính tình từng giai đoạn thôi mà. Anh hoàn toàn lo được. Tiền ba năm chạy Uber của anh sẽ có trả cho diễn viên thôi, em yên tâm. Vì anh vẫn yêu nghề đạo diễn của anh, cho anh thử sức. Anh đã qua rồi không bị thế lực nào rào cản, hay định hướng nào bó buộc. Anh tự do làm nên một màu sắc điện ảnh mà vai trò anh có hẳn hoi, anh thích tung một đôi cánh mới. Em hiểu cho anh không chứ?

- Em cảm động và hiểu được ý anh lắm, nhưng có thể vất vả cho anh em không muốn.

- Không có gì vất vả, cái vất vả là em không cho anh thực hiện mà thôi.

Dạ Thảo nghe anh nói cô cúi đầu trầm lắng suy nghĩ có vẻ cô cảm tình, cũng là thương xót anh phần nào.

Nguyễn Hoàng nói thêm một câu:

- Anh chỉ có ý sơ khởi thế đó. Thôi em đừng bận bịu nhọc lòng chi hãy vui lên đi. Anh lo nổi toàn bộ cho em. Giờ thì anh đi chạy Uber thêm nha. Có tiền nhiều hơn anh sẽ cố gắng làm hơn. Sáng nay anh có bảy khách hẹn rồi em.

Dạ Thảo chỉ còn ngước lên nhìn vào anh với đôi mắt biết ơn chân tình, cùng những sự lo lắng cho ý tưởng anh mới đưa ra sáng nay, với một sáng chớm thu heo mây nhẹ nhẹ bên ngoài đưa vào hồn cô. Còn anh mỉm cười nhìn nàng, rồi dời gót ra xe với bàn tay chào tạm biệt, với người đàn bà trẻ mà có nhiều tài năng ẩn mình trong khiêm tốn, khiến anh khâm phục...

CHƯƠNG 7

Dạ Thảo suy qua nghĩ lại nhiều không đồng ý và ngăn cản Nguyễn Hoàng làm bộ phim đó. Nhưng anh đã có ý quyết liệt rồi, anh bay qua California để gặp nhạc sĩ Trúc Hồ và mong Trúc Hồ tìm kiếm giải pháp cũng như sự trợ giúp. Thế rồi 6 tháng sau ekip đã làm xong bộ phim. Nguyễn Hoàng tìm những phân cảnh, bối cảnh tại Thái Lan mà anh không về VN. Vì anh không thích chính phủ Vn làm ra những sự khó dễ rắc rối cho phim, dẫu rằng một bộ phim không có liên can gì về chính trị, và hợp pháp hoàn toàn. Nhưng đối với Vn thì mọi chuyện đều bị kiếm chuyện, hoặc là kiểm duyệt. Họ đều thích phải coi đi coi lại, cắt xén bỏ đi, hoặc gạt ra loại trừ những phân đọan. Và rồi phải hợp pháp hóa nơi xin xỏ, để được cấp giấy phép, để mới được làm v.v... Anh rất rành về họ về cái gọi là thanh cao, định hướng, không rời xa ý Đảng, không nói xấu chủ nghĩa mát-xít v.v...

Và rồi một làng quê của Việt Nam một con tàu xe lửa một cậu bé sau chiến tranh, một cậu bé mồ côi ở trong một gia đình trung lưu, cậu được đi học nhưng ham nuôi chim sáo, lội sông lội ruộng bắt tôm bắt cá. Và rồi ý thích khác hình thành cậu ham mê đi du lịch. Cậu bỏ trốn nhà lên tàu đi du lịch dù không có một đồng tiền mang theo dính túi. Khi cậu trở về thì người cha đánh phạt bỏ vào núi để cảnh báo tội "đi không thưa về thiếu trình." Người mẹ nuôi ngăn cản người cha nuôi nhưng không thành. Cậu bé phải vào rừng mặc cho tâm lý người cha nuôi vẫn là thương cậu thôi. Một bước ngoặt xảy ra. Trong khi chờ đợi người cha trở lại mở trói của ba ngày, thì đã có một vị thầy tu đi tọa thiền vào rừng đã mở sớm cho cậu khi nghe tiếng gọi thảm thiết trong rừng của trẻ thơ. Sau đó mở xong cậu kể sơ qua cho vị thầy tu nghe và chuẩn bị về lại nhà. Nhưng không, diễn tiến sau cậu suy nghĩ và không về nhà nữa, như thế cậu dự định đi vào xe lửa cố tìm ra người kiểm soát viên hôm nào cho cậu đi nhờ kia. Thì cậu bé tên Năng không gặp được người đàn ông thanh niên tên Lê Hải ngày nào, giúp mình một chuyến đi chơi trên tàu, mà là gặp vợ anh ta tên là Mỹ Hiền. Mỹ Hiền đem về nhà, với tư cách xuống ga gặp Lê Hải đón chờ vợ sau chuyến đi trở về...

Cuộc đời chuyển biến của cậu bé tên Năng vô cùng phong phú. Sau này cậu học tập chăm chỉ, không ham thú đi chơi du lịch nữa, bất cứ nơi đâu khi cha mẹ Hải Hiền mời đi với họ. Cậu đều từ chối. Rồi đến khi học hành lớn lên, anh ra trường bác sĩ có vợ con của một gia đình giàu có. Người cha là trưởng viện bác sĩ. Anh không cố tình nhưng cô gái ấy đã yêu anh và người cha mong được gả con cho một vị bác sĩ trẻ tuổi đẹp trai, thông minh, ham làm việc và cầu tiến.

Sau này hơn 14 năm xa cách làng quê đó. Anh cùng người vợ trở về quê thăm lại làng xưa. Thì cha mẹ nuôi, người cha bao lần tìm kiếm trong rừng và khắp nơi nơi, nhất là trên những con tàu Năng đã thích đi. Nhưng kiếm mãi không ra ông đem lòng hối hận, tưởng như anh đã bị chết trong một hoàn cảnh đáng thương nơi rừng vì thú hoang, có thể. Và rồi sự hiện diện của anh trở về hai vợ chồng Huy Huê không thể tin nổi khi mặt mũi và thân phận họ đến. Rồi câu chuyện diễn tiến vô cùng ngạc nhiên đến hấp dẫn, khi cha mẹ đề nghị lên chùa cầu nguyện và tỏ lòng mang ơn, thì gặp lại ngay vị thầy năm xưa bứt dây cho Năng ra đi, khỏi nơi cây bị cột trói, giữa rừng xưa hoang vắng...

Câu chuyện còn dài và mang nhiều thông điệp giá trị khác. Nhưng bộ phim đã làm cho tuổi niên thiếu thích thú và muốn mình được thần tượng qua nhân vật Năng đó. Phim đã thu hồi vốn và lợi suất nhiều, cứ nhiều như cơn sốt phim.

(Cần nói thêm là nhân vật Năng là một cậu bé con của một nhạc công ở Georgia đóng và vai lớn lên là anh trai cậu ta đóng. Nguyễn Hoàng có trang mạng không thiếu gì người xin đóng, nhưng anh và nhạc sĩ Trúc Hồ chọn hai nhân vật này anh em ruột ngoài đời, vì đem cho chính họ và nhân vật có nhiều lợi thế cũng như khả năng nhập vai của họ dễ dàng hơn. Sau đó anh và Trúc Hồ tiếp tục làm thêm những phim khác trong thời gian kề cận đó. Hai người cũng lấy nhiều bối cảnh được do kỹ xão có hơn và phối cảnh cũng chỉ là nước Thái Lan, Campuchia, Indonesia, Mã Lai, Lào v.v... Mặc dầu phim đã đem đến về Vn với nguồn gió mới, người xem ngoài lớp trẻ, lớp già cũng háo hức với Phim Tiếng Còi Năm Xưa- Của nhân vật Huy Huê, Hải Hiền, vị thầy tu, bối cảnh làng quê rừng núi, và ga tàu, chùa chiền, chợ búa, nhà hàng vào thời điểm đó, và nhiều thứ khác nữa v.v...

Sự nghiệp làm phim của Nguyễn Hoàng với tư cách là đạo diễn ngày càng lên cao. Anh làm hoàn toàn từ tác phẩm cùng tên của Dạ Thảo.

CHƯƠNG 8

Rồi một ngày birthday của Dạ Thảo năm ấy. Hai người đi du lịch chung, họ không chọn Hawaii, không chọn Châu Âu. Không chọn Đảo Đài Loan- Trái tim châu Á đó. Mà nàng chỉ chọn một địa điểm: Bãi biển Malibu ở California. Một cảnh biển giàu đường nét, nhiều chất thi vị hoang dã, trên cao núi, dưới biển sâu, đá được hình thành lởm chởm lớn nhỏ... Nhưng với nàng thì đẹp mê hồn. (Đúng ra là Dạ Thảo chọn Nguyễn Hoàng chỉ đi theo ước vọng nàng.) Hai người đã vui vẻ, xách vali đi từ máy bay ở Georgia đến với sân bay quốc tế Los Angeles. Rồi họ được nghỉ ngơi, tắm rửa ở khách sạn gần đó, và sẽ đi về Bãi biển Malibu nơi Dạ Thảo từng ấp ủ sẽ đến đây kỳ này...

Rồi một hôm ngồi giữa cảnh đẹp bầu trời ấy, ngắm thiên nhiên uống coffee lộ thiên nơi ấy cũng đã xong. Họ chuyển đến một chỗ khác có hốc đá chìa ra, trông kín đáo và tình hơn, gợi cảm hơn nữa. Quá xao xuyến với đất trời khi ngồi gần bên nhau. Nguyễn Hoàng nói với nàng:

- Chúng ta như tình nhân mà lại không phải tình nhân. Tại sao ông trời cho chúng ta hạp nhau tất cả nhưng không phải là một. Không phải là hai kẻ yêu nhau Dạ Thảo nhỉ?

- Ngày birthday em thì chúng ta nên đi nghỉ vacation thôi anh à. Anh là người có vợ có con mà. Diệu Hoa từng là bạn em mặc dầu hai tư tưởng chính không hạp, không cùng ý thức hệ, nhưng đâu có thể nào mình, chúng ta đi xa hơn?

- Thật sự anh có yêu em từ lâu, nhưng anh âm thầm. Còn giữa anh và Diệu Hoa đâu có chung nguồn cảm xúc. Anh và cô ấy coi như cũng một lỡ lầm. Anh nói và rời tản đá ngồi, đứng lên nhìn một cánh chim bay vụt trước mặt trông sống động mạnh mẽ, mà hình như thiếu đi một chút lãng mạn nào đó. Nguyễn Hoàng nghiệm nghĩ. Xong anh đứng nói tiếp:

- Anh và Diệu Hoa không có hôn thú, thật tình anh có vợ, vợ anh cũng xinh đẹp như em vậy đó. Cô ta qua Đông Đức và rồi qua Tây Đức ở luôn, đi lấy chồng mới cô ta đã xé hôn thú giữa anh và cô ấy. Anh với cô ấy có đứa con trai và bây giờ nó ở với mẹ nó. Còn anh Hoàng này và Diệu Hoa chỉ là một việc accident thôi. Anh nói thiệt hôm nay, dưới đất trời này.

- Trời ơi anh nói gì em không hiểu luôn đó. Dạ Thảo cũng đứng lên, nàng bước đến bên anh.

- Thì vợ anh bỏ anh anh buồn quá, gặp Diệu Hoa quyến dụ anh dính bẫy và anh đã có con với Diệu Hoa.

- Anh nói thế nghĩa là gì? Nàng lại kéo tay chàng về chỗ cũ ngồi lại.

Nguyễn Hoàng làm theo ý muốn nàng, anh ngồi lại và anh trả lời:

- Lúc đó anh là một đạo diễn truyền hình rồi. Diệu Hoa là một nhà văn viết thì cũng thường lắm thôi. Quay qua quay lại cũng làng nhàng viết để mấy ổng ca tụng tuyên truyền giả hiệu thôi. Rồi họ tổ chức ra mắt cho oai, kêu anh tới dự anh quay phim chụp hình để lên sóng. Anh dính với cô ta một cách không ngờ.

- Đàn anh mấy anh lúc nào cũng đổ lỗi cho phụ nữ em không tin. Nàng nói và đưa đôi mắt nhìn Nguyễn Hoàng như dò xét và không đồng ý.

Nguyễn Hoàng bảo tiếp:

- Lúc đó anh đâu có chịu sinh con mà cổ đưa anh vào thế buộc, rồi từ đó anh phải có trách nhiệm với hai con.

- Anh đâu có chịu mà sinh ra hai đứa. Nghe thấy ghét ghê nơi, anh xạo quá nha. Dạ Thảo lắc đầu cười ý nhị.

- Thì cổ sinh đôi mà em. Chàng nhìn nàng trả lời.

- Ừ em quên mất điều đó. Miệng nàng vẫn còn mỉm cười.

- Thật ra anh với cổ đồng sàng mà dị mộng. Anh lo làm hợp tác cùng cổ để nuôi con thôi. Thấy thân ái vậy chứ không phải vậy.

- Trời ơi anh nói gì kỳ quá. Dạ Thảo như cố nhìn vào đôi mắt chàng với nhiều hồ nghi.

- Em không tin thì hỏi cổ coi. Anh không gian dối với em đâu. Nguyễn Hoàng cũng dám nhìn vào một gương mặt thần thức đẹp đẽ của nàng...

Sóng biển nơi đây đập dập dềnh, nhẹ nhàng vào ghềnh đá các nơi. Dạ Thảo đưa mắt nhìn. Và cô nói:

- Thôi ta đi tìm một quán nào ăn đi anh. Chuyện vợ chồng anh Hoàng và Diệu Hoa nghe càng thêm lạ. Nhưng có lẽ chuyện tình bạn bè mình cũng lạ nữa há? Anyway em vẫn coi anh như bạn. Vì em và chúng ta không thể khác hơn, có thể muộn rồi anh, có nhiều thứ không cho phép anh Hoàng.

- Không có thứ gì ràng buộc chúng ta cả em à.

- Dạ Thảo chỉ muốn rằng anh và em những người bạn vô tư đi. Là bạn tốt với nhau hay hơn anh à.

Chàng không nói chỉ nhìn nàng, hình như đau đáu tâm hồn mình. Hai người rồi lại đứng lên đi bên nhau tìm đến một quán ăn Nhật như họ nghĩ. Chiếc váy dài của nàng, tà mỏng như vô tình mong manh chạm khẽ vào ống quyển chàng nhờ gió thoảng... Dạ Thảo hình như thấy điều đó, nàng mắc cỡ hai má đỏ bừng, đi vào quán ăn nàng như hồn mình ai hốt. Còn Nguyễn Hoàng thì thêm buâng khuâng nhiều điều vào tâm tư, nhưng anh có vẻ yêu đời mới hơn...

CHƯƠNG 9

Diệu Hoa ở Vn làm việc từ đó tới giờ cũng không được suông sẻ lắm. Nguyễn Hoàng đi rồi nên nhiều kẻ ức hiếp tranh dành, thế nhưng nàng vẫn lì đoàn ở lại Vn. Diệu Hoa từng nghĩ không có Nguyễn Hoàng nàng vẫn ung dung làm việc, và có thể thoải mái hơn. Nhưng sự thật không phải vậy. Với một xã hội Vn bây giờ thật là khó tả, bát nháo, đê tiện, mạnh được yếu thua, luật rừng và rối hơn tơ. Nhiều kẻ khinh khi nàng và muốn hất cẳng nàng ra khỏi chức vụ chủ tịch hội nhà văn thành phố Sàigòn lớn nhất đó. Vn không phải hàng ngàn vụ xảy ra đầu độc tia phóng xạ kia sao. Họ tranh giành quyền lực dù là một chức chủ tịch quèn nào từ xã đến thôn ấp, hay huyện, hoặc cấp tỉnh... Ôi nghề nào cũng tranh giành thọc gậy nhau nếu có thể. Không ai dám tin ai và không ai tốt với ai là thuật ngữ dành cho kẻ quyền chức hiện giờ ở Vn. Nàng gần đây cũng không dám hội hộp mà uống gì, ăn cái gì khi họ mời đãi. Tỉnh kia đã có một người chủ tịch nhà văn đã bị uống thuốc chì chết rồi.

Và nàng cũng đã xem và nghe qua về danh phận của Nguyễn Hoàng hiện giờ. Diệu Hoa không ngờ chồng nàng lại qua Mỹ làm đạo diễn mát tay quá. Hay là vì tác phẩm của Dạ Thảo xuất sắc quá có nhiều hình ảnh để chàng làm, hoặc là xứ Mỹ chàng như con chim được mở cánh, hoặc là chàng như một sứ mệnh ở trời cho khi được gặp Dạ Thảo, tài hoa chàng sẽ nâng lên, chấp cánh được bay cao v.v... Nàng định viết thư cho chàng cùng Dạ Thảo nhưng chưa kịp viết thì chàng Nguyễn Hoàng đã viết thư gởi về:

Diệu Hoa thương mến.

Lời đầu tiên cho anh hỏi em khỏe không? và cho anh chúc mừng sức khỏe nhé. Hiện công tác em vẫn ổn định chứ. Thành ủy họ có giao em viết những gì nữa không.

Lẽ ra anh nói chuyện với em nhưng em cũng quá bận rộn và không chủ động lúc nào rảnh, nên anh viết thư cho em trước cũng tốt hơn. Và còn vì có những thứ em cần nghiền ngẫm cho lâu để thấu đáo hơn.

Em mến thương. Anh ở Mỹ như em biết đó anh có nhiều cơ hội lắm. Tự do duy tư, tự do làm việc, tự do nhìn ra trách nhiệm. Anh vui sướng ở trong một thế giới tuy không hoàn hảo nhưng rất là kỳ vĩ, tuyệt vời như tìm về một chân trời xa có những thứ ánh nắng lung linh huyền ảo, làm cho cuộc đời anh cảm thấy yêu hơn, anh say đắm hơn. Và anh chứng minh được góc độ người ta bảo xứ Mỹ là một thiên đàng đúng vậy em. Đúng vậy Diệu Hoa. Anh nói thế em đừng vội bảo anh là người không yêu tổ quốc, và muốn mất đi nguồn gốc quê hương. Nhưng không phải vậy em, ai mà không yêu nguồn gốc quê hương, chính nơi đó mình sinh ra, mà rồi chính nơi mình sinh ra sống quá nhiều lệ thuộc. Như một con vật nô lệ thì còn gì ý nghĩa để sống chứ. Chuyện này thì sau 1975 anh mới thấy rõ, suốt dài trên mấy mươi năm. Thôi chuyện này anh nói em cũng cho thừa. Vì em có thể chấp nhận hay chỉ bán nửa phần chấp nhận. Bằng chứng là em không chịu qua Mỹ rồi còn gì. Anh nghĩ là tất cả cũng chỉ là hai chữ duyên phận. Người ta nói tâm sinh ra tài, tài sinh ra tướng, tướng lại tạo về tâm. Thôi anh nói xa gần chắc càng làm em khó hiểu. Mọi chuyện anh không biết nói gì hơn với em. Khi con chúng ta lớn lên trên đất Mỹ và làm việc ở lại. Chúng nó đã có cách nghĩ độc lập cũng mừng cho chúng thôi.

Còn riêng anh. Anh muốn nói với em rằng anh đã đem lòng yêu Dạ Thảo lâu rồi, cố nhiên là cô không chấp nhận. Vì sao em nên biết. Vì cô là phụ nữ tự trọng không thể có một người chồng đã có vợ con, và có nhiều ẩn khuất như anh. Dầu anh là một người đàn ông có tài, giúp đưa tác phẩm văn học cô đến với điện ảnh công chúng và hái ra được tiền nhiều. Song anh biết gia sản cô cũng khá giàu, người phụ nữ cũng không phải là thiếu thốn vật chất. Điều thứ hai là cô là bạn với em, dù sao cô không muốn tranh chấp làm gì? Vì tên tuổi cô giả thử là một người viết văn xuất chúng cô không muốn có scandal trong đời, đúng như một ngôi sao văn học. Anh nói thế em hiểu không?

Vậy nên anh cần em giúp anh. Em đâu có còn yêu anh, cũng mờ nhạt lâu rồi. Vậy thì em viết một lá thư nói sự thật hơn để cô đó nghĩ lại mà chấp nhận tình anh. Đó coi như một lòng tốt em đối với anh nhé.

Anh viết nhiều cũng chỉ là ý bấy nhiêu thôi. Em đã nguội lạnh tình cảm trong anh, thì em cũng đừng giam cầm anh trong hôn nhân một hôn nhân gá nghĩa. (Vì sự thật em và anh cũng chưa có hôn nhân, chính thức của giấy tờ nguyên tắc.) Anh muốn nói rằng anh không phải yêu cô ấy như tình nhân mà tiến tới anh kết hôn với Dạ Thảo. Mà anh hạp với cô ấy trên nhiều lĩnh vực để rồi có tình thương dần dà thấm đậm. Thì cho anh một cơ hội đi em. Anh tin rằng chỉ cần tiếng nói em khéo léo chân tình, Dạ Thảo sẽ có thể ưng lấy anh.

Tạm biệt em khi em đã lắng nghe anh tâm sự cũng như giải bày.

Anh, Nguyễn Hoàng.

Diệu Hoa đọc thư của Nguyễn Hoàng một chiều tại VN khi có người gởi cho nàng một cánh thư từ Mỹ Quốc. Đó là không phải là thư hai con nàng Tuấn Vũ hoặc Diệu Trang mà là thư Nguyễn Hoàng người chồng không có hôn thú với nàng. Nhận thư chàng nàng đọc thấy chấn động tim, nhưng nàng vẫn cảm thấy bình tĩnh. Vì rằng chàng có yêu Dạ Thảo cũng là một điều không lạ lẫm. Vì nàng là một phụ nữ trẻ xinh, kiến thức, hát hay, văn chương đẹp, cuốn hút, lại là một phụ nữ hiền hậu, đoan trang dịu dàng. Đó là những gì chàng mơ ước. Dĩ nhiên là chàng không ham tiền bạc gia tài. Diệu Hoa biết chàng những điểm mạnh và nhược. Dạ Thảo không từng khuyên bảo, nhưng chàng quá say mê nàng, nên tự nguyện dấn thân làm phim cho nàng. Và rồi ông trời đã đãi ngộ cho hai người nhiều thành công. Thì ta còn gì dành dựt, để chiếm hữu, than ôi.

Con ta và chàng đã không còn quan tâm đến ta và chàng.

Vì nó giận cả hai, ta thì không chịu qua Mỹ ba nó Nguyễn Hoàng thì không chịu ở chung với chúng, thăm nom thì một năm chưa có một lần. Nguyễn Hoàng đã vì nàng mà ngược xuôi để làm đạo diễn đóng bộ phim đầu tiên, khi chàng là một người lái Uber để dành tiền và hy sinh vì Dạ Thảo. Đúng là chúng biết ba chúng mê một phụ nữ khác và đem lòng chiều chuộng phụng sự chỉ vì cho người đẹp nàng đó mà thôi. Và trước khi gặp má nó ba cũng từng có vợ rồi. Nên chúng khó tin trái tim ba nó dành trọn vẹn cho má Diệu Hoa nó lắm. Thôi ba có quyền tự chọn, mẹ cũng có quyền tự chọn, và chúng cũng có quyền tự chọn cho mình mà thôi. Suy nghĩ về mình, suy nghĩ về Nguyễn Hoàng, suy nghĩ về các con, và suy nghĩ về Dạ Thảo. Diệu Hoa quyết định làm theo ý chồng yêu cầu. Nàng đã gởi thư đến Nguyễn Hoàng.

Thư Diệu Hoa đến anh Hoàng.

Cám ơn anh đã viết thư cho em. Em đã hiểu và nhận ra tất cả những điều anh yêu cầu. Vâng em hiểu em không hờn trách anh đâu. Ta không cùng chung nhịp đập. Ta chỉ có hai con chung mà không tri âm tri kỷ lâu dài. Thôi thì anh tự chọn theo ý anh. Em chỉ cầu chúc anh hạnh phúc, đến trong vòng tay anh yêu thương chân thành.

Em. Người đàn bà có con cùng anh, nhưng thiếu đi tình yêu giữa hai người sâu sắc...

Diệu Hoa.

Tiếp một cánh thư khác...

Thư Diệu Hoa gởi cho Dạ Thảo.

Thảo mến thương. Anh Hoàng đã gởi thư về và nói cho mình hay tất cả. Anh đã yêu thầm Dạ Thảo từ lâu, và đang yêu say đắm Dạ Thảo. Ảnh vẫn có nói là Dạ Thảo chẳng hề yêu anh và cứ xem anh như tình bạn thân thiết và không hơn không kém thôi. Diệu Hoa hiểu được trái tim bạn lãng mạn trong văn chương, nhưng lại đoan chính ở thân thể và tâm hồn. Cám ơn thượng đế đã cho bạn một người phụ nữ tuyệt vời. Không phải ai cũng dễ có được những tư tưởng ưu tú đó. Nhưng Dạ Thảo à, Diệu Hoa muốn nói với bạn một điều rằng: Anh Nguyễn Hoàng mới là người thượng đế cần trao về Dạ Thảo - Và Dạ Thảo xứng đáng trong tình yêu ấy lắm. Anh Hoàng đã vì bạn, hy sinh tất cả vì bạn. Một tình yêu vừa lãng mạn vừa thực tế thì bạn nên mở lòng đón nhận đi. Bạn đừng ngại ngùng giữa mình, bạn, và ảnh. Thật sự anh Hoàng với mình là một chuyện accident thôi. Ảnh không yêu mình đâu vì hoàn cảnh anh ta chán đời lúc đó. Con mình sinh ra là mình tự buộc ép ảnh và ảnh cũng đã nhận lấy trách nhiệm giờ thì đủ rồi. Những gì nếu anh Nguyễn Hoàng có nói với Dạ Thảo là sự thật tất cả. Dạ Thảo tin đi. Hai ta đừng làm khó cho ảnh nữa.

Thôi thư cũng khá dài. Mong Thảo hiểu những điều mình tâm sự. Lời cuối bức thư cầu chúc Thảo xinh đẹp đáng yêu và phải hạnh phúc thật nhiều với người từng say mê Thảo. Dạ Thảo đừng ngại khi tình yêu say đắm, được bồi dưỡng của tình yêu đắm say. Cũng là một hạnh phúc thật sự đẹp nhất dưới trần gian này Thảo nhé.

Trân Trọng bạn... Diệu Hoa.

CHƯƠNG 10

Năm ấy chỉ là một phần ba của năm, đầu xuân mà Nguyễn Hoàng đã thực hiện hai bộ phim cho Dạ Thảo rất là lưu loát không gặp khó khăn gì. Kinh phí bỏ ra cũng nhẹ tay nhưng không hiểu sao thu lại vốn và cả lời nhanh chóng, bằng tiền triệu triệu dollars. Dạ Thảo thì cần thanh danh tác phẩm hơn tiền bạc. Nhưng mà tiền chính nghĩa trời cho, thì dĩ nhiên nàng vẫn vui mừng cùng Nguyễn Hoàng chứ.

Rồi một ngày birthday Nguyễn Hoàng hai người đã lên chương trình đi chơi, đi thưởng thức cảnh đẹp... Dĩ nhiên lần đi này công lao của Nguyễn Hoàng nhiều quá đối với nàng, nên nàng vui sướng hưởng ứng nhiệt tình. Song với người phụ nữ Dạ Thảo, nàng chỉ thích di du lịch trên những vòm ghềnh đá của biển, hoặc đứng dọc theo trước biển mà ngắm sóng nước mênh mông, hoặc nhẹ nhàng tựa mình trên những chiếc cầu gỗ, được bắt ra biển ở một khoảng lớn, để quan sát dòng nước chảy xuôi đi, hay vô tình cuộn mình lưu luyến quanh những thân cột kèo, ngâm mình dưới nước qua những năm tháng đó. Hoặc là nàng đi vào rừng ngắm những cụm cây suông óng, cứ vươn cao thẳng đứng, hoặc ngắm được mẹ con chú nai rừng ăn lá cỏ, xuống dòng suối chợt thấy con người đi chúng lại ngơ ngác, đôi khi được nhìn thấy những chú sóc ẩn mình leo trốn trên cây, hoặc là nàng sẽ được thấy thứ ánh nắng bình minh trong trẻo xuyên qua kẽ lá...

Với Dạ Thảo những thành phố xa hoa lỗng lẫy, những công trình kiến trúc mới mẻ, những nhà lầu ngất ngưởng, những tòa nhà vĩ đại chọc trời. Nàng ngưỡng mộ song có lẽ trái tim nàng không dành cho nơi nó. Trái tim Dạ Thảo luôn dành về nơi thiên nhiên đẹp, thơ mộng và an bình, ít có ô nhiễm môi trường, không bị rượt đuổi bởi thị trường cạnh tranh nhiều. Một hôm hai người đứng trên chiếc cầu gỗ, gần ghềnh đá nước nhấp nhô: Nguyễn Hoàng nhìn gương mặt Dạ Thảo đang xao xuyến đâu đâu, nhưng lại vô tư thấy rõ. Chàng bảo nàng:

- Tại sao chúng ta thân như thế này mà không là vợ chồng hay tình nhân đặc biệt em nhỉ? Anh tự đặt câu hỏi hoài. Anh không xứng với em sao. Anh thiếu sót những gì em mong. Hã Dạ Thảo?

- Em chỉ muốn em có một đời chồng, trong đời thôi.

- Em là cô gái tốt với quan điểm ngày trước, em là người vợ đáng quý của Chấn Kiệt.

- Nhưng anh biết đấy. Thật ra Nguyên Đông mới là người em yêu say đắm, trên từng làn da thớ thịt, từng tế bào nhỏ của em, lúc ấy em có thể nghĩ chết đi được. Còn Chấn Kiệt em chỉ là vai trò người vợ tốt, chứ không từng yêu say đắm.

- Anh thật sự hiểu được những con tim rỉ máu như vậy. Và những người phụ nữ đó hoàn toàn không sai em à. Rồi người yêu đầu đời của em Nguyên Đông bây giờ ra sao? Em có biết tin tức về họ không?

- Anh ấy tưởng yêu em một sống một chết, quyết không lìa xa, nhưng rốt cuộc ảnh cũng chịu lấy cô gái khác theo ý thức hệ, nơi cha mẹ bảo. Em nghĩ là anh ta cũng chấp nhận đi theo lý tưởng của họ thôi.

- Ồ vậy sao? Dạ Thảo ạ. Ngày mai là chính thức birthday anh. Được đi chơi em hưởng ứng như thế này anh vui lắm. Nhưng anh vẫn còn buồn vì em đã hiểu lòng anh, hiểu được hai bức thư Diệu Hoa gởi cho anh và em, mà em mãi từ chối tình cảm anh.

- Em xin lỗi. Em thật khó nghĩ trong tình yêu của sự rung cảm này anh Hoàng.

- Thôi thì anh quay về kiếp sống cô đơn khi anh đã làm xong cho em nhiều chuyện. Kể cả căn nhà anh mua trên đảo cho em, cho chúng ta. Anh sẽ đi tu và quẳng hết những nỗi niềm mơ ước, dù thời gian chắc vẫn sẽ làm tan nát trái tim anh Dạ Thảo ạ.

- Có chi mà anh nói giữ vậy. Từ từ em tính thôi. Đàn ông thề cho giữ rồi quên cho nhanh thôi.

- Em thấy đó những gì anh nói với em Diệu Hoa đã cho em biết là thật. Chàng nói tới đó lắc đầu và lặng thinh. Tìm hơi thở mạnh cho mình. Nguyễn Hoàng không còn biết gì tỏ tình khác hơn. Chỉ vài giây sau đó chàng nói tiếp:

- Chúng ta đâu thể nào trẻ mãi em. Rồi chúng ta sẽ qua thời khỏe mạnh như thanh xuân. Khi anh đau bịnh điều chi bất ngờ anh cần có một người vợ bên cạnh thương yêu an ủi. Và chính em khi trái gió trở trời cảm lạnh, em cũng cần một bàn tay người chồng nắm lấy hỏi thăm. Chắc anh đi tu không được nên anh đành nói ra hết những điều thiết cốt cuối cùng với em.

Dạ Thảo bỗng dưng từ đâu đã cảm xúc nắm tay chàng. Và sau đó để cho chàng ôm lấy thân mình vào lòng. Nàng cảm giác được hơi ấm chàng đã quấn quyện, truyền đến cho nàng, Rồi tự nhiên nàng bảo:

- Em hiểu ý anh rồi. Thôi ta vào khách sạn nơi đây hát vài bài Karaoke đi anh, em thèm hát trước.

- Được thôi anh sẵn sàng chiều em. Hay là em cho anh hát chung đi. Anh sẽ thích đó. Anh cũng biết hát mà.

- Em có nghe rồi, vậy đi vào đi anh. Chúng ta sẽ hát

chung nha. Cũng tạm lý thú nha. Nàng nói và mỉm cười nhìn Nguyễn Hoàng như chọc ghẹo anh.

Cả hai vào khách sạn đến phòng giải trí Karaoke. Cả hai bắt đầu hát. Họ như thầm đồng ý của hai con tim rồi.

(Họ hát bài: Đừng Nói Xa Nhau. Xin ghi lời bài ca hay và hai người của những phân đoạn chung, riêng.)

Dạ Thảo: *Đừng nói xa nhau, cho tâm hồn đau khổ.*

Đừng nói xa nhau cho mắt lệ hoen mờ.

Lời thiết tha qua tâm tư tròn mộng tròn mơ.

Vết tình khắc lên môi đưa mấy tuổi yêu vẫn chờ...

Nguyễn Hoàng: *Mình đã đi chung trên con đường đầy kỷ niệm. Mình đã gieo neo, nghe chớp bể mưa nguồn.*

Màu áo xưa em đan cho người nặng hành trang.

Dạ Thảo: *Có bạc trắng với phong sương vẫn* còn *đậm tình thương...*

Nguyễn Hoàng*: Đời hay nói rằng: "Yêu là chết ở trong lòng một ít..."*

Dạ Thảo: *Vì mấy khi yêu... mà chắc được, được người yêu*

Nguyễn Hoàng: *Cho, cho rất nhiều nhưng nhận chẳng có bao nhiêu. Người ta phụ hoặc thờ ơ, chẳng biết...*

Dạ Thảo: *Chỉ có đôi ta không bao giờ ly biệt,*

Chỉ có đôi ta tha thiết mộng ban đầu.

Nguyễn Hoàng: *Đừng khóc cho tương lai mai thuyền ngược về đâu.*

Dạ Thảo chung Nguyễn Hoàng: *Với một tiếng tin yêu nhau... mối tình đẹp ngàn sau... Với một tiếng tin yêu nhau... mối tình đẹp ngàn sau...*

Sau đó nhạc khúc Karaoke lên bản Tình Bơ Bơ.

Dạ Thảo nóng máy say mê ca nhạc nàng thủ luôn bài ca này. Nàng hát say sưa:

Càng nhìn em yêu em hơn và yêu em mãi/ Dù phút êm đềm xa xưa nay đã đi vào quên lãng/ Trời vào thu việt Nam buồn lắm em ơi/ Mây tím đang dâng cao vời/ Mà tình yêu chưa lên ngôi/ Ngày mình yêu/ Anh đâu hay tình ta gian dối/ Để bước phong trần tha hương/ Em khóc cho đời viễn xứ/ Về làm chi rồi anh lặng lẽ ra đi/ Gom góp yêu thương quê nhà/ Dâng hết cho người tình xa/ Anh đâu ngờ/ Có ngày đàn đứt dây tơ/ Một phút tim anh ơ hờ/ Trọn kiếp anh vương sầu nhớ/ Nói đi em cả đời mình mãi đi tìm/ Cả đời mình xây ước mơ/ Cho ngày mộng được nên thơ/ Cuối cùng là tình bơ vơ/ Cho anh xin một đêm trăn trối/ Gởi đống tro tàn năm xưa/ Dâng hết cho lần yêu cuối/Rồi từng đêm/ Từng đêm nhịp bước cô đơn/ Em khóc cho duyên hững hờ/ Anh chết trong mộng ngày thơ...

Sau đó Nguyễn Hoàng hứng chí hát theo bài, được lên tựa là Không Giờ Rồi.

Anh ca:

- Không giờ rồi em ngủ đi thôi/ Hơi đâu mà lo lắng em ơi

Bọn mình nghèo túng đến cho quen/ Ngày sau giàu có mới thương thêm/ Chẳng lẽ nghèo hoài hay sao?

Nàng vui vẻ hát theo:

Không giờ rồi anh biết chưa anh/ Sao anh còn thao thức trong đêm/ Thà nghèo mà biết mến thương nhau/ Còn hơn giàu có đổi thay mau/ Thôi anh đừng buồn nhé anh.../ Anh ơi! Anh suy nghĩ chi từng giờ/ Cho em gối chăng ơ thờ/ Gần nhau như bơ vơ tội lắm/ Anh ơi! Rằng trời sinh voi sinh cỏ

Đâu ai đói mà anh lo/ Thôi anh đừng buồn nhé anh..!

Anh ca: *Không giờ rồi em ngủ cho say/ Mai đây còn lo kế sinh nhai/ Dù bọn mình vẫn trắng đôi tay.../*

Cả hai ca chung: *Vẫn tin hạnh phúc ở tương lai/ Không bao giờ tình nhạt phai/ Vẫn tin hạnh phúc ở tương lai/ Không bao giờ tình nhạt phai...*

Rồi đó chính là đêm họ được ăn uống thân mật thoải mái, và được tắm rửa chung với nhau, cũng là đêm ân tình riêng tư nàng trao về cho chàng. Là đêm ngàn năm có một với nàng. Dạ Thảo không thể lạnh lùng bên chàng mãi như cục đá được. Và đó chính là đêm nàng mềm lòng nhất để rồi hương hoa kết quả. Đó là một đêm trăng soi bên ngoài họ chung hình chung bóng, và đó là đêm thiêng liêng nàng cùng chàng ái ân mặn ngọt. Và đó chính là đêm nàng đã được mang thai. Con gái Mỹ Ngọc sau này, đứa con lần thứ hai sau Bách Điền. Một trang anh thư con của nàng và Nguyễn Hoàng hoàn toàn như ước mơ, không phải là con của Chấn Kiệt xa xưa. Nàng đã không mơ màng theo ngày tháng chứ. Và nàng xác định hoàn toàn sự thật đến rõ ràng trong tim óc.

CHƯƠNG 11

Thời gian cứ trôi đi. Tưởng như hạnh phúc mới đã đến với Nguyễn Hoàng và Dạ Thảo. Vâng họ có hạnh phúc thật sự. Hai người vẫn vui vẻ bên nhau. Dạ Thảo sinh con ra máu huyết thay đổi, lại được Nguyễn Hoàng cưng chiều nên nàng thêm tươi thắm lạ lùng. Người ta bảo gái một con nhìn mòn con mắt. Nhưng nàng gái hai con vẫn nhìn đắm đuối, sướng mắt lạ thường... Thật sự cảnh sống sinh hoạt của hai vợ chồng họ là vợ chồng son thôi. Bé Mỹ Ngọc ở với ngoại khi nào Dạ Thảo nhớ con quá, thì nàng nhờ chồng sang bên ngoại đem về cho nàng, để nàng được hôn hít kề cận bé Mỹ Ngọc vài hôm cho thỏa nhớ...

Hầu như điều kiện kinh tế Nguyễn Hoàng và nàng quá giàu, nên chồng Nguyễn Hoàng không cho nàng xuôi ngược viết văn làm chi nữa, không cho nàng đọc sách tìm hiểu gì thêm về cách viết văn nữa. Lúc nào thấy nàng trải lòng trên trang viết, hoặc cầm một quyển sách đọc là anh la lên, hoặc tiến tới đậy laptop lại, hay đưa tay giật trang sách. Miệng anh đầy yêu thương khuyên nhủ vợ:

- Viết văn hay em đã viết hay rồi, giỏi giang bình luận chọn cho mình lối viết riêng em cũng có rồi. Giờ thì nghỉ ngơi enjoy đi. Chỉ có một chuyện ca hát thì anh không cấm em thôi. Nè hôm nay anh muốn hát chung với em bài này nè. Khi đi birhday người thân nào em và anh cùng hát cho vui. Chỉ vậy thôi em yêu. Văn chương là phải duy tư bỏ ra chất xám nhiều, phải đầu tư mệt mỏi thân xác. Một tác phẩm văn học hay thì phải như vậy. Anh không muốn em nhọc trí nữa em yêu.

Dạ Thảo mỉm cười và đứng lên, lại ngồi một góc bàn khác tươi tắn trả lời:

- Thôi em cũng chiều anh nha. Nhưng anh thích hát bản nhạc nào hã?

- Anh thích Trăng Sáng Vườn Chè thơ của Nguyễn Bính Nhạc của Văn Phụng nơi Thúy Nga PBN cuốn 24.

- Vậy là anh nhiễm Ái Vân và Chí Tài rồi.

- Đúng thế anh thích nghe hai người này hát và diễn, lãng mạn mà sâu sắc đậm đà.

- Nghệ thuật mỗi ngành mỗi nghề mỗi người có cái hay riêng. Anh thấy đó ra hải ngoại mà những trung tâm ca nhạc phát triển cứ mạnh mẽ cả Thúy Nga Paris by Night, Asia, Vân Sơn và còn một vài trung tâm khác nữa. Điều đó cho chúng ta phải tự hào và phát huy. Nhờ vậy mà ta xem được hết tất cả những tài năng mới cũ. Anh biết không Thanh Thúy hay riêng của Thanh Thúy, Thanh Tuyền hay riêng của Thanh Tuyền. Phương Dung hay riêng của Phương Dung. Giao Linh hay riêng của Giao Linh. Lớp sau thì Như Quỳnh hay của Như Quỳnh, Phi Nhung hay theo Phi Nhung. Hạ Vy hay theo của Hạ Vy. Tâm Đoan hay riêng của Tâm Đoan.

- Còn Duy Khánh, Chế Linh, Elvis Phương. Giang Tử Tuấn Vũ, Trường Vũ, Quang Lê, Đan Nguyên em không điểm danh. Em toàn ca ngợi phái nữ, mà không thèm ca ngợi phái nam nhỉ?

- Thôi để anh nghĩ chứ, em nói làm chi lỡ anh ghen thì sao?

- Vợ anh Dạ Thảo biết nói chuyện quá. Nhưng yêu nhà văn làm sao anh dám ghen?

- Vậy chứ không phải có chồng đạo diễn bấm bụng để chồng chọn giai nhân cho phim sao?

- Giai nhân cho phim đóng, đâu bằng giai nhân làm nên tác phẩm.

- Anh giờ biết nịnh em lắm nha.

- Thiệt nơi lòng anh mà.

- Đùa với anh thôi nhưng biết đâu?

Nàng nói và bỏ đi kiếm chút nước uống và cũng bưng lại một ly cho chồng, rồi vẫn còn cao giọng:

- Thì đó anh, họ làm nhiều điều ở xứ ngoại, huống hồ chi em làm một hạt cát viết văn. Em nên góp phần.

Chàng uống ly nước vợ đưa, chàng cũng vừa khát nước đến nơi. Rồi nói với Dạ Thảo:

- Em không thể làm một hạt cát. Em là ngôi sao văn học rồi mà.

- Tại anh thương em đưa tác phẩm vào điện ảnh nên hình tượng quyến rũ hơn.

- Không em à. Văn học có tiếng nói và ngôn ngữ linh hồn riêng, tuyệt vời của nó. Em mà bàn đến nghệ thuật là rất hăng và rất sôi động.

- Chạm lửa thì xoẹt thôi mà.

- Hi hi. Em có muốn là em không nhan sắc? Sao mà anh say sưa?

- Lại lây thơ Nguyễn Bính rồi. Ngày xưa em viết văn, anh cũng say sưa mà?

- Nói đùa ví von thôi, chọc em thôi. Nhưng ta đủ rồi em, vui chơi giữ sức khỏe đi. Khi mình giàu rồi tận hưởng đi em. Hát đi vui chơi đi. Anh không cấm em môn ca hát này. Anh yêu em lắm em biết không?

Dạ Thảo hiểu ý chồng. Nàng cười ý nhị lườm anh, và được chồng ôm hờ nhẹ đến phòng để hát Karaoke.

Hai vợ chồng Nguyễn Hoàng và Dạ Thảo bắt đầu vui ca. Xin ghi lời bài ca hay này:

Cả hai hát chung đoạn đầu:

Sáng trăng sáng cả vườn chè/ Một gian nhà nhỏ đi về có nhau/ Vì tằm tôi phải chạy dâu/ Vì chồng tôi phải qua cầu đắng cay.

Dạ Thảo ca đoạn sau: *Chồng tôi thi đỗ khoa này/ Bõ công kinh sử từ ngày lấy tôi/ Kẻo không thì chúng bạn cười/ Rằng, rằng tôi nhan sắc cho người say sưa...*

Tôi hằng khuyên sớm khuyên trưa/ Anh chưa thi đỗ thì chưa động phòng/ Một quan là sáu trăm đồng/ Chắt chiu tháng tháng cho chồng đi thi.

Nguyễn Hoàng ca: *Chồng em cưỡi ngựa vinh quy/ Hai bên có lính hầu đi dẹp đường/ Em ra đón tận cổng làng/*

Chồng em xuống ngựa cả làng ra xem/ Một quan là sáu trăm đồng/ Chắt chiu tháng tháng cho chồng mà đi thi...

Dạ Thảo ca: *Chồng tôi cưỡi ngựa vinh quy/ Hai bên có lính hầu đi dẹp đường/ Tôi ra đón tận cổng làng/ Chồng tôi xuống ngựa cả làng ra xem/ Sáng trăng sáng cả vườn chè/ Một gian nhà nhỏ đi về có nhau/ Vì tằm tôi phải chạy dâu/ Vì chồng tôi phải qua cầu đắng cay.*

Nguyễn Hoàng ca: *Chồng em thi đỗ khoa này/ Bõ công kinh sử từ ngày lấy em/ Kẻo không thì chúng bạn cười/ Rằng rằng em nhan sắc cho người say mê/*

Dạ Thảo ca: *Tôi hằng khuyên sớm khuyên trưa/ Anh chưa thi đỗ thì chưa, thì chưa/ Thì chưa, thì chưa mà động phòng?*

Cả hai ca chung: *Đêm nay mới thật là đêm/ Ai đêm trăng gửi lên trên vườn chè... Đêm nay mới thật là đêm/ Ai đêm trăng gửi lên trên vườn chè...*

Cả hai lại ôm nhau hôn nồng nhiệt như không biết chán. Nguyễn Hoàng bồng nàng lên tay, đi vào phòng không khác chi Chí Tài bồng Ái Vân lúc diễn trông thật lãng mạn và đẹp mắt... Đúng là Nguyễn Hoàng đang nhập vai Chí Tài với vợ mình lắm...

CHƯƠNG 12

Trong lúc Dạ Thảo hưởng hạnh phúc bên Nguyễn Hoàng. Thì bên kia Thái Bình Dương Lê Nhật Hoàng lại trớ trêu thay, chàng đã đem lòng say đắm yêu lại Dạ Thảo thật là một điều kỳ lạ, nhớ nhung Dạ Thảo trong mộng mơ. Yêu một ngày càng hăng hái – Ôi một người phụ nữ từng gởi thơ bảo yêu anh, mà anh từ chối không chịu qua xứ sở cờ hoa đó. Anh lấy thơ của nàng ngày ấy ra đọc từng giờ tuy chỉ có một cánh thư duy nhất, đó là nàng viết gởi thư tay cho Nguyễn Hoàng và Diệu Hoa đem về cho Nhật Hoàng, khi là một cầu nối cho nàng đến với chàng thủa đó:

Lá thư nàng viết: *Nhật Hoàng mến thương.*

Cho Dạ Thảo được kêu như vậy. Chắc Nhật Hoàng ngạc nhiên lắm khi nhận cánh thư này. Nhưng với Thảo cho là một tình cờ mà trở nên hữu duyên phần số. Vâng Thảo tự giới thiệu là Dạ Thảo tánh danh tên, một người con gái, một phụ nữ từ đất Mỹ bên này Thái bình dương đã có vẻ quyến luyến và mến yêu Nhật Hoàng nơi trái tim mình, cùng muốn chia sẻ ngọt bùi đến Nhật Hoàng là một điều hạnh phúc. Vì biết Nhật Hoàng thích làm thơ viết văn. Dạ Thảo cũng thế, thích yêu trăng, hoa, mây, nước, và con người v.v....

Nhật Hoàng Mến.

Nhật Hoàng là một chàng đẹp trai, phong lưu và nho nhã tuấn tú quá, nhưng chắc kén chọn lắm nên làm khó các nàng phải ôm mộng sầu đau phải không? Nếu đã yêu ai rồi đừng làm khó tội nghiệp họ nha. Thiệt ra thượng đế buộc duyên của họ để khổ thôi chứ mắt họ xanh môi họ thắm thì họ không muốn khổ vậy đâu nha. Riêng Dạ Thảo hằng ước gì Nhật Hoàng hiểu được lòng, nơi Dạ Thảo dù xa cách quan san, không phải cách một con sông, cách một ngọn núi mà là cách một đại dương rộng lớn, nhưng tâm hồn ta thấy gần là nó tự gần thôi. Không biết là Dạ Thảo có được may mắn thỏa lòng như mộng ước không, hay để rồi ngồi khóc dưới trăng vàng héo hon vì thất vọng sớm quá nhỉ? Nhật Hoàng mến thương? Dạ Thảo thiết tha rằng chúng ta sẽ có được một cơ hội trò chuyện quen biết để hiểu nhau hơn. Thuyền không đi xa làm sao biết thuyền đó vượt gió giỏi/ Người không tâm tình làm sao hiểu mộng mị của nhau...

Thôi thì Thảo chỉ tặng thơ cho Nhật Hoàng nhé. Bài Thơ Không Đề.

Trăng xa vẫn hóa gần...
Tình cách xa nhưng không thể cách ngăn.
Biết nhau một ngày/ Tương tư vạn thưở
Biết nhau một giờ/ Vạn thưở nhớ nhau...
Biết nhau mấy mùa/ Khóc nhau suốt kiếp...
Mắt em là ánh da trời
Là con diều biếc, là đời của sông...
Tình yêu thật quá mênh mông

Trái tim lãng mạn ai trồng tốt tươi.

Đâu đó Dạ Thảo đã mến yêu anh rồi anh biết không Nhật Hoàng. Em không buộc anh đâu. Nhưng mong anh chúng ta sẽ đồng cảm hơn và chúng ta xin đừng tiếc nuối về sau...

Em/ Dạ Thảo

Đọc xong anh hôn cánh thư ấy thật nhiều lần...

Giờ thì chàng thấy hoàn toàn ngược lại ngày xưa, Lê Nhật Hoàng ước muốn có người phụ nữ tên Dạ Thảo bên đời thì còn gì bằng. Phải chăng những thành công của Nguyễn Hoàng và hình bóng của hai người đi chơi thật là đẹp đẽ, thật là ngoạn mục, hình Dạ Thảo chụp bên chồng Nguyễn Hoàng rất sang trọng, dễ thương và sexy... Làm Nhật Hoàng đâm ra thích thú rồi ganh tị? Hay là vì anh bỏ lỡ một cơ hội khi ái tình mời gọi, để ở lại Vn mà anh không thể đi lên gì cả ở đây. Họ chỉ cho anh làm việc và sai khiến, ba chuyện cu li ngoài lề không có chức danh gì suốt mấy năm qua. Nhật Hoàng kê khai lý lịch hàng chục lần nữa để vô Đảng vẫn không được. Anh cố tình viết sách ca ngợi họ trong chiến dịch mùa xuân 1968. Có câu chuyện, có một cô gái đã hy sinh bỏ lại người yêu thương nhớ. Anh đem ra đưa họ đọc coi thử, và xét kiểm duyệt để in ấn. (Họ: là chỉ về những người, của thành phần máu mặt quản lý văn hóa, quyền sát sinh cấm đoán sách báo in ấn.) Số đông họ cười khẩy và kết luận, họ cho là ủy mị, là tàn dư văn học của chế độ trước còn ảnh hưởng. Anh bảo anh không có ý đó. Chỉ là giao tranh ác liệt quá mình thắng nhiều trận với quân địch, thì cô ấy chết cũng không có gì vô lý. Họ bảo anh sửa: Cô ấy không thể chết mới in sách được, mới giá trị rao giảng được... Nhật Hoàng chân thành thưa theo cách nghĩ của anh: "Cấu trúc vậy mà, mỗi đề tài đi về một góc xứ riêng, thế cũng là chiến sĩ anh hùng thôi chứ." Họ không chịu, và nói tùy tác phẩm. Qua tác phẩm này dựng như thế thì một sai lầm lớn mất. Bỏ lại người yêu để nhớ nhung là sai chính sách tiên phong rồi, là ủy mị theo về, là không xứng đáng tác phẩm dựng cô gái tài giỏi đâu. Từ đó Nhật Hoàng chán viết chán làm tôi tớ cho họ. Làm gì họ cũng sửa lưng, làm gì họ cũng muốn dắt mũi, dắt đường. Thì anh đâu còn gì mơ ước và cảm hứng. Anh đã vì họ biết bao ngày tháng thua thiệt, và bao năm mòn mỏi lần lượt trôi qua. Để bây giờ hình như vẫn nhận lấy con số không từ họ thẩm định. Anh đâm ra tiếc nuối Dạ Thảo - Người phụ nữ trẻ có tài có tâm đức, và có nhan sắc ở xa xôi kia đã từng biết yêu anh say đắm và tỏ bày tâm sự qua thơ, cũng có hai lần nói chuyện. Nhưng tại sao lúc đó anh không nghĩ tới, và cứ như là dửng dưng lạnh lùng. Để giờ đây anh hiểu ra mọi lẽ thì quá muộn, anh đâm ra chán đời hết sức. Anh mượn rượu để giải sầu còn hơn Chí Phèo ngày xưa uống rượu của làng Vũ Đại... Nhưng rồi Lê Nhật Hoàng thích làm thơ cho người con gái, một người phụ nữ ấy, mà tại sao lúc xưa anh cho qua, anh không hề quan tâm, anh không hề chú trọng. Và giờ đây ai khiến xuôi anh lại nghĩ tới mọi nơi, mọi lúc, mọi thời điểm. Tại sao là như thế, oan nghiệt quá đi? Anh chính là một tên khờ và một tên khùng chính xác. Chính anh không thể giải thích hết tâm trạng mình, khó khổ biết chừng nào còn hơn những kẻ như từng lên rừng cao kiếm nấm quý, hay xuống tận biển sâu mò tìm ngọc trai... Nhật Hoàng biết làm sao hơn, chỉ biết uống rượu vào để giải sầu. Rượu say tái tê, rượu vào tâm khảm vẫn có thể làm thơ hay như tiên sinh Bùi Giáng thuở xưa kia mà, anh biết vậy. Và dù cho mình làm không hay đi chăng nữa, song có còn hơn không, cho đỡ tức cơn đau đớn, khi con tim mình rỉ máu... Anh cố muốn vậy, để lấy lại lòng làm vui hơn chăng, để giải bày một tâm sự mơ mộng hơn chăng:

CHƯƠNG 13

Những cánh thư Lê Nhật Hoàng viết:

Bài thứ Nhất: Trăng Thu

Em ở xa quá nửa vòng trái đất.
Anh ở nơi này núi lạnh sa mù.
Thương nhớ em ta cắn mảnh trăng thu.
Hôn say đắm cho ân tình không lỡ dở?

Gió vẫn thổi vo tròn câu duyên nợ
Sao sương trên cành mặc khải tách làm đôi?
Ý hiệp rồi mà tâm vẫn cứ chia phôi.
Mắt ai đợi nhịp thời gian không nhẹ...!
Tình đau đớn là tình xưa vẫn trẻ.
Hãy trở về nhập cuộc sớm hân hoan.
Em ơi em hạnh phúc có mất còn?
Anh, anh vẫn đợi để chim rừng mở bóng...
Đôi ta đó là như ngọn sóng.
Đi phiêu du khắp xứ địa cầu.
Mắt lệ mừng ngắm những cánh hải âu.
Thương bờ cát ngày qua đã mất dấu...
Trời xanh kia xin hãy hiểu thấu.
Nhạc cung đầu, anh sầu nặng dưới trăng thu...

Bài thơ thứ hai: Đăng Hoa Tình Ái.

Ta cười nói với người yêu.
Cho lòng ta nắng cho hồn ta mưa...
Yêu nhau biết mấy cho vừa.
Núi cao ngất ngưởng vẫn thua mũi nàng.
Mũi nàng không phải mũi cao.
Mà cao vì bởi cái ao mắt tình...!
Một lời hương lửa ba sinh.
Cho hoa biết khóc, cho tình theo trăng.
Mây trôi gió thổi chi bằng.
Đêm nay liễu rũ cơ hằng lả lơi.
Yêu nhau chưa kịp kíp mời.
Sợ chi núi lửa đã đời phù hoa...
Mình không gian dối, chẳng tà ma.
Nhốt trong địa ngục đăng hoa ái tình...

Bài thứ ba anh viết: Anh Ao Ước.

Buổi chiều qua vồi vội.
Có hoàng hôn nghiêng xuống.
Chia đôi bóng riêng mình...
Trăng non vừa ló dạng.
Hôn đôi má em xinh...
Anh rằng em đói chưa?

Em cười nói thưa chưa
Bữa cơm không mỹ vị.
Hai đứa nhìn cứ ưa...
Anh kho tôm đậu tương.
Lại thêm cà rau muống.
Em nhìn thương quá thương...(Tình của ta phi thường...)
Sông nào chảy bao nhiêu.
Siết được dòng nước chảy.
Tôi thương anh bao nhiêu.
Siết được nhau nụ cười...?

Ngoài những trang thơ tình vần điệu ấy. Chàng đã viết không mỏi tay những trang văn xuôi dài muôn thuở để gởi đến nàng nhiều mơ mộng. Đây là ba cánh thư trong mười cánh thơ kiểu văn xuôi đó, chàng đã gởi qua cho nàng.

CHƯƠNG 14

Dạ Thảo Yêu Mến.

Anh viết thư cho em khi anh ở trong trạng thái thật buồn bã. Và anh đã trải qua nhiều cơn say khướt. Điều đó không có nghĩa là anh mất lý trí khi anh gởi những tâm tình thuộc về nơi con tim anh. Em biết anh nói ra em cho đã muộn mằn, có thể nó sẽ là không còn hợp, không cần thiết với em bây giờ. Nhưng không phải vậy em, vì tình yêu luôn luôn là một trạng thể đa giác. Dạ Thảo ơi với anh chưa bao giờ muộn mằn và luôn luôn cần thiết. Vì rằng trái tim anh rạn nứt đi mất em ơi, khi anh đem lòng mộng tưởng về em. Anh tự trách tại sao em không là của anh sớm hơn. Tại sao anh ngu muội anh lầm lẫn. Tại sao anh dại khờ thiếu suy tính để rồi tự hủy diệt, làm phá cuộc đời anh sao...

Dạ Thảo yêu thương. Cho anh xin lỗi em thật nhiều, và giờ đây anh muốn nói rằng anh yêu em nhiều lắm, anh có thể chết được nếu không được gần em một lần và nói tiếng yêu em gần nhất cho lòng thỏa mãn. Anh thèm khát nụ cười em được gần anh, nó sẽ sưởi ấm bao băng giá đau thương cuộc đời anh, anh thèm ánh mắt em dịu dàng hiền thục, nhưng chân tình lãng mạn của em sẽ cho anh bao cảm giác như được thương yêu đền bù, và xua tan bao nỗi hoài nghi thất vọng nơi anh chán chường. Tình yêu thật sự sẽ phá đi tất cả mọi rào cản chung quanh. Tình yêu thật sự sẽ làm anh không còn e dè sợ sệt. Và tình yêu thật sự sẽ khiến anh điên cuồng muốn chiếm hữu em dù phải chết, dù phải so gươm với địch thủ. Nhưng anh sẵn sàng quỳ gối xuống để xin em tha thứ những nông cạn lỗi lầm của anh, và anh sẽ hôn những giọt nước mắt hờn trách của em, và anh sẽ uống lấy hơi thở nơi em những dỗi hờn. Tất cả chỉ vì thiết tha được yêu em là bài ca sống động nơi trái tim anh hằng ao ước.

Anh viết thư cho em, anh mong rằng những lời thơ anh được thấm vào thịt xương hòa cùng huyết quản em, cho đỏ môi son dù em là hờn trách, cho thơm da phấn dù là em tức tối tận cùng. Anh vẫn hằng ao ước được đón đợi em về, dù chỉ một lần, hay nhiều hơn...

Dạ Thảo yêu: Em về Vn đi em, nơi ấy sẽ là một chiều thu đẹp nắng, hay một tối trăng thề đợi mong. Anh và em sẽ nhìn lại cánh diều đâu đó, để mà ngâm câu thơ cũ của chúng ta. Rồi anh và em sẽ vào mộng bình yên. Anh ao ước chúng ta sẽ nằm trong tay trên đồi có gió đưa hương. Và chúng ta sẽ được ngủ trong trăng sáng, gần đó có suối hòa đàn theo tiếng chim ca rộn rịp. Và chúng ta sẽ nghe tất cả đất trời sẽ thay đổi chìm vào vạn vật – Và chúng ta sẽ nghe giai điệu đôi ta được lên trời...

Đó ví như là một giấc mơ đẹp, mà anh đang hưởng mộng đẹp tình yêu bên em, anh như không muốn tỉnh dậy vì anh sợ mất nó, và chỉ mong để cùng bên em hưởng hạnh phúc tuyệt trần ấy. Và có lẽ mãi mãi anh không muốn buông mất nó hoặc xa vắng nó lần nào nữa em ơi...

Người yêu em mãi mãi/ Nhật Hoàng.

**

Thư Gởi Em Dấu Yêu Của Anh*:*

Đã vào Thu ở VN em ơi. Anh không ở Sàigòn mà anh đã đi vào Đà Lạt anh vào những cánh rừng chuyển màu thay lá. Anh lặng nhìn lá mà xao xuyến nhớ đến em. Có những lúc anh say khướt có những lúc anh tỉnh táo nhưng lúc nào anh cũng nhớ đến em. Anh nghĩ là em là của anh chứ không phải của Nguyễn Hoàng. Anh trách cứ anh ta không có nghĩa là anh sai, anh giận chính anh không có nghĩa là anh đúng. Dạ Thảo ơi em để tâm suy nghĩ lại, nếu Nguyễn Hoàng là bạn ái mộ tác phẩm em, anh ta cũng có thể làm được điều ấy, giúp em. Trên thế giới này hàng ngàn đạo diễn tài giỏi có thể phát hiện được tác phẩm em. Họ làm cho em và họ cũng thơm danh đạo diễn. Nhưng tại sao anh ấy lại âm thầm cướp em, cướp đi một người con gái anh chớm yêu và rồi phải mất. Anh ta quyến rũ em dần hồi, và em đã mềm lòng. Vì anh đã chậm chân và ngần ngại và anh thất thế hơn. Anh không đến với em lúc xưa, lúc trước lỗi này hoàn toàn do anh. Nhưng anh có quyền giận Nguyễn Hoàng đều đó anh không sai.

Dạ Thảo mến yêu.

Em có biết anh yêu em đến nhường nào, anh thèm khát được có em ở đây anh sẽ hôn ghì em, anh sẽ cắn vào đôi môi còn nóng bỏng của em kia, để thưởng thức một nụ cười hiền hòa như giọt mưa nhẹ làm anh thêm mơ mộng hạnh phúc, anh sẽ được siết chặt đùi và anh sẽ tan loãng trong em, bằng đôi chân vồ vập của anh, và để anh biết mình đáng sống biết chừng nào. Anh sẽ hôn lên đôi vú to tròn của em. Vú em đẹp lắm chỉ nhìn hình thôi, mà sức quyến rũ như làn hương thơm vô hình nào đó đến dâng tặng cho anh, để ngây ngất trôi vào mê cung trong tình yêu của em. Và anh sẽ thấy sống động đáng yêu nơi cuộc đời. Nghe Diệu Hoa nói một lần với anh, em có sinh con hai lần nhưng em chẳng hề cho con bú và em giữ cặp ngực đó như một báu vật thiêng liêng của em, mà Nguyễn Hoàng cũng đã hân hạnh và đảo điên khi ở bên cạnh em. Diệu Hoa có nói với anh, Diệu Hoa không ghen về tài năng em mà chị phải ghen vì sắc đẹp của em. Nhưng ông trời đã cho Dạ Thảo có những cái mà người khác không thể có. Em lãng mạn nhưng chân thành, Em nên thơ nhưng không hư ảo, Em kín đáo, nhưng em vẫy gọi. Em lạnh lùng nhưng em nóng bỏng.

Em tự nhiên nhưng em siết chặt tim người. Anh yêu em quá và cuồng điên nên nói những lời từ thực tế, hoặc phi thực tế cũng chỉ là nơi lòng anh như một sa mạc đang chờ giọt mưa của biển tình em. Cho thế giới này khoác lên chiếc áo màu xanh hy vọng, và cho anh khoác lên nỗi niềm hân hoan khi có được em yêu bên cạnh... Phải không em yêu?

Anh yêu em rất nhiều và còn yêu mãi mãi/ Nhật Hoàng

**

Lá thư này gởi. Em Yêu Thương Của Anh.

(Vì chàng viết gởi đến cho nàng10 lá như vậy.)

Anh viết lá thư này là anh đang ở trên giường của bịnh viện. Anh đã buồn đời uống rượu và chạy xe bạt mạng. Anh như quên đi tất cả nhưng anh chỉ thấy em trước mắt và rượt đuổi em. Trời đã không cho em về với hình ảnh thật nhưng đã cho anh hình ảnh ảo giác đó anh vẫn cứ yêu, vẫn cứ muốn được nắm lấy bàn tay em, ngước nhìn gương mặt diễm kiều trong sáng của em. Và rồi anh ngã xe soãi dài, dù vẫn như một sự đua xe không đối thủ. Tại sao anh làm như vậy vì anh điên lên bởi vì em, em không về không viết thư cho anh, không gọi nói gì với anh dù chỉ một lần. Thôi giờ thì tất cả sẽ chìm vào ảo giác. May thay trời cho anh còn sống thoi thóp này để viết lá thư cuối cùng này cho em.

Dạ Thảo em yêu! Chuyện tình mình đã ra đi vào trong giấc mơ, để đời anh phải mang bao trĩu nặng nỗi u buồn. Phút yêu thương mơ mộng bên nhau còn đâu hởi em yêu, chỉ cho riêng anh lòng nghe đớn đau... Mà rồi để anh chấp nhận chất ngất muộn phiền nơi tim.

Tình nơi anh nuôi qua bao khổ đau đắng cay. Lòng anh xé nát đi, từng đêm khuya ngủ mơ. Em đã về trong hương hoa thơm. Để ôm anh vào lòng bát ngát hương yêu. Này mắt này môi này lời thân ái em trao. Nhưng mà sao tình ta ly tan đôi nơi, để anh biết tình rồi hôm nay đành rằng đôi ta mãi xa vời. Và cuộc đời đâu như anh thiết tha mong chờ.

Vì tình yêu nơi em luôn đầy hoài nghi, để lạnh lùng. Mặc dù anh luôn coi tình em là giọt nắng bao dung, thắp những ánh sáng lung linh trong anh, soi rọi đưa anh qua trong đêm tối mịt mù khổ đau... Nghĩ mà đau nhói tim anh, và tê buốt từng ngón tay anh viết cho em. Em ơi Dạ Thảo ơi. Còn gì lại đây em ơi. Anh vẫn mơ em chợt về bên anh vẫn vây quanh anh hơi ấm em cho anh. Mà vì đâu chỉ là mộng tưởng, em yêu nỡ đành không về chia ly... Để tình anh xót xa nhau, anh phải cất tiếng hát khóc than giữa nhân gian đau thương này. Và nếu được có em của lời ca an ủi ngân nga bên anh, cứ nỉ non đến tuyệt vời bên anh dấu yêu. Nhưng thôi chỉ lại đây vây quanh anh, những phút thần tiên tưởng tượng mơ say...

Và anh biết tình ta giờ đây vì đâu đã tan ra thành khói ngang trời bay xa tít mù ngàn khơi...

Và anh sẽ biết ngày sẽ dài như năm tháng cô đơn anh đong đủ đầy. Anh sẽ nhờ cánh thư này mang nỗi niềm thương nhớ đến kẻ anh yêu ở xa... Mong em nhỏ giọt nước mắt xót thương một người bạc phước như anh. Kẻ từng chờ mong... Để nghe lòng mình héo hon dù Sài Gòn hay Đà Lạt nơi đâu vẫn sương khói lạnh lùng trong anh.

Em có biết anh nhìn hàng ngàn, nghìn cây xanh nhớ thương ai cây rụng lá vàng

Em có biết lệ nhớ ai lệ đổ bao lần đi về sông suối.

Em có biết trăng nhớ ai trăng gầy từng đêm, từng đêm...

Lòng anh vẫn thương nhớ ai ôm hoài một bóng hình xa xăm. Và mong rằng đừng để tim mình biến thành qua đi xuân xanh, khi không được gần em. Anh sợ môi anh tắt nụ cười vì thiếu em.

Nhưng rồi tất cả rời xa anh, xa rồi tầm tay anh với, thì đời đâu còn đáng yêu cho mộng đẹp tươi hồng nữa em. Thôi dù ngày mai anh chết đi, anh vẫn mong lời thơ anh trăn trối cùng em cho tim anh vơi đi sầu đau, và anh sẽ siêu thoát ra đi vĩnh biệt cuộc đời này. Để mong sao hẹn em kiếp sau, anh được yêu em trọn vẹn nơi. Và mong nụ cười em mãi thanh xuân nhìn anh trong hư vô kiếp này...

Anh yêu em trong một kiếp khổ đau.

Anh nghĩ lá thư này có thể là, của lá thư vĩnh biệt em rồi.

Anh mãi mãi còn yêu em đến hơi thở cuối cùng em ơi.
Anh/ Lê Nhật Hoàng.

**

CHƯƠNG 15

Thời gian không bao lâu thời gian đi nhanh như vó câu qua thềm. Thì Diệu Hoa bị phe nhóm đầu độc trong buổi ăn tiệc lễ ngày 2 tháng 9. Do chất thủy ngân có trong thức ăn gây hại, chữa không kịp và rồi phải chết oan uổng một kiếp người. Còn Lê Nhật Hoàng thì mãi tương tư chán đời và sự nghiệp bế tắc. Sau đó ra viện Nhật Hoàng tiếp tục uống rượu say khướt, rồi một hôm đâm bổ vô xe hàng như cám tử quân, nên phải bị tông chết. Cái chết của Diệu Hoa cũng gây cho Thảo nhiều thương xót, nhưng nàng không thể xúc động được vì rằng con đường Diệu Hoa đã chọn đã đi, khi Vn có nhiều thế lực lớn mạnh thì hãm hại thế lực suy yếu đang diễn ra. Họ tranh giành chức vị còn hơn nông dân dành miếng đất để kiếm sống mà. Diệu Hoa biết điều đó nhưng nàng đã ham quyền lực, ham danh phận, và chạm tới lửa thì bốc cháy thôi. Chỉ có Nhật Hoàng là Dạ Thảo đau ở con tim mình, dẫu biết cái chết chàng không phải lỗi nơi nàng, nguyên nhân không phải do nàng đã gây ra. Nàng từng yêu chàng viết thư và trao đổi nhưng chàng nói chẳng thích qua Mỹ được. Nhưng bây giờ chàng chết đi, nàng lại tự nhiên đi đọc chồng thơ cũ của Nhật Hoàng, và cảm thấy thương chàng, lòng dạ tái tê hoang mang chất ngất, niềm rung động của người con gái của người phụ nữ lại vô tình trở về dày xéo trong nàng. Lạ thay Dạ Thảo không ngăn được, có xảy ra những giấc mơ đẹp của thư kia sống dậy về chàng. U uất điều chi mà trái tim nàng lại chuyển hướng. Rồi một đêm và hằng đêm nàng ngủ cứ thấy nàng về với Nhật Hoàng, hai người bên nhau tình tự nàng còn trẻ ra và đẹp hơn nữa... Nàng hôn chàng, vây quanh chàng cười nói thỏ thẻ. Chàng dễ thương vuốt tóc nàng quấn quít say đắm bên ngực nàng, rồi chàng cười tươi bồng nàng lên để vào một tản đá có mặt bằng gần chân suối bên trên là rừng, chung quanh là hoa lá... Ôi nhiều giấc mơ đẹp của nàng và Nhật Hoàng. Đến khi giật mình tỉnh giấc không thấy gì nàng bồi hồi chợt khóc tiếc thương.

Và giấc mơ cứ về đến giai đoạn nàng hôn mê gọi tên chàng khi đang nằm ngủ bên Nguyễn Hoàng. Và một tối hôm nọ trăng soi vàng võ bên ngoài, bên cạnh người chồng nằm đó. Vẫn cứ xảy ra nàng mơ sảng kêu:

- Nhật Hoàng. Nhật Hoàng anh yêu của em. Em vẫn yêu anh thôi mà. Nàng ngước mắt nhìn Nguyễn Hoàng bên cạnh bằng đôi mắt mở to bối rối.

- Em tỉnh lại đi Dạ Thảo. Anh là Nguyễn Hoàng chồng của em đây mà. Nguyễn Hoàng lay nhẹ vai nàng như phân minh và cố hiểu nàng.

Nàng yên lặng trấn tĩnh, rồi một hồi nói:

- Em chưa yêu anh. Em và anh cũng chỉ là một accident. Anh đã cướp đi tình yêu của một người khác.

- Sao em nói vậy Dạ Thảo, chúng ta đã từng yêu nhau đã từng hạnh phúc mà em. Con của chúng ta có được trong đêm trăng thanh thiêng liêng đó em còn nhớ chứ.

- Không em đã lầm lẫn một cách đáng tiếc phải chăng? Nàng nói và lắc đầu như nghi vấn, pha chút đau buồn của giấc mơ đọng lại.

- Anh và em đã từng đi chơi, từng du lịch thích thú của những lần birthday em và anh, từng say đắm rồi bên nhau hát mà. Và từng trong nhà này say đắm hát bài trăng sáng vườn chè. Em còn nhớ chứ? Đó là những niềm vui không dứt.

- Anh đi đi đừng nói gì nữa hết, hãy để em yên trong đêm nay. Nếu anh biết lòng còn tự trọng.

Nguyễn Hoàng buồn bã bỏ sang phòng con gái ba tuổi anh đứng nhìn Mỹ Ngọc ngủ say. Anh mới đem nó về chiều nay. Vì nàng nói nàng nhớ con chứ hoàn toàn nó chỉ ở bên ngoại nơi mẹ Dạ Thảo nuôi nấng và trông coi. Vì bà là người mẹ luôn cưng cho Dạ Thảo thanh nhàn và trẻ đẹp...

Nguyễn Hoàng thông cảm cho nàng. Nhưng nàng trở nên hung dữ cào cấu mặt chàng mấy lần, không hết lời chỉ trích chàng.

**

Rồi cũng có những cảnh, những khi nàng tỉnh trí, hiểu được sai lầm nơi mình, và thấy Nguyễn Hoàng buồn đau chịu đựng thì thương lắm. Có một khi nọ, nàng nhìn chàng âu yếm:

- Cho em xin lỗi nha, con ma tình yêu ngu muội khiến em hành hung anh, tội nghiệp anh. Anh thông cảm cho em, chúng ta sẽ sống lại của vợ chồng hạnh phúc tháng ngày qua. Nguyễn Hoàng vẫn là Nguyễn Hoàng của em thôi mà.

- Anh vẫn yêu em nhất nơi lòng. Em nên tỉnh trí và sống bên anh trọn đời. Đừng mơ mộng xa xôi hão huyền, hãy thương chúng ta, và lo cho con chúng ta ngày càng mỗi lớn hơn. Hãy đốt hết những lá thư nguy hại kia em à. Đừng tưởng nhớ nó để làm gì nữa. Chỉ khổ cho em và khổ cho anh.

- Không đâu. Em không đốt nhưng em nguyện yêu anh bằng lòng nghen, nghen anh. Em không hiểu sao em ngu muội và thiếu sáng suốt như vậy. Em sẽ nguyện làm người vợ hiền của anh từ đây. Anh bỏ qua tha thứ cho em nha?

- Tất nhiên rồi em yêu. Chàng mỉm cười và bồng nàng vào phòng riêng hai người, coi như họ rời khỏi phòng khách đẹp đẽ và thanh lịch, nàng ngoan ngoãn cũng mỉm cười. Chàng lại cứ tơ tưởng đến giai điệu Trăng Sáng Vườn Chè mà hai người từng hát thích thú nơi ngôi nhà này...

Nàng có hứa bao lần, nhưng chỉ sợ hứa cho nhiều rồi lại quên. Nguyễn Hoàng đang còn lo sợ là xảy ra như vậy.

Một hôm đứa con gái Mỹ Ngọc chàng mới đưa về nàng nựng nịu chiều tối khi đi ăn. Được đi ăn tối với chồng và con nơi một nhà hàng Tàu (China.) Nàng với bao lời dành Nguyễn Hoàng nói với con.

- Mẹ yêu con nhất nha Mỹ Ngọc. Con là báu vật thiêng liêng của mẹ. Con là quý hơn tiền tỷ đô của mẹ. Con có yêu mẹ không nhỉ?

- Có chứ con yêu mẹ. Con yêu mẹ lắm.

Nàng dành hỏi tiếp:

- Con có yêu ba Hoàng không?

- Dạ có luôn. Con yêu ba con nhiều lắm chứ.

Bé Mỹ Ngọc nói và ngước nhìn ba vui lắm. Ba Hoàng nhìn con gái mới lên ba tuổi, mát dạ mỉm cười, và đưa mắt nhìn người vợ Dạ Thảo thân yêu.

Dạ Thảo tiếp tục dành chồng hỏi luôn:

- Con còn yêu ai nữa nói mẹ nghe.

- Con yêu bà ngoại, và yêu anh hai Bách Điền nè, con thương nhiều người khác nữa mẹ à.

- Con giỏi quá. Nàng gật khen và ôm con hôn.

Nguyễn Hoàng cũng ôm trán con gái Mỹ Ngọc hôn. Song sau đó nhìn thức ăn họ đem ra, chàng lại bảo:

- Ăn đi em rồi về. Trời vào đông lạnh về chiều rồi em. Không để con lạnh cảm nghen em à, Dạ Thảo?

Nàng mỉm cười và gật đầu với chàng.

Bé Mỹ Ngọc không biết có hiểu điều chi, cũng gật đầu cười tươi ra phếch.

Họ lại bắt đầu thưởng thức nhiều thứ nơi bàn của đồ ăn Tàu, và cả nước uống, chè xôi bánh trái vẫn là của người Tàu chủ đạo...

Dạ Thảo vốn người Việt Nam nhưng nàng lại thích món ăn của người Tàu, và của người Nhật người Hàn Quốc. Nên mỗi lần đi ăn thường là chàng Nguyễn Hoàng chiều Dạ Thảo chọn điểm, và chọn những thứ nàng thích. Dĩ nhiên là nàng cũng thưởng thức món ăn của các quốc gia khác trên thế giới rồi. Nhưng phần lớn nàng không quên tìm về thức ăn của Tàu, Nhật, Hàn Quốc. Còn ở nhà, nếu chàng muốn nấu hoặc nàng thích nấu thì phần nhiều là Dạ Thảo chọn món ăn xứ Việt quê hương. Một trăm thứ món ăn thơm ngon của người Việt. Nhưng nàng thích trên hết là canh chua cá chẽm, và nồi bún rêu thơm phức đậm đà bốc hơi hương vị, và chè bưởi thanh mát quyến rũ khó ai cưỡng được kia thôi...

CHƯƠNG 16

Rồi cũng gần những ngày đó Nguyễn Hoàng luôn đưa con về cho vui cửa vui nhà Dạ Thảo từng bảo thế. Đòi hỏi bà ngoại, tức là mẹ của Dạ Thảo phải chấp nhận để bé Mỹ Ngọc chào bà ra đi. Bé về với mẹ mình...

Rồi chính một đêm nàng bồng con bé lên khi con bé đang ngủ phòng riêng của nó. Nàng như có gì hốt hoảng vội chạy qua bồng lên rồi khóc òa mà hôn con bảo rằng:

- Con là báu vật thiêng liêng của má, má yêu quý con hơn tất cả mọi thứ. Má không thể xa con được đâu, má không thể đánh đồng và so sánh gì nổi. Hãy về nơi má luôn nha con.

Mỹ Ngọc đưa đôi mắt trẻ thơ nhìn mẹ chưa biết nói làm sao cho hết trong lòng niềm vui sướng, vì nó biết mẹ Dạ Thảo thương nó nhiều nhưng mẹ nó đâu có được gần nhiều.

Dạ Thảo nói rồi vội bỏ đi đâu không biết có việc gì xảy ra. Chừng độ nửa tiếng sau nàng trở lại. Bé Mỹ Ngọc đang nằm xuống ngủ ngon lành, thì bỗng dưng nàng cười khanh khách rồi mắng nhiếc, và trách trả nó tới tấp. Nàng la hét inh ỏi nói rằng:

- Mỹ Ngọc nguyên nhân rằng chính là lỗi của con mà má không thể đến với Nhật Hoàng được, Dạ Thảo đã mất đi một tình yêu say đắm, bởi con ra đời gây ra tội lỗi này. Nên má không thể, má khó xử một tình yêu. Con biết không? Con biết không? Con giờ vẫn chính là gây nhiều đau khổ cho má. Mỹ Ngọc nuốt hơi thở trẻ thơ, vẫn mơ màng như tỉnh ngủ trả lời:

- Con yêu thương má nhất mà. Sao má lại không yêu con nữa. Má ơi chuyện gì làm má buồn vậy má? Con không hiểu. Con thương má, nói với má nhiều lắm mà.

Nguyễn Hoàng chạy tới chen vô bảo với vợ Dạ Thảo nơi đó rằng:

- Tại sao em bảo đem Mỹ Ngọc về cho vui cửa vui nhà. Má chúng ta đã đồng ý cho Mỹ Ngọc về ở vài hôm, để em vui hơn. Khi con về vui chưa hết, thương con chưa trọn vòng tay êm ấm, của một người mẹ. Em lại mắng con, trách trả con những điều vô lý. Tánh tình em thay đổi liên tục. Nhớ thương con rồi lại hành xác con. Thật tội nghiệp cho con thơ nhỏ dại mà bị mẹ không hiểu sao tấn công khiển trách nhiều đến vậy chứ?

- Nó là con em. Em có quyền. Anh can thiệp làm chi anh Nguyễn Hoàng.

- Nhưng anh là ba của Mỹ Ngọc, Dạ Thảo em nên nhớ cho. Em hoàn toàn không có cái quyền đó, em biết không?

Chàng nói và lẹ làng bồng con ra xe đi qua gởi về nhà mẹ của Dạ Thảo liền. Anh cũng nuốt trái đắng vào lòng khi Dạ Thảo đang mang một mầm bịnh gì khó hiểu quá. Thật ra đứa bé từ ngày sinh ra đã ở bên bà ngoại lâu rồi. Vì lẽ để bà ngoại vui hơn khỏi cô đơn. (Vì ông ngoại tức là ba của Dạ Thảo mất từ khi nàng mới lấy chồng người Hoa Kiều chỉ vài năm)

Riêng bà một điều khác hơn nữa là, bà rất là thương Dạ Thảo, bà hiểu được để cho con gái yêu thích, rảnh rỗi viết lách, hay làm việc chi dễ dàng thoải mái, hoặc vui vẻ bên chồng Nguyễn Hoàng cũng có dư thời gian cho nó...

Nói về Nguyễn Hoàng, chàng sợ là nàng đánh con gây thương tích sẽ vào tù tội, vì ở xứ Mỹ mà luật là luật để bảo vệ quyền con người. Nên chàng đã gởi cho mẹ Dạ Thảo trông coi luôn. Và chàng nhất quyết không đem về để thấy những cảnh đáng thương tâm đó nữa đâu. Thà để cho nàng mắng anh thì anh đành chấp nhận thay con, thì anh vẫn thấy hay hơn.

(Mẹ Dạ Thảo đến Mỹ khi nàng theo chồng được ba năm, trước khi Chấn Kiệt chồng nàng chưa mất. Nhưng bà thỉnh thoảng đi đi về về Vn. Tuy nhiên Thảo lúc nào cũng có căn nhà riêng cho mẹ.)

CHƯƠNG 17

Đêm đó lại một đêm nàng ngủ lại mơ thấy bên Nhật Hoàng nữa. Chàng và nàng tung tăng đẹp đôi dưới sườn đồi Đà Lạt. Chàng hôn nàng dồn dập và nàng cũng hôn chàng bão táp như bao thèm khác chưa dứt nổi. Và rồi tỉnh giấc mơ, không có gì. Nhìn chồng Nguyễn Hoàng chỉ thoáng chút, Dạ Thảo lại sẽ lén đi tìm thư Nhật Hoàng để đọc mà thương vì nỗi ám ảnh khơi dậy...

Đang đọc thư, ba cánh thư ấy. Nàng mơ màng bao cảm giác ngất ngây thì Nguyễn Hoàng biết được anh đang đi tới.

Anh bực tức nói với vợ:

- Tội lỗi những lá thư phù thủy đó quá nhiều rồi em. Anh không thể để em đọc thêm. Anh sẽ tìm cách hủy tiêu nó.

Chàng nói và nhìn nàng. Nàng cũng nhìn lại Nguyễn Hoàng trân trân.

Đoạn Nguyễn Hoàng lấn qua mặt nàng, giật những cánh thư trên bàn để chàng sẽ đem đốt chúng đi. Nàng biết nên đã chạy theo chàng la hét inh ỏi rồi dành lại được. Nguyễn Hoàng tức giận đành phải đánh vô mặt vợ khiến nàng khóc than và cào cấu anh. Nguyễn Hoàng trong tâm tư vẫn thương xót Dạ Thảo, chàng ôm nàng vào lòng với bao cảm xúc dành cho vợ, mà Nguyễn Hoàng không thể tả hết bằng lời được. Nhưng sau một thoáng phút giây thiêng liêng quý báu đó, Dạ Thảo lại trở về tâm trạng bực tức mà trả thù chàng, nàng toan đánh vào ngực chàng thình thịch cho hả giận nơi lòng một cái gì. Nguyễn Hoàng cứ để cho nàng được đánh mình thật nhiều trong cơn cuồng nộ của nàng. Xong rồi anh lại nhẹ nhàng, định bỏ bước đi không nói gì hơn với nàng nữa. Nhưng Dạ Thảo lại đưa tay ôm chặt siết ghì anh mà khóc như hối hận, đôi mắt nàng thật buồn nhưng dễ thương và đẹp như một vì sao sáng... Nguyễn Hoàng đang cảm động bối rối, anh như người đi giữa cơn mộng mị kỳ lạ. Thì cuối cùng giây phút ấy nàng đã bỏ anh mà chạy... Nguyễn Hoàng chỉ còn đứng ngơ ngác nhìn, nàng đã chạy ra vườn thơ thẩn, trước những loài hoa ban đêm của sương khuya giá lạnh...

Sau ba tháng bịnh tương tư của Dạ Thảo ngày càng lên cao, không chữa được. Lúc tỉnh lúc điên, lúc say lúc dại. Không ăn ít uống, biếng nói biếng cười như thường khi, không còn nhiều vui vẻ lúc xưa với Nguyễn Hoàng...

Nàng cười bây giờ là nụ cười của ai đó xâm nhập vào Dạ Thảo chứ không phải nụ cười hiền lành đáng yêu của nàng ngày trước. Một nụ cười thơ ngây nhưng khô khan và chứa đựng thất vọng đang tràn vào tâm tư nàng. Và nàng khóc với một lý do cũng không biết rõ ràng từ đâu. Nàng khóc rồi nhăn nhó nơi niềm đau từ tâm trí không giải quyết được nơi chính nàng chăng? Nguyễn Hoàng thương yêu vỗ về an ủi Dạ Thảo, nhưng nàng không cần chàng điều đó. Và nàng luôn đánh lại tay chân vai vế chàng chạm vào nàng, và cả đầu cổ mắt mũi chàng, mà ngày xưa nàng cũng bao lần thương yêu gần gũi, hoặc hôn hít mơn trớn đó. Lạ thay giờ đây Dạ Thảo thích cầu xé mặt chàng, đôi má chàng tóc tai chàng cho hả giận khi chàng vào phòng thăm hoặc đem đồ ăn uống vào để ngồi gần bên nàng, để mà ngắm vợ. Cũng có khi nàng la hét xô đẩy chàng ra khỏi phòng, rồi ngồi khóc đớn đau của một phần mười dấu hiệu được tỉnh trí. Ôi buồn thay nàng lại thất tình đơn phương với một người tên là Lê Nhật Hoàng đã chết...

CHƯƠNG 18

Và rồi Dạ Thảo cũng biết nàng không thể đem lại hạnh phúc cho Nguyễn Hoàng như tháng ngày đã qua. Nàng đã uống thuốc độc dược để chết. Dạ Thảo hủy thân như một giấc ngủ nghìn thu không bao giờ làm khó ai nữa. Trước khi muốn giã từ trần gian, nàng viết một lá thư nữa để lại cho cô con gái mà thôi. Đó là cánh thư thứ hai nàng muốn gởi lại cho Mỹ Ngọc. Dạ Thảo đã viết hai lần, hai cánh thư để lại cho con. Một lá khi nàng mới nhận hàng chục lá thư tình Lê Nhật Hoàng gởi sang, Nàng muốn than thở với thân phận mình và nói với con để biết về một ngươi mẹ như mình. Và lá thứ hai là nàng chuẩn bị rời xa trần thế...

**

Lá thư Dạ Thảo viết lần thứ nhất trong hồi ký.

Xin Con Hãy Tha Thứ Cho Má.

Mỹ Ngọc con thương yêu. Con hãy hiểu cho má những câu chuyện má sắp kể con nhé:

Lúc má mới lớn lên, má yêu một người con trai đẹp mã cả mặt mày mắt mũi. Nhưng má không lấy người đó được.

Vì nguyên nhân ông ngoại con là đi làm cảnh sát cho chính quyền Miền Nam. Người bác họ của má là nhà tư bản chi nhánh phân bón. Cô họ của má cũng là nhà tư sản có hai tiệm thuốc tây. Gia đình chàng trai đó của họ thuộc về cách mạng, thuộc về khối cộng sản tiên phong, hy sinh nhiều trong kháng chiến. Họ, gia đình người con trai đó đã có chủ trương anh phải đi lấy cô gái cùng thuộc về ý thức hệ như họ. Riêng phần má, rồi má được đến Sài Gòn học may. Má gặp chú Chấn Kiệt con của một người Hoa còn ở lại VN. Chú yêu má mà má đã đồng ý lấy chú. Tất nhiên má không yêu chú nhiều, nhưng má không ghét chú và đã chịu trao tình cảm kết hôn với chú. Rồi má sinh ra anh hai con là Bách Điền. Sau đó má theo chồng qua Mỹ. Chồng của má là Chấn Kiệt bị chết khi đi du lịch Châu Âu. Và anh Bách Điền lớn lên là một người tốt. Tiền của để lại cho má tất cả khi lớn lên không màng. Anh đã về Hồng Kông làm việc và phụng dưỡng ông bà nội họ hồi hương về đó. Anh hai Bách Điền là người cấp tiến, từng khuyên mẹ lấy chồng sinh ra con cái thêm. Nhưng má không thấy cần thiết và chỉ ở vậy tôn thờ chú Chấn Kiệt. Nhưng sau này 10 năm Chấn Kiệt mất đi, má lại thấy cô đơn và yêu thích, má dành trái tim cho một chàng vẻ thư sinh đẹp trai tên là Lê Nhật Hoàng ở xứ Việt, làm nghề viết văn tàm tạm. Nhưng một lần nữa má gặp chú đó không có sốt sắng trong tình yêu của má trao cho. Trong lúc Nguyễn Hoàng là ba con sau này đó. Lúc trước kia chỉ là tình bạn lại bắt đầu yêu má say đắm rồi, và làm tất cả những gì má thầm mong, hoặc là má chưa dám một lần thầm mong. Má chỉ coi người đàn ông Nguyễn Hoàng cùng má như hai người, mang nhiều ý thức hòa hợp bên văn chương và điện ảnh. Tuy nhiên Nguyễn Hoàng có vợ là Diệu Hoa, nhưng vợ ông ấy Diệu Hoa đã không hợp, và không muốn sang Mỹ, vì quá ham danh phận ở lại VN. Ba Nguyễn Hoàng thì qua Mỹ ở, xin cư ngụ nơi nhà má và sinh sống làm nghề lái Uber. Má đã chấp nhận điều này. Còn tình yêu, lúc đầu má từ chối tình yêu ấy. Nhưng khoảng thời gian trôi qua má cảm động và chịu ưng lấy Nguyễn Hoàng. Tức là sau này chồng của má và má Dạ Thảo này sanh ra con. Má và ba con Nguyễn Hoàng giàu có tiền bạc vật chất dư dã. Vì ba con làm phim từ tác phẩm của má và trở thành đạo diễn người Việt Nam đáng gườm trên đất Mỹ. (Tiền thân ba con đã là nhà đạo diễn nơi xứ Việt, nhưng ba không ưa những bộ phim có tính chất tuyên truyền, và quá khô khan, ảo tưởng tư liệu của nhà nước Việt Nam.) Rồi thời điểm thành công ba má có nhà trên đảo riêng. Tuy má ít về nơi ấy, chỉ thỉnh thoảng ba má mới về thôi. Và còn mãi về sau này người con trai đàn ông Lê Nhật Hoàng nói tiếng yêu má, chàng viết hàng chục bài thơ tình lãng mạn, và hàng chục cánh thư tỏ tình da diết nóng hôi hổi đến với má, đồng thời trong đó có nói giận Nguyễn Hoàng đã cướp tình yêu sớm nơi má của anh ta. Song trớ trêu má lúc ấy đã có bầu với ba Nguyễn Hoàng rồi, và sẽ sinh con, chính là Mỹ Ngọc con, thì má không thể trở lại yêu và đón Lê Nhật Hoàng sang Mỹ được, như lúc ban đầu má ước mơ. Lê Nhật Hoàng thất vọng nhiều thứ và yêu mẹ đến cuồng nhiệt bằng những lá thư thất tình gởi sang nhưng má chưa dám hồi âm một lần. Vì má không thể chọn lựa khác hơn. Má có thể viết tới đây vì má không biết diễn tiến về đâu. Thế nào má vẫn mong Mỹ Ngọc tha thứ cho má nếu có chuyện gì xảy ra nhé.

Má của con: Dạ Thảo.

**

Lá thư thứ hai trước khi tự vận bằng thuốc ngủ và nhiều hoa hồng chất quanh.

Dạ Thảo viết để lại cánh thư tựa đề.

Xin Mỹ Ngọc Lớn Lên Con Hãy Bao Dung Và Tha Lỗi Cho Má Nhiều.

Mỹ Ngọc con yêu! Má Dạ Thảo viết lá thư này để lại cho con là vì má chuẩn bị rời xa trần thế. Má muốn rời xa sự sống trong nay mai. Má còn tỉnh trí để viết cánh thư cho con má cũng thấy làm vui lắm rồi. Trời còn cho má để lại những gì con cần nên biết. Thật sự má có lời xin lỗi con. Má có lỗi với con nhiều lắm, nhưng mà không thể chọn lối đi khác hơn con à. Má không biết con có thông cảm được cho má hay không? Dầu sau này má đã nằm yên nơi miền đất lạnh với cô đơn muôn thuở, với nỗi niềm thương con gái vẫn có chôn chặt nơi đáy mộ sâu của má... Không biết con có tin điều này không? Má muốn nói rằng má chết đi không có nghĩa là má hết thương con? Hay má đã không còn yêu thương con. Chỉ vì má không còn tình yêu say đắm bên ba con như ngày trước, để có một con gái Mỹ Ngọc nhìn vào mà vui với hạnh phúc cho ba má. Nên má đã ngã bịnh kỳ lạ, mà tháng ngày má không cưỡng lại được, và rồi đành lo lắng má chọn lựa giải pháp này. Vậy thì sau khi má mất đi và con lớn lên, con hãy tình yêu máu mủ xin ba Nguyễn Hoàng đưa dẫn con đến thăm má một đôi lần, để má cảm giác bia mộ má được ấm hơn khi tình mẫu tử, có bước chân con gái ghé qua... Dù con có tiếc nuối thương yêu má, hay giận hờn má Dạ Thảo đi chăng nữa? Má vẫn cảm được điều đó, má vui ở linh hồn hơn, ít tủi phận cho duyên số hơn.

Con Mỹ Ngọc thân yêu của má. Má vốn yêu sự sống lắm chứ con gái. Nhưng suy nghĩ má bận lòng lo lắng nơi đâu. Vì má đã không đem lại hạnh phúc cho người thân nhất là ba con, mà má đem bao phiền não rắc rối đến. Những hạnh phúc đã tước mất trong tầm tay của má và ba, má cũng không hiểu vì sao nỗi niềm ai oán đó xảy ra. Hồn ma bóng quế nào hành hạ má. Địa ngục từ đâu như đến gần bao vây siết má. Và má quá làm khổ sở cho ba Nguyễn Hoàng con biết bao phen rồi...

Mỹ Ngọc thương yêu! Má muốn chết đi, lìa đời đi không phải vì tình yêu má dành cho anh ta người ấy, mà má chỉ vì không thấy hạnh phúc má mang lại cho ba Nguyễn Hoàng và con nữa. Buồn cho cuộc đời má nhận lãnh quá thì biết làm sao hơn thôi. Con tằm ở trong tơ thì mới biết nỗi đau đớn trong cái kén đó. Chứ con bướm con ong nhởn nhơ kia làm sao ở ngoài vùng mà thấy được nỗi niềm lâm cảnh chứ. Con Mỹ Ngọc à, má so sánh như thế chắc con cho má tâm hồn ủy mị và tiêu điều, nhưng số phận rượt đuổi xô ngã bản tính tâm linh má. Má đã thất bại rồi con. Má thật sự có lỗi với con, ba Nguyễn Hoàng cùng bà ngoại, anh hai Bách Điền và những người thân nhưng má không thể chọn cách khác hơn, là vì lẽ sống không là tồn tại. Mà phải là có tâm hồn luôn sinh động và yêu đời để đáng sống con à. Còn nếu không thì quả nhiên vô phúc quá.

Mỹ Ngọc con thương. Hay là con có cách nhìn khác hơn con hờn trách má. Người vợ mất trung thành với chồng Nguyễn Hoàng ba con. Mà thiếu đi sự chung thủy bên trong tâm hồn một người vợ khi có chồng đang bên cạnh. Má đã vì một người đàn ông xa xăm đã chết mà đem lòng tương tư, hoặc chỉ là những bức thư tình ảo diệu mà đem lòng lưu luyến, má là một phụ nữ được kéo vào nỗi tỉnh thức quá lãng mạn, hoặc đa cảm xô đẩy, để vùi dập để ăn sâu vào tim phổi mình đau đớn, để sinh ra bịnh mà hủy bỏ cuộc đời. Ôi mọi đường lẽ nào con nghĩ má cũng xin chấp nhận. Vì con đủ chứng cớ quy nạp và kết luận rằng nếu không có người đàn ông đó và những bức thư tình kia, thì má sẽ hưởng hạnh phúc vui vầy cùng ba Nguyễn Hoàng con một cuộc đời vui sướng đầy thú vị. Vâng có thể con đúng, con không sai khi nhận định điều này. Nhưng mà tình yêu thường tàn khốc và xô đổ tất cả, Thế nhưng má cho là không phải tình yêu con ạ. Má chỉ là một niềm trắc ẩn nào đó mà má dại dột, má tự biến thành nỗi đau riêng. Má đã có lỗi với ba con Nguyễn Hoàng nhiều. Hẹn lại một kiếp khác má trả lại cho ba con. Còn người đàn ông kia coi như má đã trả nợ trong kiếp này rồi. Xin con và ba con Nguyễn Hoàng hãy tha thứ cho má.

Má của con: Dạ Thảo.

CHƯƠNG 19

Thời gian thật thấm thoát, mới đó mà trên 15 năm sau Mỹ Ngọc đã học hành khôn lớn và trưởng thành. Mỹ Ngọc cùng cha đi ra thăm mộ Dạ Thảo lần này. Mỗi lần, mỗi kỳ nghỉ học về thăm ba, là Mỹ Ngọc ngồi ôn lại đọc quyển sách hồi ký này. Và Mỹ Ngọc hay buộc ba ra nghĩa địa đi thăm mộ mẹ cùng nàng. Mỹ Ngọc giờ đẹp hơn mẹ khi mới lớn lên luôn. Mỹ Ngọc vừa giống mẹ lại pha ba nhiều. Nàng như cánh xuân phơi phới mỏng manh, và dịu dàng tha thướt. Nhưng so ra nàng có vẻ đầy đủ da thịt hơn Dạ Thảo khi tuổi bước vào mười lăm, hay mười tám. Và cô gái ấy không quên đọc hồi ký mẹ đã viết dù đọc bao nhiêu lần, nếu đi thăm mộ mẹ, là Mỹ Ngọc mang theo và đặt gần nơi những cánh hoa để tưởng niệm mẹ.

Để tưởng nhớ đến người mẹ bạc phước, đã chết trẻ với niềm đau thương hết sức. Mỹ Ngọc viết lại toàn bộ câu chuyện này cho hoàn hảo hơn...

HDT. Viết Năm 2022.

Nhân Ảnh
2025

Liên lạc tác giả
tranhieuthaovi@gmail.com
(678) 462-4754

Liên lạc Nhà xuất bản
han.le3359@gmail.com
(408) 722-5626

www.ingramcontent.com/pod-product-compliance
Lightning Source LLC
LaVergne TN
LVHW090216051026
849517LV00001B/90
9798348587079